சாய்வு நாற்காலி

சாய்வு நாற்காலி

தோப்பில் முஹம்மது மீரான் (1944 – 2019)

குமரி மாவட்டத்தின் கடற்கரைக் கிராமமான தேங்காப்பட்டணம் இவரின் சொந்த ஊர். தந்தை முஹம்மது அப்துல் காதர். தாயார் முஹம்மது பாத்திமா. தோப்பு என்பது இவரின் வீட்டுப் பெயர்.

தேங்காப்பட்டணம் அரசு தொடக்கப் பள்ளியிலும், அம்சி உயர்நிலைப் பள்ளியிலும், நாகர்கோவில் தெ.தி. இந்துக் கல்லூரியிலும் கல்வி பயின்றார். தமிழ் தாய்மொழி. கல்வி பயின்றது மலையாளத்தில்.

தமிழில் ஆறு நாவல்களும் ஏழு சிறுகதைத் தொகுப்புகளும், மலையாளத்தில் இரண்டு நாவல்களும் மலையாளச் சிறுகதைகளின் மொழிபெயர்ப்பு நூல் ஒன்றும் வெளிவந்துள்ளன. சாகித்திய அகாதெமி விருது உட்பட பல்வேறு விருதுகள் பெற்றிருக்கிறார். 'ஒரு கடலோர கிராமத்தின் கதை'யின் ஆங்கில மொழிபெயர்ப்பு 'Crossword Book Award'க்குப் பரிந்துரை செய்யப்பட்டது.

தோப்பில் முஹம்மது மீரான் 10.05.2019 அன்று திருநெல்வேலியில் காலமானார்.

மனைவி: ஜலீலா. மகன்கள்: ஷமிம் அகமது, மிர்ஷாத் அகமது.

தோப்பில் முஹம்மது மீரானின் நூல்கள்

[காலச்சுவடு வெளியீடு]

நாவல்

- ❖ ஒரு கடலோர கிராமத்தின் கதை (கிளாசிக் வரிசை)
- ❖ சாய்வு நாற்காலி (கிளாசிக் வரிசை)
- ❖ குடியேற்றம்
- ❖ கூனன் தோப்பு
- ❖ அஞ்சுவண்ணம் தெரு
- ❖ துறைமுகம்

சிறுகதைகள்

- ❖ தோப்பில் முஹம்மது மீரான் சிறுகதைகள் (முழுத் தொகுப்பு)

மொழிபெயர்ப்பு

- ❖ தனிமையின் நூற் வருடங்கள் (மலையாளச் சிறுகதைகள்)

தோப்பில் முஹம்மது மீரான்

சாய்வு நாற்காலி

காலச்சுவடு பதிப்பகம்

அன்பார்ந்த வாசகருக்கு,

வணக்கம்.

காலச்சுவடு நூலை வாங்கியமைக்கு நன்றி.

நூலின் உள்ளடக்கம், உருவாக்கம், அட்டைப்படம் இன்ன பிற அம்சங்கள் பற்றிய உங்கள் கருத்துகளையும் ஆலோசனைகளையும் காலச்சுவடு வரவேற்கிறது. தகவல், எழுத்து, வாக்கியப் பிழைகள் தென்பட்டால் கட்டாயம் தெரிவித்து உதவுங்கள். நூல் தயாரிப்பில் கடும் குறைபாடு இருப்பின் மாற்றுப் பிரதி உங்களுக்குக் கிடைக்கக் காலச்சுவடு ஏற்பாடு செய்யும்.

மின்னஞ்சல்: publisher@kalachuvadu.com

காலச்சுவடு நாகர்கோவில் அலுவலகத்திற்குக் கடிதம் அனுப்பலாம்.

தங்கள்
எஸ். ஆர். சுந்தரம் (கண்ணன்)
பதிப்பாளர் – நிர்வாக இயக்குநர்

சாய்வு நாற்காலி ♦ ஆசிரியர்: தோப்பில் முஹம்மது மீரான் ♦ © ஏ. ஜலீலா பீவி ♦ முதல் பதிப்பு: டிசம்பர் 1995, காலச்சுவடு முதல் பதிப்பு: நவம்பர் 2006, பதினான்காம் பதிப்பு: பிப்ரவரி 2024 ♦ வெளியீடு: காலச்சுவடு பப்ளிகேஷன்ஸ் (பி) லிட்., 669 கே.பி. சாலை, நாகர்கோவில் 629001

caayvu naaRkaali ♦ Thoppil Mohamed Meeran ♦ © A. Jaleela Beevi ♦ Language: Tamil ♦ First Edition: December 1995, Kalachuvadu First Edition: November 2006, Fourteenth Edition: February 2024 ♦ Size: Demy 1 x 8 ♦ Paper: 18.6 kg maplitho ♦ Pages: 344

Published by Kalachuvadu Publications Pvt.Ltd., 669 K.P. Road, Nagercoil 629001, India ♦ Phone: 91-4652-278525 ♦ e-mail: publications@kalachuvadu.com ♦ Printed at Clicto Print, Jaleel Towers, 42 KB Dasan Road, Teynampet Chennai 600018

ISBN: 978-81-89359-42-3

02/2024/S.No. 171, kcp 5085, 18.6 (14) uss

உம்மாவுக்கு

என்னுரை

என்னுடைய நான்காவது நாவல் இது.

1990இல் எழுதத் துவங்கி, முடித்தது 1995இல்.

இதன் முதல் 18 அத்தியாயங்கள் 'முஸ்லிம் முரசு' மாத இதழில் தொடராக வெளிவந்தன.

'தென்பத்தன்' கிராமத்தின் இரண்டரை நூற்றாண்டுக்கால வரலாற்று விளிம்பைத் தொட்டுச் சுழல்கின்றது இந்நாவல். தென்பத்தன் எனும் பெயரில் ஒரு கிராமம் இன்று எங்குமே இருப்பதாகத் தெரியவில்லை. மேற்குக் கடலோரப் பகுதியிலுள்ள ஒரு கிராமத்தை அராபிய வணிகர்கள் 'தென்பத்தன்' என்று அழைத்ததாகப் பழங்கால வரலாற்றுக் குறிப்பு ஒன்று சுட்டுகிறது. தென்கரை, தென்பட்டினம் என்றெல்லாம் இது பொருள் தரும்.

'தென்பத்தன்' என்ற பெயர் எனக்குப் பிடித்திருந்தது. அதனால், ஒரு கிராமத்தை உருவாக்கி அதற்குத் 'தென்பத்தன்' என்று பெயர் சூட்டினேன். கொஞ்சம் மனிதர்களைப் படைத்து அதில் அவர்களை வாழ வைத்தேன். அவர்களில் இறந்தவர்களுடைய, இருப்பவர்களுடைய வாழ்க்கையை ஒரு நிகழ்வுக்கோவையாக உங்கள் முன் வைக்கின்றேன்.

தென்பத்தன் சனங்களின் வாழ்க்கையைத் திருவிதாங்கூர் வரலாற்றிலிருந்து பிரித்துப் பேச முடியாது என்பதால் சில வரலாற்று நிகழ்ச்சிகள் இதில் நரம்போடுகிறது. சொல்லப்பட்டவற்றில் கற்பனைகள் பல கலந்திருப்பதால் எக்காரணத்தாலும் வரலாறு பேசுபவர்களுக்கு இது சான்றாதாரமாகாது.

வியக்கும்படியான பல மாற்றங்கள் இன்றைய தமிழ் வாசகர்களிடையே காணப்படுகின்றன. அவர்களுக்குத்

தீனிபோட எழுத்தாளனின் கிட்டங்கிக் கையிருப்பு போதுமானதல்ல. பசி ஆறாத அவர்களுடைய பசித் தளர்ச்சையை இது கொஞ்சமேனும் தணிக்குமானால் செய்த பணி மனப்பூரிப்பைத் தரும்.

இந்நாவல் வெளிவர என்னுடன் முழுமையாக ஒத்துழைத்த தோழர் க்ருஷி, தட்டச்சு செய்துதந்த சகோதரி J. விமலா ராகிணி, நாவலாசிரியர் ஆ. மாதவன், பேராசிரியர் ஷி. காளியப்பன், திரு. சீனிவாசன், திரு. தி.க.சி., திரு. ஸ்ரீதர் மற்றும் அழகுற அச்சிட்ட ஹிலால் பிரஸ் நிறுவனர் - இந்த அன்புள்ளங்களுக்கு என் நன்றி!

B - 26, வீரபாகு நகர்   தோப்பில் முஹம்மது மீரான்
திருநெல்வேலி 627 004
24 - 12 - 95

(முதல் பதிப்பின் முன்னுரை)

1

பல நூற்றாண்டுகளுக்கு முன் வந்த அரேபியப் பயணிகளின் மர மிதியடி அடையாளங்கள் பதிந்த தென்பத்தன் கிராமத்தின் மணலில் ஆனி ஆடி ஈரம் காயவே இல்லை. ஆடிக்குளிர் நல்கிய இன்பமயக்க சுகத்தில் உணர்ச்சி அடங்கி, மரங்கள் புதுத்தளிர்களையும் மொட்டுகளையும் கர்ப்பம் தரித்தன. வெயில் முகம் காட்டவே இல்லை. கருமேக காட்டிற்குள் எங்கோ மறைந்துகொண்டிருக்கும் நக்ஸலைட் சூரியன்!

முதுகுத் தண்டோடுச் சேர்த்துப் பலமாக மாட்டியிருக்கும் விலா எலும்புக் கட்டுக்களைக் குலையவைக்கும் கடுங்குளிர் சுழன்றடிக்கும் விவரம் கெட்ட ஈரக்காற்று.

ஆனப்பாறை, ஆற்றுப் பள்ளிப்பாறை, சாஸ்தான் கோவில், அரசகுளம் ஏலா, இன்னும் எங்கெல்லாமோ சுற்றித்திரியும் போக்கிரிக் காற்று. அது கடந்து போகும் வழிகளில் காட்டும் எத்துவாளித் தனங்களுக்குக் கையும் கணக்குமில்லை.

கடைகளின் முன்பகுதியில் கட்டியிருந்த பல்பொடி விளம்பரத் துணிகளைத் தூக்கி உயர்த்தியது. மீன் விற்கும் பெண்களின் தலையிலிருந்த பெட்டிகளையும் கமுகுப் பாளைகளையும் கீழே தள்ளியது. கொடிகளில் உலரப் போட்டிருந்த துணிகளையெல்லாம் சுருட்டி சகதியும் மழை நீரும் கட்டி நின்ற இடங்களில் வீசியது. கனம் குறைவான சிறுசிறு அலுமினியப் பாத்திரங்களை ஒன்றோடு ஒன்று மோதவைத்து ரசித்துப் பல்லை இளித்துக்காட்டியது.

எண்ணிலடங்கா மரங்களை ஊர் ஊராகப் பெயர்த்துப் போட்டது ஆனி ஆடிக் காற்று. வீட்டு வளாகங்களில் நின்றிருந்த முருங்கை மரங்களையும் பூவரசுகளையும் வேருடன் சாய்த்தது.

தலைமுறை தலைமுறையாகக் கிராமத்தின் அழுகையையும் சிரிப்பையும் பார்த்து மௌனமாக அந்தக் கிராமத்தைக் காவல் காத்து நின்றிருந்த ஒற்றப்பனை ஓர் இரவில் வீசி

அடித்த காற்றில் பொத்தென்று விழும் ஓசை கேட்டு நடுநிசியில் கிராமமே திடுக்கிட்டு விழித்தது. நடுஇரவில் ராந்தல் விளக்கைப் பற்றிக்கொண்டு மக்கள் ஓடி வந்தனர். வானத்தை முட்டி நின்றிருந்த ஒற்றப்பனை நீண்டு மல்லாந்து கிடப்பதை அங்கு கூடிய மக்கள் கண்டனர். யாருக்கும் எந்தவித சேதமும் இல்லை. அது விக்கன் சேமதின் கய்யால மீது விழுந்து கிடந்தது.

குளிர் தாங்காமல் காதோடு சேர்த்து மப்ளர் கட்டிக் கொண்டும் துண்டு கட்டிக்கொண்டும் கம்பளிச் சட்டை அணிந்துகொண்டும் மக்கள் விறைத்து நின்றனர். நூற்றாண்டு களின் வரலாற்றை நேரில் பார்த்த சாட்சியின் திடீர் முடிவைப் பார்த்து மௌன அஞ்சலி செலுத்தினர்.

முதல் உலகப்போர் நடக்கும்போது தென்பத்தன் கிராமத் தையே நடுங்க வைத்த சூறாவளிக் காற்றிலும் இந்த ஒற்றப்பனை சாயவில்லை. தலை நிமிர்ந்தே நின்றது. டச்சுக்காரர்களின் பீரங்கிக்குண்டு ஆனப் பாறையைத் துளைத்துச் சென்ற நேரம் நெஞ்சை விரித்துக் காட்டி நின்றது இந்த ஒற்றப்பனை.

கோடி ஜனம் சேர்ந்து முயற்சித்தாலும் கடுகளவும் அசைக்க முடியாத குத்துக்கல் கூட அன்றைய சுழல் காற்றில் அப்பாடா என்று விழுந்தது. இருந்தும் ஒற்றப்பனை சாய வில்லை. அதைச் சாய்க்க முடியவில்லை.

ஆனால் . . .

இந்தப் பீக்கிறிக் காற்றில், ஒற்றப்பனை சாய்ந்த ரகசியம் என்னவென்று யாருக்கும் புரியவில்லை.

எல்லாம் படச்சவனுக்க குதறத்துதான்!

லாறன்சுதோப்பிலும் தென்பத்தன் கிராமத்திலும் பட்டினி யின் கூரிய நகங்களுக்கிடையில் கிடந்து நெளிந்தது ஜனம்.

அரபிக்கடல் பேயாடியதால் லாறன்சுதோப்பு மக்கள் கடலில் மீன் பிடிக்கக் கட்டுவள்ளம் இறக்கவில்லை. கரையி லுள்ள மணலை முழுதும் கடல் நக்கி விழுங்கி இடிகரையாக மாற்றிவிட்டது.

பொழி முகத்தின் பர்தாவை நீக்கிவிட்டு குழித்துறை ஆறு அரபிக்கடலின் கன்னத்தில் முத்தம் கொடுத்தது. நீலக் கன்னத்தில் கலங்கிய ஆற்றுநீர் ஒரு கோடு போல் தெரிந்தது. அரைப்பனை உயரத்தில் அலைகள் அலறும் திரைகள்.

லாறன்சுதோப்பிலுள்ள கறுத்த மக்கள் கடலுக்குச் செல் லாததால் தென்பத்தனிலுள்ளவர்கள் வாயையும் வயிற்றையும் கட்டிக்கொண்டு ஆங்காங்கே குந்தியிருந்தனர். பீடித்துண்டுகள் உதட்டுக்கு உதடு மாறின.

பொழி முகத்தைக் கடத்திவிடும் நைனாம்மதின் வீட்டுக் கூரையைப் பிய்த்துக்கொண்டு கடுகும் கருவேப்பிலையும் தாளிக்கும் மணம் பொங்கியது. நைனாம்மதின் வீட்டை உரசி வரும் காற்றை வயிறு ஒட்டிய சிறு குழந்தைகள் சுவாசித்தனர்.

பொழி ஓடத்துவங்கி ஒரு மாதமாகிவிட்டது. ஆற்றில் வடக்கிலிருந்து தண்ணீர் வருவது குறையவில்லை. மழையும்.

எங்கும் ஆனி ஆடிப் பஞ்சம், நோயும் நொடியும் – தடுமல், காய்ச்சல், மண்டையிடி, வயிற்றுப்போக்கு. அரசாங்க மருத்துவ மனையின் சிமெண்ட் போட்ட மினுமினுப்பானத் தரையில் வெள்ளைச் சேலை உடுத்திய பொன்னம்மா அங்குமிங்குமாக சிமிட்டிச்சிமிட்டி நடந்தாள். இந்தச் சிமிட்டியை ரசிக்க ஒரு கூட்டம். பீடி குடித்து, துண்டால் உடம்பை மூடி உதட்டில் காதல் புன்னகையுடன். பருமனான நாலைந்து குப்பிகளில் பல மாதங்களாகத் தேங்கிக் கிடந்த மருந்தை அவள் கையிலிருந்து வாங்கிக் குடித்தபோது நோய்களெல்லாம் குணமாயின.

குளிரும் ஈரக்காற்றும் தென்பத்தன் மனிதர்களுக்கிடையில் பரபரப்பை ஏற்படுத்தின.

கிராமத்தின் மேற்குப் பகுதியிலுள்ள பள்ளிப்பிடாகையில் மதரஸா. பள்ளியை ஒட்டிப் பச்சைச் செங்கற்களால் கட்டப்பட்ட ஓலை வேய்ந்த சிறு கட்டிடத்தில் கால்கள் கழன்று ஆடும் நாலைந்து பெஞ்சுகளில் உட்கார்ந்து குழந்தைகள் காயிதா ஓதிக்கொண்டிருந்தனர். மூஸா மொய்லியார் கருவேப்பிலைக் கம்பை உயர்த்தி தில்மீதுகளிடம் ஓதச்சொன்னார்.

குழந்தைகள் கூவே என்று கத்தினர். அல்லது ஓதினர். வெளியில் ஜலதோஷம் பிடித்த வானத்தின் மூக்கிலிருந்து நீர் வடிந்தது. இடையிடையே காற்று அள்ளி வீசிய மழைத்துளிகளின் ஈரம் பட்டு குழந்தைகளின் தாடை எலும்புகள் ஒன்றோடொன்று மோதின. குருத்துக் கைகளைத் தாடையோடு சேர்த்து வைத்துச் சூடேற்றினர்.

மூஸா மொய்லியாரின் கம்பு அடிக்கடி பெஞ்சில் ஓசை எழுப்பி குழந்தைகளை நடுங்க வைத்தது. நடுக்கத்திற்குப் பிறகு ஓதும் சத்தம் மேலோங்கும். பிறகு ஓய்ந்து விடும்.

தெற்கு மூலையில், கடலின் மீது வானம் கவிழ்ந்து கிடக்குமிடத்தில் திரண்டுவரும் கருமேகத்தின் அடிவயிறு கனத்து வருவதை மூஸா மொய்லியார் கவனித்தார்.

"எல்லோரும் ஓதுங்கடா . . . நா, இப்பம் வாறேன்."

பெருமழை கொட்டுவதற்கு முன் சிறுநீர் கழித்துவிட்டு வரலாமென்று எண்ணிக் குடையை எடுத்துக்கொண்டுக்

கிளம்பினார். பழைய ஓட்டை வாளியிலிருந்து ஓர் ஓட்டுத் துண்டையும் எடுத்துக்கொண்டார்.

காற்று பலமாக வீசியது. தென்னை மண்டைகள் ஆடின. உயரம் கூடிய தென்னை மண்டைகள் போர்க்காளைகள் ஒன்றோடொன்று மோதுவது போல் முட்டிமுட்டிப் பின்வாங் கின. ஓலைகளும் கொதும்புகளும் காற்றின் இறக்கையில் உட்கார்ந்து சவாரி செய்தன. தேங்காய்க் குலைகள் ஒடிந்து விழுந்தன.

செவிப்பறைகளைச் சுக்குநூறாக்கும் பெரும் ஓசையைக் கேட்டு மூஸா மொய்லியார் சிறுநீர் கழிப்பிடத்திலிருந்து ஓடிவந்தார்.

மதரஸாவை ஒட்டிநின்ற தென்னைத் தெங்கு மதரஸாமீது விழுந்து கிடக்கிறது. மதரஸாச் சுவர் இடிந்து கிடக்கிறது. குழந்தைகள் அலறிக்கொண்டே வெளியே குதித்தனர்.

"எக்க றப்பே ...!" மூஸா மொய்லியார் பிரமைப் பிடித்தாற் போல் கூப்பிட்டார்.

மதரஸாமீது தென்னை விழுந்த சோகச் செய்தி எங்கும் பரவியது. ஊர் மக்கள் ஒப்பாரி வைத்துக்கொண்டு ஓடிக் கூடினர். ஆண்களும் பெண்களும் குழந்தைகளும் கேள்விப் பட்டவர்களும்.

தாய் தந்தையர் தங்கள் குழந்தைகளைத் தேடினர். உயிர் தப்பிய குழந்தைகளை அவர்களுடைய உற்றார்களும் உறவினர் களும் வாரியணைத்தனர்; முத்தமிட்டனர்; தலையைத் தடவி விட்டனர். படச்சவன் ரெட்சிச்சான்.

அச்செய்தி தென்பத்தன் கிராமத்தையும் பக்கத்திலுள்ள கிராமங்களையும் ஓர் உலுக்கு உலுக்கியது. கிராமம் கிராம மாகப் பெயர்ந்து வந்தது. செய்தி, தென்பத்தன் கிராமத்தி லுள்ள பாரம்பரியக் குடும்பம் வாழும் சவ்தா மன்ஸிலிலும் எட்டியது. மரியம் பீவி வாய்விட்டு அழுதாள். அவளது அழுகைக் குரல் காலம் உண்டுபண்ணிய வெடிப்புகள் விழுந்த பழைய சுவர்களில் மோதி எதிரொலித்தது.

சாய்வு நாற்காலியில் காலாட்டிக்கொண்டு கிடந்த முஸ்தபாக்கண்ணு, வீட்டின் உள்தளத்திற்கு நேராக தலை சாய்த்துக் கேட்டார்.

"குட்டியேய் ... அங்கென்ன கரச்சல்?"

மரியம் பீவி கணவன் பக்கம் ஓடிவந்து பதற்றத்துடன் சொன்னாள்:

"மதரஸாக்கெ மேலே தெங்கு விழுந்து, நெறய புள்ளியோ மௌத்தா போச்சாம்."

அவள் சொன்னதை ஏதோ பல்லியோ பாச்சானோ செத்த செய்தி கேட்டதுபோல் முனகிக் கேட்டார் முஸ்தபாக் கண்ணு. முகத்தில் எந்தவித உணர்ச்சியுமில்லை. நாற்காலியி லிருந்து காலை எடுத்துவிட்டு நிமிர்ந்து உட்கார்ந்தார். கால்பக்கம் உள்ள ஸ்டூலின் மீதிருந்த சிகரெட்டை எடுத்தார். புகைவிடும்போது இருமினார்; கிளாம்பு பிடித்துக் கறுத்துப் போனப் படிக்கத்தில் சளியைத் துப்பினார்.

"எளும்பிப் போய்ப் பாருங்கோ...நம்ம புள்ளியோ இல்லையா...?" மரியம் பீவி கணவனிடம் வேண்டினாள்.

முஸ்தபாக்கண்ணு தாடியை கையால் ஒதுக்கினார். அவருக்கு நேர் எதிர்ப்பக்கம் ஆங்காங்கே சாந்து கழன்று நின்ற சுவரில் நாற்பது ஆண்டுகளுக்கு முன் தொங்கவிட்ட கடிகாரத்தைப் பார்த்தார்.

"மணி எட்டாச்சு...பசியாற உண்டோ?"

❖

2

தென்பத்தன் கிராமத்தில் நிகழ்ந்த சோகச் சம்பவத்தில் ஆறு குழந்தைகள் மாண்டனர். ஜூம்ஆ பள்ளி வாசலின் தென்பகுதிகளில் உயரமாக வளர்ந்து நின்ற கருவேப்பிலை மரத்தின் மூட்டில் அந்தப் பிஞ்சு உடல்களை வரிசையாக அடக்கம் செய்தனர்.

அந்தப் பாலக உடல்களை மண்ணறைகளில் வைக்கும் போது நீர் சுரக்காத கண்களே இல்லை. மூஸா மொய்லியார் நினைவற்றுக் கிடந்தார்.

வந்து கூடிய மீனவர்கள் தோளில் கிடந்த துண்டை எடுத்துக் கக்கத்தில் வைத்துக்கொண்டு கைகட்டித் தலைகுனிந்து நின்றனர். நாடார்கள் அந்த உயிர் துறந்த உடல்களைக் கபர் களில் வைக்கும்போது நீர் நிரம்பிய விழிகளோடு கைகூப்பினர்.

சற்றுத் தொலைவிலுள்ள அந்தோணியார் கோயில் மணி ஒலித்தது. அந்த ஒலி, அந்த கிராமத்தின் இதய விம்மலை ஆகாயத்திலிருக்கும் "பாவா"விடம் எட்ட வைக்கும்போது ...

சவ்தா மன்ஸில் காரணவரான முஸ்தபாக்கண்ணு சாய்வு நாற்காலியில் நிமிர்ந்து உட்கார்ந்தார். சுவரில் அசை போட்டுக் கொண்டிருந்த மணியை உற்றுப் பார்த்தார். நான்கு. வயிறு வறட்சியை உணர்ந்ததும் மனைவியை அழைத்தார்.

"குட்டியேய் ..." பதில் இல்லை.

"மணி நாலாச்சு ... சாயா உண்டோ?"

பதில் இல்லை.

"அவொ எங்கெவுட்டி போய்த் தொலஞ்சா ...?"

"தாத்தா மரிச்ச ஊட்டுக்குப் போனாங்கோ ..."

சவ்தா மன்ஸிலில் அடுக்களை வேலை பார்க்கும் ரைஹானத் வாசல் திரையை விலக்கிப் பதில் சொன்னாள்.

“அந்த நாசம் புடிப்பா எப்பொப் போனா?”

“இப்பத்தான்.”

“எப்பொ வருவா?” முஸ்தாபாக்கண்ணின் குரல் மிருது வாகப் பரிணாமம் கொண்டது. நரைத்த தாடியை நோக்கிச் சாய்ந்த, சிகரெட்டுக்கறை படிந்து கறுத்துப்போன உதட்டில் புன்னகையின் பிரேதம் தலை உயர்த்துவதாக ரைஹானத்துக்குத் தோன்றியதும் அவள் வாசல் திரையை இழுத்துப் போட்டாள். வெறுப்புடன் அடுக்களைக்குச் சென்றாள்.

“நேரம் அசரானாலும் மனுசனுக்குச் சாயா இல்லை ...” அவர் சாய்வு நாற்காலியில் சாய்ந்தார். முன்னால் கிடந்த ஸ்டூலில் காலைத் தூக்கிவைத்தார்.

“பெண்ணேய் ...” காரணவர் கூப்பிட்டார்.

வாசலில் திரை விலகுகிறதா என்று கவனித்தார். விலக வில்லை. சற்று நேரம் எதிர்பார்த்துவிட்டு மீண்டும் கூப்பிட்டார்.

“பெண்ணேய்!”

திரைமீது வேர்விட்ட பார்வையைப் பிடுங்கவில்லை. கறுத்த உதட்டில் மல்லாந்து படுக்கவைத்த வெளிறிய பிரேதம் அப்படியே கிடந்தது.

வாசல் திரை நீங்குவதைக் கண்டபோது ஆவலோடு பார்த் தார். படம் எடுக்கும் பாம்பின் பார்வையும் புன்னகையும்.

“அவொ எப்போ வருவா ...?” சளிகட்டிய தொண்டையைக் கனைத்துச் சரி செய்தார்.

“இப்பம் வருவாங்கோ ...”

“ஆசியா ... என்ன செய்யா?”

“ஒறங்காங்கோ ...”

“ஒறக்கமா?”

“ஓ ...”

“நீ என்ன செய்யா?”

“சாயா போடப் போறேன்.”

முஸ்தபாக்கண்ணு அன்புப் பார்வை பார்த்தார். புன்முறு வலும் சொரிந்தார்.

அந்தப் பார்வையையும் அந்தப் புளித்துப்போன புன்முறு வலையும் அவளால் தாங்க முடியவில்லை. அருவருப்பான பார்வை. மனம் குமட்டும் புன்முறுவல். ரைஹானத் திரையை இழுத்துவிட்டாள்.

“சீ . . . என்ன மனுசன் . . .” ரைஹானத் மனத்தின் திறந்த வெளியில் காறித் துப்பினாள்.

திரையை இழுத்துவிடும்போது அவளுடைய இடதுகையில் கிடந்த நிறம் மங்கிய கண்ணாடி வளையல்களின் கிலுக்கம் முஸ்தபாக்கண்ணின் காதில் தேன் ஊற்றியது. அந்த வளைக் கிலுக்கம் அவர் இதயக் கம்பியில் ராகம் மீட்டியது. அந்த ராகத்தில் விழித்த இதயத்தினுள் ஏதோ பொந்தில் ஆழ்ந்த தூக்கத்தில் கிடந்த சுண்டெலி நகத்தால் பிராண்டியது. அந்தப் பிராண்டலின் உந்துதலால் தாடியைக் கையால் ஒதுக்கிவிட் டார். மார்பில் பரந்து கிடந்த உரோமக் காட்டில் கறுத்த ஈட்டி மரத்தைத் தேடினார். இருக்கிறது. அங்கொன்றும் இங்கொன்று மாக. கையை முறுக்கி நாற்காலியின் நீண்ட கையை இடித்துச் சோதித்தார். பலமுண்டு. முதுமை பாதிக்கவில்லை. இளமை இன்னும் எஞ்சியுள்ளது.

நாற்காலியில் சாய்ந்தார். கடிகாரத்தைப் பார்த்தார். நாலு இருபது. வளையல் கிலுங்கிய கையால் சாயா வாங்கிக் குடிப்பதற் காகக் காலாட்டினார். வளையல் அணிந்த மென்மையான கரம் நீட்டும் சாயாவை வாங்கி அருந்த ஆவல் கொள்ளும் உள்ளம். சாயாவைக் கைநீட்டி வாங்கும்போது, தெரியாத பாவனையில் அந்த நேர்த்தியான கையைத் தொடுவதற்கான மோகம். அந்த ஸ்பரிச சுகம் ஊற்றித் தரும் இன்பலாகிரியில் உலகைச் சிறிது நேரம் மறக்கப் போகும் சுபமுகூர்த்தத்தின் நிமிடத்திற்காகக் காத்துக் கிடந்தார்.

மரியமும் நல்ல அழகுள்ளவளாகத்தான் இருந்தாள். முதல் இரவில் மறவணையில் பால்கொண்டு வந்த நேரம். சில பெண் கள் அவளை உள்ளே தள்ளிவிட்டுக் கதவைச் சாத்தினர். பால் கிண்ணத்துடன் அவள் வெட்கித்து நின்றாள். அன்று, அந்த நாணம் கோணிய பெண்ணின் சிவந்த உதட்டில் கண்ணாம்பொத்தி விளையாட்டுக் காண்பித்த கள்ளச்சிரிப்பு. சுறுமா எழுதிய கண்களால் எய்துவிட்ட கள்ளப்பார்வை. மனதை வசீகரிக்கும் ஹூருலீன்களின் மைலாஞ்சியிட்ட கைகளி லிருந்து பால் வாங்கும்போதுதான், முதன்முதலாக அவளைத் தொட்டது.

அப்போது ஏற்பட்ட அந்தக் கன்னிமயிர்ச் சிலிர்ப்பு. ஹா! . . . ஹா! உருண்டுபோன நாட்களை முஸ்தபாக்கண்ணு அசையிட்டபோது தம்மை அறியாமலேயே உள்ளில் ஒரு குதூகலம். உருண்டுபோன அந்த நாட்கள் இனி திரும்பி வருமா?

மரியம் பீவியின் உதட்டுத்தோல் இப்போது காய்ந்த செதில்போல் கழன்று நிற்பதை நினைத்தபோது வெறுப்பாக யிருந்தது.

"பாறுகாலி" – முணுமுணுத்தார். கறவை தீர்ந்த பசு. பால் பிழிந்தெடுத்த தேங்காய்ப்பீரை.

மரியம் வரும்முன் சாயா குடிக்க வேண்டும். சாயா குடிப்பதற்காக அல்ல. ரைஹானத்தைப் பார்க்க. இப்போது அந்தப் பெண் பக்கத்தில் வருவதே இல்லை. மரியத்தைக் கண்டு பயமாக இருக்கலாம். அல்லது மரியம் விலக்கியிருப்பாள். அவள் விலக்கக்கூடியவள்தான்.

"பெண்ணேய் சாயா போட்டாச்சா?"

ஆனி ஆடிக் குளிர். இரு கைகளையும் நெஞ்சோடு பிணைத்தார். இந்தக் குளிரைப் போக்க மாமிசச் சூடு வேண்டும்.

ரைஹானத் சாயா கொண்டு வருவதற்கான நேரம் நெருங்கிக்கொண்டே இருக்கிறது. புன்னகையோடு வருவாளா? அல்லது முகம் கோணி, சாயாவை ஸ்டூலின் மீது வைத்து விட்டு ஓடிவிடுவாளா?

முன்னால் கிடந்த ஸ்டூலை எடுத்து மாற்றினார். நிமிர்ந்தே உட்கார்ந்திருந்தார்.

ஒரு பாட்டுப் பாடினாலோ...? சினிமாபாட்டு, ஆண்களின் பாட்டில் பெண்கள் மயங்கிவிடுவார்களென்று யாரோ ஒருதடவை சொன்ன நினைவு. சங்கதி சரிதான்.

மீசை கிளர்ந்து வரும்போது ஒரு சினிமா படம் கண்ட துண்டு. வாப்பாவுக்குத் தெரியாமல் ஒளிந்து சென்று குடம் கொண்டு தண்ணீர் எடுக்கச் சென்ற ஒரு பெண் கேட்கும்படி ஆண் பாடினான். மாப்பிள்ளைப் பாட்டின் மெட்டில்.

அந்தப் பாட்டை எத்தனையெத்தனை பெண்களுக்காகப் பாடி நடந்ததுண்டு. அது ஒருகாலம்.

அந்தப் பாட்டின் இனிமையில் அவள் அனைத்தும் மறந்தாள். அவனைக் கண் முனையால் நுகர்ந்தாள். தாகம் நிறைந்த பார்வை. அவளுடைய பற்களில் பௌர்ணமி நிலவு. வதனத்தில் வெட்கத்தின் செம்பருத்திப் பூக்கள்.

பிறகு அவள் அவனுடைய நெஞ்சில் தலை சாய்ந்தாள் – என் நாதா...!

முஸ்தபாக்கண்ணு பாட்டை முனகினார். உரக்கப் பாடினாலோ? வேண்டாம். ஆசியா விழித்துவிடுவாள்.

நாற்காலியின் கையில் தாளம் போட்டுப் பாட்டை முனகினார்.

தெரிந்த வரிகளெல்லாம் திருப்பித் திருப்பிப் பாடி முடித்தார். இனிப் பாடுவதற்கு வரிகளில்லை.

தோப்பில் முஹம்மது மீரான்

அவள் வரவில்லை. சுவரில் பார்த்தார். மணி ஐந்து.

நேரம் கடந்துபோனதை மறந்தார். ரைஹானத்தை மனத்தில் குடி இருத்திய மதுரமான சிந்தனையில் கடிகாரத்தை மறந்தார். சாயாவை மறந்தார். சூழலை மறந்தார்.

திரை நீங்குவதைக் கவனித்தார். ஆவலோடு கவனித்தார்.

மரியம் பீவி!

"இந்தப் பாறுகாலியா!" மனம் கொண்டு திட்டினார். முகத்தில் தவழ்ந்து நடந்த மகிழ்ச்சி மாய்ந்தது. உதட்டில் கிடந்த புன்னகைப் பிரேதம் அழுகி நாற்றமெடுத்தது. மனம் பறந்து திரிந்த பூவனங்களில் பூக்களெல்லாம் காம்பு அழுகி உதிர்ந்தன.

"நிங்கோ ஒரு மனுசன்தானா? அஞ்சாறு பிஞ்சுப் பைதலுவோ பறக்கத் துடிக்கப் போச்சுதெ ... அந்த மய்யத்துத் தொழுவெய்க்குக் கூடப் போவாதெ இஞ்செ இந்தப் பாண்ட கசேரியிலே ஒடுக்கத்தெ இருப்பா இருக்கீளாக்கும் ... சீ என்ன மனுசன் ..." விலகிக் கிடந்த ஸ்டூலை அவர் முன் எடுத்துப் போட்டுச் சாயாவை வைத்தாள். முகத்தை வெறுப்புடன் வெட்டித் திருப்பி உள்ளே சென்றாள்.

முஸ்தபாக்கண்ணு சாயாக் கோப்பையைத் தொட்டுப் பார்த்தார்.

"சூடு இல்லியே ..." உள்ளே பார்த்துக் கேட்டார். "கடிக்க ஒண்ணும் இல்லியோ?"

சாயாவை ஒரு இழுப்பு இழுத்தார். நாற்காலியில் சாய்ந்தார். சிகரெட்டு பற்றவைத்தார்.

"அடுப்பளி ஒளுவி நெறயுது. தண்ணீலெ நின்னு சீதம் புடிச்சாச்சு." கணவனிடத்தில் வந்து ஆவலாதி சொன்னாள்.

கணவன் முனகிக் கேட்டார்.

"ஒரு கொத்தனெ விளிச்சு ஒடஞ்ச ஓடெ மாத்தப்புடாதா?"

"உம் ..."

"எல்லாம் உம் ... உம்னு ... கேட்டிட்டு இந்த எளவு கசேரியிலெ இரியுங்கோ ... வெளியிலெ எறங்காதெங்கோ." மரியம் பீவி வீட்டிற்குள் சென்றாள். உடம்பறையில் தூங்கிக் கொண்டிருக்கும் ஆசியாவும்மாவைக் கூப்பிட்டாள்.

"மைனீ ... மைனீ ..."

ஆசியாவும்மாள் கிடந்தபடியே பூனைக்குட்டி கண் திறப்பதுபோல் மெல்லக் கண் திறந்தாள் ... "உம் ...?"

"சாயா குடியுங்கோ."

"யா அல்லா!" ஆசியாவும்மா படுக்கையிலிருந்து யாரோ அடர்த்தி எடுப்பதுபோல் எழும்பினாள். கலைந்த முடியைக் கட்டினாள்.

"நேரம் அசராச்சாவுள்ளே...?" ஒரு கொட்டாவி விட்டாள். ஜன்னல் வழியாக வீட்டு வளாகத்தில் பகல் வெளிச்சத்தைப் பார்வையிட்டாள். மஞ்சள் வெயிலைக் காணவில்லை.

"அசருக்கு வாங்கிட்டு ஒருபாடு நேரமாச்சு."

"வாய்க் கொப்பளிக்க இத்திப்போலத் தண்ணி தா."

மரியம் பீவி செம்பில் தண்ணீர் கொடுத்தாள். ஆசியா வும்மா செம்பைத் திருப்பித் திருப்பிப் பார்த்துவிட்டு வாய்க் கொப்பளித்தாள். இருந்த இருப்பிலேயே ஜன்னல் வழியாகத் தண்ணீரை வெளியே உமிழ்ந்தாள்.

சாயாக் கோப்பையை எடுத்தாள்.

"துசியா களுவினியா?"

"ஓ."

சாயாவைக் குடித்துவிட்டு மீண்டும் படுக்கையில் சாய்ந்தாள்.

"மய்யத்தெல்லாம் அடக்கியாச்சா?" கிடந்தவாறு ஆசியா விசாரித்தாள்.

"ஓ."

"நீ போனியா?"

"ஓ."

"தெருவெல்லாம் துப்புரவுக் கேடாக் கெடக்குமே? காலும் கையும் துசியா களுவிட்டுதானா சாயா போட்டா...?"

மரியம் பீவி பதில் சொல்ல நிற்கவில்லை. சகதியாகக் கிடந்த அடுக்களைக்குள் சென்றாள்.

இரவு சாப்பாட்டிற்கு அரிசி போட்டாள். ரைஹானத் அம்மியில் அரைக்க உட்கார்ந்தாள்.

"குட்டியேய்..." கணவனின் அழைப்பு. மரியம் பீவி படிப்புரைக்கு வந்தாள்.

ஆசியாவும்மாவின் கணவன் செய்தகம்மதுபிள்ளை படிப்புரை தெற்கு மூலையில் போடப்பட்டிருந்த கட்டிலில் முட்டுக் கட்டி உட்கார்ந்திருந்தார்.

"மச்சானுக்குச் சாயா கொண்டா..." முஸ்தபாக்கண்ணு தலை குனிந்தபடி உத்தரவு போட்டார். மரியம் கொண்டு

தோப்பில் முகம்மது மீரான்

வந்த சாயாவை ஒரே இழுப்பு இழுத்தார் செய்தகம்மது. கோப்பையைக் கட்டிலில் வைத்துவிட்டு எதுவும் பேசாமல் தோளில் தொங்கிய துண்டைச் சரிசெய்துகொண்டு இறங்கி நடந்தார்.

மௌனம் தளம் கட்டிய சவ்தா மன்ஸில் அடுக்களையில் ரைஹானத் அம்மியில் அரைக்கும் சத்தம். சுவரில் தொங்கிய கடிகாரம் நாவை அசைக்கும் "டிக்–டிக்" ஓசை. இவ்விரு சத்தங்களும் இல்லையானால் சவ்தா மன்ஸில் நிசப்தம்.

முஸ்தபாக்கண்ணின் விரலிடுக்கிலிருந்து கழுத்து நெரிந்த சிகரெட்டுப்புகை மரம் ஏறிப் பாம்புபோல் மேல் நோக்கி உயர்ந்தது. கறையான் கறம்பிய முகட்டில் தெரிந்த ஓட்டைகளில் புகை மண்டியது. நூலாம்படைகளிலும்.

மரியம் பீவியும் ரைஹானத்தும் பாய்விரித்து உடம்பைச் சாய்க்கும்போது இரவு மணி பனிரெண்டு. இருள் பதுங்கிய அந்த வீட்டில், இரவின் பயங்கரத்தில் கெட்ட கனவு காணாமலிருக்க அவர்கள் நெஞ்சில் குர்ஆன் ஆயத்துகள் ஓதி ஊதினார்கள்.

வெளியில் அள்ளிச் சொரியும் மழை!

வீட்டிற்குள் கடும் குளிர். சிமெண்டு கழன்று போன தரையில் நீரூற்றுக் கண்டது.

கம்பளிப் போர்வைக்குள்ளிலிருந்து முஸ்தபாக்கண்ணின் குறட்டை ஒலிப் பிரவாகம்.

மரியம் பீவிக்குத் தூக்கம் வரவில்லை. இதயத்திற்குள் ஒவ்வொரு முக்கிலும் மூலையிலும் பறக்கத் துடிக்கப் போன பிஞ்சு பைதல்களின் செல்ல முகங்கள்.

சாய்வு நாற்காலியில் சாய்ந்து காலாட்டிக் கிடக்கும் கணவனின் தாடியும் தாடி மறைத்திருக்கும் முகமும் இரக்கமில்லாத இதயமும்.

"படச்சவனே! இந்தக் குடும்பத்திலெ என்னெக் கொண்டாக்கினியே ..." மரியம் பீவியின் இதயத்திற்குள்ளிருந்து ஏக்கங்கள் நீர்க்குமிழிகளாக மேல்நோக்கி எழும்பும்போது அந்தோணியார் கோவிலின் உயர்ந்த கோபுரத்திலிருந்து முதல் மணி முழங்கியது.

தொடர்ந்து பாங்கும்.

ரைஹானத் விழித்தாள். அவளுடைய, ஒரு பகல் ஆரம்பிக்கப்போகிறது.

❖

3

தென்பத்தன் கிராமத்தில் முதன் முதலாக வானை நோக்கி உயர்ந்த இரு நிலைக் கட்டிடம் சவ்தா மன்ஸில்தான். அந்தக் கடற்கரைக் கிராமத்தில் பத்து முன்னூறு வீடுகளுள் ளன. ஓடுவேய்ந்த வீடுகள் நாலைந்து; செம்மண் குழைத்து சுவர் வளர்த்த, ஓலைவேய்ந்த வீடுகள் கொஞ்சம். மீதி உள்ளவை செத்தைக் குடிசைகள். இதற்கு மத்தியில் தலை நிமிர்ந்து விண்ணோடு ரகசியம் பேசிக்கொண்டு நிற்கும் சவ்தா மன்ஸில் கிராம மக்களுக்கு உலக அற்புதங்களில் ஒன்று.

"ஒஹது மலெபோல கெட்டீருக்காரு வீடு!" மக்கள் அற்புதமடைந்தனர்.

"அந்த ஊட்டுக்கெ மேலே ஏணி வெச்சா வானத்தெ எத்தித்தொடலாம்."

ஒண்ணுக்கெ மேலெ ஒண்ணு கட்டியிருக்கும் அற்பு தத்தைக் காண பக்கத்துக் கிராமங்களிலிருந்து வந்த மக்கள் அண்ணாந்து பார்த்தபோது பிடரி வலி எடுத்தது.

தரித்திரம் பிடித்தவர்களுடைய திருஷ்டி விழாமலிருக்க முஸ்தபாக்கண்ணின் வாப்பா நூர்முகம்மது கறுப்புக் கம்பளி நூலில் சீனக்காரம் சுற்றி, வீட்டிற்குள் ஏறிச்செல்லும் தளத் திற்கு மேல் கட்டித்தொங்கவிட்டார். பேய் பிசாசுகளை விரட்டி அடிக்கச் சாவக்காடு முஸ்லியாரைக் கொண்டு இஸ்முகள் எழுதி ஒவ்வொரு மூலையிலும் தொங்கவிட்டார்.

வீட்டின் இரண்டாவது மாடியின் மேல் ஓடுகள் சேரும் முகட்டுக் கோடியில் தும்பிக்கை உயர்த்தி நிற்கும் ஜோடி யானைகள், சங்கு சக்கரம், தாமரைப் பூ போன்ற சித்திர வேலைப்பாடுகள் மிகுந்த பலகைமீது அதுநாள் வரை யாரும் செய்யாத ஒன்றைச் செய்துகாட்டினார். மௌத்தான உம்மா வின் பெயரை அதில் பொறித்துத் தம் கட்டிடத்திற்குப் பெயர் சூட்டினார்.

‘சவ்தா மன்ஸில்.’

பள்ளி முற்றம், எலப்ப விளை, எலந்த விளை, எலங்கத்தடி இப்படியான பெயர்களில் அங்குள்ள வீடுகள் அறியப்படும் போது சவ்தா மன்ஸில் என்று ஒரு தினுசான பெயர் வைத்த தினால் அதன் பொருள் என்னவென்று புரியாமல் மக்கள் குழம்பினர்.

சவ்தா அவருக்கெ உம்மா. மன்ஸில் ஆருக்கெ உம்மா?” – பள்ளியில் மக்ரிபு தொழுகைக்குக் கூடியவர்கள் தலையைச் சொறிந்தனர். சிந்தனை செய்தனர். எத்தனையோ பெயர்களை நினைவுபடுத்திக்கொண்டனர் எந்தப் பிடியும் கிடைக்கவில்லை.

பொன்னானி மஃனத்துல் இஸ்லாம் அரபி மதரஸாவில் ஒரு வருடம் ஓதிய அல்லாப்பிச்சை லெப்பை விளக்கம் சொன்னார்.

“மன்ஸில் எண்ணு சொன்னா அரபியிலெ ஊடு எண்ணாக்கும் அர்த்தம்.”

“ஒஹோ . . . அப்படி வரட்டு சங்கதி. சவ்தா மன்ஸில் எண்ணு சொன்னா சவ்தாக்க ஊடு எண்ணாக்கும் புள்ளேய், மனசிலாச்சா . . .?” எல்லாரும் மொட்டைத் தலையை அசைத் தனர்.

நீண்ட நாட்களாகத் தலைஓட்டிற்குள் ஊர்ந்து கொண்டி ருந்த சந்தேகத்தை நிவர்த்திசெய்து கொடுத்த அல்லாப்பிச்சை லெப்பையின் அரபிமொழி பாண்டித்தியத்தை மக்கள் புகழ்ந்த னர். அல்லாப்பிச்சை லெப்பை சற்று நெஞ்சு நிமிர்த்தி நடந்தார்.

சவ்தா மன்ஸில் பால்காய்ச்சிய அன்று மாலையில் முஸ்தபாக்கண்ணின் வாப்பா மேல்மாடியில், திறந்த வெளியில் ஏறி நின்றார். வெள்ளைப் பூசியச் சுவரில் மஞ்சள் சாயம் தேய்க்கும் போக்கு வெயிலைப் பார்த்தார். குழந்தை அலை களால் போர்த்திக்கொண்டு கிடக்கும் அரபிக்கடலின் அமை தியைப் பார்த்தார். தொசுவம் விழுந்த போர்வைக்குள் சுருண்டு படுக்கச் சொல்லும் அந்திச் சூரியனின் சிகப்பைப் பார்த்தார். அரபிக்கடலுக்கு ஒற்றை மார்பு முளைத்தாற்போல் நிற்கும் சிப்பிப்பாறையைப் பார்த்தார். அதன்மீது நிலைகொள்ளும் தாமஸ் புனிதரின் கோயிலைப் பார்த்தார். ஒரு கோழிக்கூடு போல் தெரியும் கோயில்.

இனி, பெருநாள் பிறைபார்க்க யாரும் ஆனப்பாறை மேல் ஏற வேண்டாம்.

சவ்தா மன்ஸிலின் இரண்டாவது மாடிமீது ஏறி நின்றால் பெருநாள் பிறைபார்க்க முடியும். நீல ஆகாயத்தின் அடி

வயிற்றைக் கட்டிப்பிடித்துக்கொண்டு இழையும் வெண்மேகக் கூட்டங்களைப் பார்த்தபோது நூர்முகம்மதின் மனத்தில் ஒரு சந்தேகம் தோன்றியது. அந்தக் களிசடை மேகங்கள் சவ்தா மன்ஸிலின் மேல் மாடியில் மோதிவிடுமோ? மலைகளில் மோதிச் செல்லும் மேகங்களைப் பார்த்ததுண்டு. சஹியாத்திரி மலையின் முகட்டை மேகங்கள் மூடி நிற்கும்போது சஹியாத் திரி வெள்ளைத் தலைப்பாகை கட்டிய மவ்லவியா என்று நினைத்ததும் உண்டு.

சவ்தா மன்ஸிலும் மேகத்தைக்கொண்டு தலைப்பாகை கட்டுமோ? கீழே எட்டிப்பார்த்தார்.

எல்லா வீடுகளும் பாதாளத்திற்குள் தாழ்ந்து கிடப்பது போல் தோன்றியபோது, தம் வீட்டின் உன்னதத்தையும் பிரதா பத்தையும் நினைத்துப் புளகம் கொண்டார்.

சற்று நேரம் தன்னையே மறந்துவிட்டார்.

முஸ்தபாக்கண்ணுக்கு ஒரு சம்மந்தாலோசனையுடன் குளச்சலிலிருந்து அத்றாமான் வந்தது நினைவில் நிழலாடிய போது, தாம் நிற்பது சவ்தா மன்ஸிலின் மேல் மாடியில் என்பதை உணர்ந்தார்.

“வலிய தறவாடு. ஒரே பெண் புள்ளே. பின்னே ஒரே மகன்.”

“நல்ல தறவாட்டுக்காரனுவதாம். கொள்ளாம். ஆனா இப்பம் வஹ்தாப்பாடு செய்யமாட்டேன். புதிய ஊடுகெட்டி பாலுகாச்சின பெறவுதான் ...”

“புதிய ஊட்டுலெ வச்சு கன்னிமின்னியா கலியாணம் எடுக்கீது பரக்கத்துத் தானே.”

“வீடு கெட்டின பெறவு பாப்போம்ணு சொல்லுங்கோ.”

“சொல்லுயேன்.”

“ஒரு சங்கதி.”

“என்னே?”

“இந்தப் பைங்குளம் பகுதி, ஏழு தேசப்பற்றுப் பகுதி, கீழ்குளம் பகுதி, இஞ்செ எல்லாம் காணக்கூடிய தெங்கன்புர யிடம் எல்லாம் எனக்குப் பாட்டமாக்கும். இந்த அத்தத்தி லேருந்து வெட்டத் தொடங்கி கடைசி அத்தம் வெட்டித் தீரும்பம் இந்த அத்தத்திலெ தேங்கா பழுத்துத் தொளியும், ஓர்ம இருக்கட்டு.”

“ஓ.”

“எக்கெ மருமோளா வருவோளுக்கு எல்லா சிபத்தும் வேணும். எக்கெப் பெறவு எக்கெ மோந்தான் இந்த ஊட்டுக்குக் காரணவன். ஓர்மயிருக்கட்டு.”

“ஓ.”

புத்தம் வீட்டின் நடுத்திண்ணைக்குச் செல்லும் வாசலில் தொங்கிய சாக்குத் திரைக்குப் பின்னாலிருந்து ஆவுனாவும்மா வின் நிபந்தனை. “இந்த மனையெலெ வந்து காலுகுத்துய பெண்ணுக்கெ கால்லெ தங்கக் கொலுசு வேணும்.”

“தங்கக் கொலுசா?” அத்றாமான் ஆச்சரியப்பட்டார்.

“பின்னல்லாதெ, பத்தரமாத்து தங்கத்திலெ மணிக்கொலுசுப் போடணும்.”

“சொல்லுயேன்.”

“இடுப்புக்குப் பொன்னரஞானம். அதிலெ கூம்பும் தோவும் தொங்கணும்.”

“அல்லா . . . அதும் வேணுமா?”

“பின்னெ வேண்டாமாக்கும் . . . எக்கெ வாப்பா இதெல் லாம் போட்டுத் தந்துதான் இஞ்செ என்னைக் கெட்டிக் குடுத்தது . . .”

“நான் சொல்லுயேன் . . .”

ஆவுனாவும்மா விரல் மடக்கிச் சொல்ல ஆரம்பித்தாள்.

“கேளுங்கோ, பீலி, மிஞ்சி, முடிமாட்டி, தேருவாளி, காது நெறய சுட்டி அலுக்கத்து, சிமுக்கா, பீயாந்திரம், காறெ, காசிமாலெ, தாலிப்பூட்டு, கை நெறயக் காப்பு, பட்டணம் காப்பு, கொத்துக் காப்பு.” நகைகளின் பட்டியல் நீண்டு நீண்டு போயின.

“ஒரு விசயம் . . .” நூர்முகம்மது சொன்னார்.

“என்னெ ?”

“மூக்குத்தி வேண்டாம்.”

“ஏ புள்ளே ?”

“ஹராம். மூக்குத்தி போட்டுட்டு நடக்காளுவளெ அந்த மூதேவிக்கெல்லாம் நரகமாக்கும். அதபுமாலையிலெ சொல்லி யிருக்கு.”

“நான் எல்லா விசயமும் சொல்லுயேன் புள்ளே, நிங்கோ எதுக்கும் ஒரு வஹ்தாப்பாடு தாருங்கோ . . .”

“இப்பம் தரமாட்டேன். பாலு காச்சின பெறவுதான் எல்லாம்.”

“ரஜபுபிறை பனிரெண்டு வெள்ளிக்கிழமை சுப்ஹுபாங்கு ஒலித்த போது ஆவுனாவும்மா புதுச் செப்புக் குடத்தில் இடுப்பில் தண்ணீரேந்திக்கொண்டு சவ்தா மன்ஸிலில் பிஸ்மில் லாஹ் சொல்லி வலது கால் எடுத்துவைத்துக் குடி புகுந்தாள். வீட்டின் நடுத் திண்ணையில் சூட்டடுப்பு வைத்துப் பால் காய்ச்சினாள். பொங்கிய பாலில் பழம் சீவிப் போட்டாள்.

“றகுமானாய றப்பே! எல்லா பரக்கத்தும் நிஃமத்தும் இந்த ஊட்டுக்கும் ஊட்டில் தங்குவோருக்கும் நீ கொடுத்து அருள் புரிவாயாக...” அல்லாப்பிச்சை லெப்பை நீண்ட துஆ ஓதி கைமடக்கு வாங்கிச் சென்றார்.

சவ்தா மன்ஸிலில் குடிபுகுந்த பிறகு ஒரு ரம்சான் நோன்பு முடிந்து, பெருநாளும் ஆறு நோன்பும் கழிந்த பின் ஷவ்வால் மாதத்தில் ஒரு வெள்ளிக்கிழமை இரவில் முஸ்தபாக்கண்ணின் திருமணம் நடந்தேறியது.

ஆவுனாவும்மா சொன்னபடி எல்லா சிபத்துகளுடன் மரியம் பீவி சவ்தா மன்ஸிலில் கால் ஊன்றினாள். தங்கக் கொலுசு குலுக்கி வந்த மருமகளின் தலையை ஆவுனாவும்மா தடவிவிட்டாள்: “எக்கெ பொன்னுமோளே!”

தட்டின் மீதிருந்து ஏதோ பெயர்ந்து வீழ்ந்தபோது சாய்வு நாற்காலியில், சுக நித்திரையில் ஆழ்ந்திருந்த முஸ்தபாக் கண்ணு வெடுக்கென்று விழித்தார்.

படுத்திருந்த நாற்காலியின் காலருகில் கறையான் புற்று வீழ்ந்து கிடப்பதைக் கண்டார். தலை நிமிர்ந்து பார்த்தார். கொத்துப் பணிகள் மிகுந்த துலாக் கட்டையிலும் தட்டுப் பலகையிலும் கறையான் பற்றியிருந்தது. இருந்தபடியே கண்ணை நாலாபக்கமும் சுழற்றிப் பார்த்தார். எங்கும் கரையான் மண். ஆங்காங்கே நூலாம்படைகள் தொங்கிக் கிடப்பதையும் கவனித்தார். அவற்றைப் பார்க்கையிலேயே மீண்டும் கண்கள் மூடின. வண்ணவண்ணக் கனவுகள். அதன் சொர்ணத்தேரில் சொர்க்கக் கன்னிகள் வீசும் வெண் சாமரக் காற்று வாங்கி பயணம் தொடர்ந்தார்.

தலை ஒரு பக்கமாகச் சாய்ந்தது. நாற்காலி கையிலிருந்த கரங்கள் தொடை இடுக்கிற்குள் சென்றன.

“என்ன ஒறக்கமா?”

சத்தம் கேட்டு முஸ்தபாக்கண்ணு விழித்தார்.

இஸ்ராயில்!

முஸ்தபாக்கண்ணு சாய்வு நாற்காலியில் நிமிர்ந்து உட் கார்ந்தார். இடப்பக்கம் கிடந்த ஸ்டூலிலிருந்து சிகரெட் எடுத்துப் பற்றவைத்தார்.

புகை சொந்த முகாம்களைத் தேடி உயர்ந்தது.

"இரி . . ."

இஸ்ராயில் நாற்காலியின் கால்பக்கத்தில் எப்போதும் போல் அமர்ந்தான்.

"ரண்டு நாளா காணல்லியே?" முஸ்தபாக்கண்ணு விசாரித்தார்.

இஸ்ராயில் தலை சொறிந்தான்.

"அதை எதுக்குக் கேக்கியோ? போன இடத்திலெ ஒரு சதி நடந்துபோச்சு."

"என்னப்பா . . ."

"ரண்டு நாளுக்கு முன்னே சொபையும் தொழுதிட்டுப் போனேன். மளெ நனஞ்சேன். தடுமம் புடிச்சு காச்சலு வந்துட்டு. அப்படியே எக்கெ குட்டியாப்பா ஊட்டுலே போய் பாய்விரிச்சுக் கெடந்தேன். குட்டிம்மா சுக்கும் நல்ல மிளகும் அவிச்சுத் தந்தாங்கோ. ரண்டு நேரம் குடிச்சேன். காச்சலு பறபறந்துட்டு."

"ஆசூத்திரித் தண்ணி மருந்தெவிட சுக்கும் நல்ல மிளகும் நல்லதில்லியா? நோயும் சிபாவாகும், நல்ல தகனமும் கெடய்க்கும் . . . அதிரிக்கட்டு. போன காரியமோ?" முஸ்தபாக்கண்ணு குரல் தாழ்த்திக் கேட்டார்.

"போன எடம் கொள்ளாம்" – இஸ்ராயில் சொல்லத் துவங்கினான். மெதுவாகப் பேசும்படி முஸ்தபாக்கண்ணு வாயில் கையை வைத்து ஆங்கியம் காட்டினார். நாலுக் கட்டின் தென்மூலைப் பக்கமாகக் கண்ணைக் காட்டினார்.

கட்டிலில் சுருண்டு மடங்கிப்படுத்துக் கொண்டிருந்தார் செய்தகம்மது.

"எடம் கொள்ளாம். வாப்பா சரி இல்லே. அந்த மனுசனுக்கு வேறெயும் ரண்டு பெண்டாட்டி உண்டு."

"அதுக்கு நமக்கென்னா?"

"ஆளு ஒரு சட்டம்பி."

"அப்படியா . . . அப்போ நம்மளெயும் அடிச்சுப் போடுவானோ . . . வேண்டாம் வேண்டாம் . . ."

"நா தள்ளியாச்சு. வேறெ ஒண்ணு பாத்து வச்சிருக்கேன். பஸ்டு. இருவது வயசு. தொட்டா ரத்தம் பொட்டும்."

"வெளுப்பா கறுப்பா?"

"புது நிறம்."

“வண்ணமுண்டா?”

“உண்டு.”

“கைறாபோச்சு ... எங்கே?”

“நம்பாளீலே, பேசுலாம்னு போனேன். தவுப்பன்காரன் இல்லெ. எங்கெயோ தொலைஞ்சான். வரூதுக்கு ரண்டு நாளாவும். பொதனாச்ச காலமெ சொபையும் தொழூதிட்டுப் போவேன்.”

“நீ இப்பிடியே சொல்லிச் சொல்லி ரண்டு மூணு வருஷமாச்சு.”

“இது ஒடனெ நடக்குத காரியமா? பொம்பிளப் புள்ளையோ கொறவு. ஆம்புள்ளகளாக்கும் இப்பம் கூடுதல். நம்மொபோய் பாத்திட்டு வாறதுக்குள்ளே துபாய்காரனூவோ போய்ச் சும்மா கட்டீட்டுப் போறானுவோ.”

“அப்பிடியா?”

“பின்னல்லாமே?”

“அப்போ நம்ம சங்கதியை மறந்திராதெ வாப்பா ...”

“எப்பிடி மறப்பேன். எக்கெ கய்யாலெ நிங்களுக்கு ஒரு நிக்காஹ் செய்து வைக்க எக்கு ஒரு ஹாஜத் உண்டு. நிக்காஹ் செய்து வச்சாதான் நா குடிக்கித தண்ணி பலமாவும்.”

“மஹருக்குக் கட்டுலாம்னு சொல்லு. செறுபிராயம்னு சொல்லு. பெண்டாட்டி சோக்கேடுக் காரீண்ணு சொல்லு. இல்லெயானா மரிச்சாச்சுணு சொல்லு.”

“எக்குச் சொல்லியா தரணும். எப்படியும் உடனே முடிச்சுத் தாரேன். வல்லதும் இரிக்குதா புள்ளியளுக்குக் கெழங்கு வாண்ட.” இஸ்ராயில் தலை சொறிந்தான்.

முஸ்தபாக்கண்ணு இடுப்பைத் தடவினார். காகிதப் பொதியை எடுத்தார். இரண்டு ரூபாய் எடுத்து நீட்டினார், யாரும் பாராமல்.

“தோவட்டமா?” – நோட்டைப் பார்த்துக்கொண்டு இஸ்ராயில் துண்டைத் தலையில் வட்டமாகக் கட்டி படி இறங்கிச் செல்லும்போது முஸ்தபாக்கண்ணு நினைவுபடுத்தத் தவறவில்லை.

“பொதனாச்செ.”

❖

4

மார்த்தாண்டவர்மா மகாராஜா நாடாண்ட காலம். திருவிதாங்கூரின் செழிப்பும் வளமும் டச்சுக்காரர்களைப் பொறாமை கொள்ளச் செய்தது. இலங்கைக்கு வந்த டச்சுக்காரர்கள் திருவிதாங்கூரை நோக்கி கடல்வழியாகப் படை எடுத்தனர். திருவிதாங்கூரின் துறைமுக நகரங்களான குளச்சலையும் தென் பத்தனையும் முதலில் ஆக்கிரமித்தனர். கடலிலிருந்து தென் பத்தன் துறைமுகத்தைக் குறி வைத்தபோது துறைமுகத்தில் யானைப்படை அணிவகுத்து நிற்பதைக் கண்டனர். உடனே கடலிலிருந்து பீரங்கிக் குண்டுகளால் கரையைக் குறிவைத்துச் சுட்டனர். யானைப் படை அசையவில்லை. மிரண்டு ஓடவு மில்லை. டச்சுக்காரர்கள் விடுவதாகவுமில்லை. மீண்டும் மீண்டும் சரமாரியாகச் சுட்டனர்.

யானைப்படைச் சிதறி ஓடாததைக் கண்டு எதிரிகள் வியப்போடு கரையை நோக்கி நகர்ந்தனர். கரையை அடைந்த பிறகுதான் உண்மை தெரிய வந்தது. பீரங்கியால் சுட்டது யானைப்படை மீதல்ல; வரிசையாக நிற்கும் கரும் பாறைகள் மீது என்று. தென்பத்தன் கிராமத்தின் கடற்கரைப் பகுதியி லுள்ள பாறைகளில் தென்படும் பெரிய துவாரங்கள் அன்று குண்டடிபட்ட அடையாளங்களேயாகும்.

கரை இறங்கிய டச்சு இராணுவம் தென்பத்தன் கிராமத்தை முற்றுகையிட்டது. டச்சுப்படையெடுப்பைக் கேள்வியுற்றதும் திருவிதாங்கூர் நாயர் படை விரைந்து வந்தது. நாயர் படைக்குத் தலைமை ஏற்றது, செண்பகராமன் மார்த்தாண்டன். தென் பத்தன் மக்களும் உறுமால் கட்டிக் கொண்டு வாளேந்தி நாயர் படையுடன் இணைந்தனர். மூன்றாம் வேதக்காரரும் அன்னிய நாட்டவருமான டச்சுக்காரர்களை எதிர்த்தனர். கடும்போர் மூண்டது. பலர் மாண்டனர். டச்சு இராணுவம் தோல்வியுற்றுப் பின்வாங்கி ஓடத் தொடங்கியது. நாயர் படை துரத்திப் பிடித்தது. கைதிகளாகப் பிடிபட்டவர்களில் திறமை

வாய்ந்த இரு இராணுவத் தளபதிகளும் இருந்தனர். டிலனா யும் டொனாடியும்.

அன்றைய போரில் எண்பது முஸ்லிம்கள் ஷஹீதாயினர். தென்பத்தன் மக்களை அன்னிய ஆக்கிரமிப்பாளருக்கு எதி ராகப் படை திரட்டியவர் முஸ்தபாக்கண்ணின் முப்பாட்டனா ரான பவுரீன் பிள்ளை.

பவுரீன் பிள்ளையின் தேசப்பற்றையும் யுத்த சேவையை யும் எண்ணி ஸ்ரீ பத்மநாபதாச வஞ்சிபால மார்த்தாண்ட வர்மா குலசேகரப்பெருமாள், பவுரீன் பிள்ளையை அரண் மனைக்கு அழைத்துவரச் சொன்னார். வெள்ளித் தாம்பாளத் தில் பட்டும் வெள்ளிப்பிடியுள்ள ஒரு வாளும் பரிசாகக் கொடுத் தார். சந்ததி பரம்பரை ஆசந்திரதாரம் வாழ்ந்து அனுபவிக்க கரமொழிவாக்கி கள்ளன்குரிசடிவா முதல் கலிங்கராஜபுரம் வரையுள்ள இடத்தை மண்ணடங்க மரமடங்க வழங்கினார். அத்துடன் இரவு தலை சாய்க்கத் தென்பத்தனில் அரண்மனை போல் ஒரு வீடும்.

புத்தம் வீடு!

பவுரீன் பிள்ளையும் சந்ததி பரம்பரைகளும் அந்த வீட்டிலேயே தங்கி வந்தனர். ஆண் சந்ததிகளில் மூத்தவர் குடும்பத்தின் காரணவராகக் குடும்பப் பொறுப்பை ஏற்று வந்தார். காரணவர் பொறுப்பை என்பதற்குமுன் சொந்தபந்தங் களின் முன்னிலையில் குடும்பத்திலுள்ள வயதில் முதியவர் வெள்ளித் தாம்பாளத்தில் வாளும் பட்டும் வைத்து நீட்டுவார். காரணவர் பொறுப்பை ஏற்கவிருப்பவர் தலையில் தொப்பி அணிந்து, அதைச் சுற்றி உறுமால் கட்டிக்கொண்டு இரு கைகள் நீட்டி வாங்குவார். “பிஸ்மில்லா . . .”

பவுரீன்பிள்ளை அன்று உட்கார்ந்து கொண்டிருந்த சாய்வு நாற்காலியில் முதியவர் ஒருவர் அவரை உட்கார வைப்பார். உட்கார்ந்ததும் வாளை கையில் எடுத்துப் பட்டுத் துணியால் துடைத்து வெள்ளித் தாம்பாளத்தின் மீது வைப்பார். தலை முறை தலைமுறையாக இந்தச் சடங்கு தொடர்ந்து நடந்து கொண்டுதான் இருக்கிறது, அந்தக் குடும்பத்தில்.

சந்ததி பரம்பரைப் பெருக்கெடுத்தது. கள்ளன்குரிசடி முதல் கலிங்கராஜபுரம் வரையிலான தோப்புகள் பல பங்கும் கூறுமாகப் பிரிவினையாயிற்று.

நூர்முகம்மது வெள்ளிப் பிடியுள்ள வாளை எடுத்துத் துடைத்துக் காரணவராகப் பொறுப்பேற்கும்போது அரண் மனை போலுள்ள புத்தம் வீடு ஆங்காங்கே நீர் ஒழுகிச் சிதைந்து இடியும் தருவாயில் இருந்தது. மூத்த ஆசாரியை

வரவழைத்துக் கணக்குப் போட்டுப் பார்த்த பின் கட்டிடத்தை இடித்தார்.

மரங்களோ, ஈட்டியும் தேக்கும். ஆணியும் விஜாவரியும் பித்தளை. அதிலுள்ள மரங்களையும் கல்லையும் பயன்படுத்தித் தான் வானத்தை முத்தமிட்டு நிற்கும் சவ்தா மன்ஸில் கட்டி முடித்தது. பித்தளை ஜன்னல் கம்பி, பித்தளை ஆணி, பித்தளை விஜாவரி.

சவ்தா மன்ஸிலின் காரணவரான முஸ்தபாக்கண்ணு அடிக்கடி தம் மூதாதையரான பவுரீன்பிள்ளை திருவிதாங்கூர் மகாராஜாவிடமிருந்து பட்டும் வாளும் கைநீட்டி வாங்கும் காட்சியைக் கனவு காண்பதுண்டு. அந்தக் கனவில் புளகாங்கித மடைவதுமுண்டு. வீட்டில் வரும் புது விருந்தாளிகளிடம் தம் மூதாதையரான பவுரீன்பிள்ளையின் வீரச் செயல்களை எடுத்துக்கூறி பெருமையடைவார்.

வெள்ளிப்பிடியுள்ள முனை வளைந்த கூரிய வாள்.

பவுரீன்பிள்ளை மௌத்தாகும் முன் மூத்த மகனைப் பக்கத்தில் அழைத்து ஒசியச் சொன்னார்.

“இந்த வாள் ரத்தம் புரளாத்ததாக்கும். மகாராஜா திருமனஸ்ஸு கொண்டு உகந்து தந்தது. நீங்க ஆரும் இந்த வாளெடுத்து ஆரெயும் வெட்டப்படாது. இது ராமன் தம்பிக்கி கையில இருந்த வாள். நம்மொ நாட்டெ ஆக்கிரமிக்க வருவோனுவளெ இதைத் தூக்கிவெட்டிக் கொல்லணும். நாட்டுக்காக ஷஹீதாவணும். ஷஹீதுக்கெ கூலி கெடக்கும். இந்த வாளும் பட்டும் அந்த வெள்ளித்தாம்பாளமும் நம்மொ குடும்பத்துக்கெ பிரதாபச் சின்னமாக்கும்.”

அந்த ஒசியத், தலைமுறை தலைமுறையாக நாவு வழி முஸ்தபாக்கண்ணின் காதிலும் முழங்கியது. இரத்தக்கறை படியாத குடும்பத்தின் பிரதாபச் சின்னமான அந்த வாள் எங்கே? பட்டு எங்கே? வெள்ளித் தாம்பாளம் எங்கே?

முஸ்தபாக்கண்ணு நினைவுகளின் காடுமேடுகளில் திரிந்தார். நினைவுகளில் அவற்றைக்கொண்டு வராமலிருப்பது நல்லது என்று அவருக்குத் தோன்றியது. மறக்க முயன்றார். முடியவில்லை.

‘பொன்னுத் திருமேனி’ வாழ்த்தித் தந்த வாளும் கனிவுடன் பட்டு வேட்டி வைத்துத்தந்த வெள்ளித் தாம்பாளமும் இந்தக் குடும்பத்திலிருந்து மறைந்து போன கெட்ட நிமிடங்களை நினைத்து அடிக்கடி வருத்தமுற்றார். வறுமை, காட்டானின் கூரிய பற்களைக்காட்டி சவ்தா மன்ஸிலை

வலம் வரத் தொடங்கியது. அதற்குப் பிறகுதானே என்ற உண்மையைத் தெரிந்தபோது அந்தப் பலவீன நிமிடங்களைச் சபித்தார்.

எதற்காக அவற்றைக் கைமாற நேர்ந்தது?

முதலில் போனது வாளா? வெள்ளித் தாம்பாளமா?

அந்தி சாய்ந்த நேரம். கறுத்து மெலிந்து பூணூல் போட்ட நைனார் ஆசாரி வீட்டில் வந்ததை மரியமோ, ஆசியாவோ, வேறு யாருமோ பார்க்கவில்லை.

ஆசியா தூக்கம். மரியம் மக்ரிப் தொழுதுகொண்டு நின்றதாக ஞாபகம். வெள்ளித் தாம்பாளத்தைத் துணியில் மறைத்து, நைனார் ஆசாரியிடம் கொடுக்கும் போது கைகள் நடுங்கின. மனம் படபடத்திருந்தது.

நைனார் ஆசாரி தந்த ரூபாய் நோட்டுகளை எண்ணிக் கூடப் பார்க்கவில்லை.

"பொன்னு மோலாளீட்டெ விலெ பேசண்டாம். உள்ளது வச்சிருக்கேன் ..." ஆசாரி நெஞ்சில் கைகட்டிப் பணிவாகச் சொன்னார்.

நோட்டுக்களைக் காகிதத்தில் பொதிந்து அடிமடியில் கட்டினார். எதுவும் தெரியாதபடி நாற்காலியில் சாய்ந்தார்.

நைனார் ஆசாரி படி இறங்கிச் சொல்லும்போது ஏதோ ஒரு பெரும் நிதியை இழந்து விட்ட சோர்வு. குடும்ப மகிமையில் ஒரு பகுதியை இழந்துவிட்ட ஒருணர்வு. கண்களை இறுக மூடிக் கொண்டார் – படி இறங்கிச் சொல்லும் நைனார் ஆசாரி கண்ணில் படாமலிருக்கவும் அவருடைய கக்கத்திலிருந்த தாம்பாளம் கண்ணில் படாமலிருக்கவும். சகோதரி ஆசியாவுக்குத் தெரியாது, மச்சானுக்கும் தெரியாது; மரியத்துக்கும் தெரியாது. சித்திர வேலைப்பாடுகள் உள்ள சந்தன அலமாரியை அவர்கள் யாரும் திறப்பதில்லை. பவுரீன்பிள்ளை உப்பாவின் சந்தன அலமாரியைக் குடும்ப காரணவருக்குத்தான் திறக்கவும் பூட்டவும் உரிமையுண்டு. நீண்ட நாட்களாக மனத்தை வருடிக் கொண்டிருந்த ஓர்ஆசை நிறைவு பெற்றது.

சக்கோலி.

இறால் நிறையக்கிடைக்கும் நேரம்; சக்கோலி கிண்டிச் சாப்பிட மனம் துடித்தது. ஐநூறு இறால் வாங்கி வந்து சக்கோலி சமைக்கப்பட்டது. இரவில் கிண்டிய சக்கோலியைக் காலையில் சாப்பிடுவதுதான் ருசி. அத்துடன் இஞ்சி போட்டு ஒரு வெறும் தேயிலையும் ஒரு வாய் சக்கோலி, பிறகு ஒரு மடக்கு இஞ்சித் தேயிலை.

அன்றைய சக்கோலியை நினைத்தபோது நாக்கில் தண்ணீர் ஊறி ஊறி வந்தது. இப்பவும் தண்ணீர் ஊறத்தான் செய்கிறது.

பொன்னுத் திருமேனியின் திருக்கரத்தால் வழங்கப்பெற்ற வெள்ளித் தாம்பாளம் விற்றக் காசுகொண்டு கிண்டிச் சாப்பிட்ட சக்கோலி.

"என்னே, ஒரே ஆலோசனை!" பழக்கமான ஒரு பெண் குரல் கேட்டு விழித்தார்.

சைனபா!

முஸ்தபாக்கண்ணு கண்களால் அவளைத் தடவினார். அவருடைய கண்களைப் பார்த்து சைனபா நாணமுற்றாள். குழைந்தாள். சிரித்தாள். அவளுடைய தலைமுடி நரைத்துவிட்டது. இருந்தாலும் அவளுடைய சிரிப்புக்கு ஓர் ஈர்ப்பு சக்தி யிருப்பதாக முஸ்தபாக்கண்ணுக்குத் தோன்றியது.

"மீன் பாடுண்டா?" முஸ்தபாக்கண்ணு சிறுபுன்னகை யுடன் வினவினார். திருட்டுக் கண்களால் அவளுடைய அங்கங்களை வேட்டையாடினார்.

"உண்டு... சூரமீன்." தளிர் வெற்றிலையின் சிகப்பு மாய்ந்து போகாத காய்ந்த உதட்டை நாக்கால் நனைத்து ஒரு குறும்புப் பார்வையைத் தொடுத்தாள்.

சூரைமீன் என்று கேட்ட போது முஸ்தபாக்கண்ணு ஊறி ஊறிச் சிரித்தார். சைனபாவும் சிரித்தாள். இருவரும் வாய் மூடி சத்தம் வெளியே கேட்காதபடி குலுங்கிக் குலுங்கிச் சிரித்தனர். பிறர் காணாமல் நெஞ்சு நோவச் சிரித்தனர்.

சைனபாவுக்குச் சிரிப்பை அடக்கமுடியவில்லை. இருந் தாலும் அடக்கினாள். சிரிப்பு உதட்டிலிருந்து விலகவில்லை. உதட்டிலேயே தேங்கியது.

"பிள்ளேய் தங்கச்சி..." என்று கூப்பிட்டுக்கொண்டு சைனபா வீட்டுக்குள் நுழைந்தாள்.

அவள் நடந்து செல்வதைக் கண் மூடாமல் பார்த்தார். அவளையும் பார்த்தார். அவள் போன வழியையும்.

"உண்டு சூரமீன்..." என்று பதில் சொல்லும்போது அந்தக் கண்களில் குரலில் மூழ்கிக் கிடந்த குறும்பை நினைத்த போது முஸ்தபாக்கண்ணுக்குச் சிரிப்பு மேலும் பொங்கி வந்தது.

நல்ல சூரைமீன் பாடுள்ள நேரம். கடற்கரையில் ஒரே கூப்பாடு: ஆகாயத்தில் கள்ளப்பருந்துகள் வட்டமிட்டுப்

பறந்தன. சூரைமீன் பட்டுச் சொரிந்தது. கீலம் போட்டு உப்புப்போட ஆள் தட்டுப்பாடு. உப்புப்போட தொட்டிகள் இல்லை. எல்லாம் நிரம்பிவிட்டன. கடற்கரையில் ஆங்காங்கே குழிதோண்டி பாய் விரித்து மீனை உப்பிட்டு அடுக்கி மூடினர்.

வாப்பாவும் உம்மாவும் பட்டுத்திரை போட்ட வில்வண்டி யில் குளச்சலில் ஒரு திருமண வீட்டிற்குப் போயிருந்தார்கள். மரியம் தலைப்பிரசவத்திற்காக அவளுடைய உம்மா வீட்டிற்குப் போயிருந்தாள்.

உஷ்ணமான பகல், கடற்கரையில் தைத் தென்னைகள் பரப்பிய நிழலில் காற்று வாங்கக் கிடந்தபோது தூக்கம் வந்துவிட்டது. உணரும்போது உச்சிநேரம் சாய்ந்துவிட்டது. வயிற்றுக்குள் பசி. உம்மும்மா தூங்கியிருப்பாள் என்று தெரியும். சைனபாதான் அன்று அடுக்களை வேலை செய்து வந்தது. இளைமையின் தளதளப்பு. கனவு பூக்கும் விழிகள். ஆசியாவுக்குத் திருமணம் முடிந்த நேரம், அவள் கணவன் வீட்டில்.

மீன்காரி வழக்கம்போல் இரண்டு பெரிய சூரைமீன் கொண்டுவந்து கொடுத்தாள். சைனபா தேங்காய் சுட்டு அரைத்துக் கறி வைத்தாள். துணைக்கு வெள்ளக்கறியும் கொஞ்சம் மீனைப் பொரித்தாள்.

வீட்டிற்குச் சொல்லும்போது உம்மும்மா நல்ல தூக்கம்.

"சைனபா . . . !"

சைனபா வாசலைத் திறந்தாள்.

"வவுறு பயிக்குது."

"இரியுங்கோ . . . !"

சோறும் கறியும் பரிமாறினாள்.

நல்ல ருசி. மூக்குமுட்ட சாப்பிட்டுவிட்டு ஓர் ஏப்பம். கை யலம்ப கிணற்றின் பக்கம் சொல்லும்போது சைனபா மட்டும் நின்றுகொண்டிருந்தாள்.

உம்மும்மாவின் குறட்டை ஒலி.

"சைனபா . . ."

அன்பு ததும்பிய அந்தக் கூப்பிடுதலின் பொருள் அவளுக்குப் புரிந்தது.

அது ஒரு காலம்! அந்தக் காலக் குறும்புகளை நினைத்த போது முஸ்தபாக்கண்ணுக்கு மயிர்ச் சிலிர்ப்பு உண்டானது. மீண்டும் அதுபோல் ஒரு காலம் வராதா என ஏங்கினார். அப்படி ஒரு காலத்தின் வருகைக்காகத் தாகம் கொண்டார்.

தோப்பில் முஹம்மது மீரான்

நேரம் மாலையானது. அசர் பாங்கு கேட்டது. உம்மும்மா இன்னும் விழிக்கவில்லை. அயர்ந்தத் தூக்கம்.

அடுக்களைக்குச் சென்றார்.

சைனபா தனியாக நிற்கிறாள். மனத்தை ஈர்க்கும் அடி பணியவைக்கும் இந்தச் சொர்க்கப் புன்னகை எதற்கு?

மனத்தைக் கட்டுப்படுத்திக்கொண்டு கிணற்றின் கரைக்குச் சென்றார். முகம் அலம்பினார். பின் வளாகத்திற்குச் சொல்லும் பாதை ஓரத்தில் ஓர் ஓலைப்பெட்டி மூடி வைத்திருப்பதைக் கண்டதும் திறந்து பார்த்தார். சோறும் கறிகளும் பொரித்த மீனும்.

“சைனவா!”

அவள் ஓடி வந்தாள்.

“இதென்ன?”

“இது இஞ்செ ஆரு வச்சா?” எதுவும் தெரியாததுபோல் திருப்பிக்கேட்டவளின் முகத்தை உற்றுப் பார்த்தார்.

“ஜின்னுகொண்டு வச்சதாயிருக்கும்.”

அவள் சொன்னது பொய் என்று முஸ்தபாக்கண்ணுக்குத் தெரியும்.

“ஜின்னு சோறும் கறியும் பொரிச்ச மீனுமா களவெடுக்குது?”

சைனபா அழுதாள். அவளுடைய கருமையான விழிகளி லிருந்து கண்ணீர் குடுகுடா வடிந்தது. கன்னக்கதுப்பு வழியாக அது ஒழுகியபோது அவள் அழகாகக் காட்சியளித்தாள். ஹூறியைப் போல் நல்ல அழகாக.

“அல்லாணே, றசூலாணே முஹியித்தீன் சேகாணே நா எடுக்கல்லெ.” சத்தியம் செய்து விம்மினாள்.

முஸ்தபாக்கண்ணின் இளமையான நரம்புகள் அந்தத் தனிமையான நிமிடத்தில் முறுக்கேறின.

“போட்டு. கரையாதெ. நிக்கொ ஊட்டுக்குக் குடுத்து உடு...” முஸ்தபாக்கண்ணு அவளுடைய மாமிசக் கன்னத்தில் கிள்ளினார்.

“கள்ளி... ஏன் பொய் சொன்னா?”

“எங்கெ ஊட்டுலெ எல்லாரும் பட்டினி...”

“மொகத்தெத் தொடெ...”

“கண்ணும்மா ஒறக்கமா...?” அவள் கேட்டாள்.

“ஒறக்கம்.”

சைனபா சிரித்தாள். அந்தச் சிரிப்பின் மாந்திரிகக் கம்பிகள் முஸ்தபாக்கண்ணின் இதயத்தைப் பின்னின. அப்படி எத்தனை எத்தனை இனிக்கும் நினைவுகள். அந்த நாட்களின் புல்லரிப்புகள் இன்றும் இதயத்தில் எங்கெல்லாமோ தங்கி நிற்கின்றன. இனி ஒருபோதும் வராத நாட்களைப் பற்றிக் கவலைப்பட்டார். எப்போதாவது சைனபாவை, சபியாவை, பாத்துமாவை . . . நினைக்கும்போது அந்தப் பழைய நினைவு களின் லகரியில் கொஞ்ச நேரம் சூழ்நிலையை, தன்னை, மறந்து போவதுண்டு. சில இரவுகளின் இன்பகரமான தனிமையிலும்.

சைனபாவின் தலை நரைத்துவிட்டது. வறுமை அவளு டைய ஒவ்வொரு அங்கத்திலும் சில சுருக்குகளை உண்டு பண்ணியது. ஆனாலும் அவளுடைய நடையில், பார்வையில் இப்பவும் மாந்திரிகக் கவர்ச்சியுண்டு. மனதைத் தூண்டிலிட்டு இழுக்கும் அபார சக்தி.

முஸ்தபாக்கண்ணு கடந்து போன நாட்களின் பச்சை இலைப் படர்ப்புகளின் குளிர்ச்சியை அனுபவிக்க இறங்கி நடந்தார். சைனபா . . . சபியா . . . பாத்துமா . . . எத்தனை யெத்தனை புல்லரிப்புகள் . . . போதைகள்!

முஸ்தபாக்கண்ணு சாய்வு நாற்காலியில் மீண்டும் காலை நீட்டிப் படுத்தார். சிகரெட்டு எடுத்துப் பற்ற வைத்தார். புகையை ஊதிவிட்டார்.

"குட்டியேய் . . ." மனைவியைக் கூப்பிட்டார்.

மரியம் பீவி வாசல் பக்கம் வந்து திரையை விலக்கினாள்.

"என்ன?"

"சோத்துக்கு என்ன கூட்டு?"

"அப்புதம் வரயில்லெ . . ."

"சூர உண்டாம். சைனவா சொன்னா. சூர வாண்டி தேங்கா சுட்டு மொளவுக்கறியும் வெள்ளக்கறியும் காய்ச்சி, கொஞ்சம் மீன் எடுத்துப் பொரி."

"அப்புதத்துக்குப் பழைய பாக்கி குடுக்கயில்லெ . . . அவெ ரெண்டு நாளா கேட்டுட்டே இருக்கா . . ."

"அவளுக்கு ரூவா கொடுக்கணும் இல்லையா?"

முஸ்தபாக்கண்ணு அடிமடியிலிருந்து காகிதப் பொதியை எடுத்து விரித்தார். இரண்டோ மூன்றோ ரூபாய்தான் இருந்தது. அப்புதத்திற்குப் பத்து முப்பது ரூபாய் கொடுக்க வேண்டும்.

"அவளுக்கு நாளை கொடுக்கலாமெண்ணு சொல்லு."

“அவளிட்டெ நாலஞ்சு அவதி சொல்லியாச்சு ...” மரியம் பீவி வெட்கப்பட்டுக் கைவிரல் நொடித்தாள்.

“நாளை குடுக்கலாம். இஸ்ராயில் வரட்டு ... சூர தின்னு கொஞ்சம் நாளாச்சு ...” முஸ்தபாக்கண்ணின் நாக்கில் நீர் ஊறியது.

முஸ்தபாக்கண்ணு மீண்டும் முப்பாட்டனாராகிய பவுரீன் பிள்ளையின் சாய்வு நாற்காலியில் சாய்ந்தார். கைவிரல்களுக் கிடையில் இருந்து சிகரெட்டு எரிந்தது. விரலில் சூடு தட்டிய போது நடுங்கினார். நீண்டு வளைந்த கட்டிப் பிடித்த சாம்பல் மட்டும் சிகரெட்டில் எஞ்சியிருந்ததைக் கண்டார்.

அப்புதத்திற்கு நாளையாவது காசு கொடுக்க வேண்டும் என்ற எண்ணம் அவரை வேட்டையாடியது. அவள் மீன் கொண்டு வரவில்லையென்றால் மானக்கேடு. கடற்கரையிலோ, சின்னந்திக் கடையிலோ சென்று இது மட்டிலும் மீன் வாங்கிய தில்லை. இனி வாங்கப் போவதும் இல்லை. “யானை மெலிந்தால் தொழுவத்தில் கிடக்குமா?” பவுரீன்பிள்ளையின் வம்சாவழி தெருவில் மீன் சுமந்து வருவதா?

“சும்மா இந்த எழவு கசேரியிலெ கெடக்காமெ எழும்பிக் கடப்புறத்திலெ ஒண்ணுபோய்ப் பாக்கப்படாதா ...?” மரியம் தயக்கத்தோடு சொன்னாள்.

“பொத்தடி வாயெ” முஸ்தபாக்கண்ணு அலறினார்.

“ஒனக்கெ குடும்பத்தெப்போலெ புழுக்கக் குடும்பமல்லடீ பௌரீன் பிள்ளைக்க வம்சம். திருவிதாங்கூர் மகராஜாட்டெ இருந்து பட்டும் வாளும் வாங்கின குடும்பம். ஆரெப்பாத்து கடப்புறத்திலெ போயி மீனு வாங்கச் சொல்லுதா?” முஸ்தபாக் கண்ணுக்குக் கோபத்தை அடக்க முடியவில்லை. நாற்காலியி லிருந்து குதித்து எழுந்தார். அடிக்கக் கை ஓங்கும்போது வேட்டி இடுப்பிலிருந்து அவிழ்ந்தது. வேட்டியைத் தாங்கிப் பிடித்துக்கொண்டார்.

“கைதாண்டிக் கெட்டுப்போச்சு. எங்கெ குடும்ப அந்தஸ்துக் கெட்டுப்போவல்லடி, பாறுகாலி. எறங்கடி இந்த மனேலேருந்து வெளியே.” முஸ்தபாக்கண்ணு கோபத்தால் நடுங்கினார். பல்லை நெரித்தார்.

“நா என்னெ குத்தம் செய்தேன் ...” மரியம் பீவி பதை பதைத்தாள்.

“பௌரீன் பிள்ளை உப்பாக்கெ மண்ணு மனெலெ நின்னு என்ன வாய் காட்டுதா?” ஆசியா உறக்கப்பாயிலிருந்து பேக்கோலத்தில் எழும்பி வந்து கர்ஜித்தாள். “பொன்னரயாணம்

போட்டுட்டு வந்தப் பெருமையா? பௌரீன்பிள்ளைக்க வம்சத்தெ நீ என்னெ நெனச்சா? குடும்பக் காரணவனெப்போயி கடப்புறத்திலெ மீனு வாண்டச் சொல்லுதியாக்கும்? சூரெ தின்னு கொழுத்து மலத்தீட்டு நடக்கூக்கா?" ஆசியா தொண்டையைத் திறந்தாள்.

என்ன சொல்வதென்று தெரியாமல் மரியம் நடுங்கினாள். கண்கள் நிரம்பின.

"கள்ளி கரையுதெ பாரு. சவ்தா மன்ஸில்லெ உள்ள ஒரோ ஆணியும் விஜாவரியும் செம்பாக்கும் தெரியுமா. பாத்தும் கேட்டும் வேளம் சொல்லணும்..."

மரியம் விம்மிவிம்மி அழுதாள். நேரே அடுக்களைக்குச் சென்றாள்.

"கரையாதேங்கோ தாத்தா... சபூர் செய்யுங்கோ." ரைஹானத் ஆறுதல் சொன்னாள்.

❖

தோப்பில் முஹம்மது மீரான்

5

தென்பத்தன் கிராமத்திலுள்ள ஆறு பிஞ்சுக் குழந்தை களின் நெஞ்சு எலும்புகளையும் தலை ஓடுகளையும் நொறுக்கிக் கொண்டு உயிரை அபகரித்துச் சென்ற ஆனி ஆடியை, நீக்கம்புகொண்டு சொல்லும்போது ஆனி ஆடி அதன் நீண்ட கரத்தால் சவ்தா மன்ஸிலின் அடுக்களைப் பகுதியிலுள்ள ஓடுகளையும் செம்பு விஜாவரியில் கழன்று ஆடிய வாசல் பலகைகளையும் ஜன்னல் பலகைகளையும் பிடுங்கி வீசியது.

வானத்தை மூடிநின்ற கருமேகங்கள் ஏதோ புதருக்குள் மறைந்தன. கழுவி சுத்தப்படுத்திய நீலவானம். தரையில் அங்குமிங்கும் அழுக்கு நீர் தேங்கிக்கிடந்தது. பச்சைப் புற்கள் முளைத்தன. எலும்பு உந்திய பசுக்களும் ஆடுகளும் புல் மேய்ந்து திரிந்தன.

சவ்தா மன்ஸிலின் பின் வளாகத்தில் காட்டுச் செடிகள் துளிர்த்தன. கடலாமணக்கு, எருக்கு, ஆத்தி, வேறு சிலமுட் செடிகள். அடம்பாவள்ளியும் பெரண்டையும் வேலிகளில் படர்ந்தேறின. ஒரு குற்றுக் காட்டின் தோற்றம். பகல் நேரங்களில் இருட்டுப் பதுங்கியது.

பங்குனி, சித்திரை மாதங்களில் தலையுச்சியைப் பிளக்கும் வெயிலில் காடு காய்ந்து கருகும்வரை வீட்டில் கழிவறை இல்லாதவர்களுக்குச் சவ்தா மன்ஸிலின் பின்பக்கமுள்ள வளாகம்தான் கழிப்பிடம்.

மேற்கிலிருந்து கிழக்காக வீசியக் காற்று சவ்தா மன்ஸிலுக் குள் ஜன்னல் வழி கெட்ட வாடையை அடித்தேற்றியது. ஆசியாவும்மாவின் பகல் தூக்கத்திற்கு அது இடையூறாக இருந்தது. அவள் குதித்தெழுந்தாள். மூட்டிய சாரத்தை அவிழ்த்துப் பலமாக உடுத்தாள். மேற்குவாசல் பக்கம் வந்து கத்தினாள்.

"நிய்க்கம்புலெ போனவளுவோ, முறியம்புலெ போன வளுவொ, வவுறு ஊதிச் செத்துத் தொலைய மாட்டாளு வளா? இவளுவளுக்கு வேறெ எடமா இல்லை."

தினமும் ஆசியாவின் ஏச்சும் பேச்சும் கேட்டுப் பழகிப் போனதால் பெண்கள் யாரும் அதைப்பற்றிக் கவலைப் படுவதேயில்லை. தலையில் முக்காடுபோட்டுக் குந்தியிருந்து ஒருவருக்கொருவர் ஊர்க்காரியம் பேசினர்.

"ஆசியா . . .!"

சாய்வு நாற்காலியில் படுத்துக்கொண்டு முஸ்தபாக் கண்ணு சகோதரியைக் கூப்பிட்டார்.

"ஏன் கெடந்துத் திட்டி வாருதா . . . அதுவோ பகல் நேரம் வேறெ எங்க போவ . . . அதுவளெத் திட்டாதே."

சகோதரியை விலக்கும்போது முஸ்தபாக்கண்ணு தலை குனிந்தார். தலைகுனிந்தபோது முஸ்தபாக்கண்ணின் நினைவு கள் இறக்கை கட்டின, கடந்துபோன காலங்களின் அடர்ந்த காடுகளுக்கு.

எருக்கிலை விளையில் இருந்த ஒரு பெரிய குளம். அதில் ஆம்பல் பூ ஏராளம் விரிந்து நிற்கும். மழைக்காலங்களில் மலைத் தண்ணீர் ஓடியும் புது ஊற்றுகள் திறந்தும் நிரம்பிக் கிடக்கும் நல்ல ஆழமான, நிர்மலமான நீர். மழை நின்ற பின்பும் மூன்று நான்கு மாதங்கள் வரை தண்ணீர் அதில் தேங்கி நிற்கும்.

கிராமத்திலுள்ள பெண்கள், குழந்தைகளின் மூத்திரப் பாய்களையும் அழுக்கு மூட்டைகளையும் கொண்டுவந்து துவைத்துக் குளிக்கும் எருக்கிலை விளைக்குளம்!

குளத்தின் கரையில் நிழல் பரப்பும் புன்னை மரம். புன்னை பூக்கும்போது நல்ல வாசமிருக்கும். கொத்துக் கொத்தாகப் புன்னைக் காய்கள் தொங்கும். புன்னைமரம்நிறைய மிசிர் எறும்பு மொய்த்துக் கிடக்கும்.

பவுரீன்பிள்ளையின் வீட்டிலுள்ள கோஷாப் பெண்கள் ஆடிப்பாடி நீராடுவதற்காகப் பொன்னுத் திருமேனி வெட்டிக் கொடுத்தக் குளம். நெடிய கற்களாலான படித்துறை.

காரணவரான நூர்முகம்மது குடும்பாட்சி செய்யும் காலத்தில் அக்கம் பக்கத்திலுள்ள தறவாட்டுப் பெண்களுக்கு மட்டும் குளிக்க உத்தரவு கொடுத்தார். பிறகு கிராமத்திலுள்ள முஸ்லிம் பெண்கள் எல்லோரும் குளிக்கத் தொடங்கினர். நூர்முகம்மதுகாரணவர் யாரையும் தடை செய்யவில்லை.

குளம் நஜீஸ் ஆனது. சவ்தா மன்ஸிலில் உள்ள ஒய்யாரப் பெண்களுக்குக் குளத்து நீரைப் பார்த்த போது மனம் குமட்டியது. ஒய்யாரப் பெண்கள் குளிப்பதை நிறுத்திவிட்டனர். குளத்தில் குளிக்கும் மற்றப் பெண்களை வெறுப்புடன் நோக்கினர்.

குமரிப் பெண்கள் குளம் கலக்குவதை முஸ்தபாக்கண்ணு சவ்தா மன்ஸில் மாடியிலிருந்து ஜன்னல் கம்பி வழியாகப் பார்த்து ரசித்தார்.

முஸ்தபாக்கண்ணின் கூரிய மூக்கின் கீழ் ஆண்மையின் உரோமங்கள் குருத்துக் கறுத்தன. ஒசா சேமதின் முன் உட்கார்ந்து ஒரு நறுக்கு மீசை வைத்தார். ஜன்னலின் செம்புக் கம்பிகள் வழியாகப் பார்வையைக் குளக்கரைக்குச் செலுத்தும்போது மீசை குறுகுறுத்தது. மீசையைத் தடவிவிட்டார்.

பள்ளிப் பிடாகையில் உள்ள சபியா தினமும் குளத்தில் வந்து நீந்திக் குளித்தாள். துணைக்கு அவளுடைய உம்மா வருவாள். அல்லது பக்கத்தில் உள்ள கிலுக்காம்பெட்டிப் பெண் கள். சபியா குளிக்கும்போது, தண்ணீர் முத்துக்கள் திரண்டு நிற்கும் அவளுடைய உடம்பு சூரிய ஒளியில் மினுமினுத்தது. கொழு கொழுவெனத் தெரிந்தது. லாவண்யமிக்கதாக ஜொலித்தது.

முஸ்தபாக்கண்ணு சபியாவை மட்டும் உற்று நோக்கி ரசித்தார். அவளைப் பார்ப்பதற்காகவே மாடி ஏறி காத்திருந்தார்.

சவ்தா மன்ஸிலின் ஆகாசம் தொட்டு நிற்கும் இரண்டா வது மாடியில் பகல் ஒளியில் பளபளக்கும் செம்புக் கம்பிகளுக் கிடையில் தாகம் கொண்ட இரு நயனங்களை சபியா பார்த் தாள். கூர்மையுள்ள மூக்கிற்குக் கீழுள்ள கருமையான செல்ல உரோமங்களைத் தழுவும் வெள்ளை விரல் நுனிகள் சபியாவின் இதயத்திலுள்ள கம்பியை மீட்டின. அதிலிருந்து ஓர் இன்ப நாதம் கிளம்பிய போது அவள் புளகாங்கிதம் கொண்டாள். வெட்கபாரத்தால் தலை குனிந்தாள். கள்ளக் கண்களால் பார்த்தாள், மலர்ந்த உதட்டில் விரிந்த புன்னகையுடன்.

பூத்துக் குலுங்கும் புன்னை மரத்தின் கிளைகள் குடை பிடித்தன. கம்பி ஒடிந்து கிழிந்து போன குடைத்துணியின் இடைவழியாகப் பங்குனி சூரியன் குளத்து நீரைச் சூடாக் கியது. நீரில் சூடு அனுபவப்பட்ட போது பெண்கள் பெரும் பாலும் பகலில் குளிப்பதை விட்டுவிட்டனர்.

பங்குனியின் வெம்மையான பகல். பெண்களின் இறுக்க மான கட்டுக் குப்பாயத்திற்குள் நீர்ச்சாலுகள் ஓடின. உடலில் வியர்வையும் அழுக்கும்சேர்ந்து ஒட்டிப் பிடித்தது. குப்பாயத் திற்குள் கைசெலுத்திச் சொறிந்தபோது நகக்கண் நிறைய அழுக்கு. நிலவு உதித்த இரவில் குளத்து நீர் குளிர்ந்தது. புன்னைப்

பூவின் வாசம் காற்றில் கலந்தது. பூ மணம் சுமந்து வெள்ளி இரவுக் காற்று, கிராமமெங்கும் சுற்றித் திரிந்தது. புன்னைப் பூவின் மணம் நுகர்ந்துகொண்டு நீல நிலவின் குளிரில் குளக்கரைக்கு நேராகக் கொலுசு மணிகள் குலுங்கின.

சபியா, சைமீராவுடன் நடந்தாள்.

சிவந்த மூட்டுச் சாரமும் பச்சை நிறச் சட்டையும் அணிந்த சபியாவை முஸ்தபாக்கண்ணு பங்குனி நிலவில் அடையாளம் கண்டார். உரோமம் மூடிய வெளுப்பான விரி மார்பையும் நீண்ட மூக்கிற்குக் கீழுள்ள கறுத்த மீசையையும் சபியா நிலவொளியில் அடையாளம் கண்டாள்.

குளமும் புன்னை மரமும் ஆத்திப் புதர்களும் இரு கல்பு களுக்கிடையில் சுவர் வளர்த்தின. நுரைத்துப் பதைத்த உணர்ச்சிகளின் வெப்பத் தீவிரத்தில் சுவர் சுக்கு நூறாகியது.

புன்னை மரக்கிளைகள் விரித்த இருட்டில் பெண்கள் துணி மாற்றினர். குளத்தில் குதித்தனர். நீர்த்துளிகள் பொங்கின. நீலக்கதிரில் நீர்த்துளிகள் மினுமினுத்தன. பெண்கள் காலால் அடித்துக் குளம் கலக்கினர். நீர் அலைகள், ஊர்ப்பேச்சுகளைக் கேட்டுக் கரையில் மோதிச் சிரித்தன. பெண்களின் சிரிப்பொலி யின் கிலுகிலுப்பில் கரையின் மரக்கிளைகள் குலுங்கின.

அப்போதுதான் ஒரு வெடியோசை கேட்டது.

“புள்ளே மம்மீயாத்தா, சபியா கூடவந்தாளே, எங்கே?” சைமீரா உரக்கக் கேட்டாள்.

“சபியா!” ஒவ்வொருவரும் பதற்றத்துடன் கூப்பிட்டனர். பதில் இல்லை. எல்லாருக்கும் திகைப்பு.

“கொமரிப் புள்ளயில்லியா? வெள்ளியாச்செ ராத்திரி . . . வல்ல ஜின்னும் தூக்கிட்டுப் போச்சுதோ . . .!” பல ஊகங்கள். நடுக்கங்கள்.

ஜின்னுடைய சேட்டைகளைப் பெண்கள் நினைத்தனர். ஒசாத்தியெ ஒரு ஜின்னு பிடித்துக்கொண்டு போன கதையை மம்மியாத்தா சொன்னாள்.

“பேறு எடுப்பதில் திறமைசாலியான ஒரு ஒசாத்தி அவளு டைய வீட்டில் தூங்கிக் கொண்டிருந்தபோது நடு நிசியில் ஒரு ஜின்னு வந்து பழக்கமான குரலில் கூப்பிட்டது ‘பெண்டாட் டிக்கு வவுறு நோவுதுன்னு’ அவள் எழும்பி, வந்தவரின் பின்னால் நடந்தாள். சென்றது கடற்கரைக்கு. அப்போதுதான் ஜின்னு என்று உணர்ந்தாள். கடற்கரையில் வைத்துக் கண்ணை மூடச் சொன்னது அந்த ஜின்னு. அவள் கண்களை இறுக்க அடைத்துக் கொண்டாள். திரும்பவும் கண்ணைத் திறக்கச்

சொன்னது. திறந்தாள். நிற்பது ஏழாம் பஹருக்கப்பால் முத்துக்கள் பதித்த ஓர் அரண்மனையில் ஓர் அறையில் நல்ல ஸீனத்தான பெண் ஜின்னு ஒன்று பேறு வலியால் கிடந்து அவஸ்தைப்படுவதைப் பார்த்தாள். ஒசாத்தி உடனே பெண் ஜின்னின் முன் உட்கார்ந்தாள். கண் வெட்டித் திறக்கும்முன் பிரசவம் எடுத்தாள். குழந்தையின் அழுகைச் சத்தம் கேட்டபோது கணவன் ஜின்னுக்கு பெரும் மகிழ்ச்சி.

ஜின்னு, ஒசாத்திக்குச் சன்மானமாக ஓர் ஊசியைக் கொடுத்தது. 'இதை யாரிட்டயும் சொல்லப்படாது. ரகசியமாக வெக்கணும். நாப்பது நாள் கழிஞ்சி எடுக்கணும். தங்க ஊசியாக மாறும். அதிலெ இருந்து ஒரு துண்டை ஒடிச்சு வித்துப் பணம் வாங்கணும். ஒடிக்க, ஒடிக்க ஊசி முழு ஊசியாகத்தான் இருக்கும். அப்படி நீ பணக்காரி ஆவ. பணக்காரி ஆனா ஒரு பள்ளி கட்டிக் கொடுக்கணும். ஆரிட்டயும் சொல்லவோ நாப்பது நாளுக்கு முன்னெ எடுக்கவோ செய்தா ஊசி கரிக்கட்டயா போவும்.' ஜின்னு எச்சரித்தது.

ஒசாத்தி ஊசியை வாங்கிக் கவிணியின் முந்தானையில் முடிந்தாள். ஜின்னு கண்ணை அடைக்கச் சொன்னது. அவள் கண்ணை அடைத்தாள். திறக்கச் சொல்லித் திறந்தாள். ஜின்னைக் காணவில்லை. அவள் தன் வீட்டிற்கு முன் நிற்பதை உணர்ந்தாள். வாசல் திறந்தபடியே கிடக்கிறது. யாருக்கும் தெரிவிக்காமல் ஊசியை மறைத்து வைத்தாள். எதுவும் தெரியாதபடி பாயில் சுருண்டுப் படுத்துக் கொண்டாள். எல்லாம் இமை மூடித் திறப்பதற்குள்.

அவள் யாரிடமும் எதுவும் சொல்லவில்லை. நாற்பதாவது நாள் யாருக்கும் தெரியாமல் ஊசியை எடுத்தபோது திடுக்கிட்டுப் போனாள். தங்கமல்ல; கரித்துண்டு.

'ஹரவந்திரியாப் போன ஜின்னு . . .' ஒசாத்தி ஜின்னை ஏசினாள் . . . மீண்டும் ஒருமுறை நாட்களை விரல் மடக்கி எண்ணிப் பார்த்தாள். ரப்பே! எண்ணிக்கைத் தப்பிவிட்டது. முப்பத்தி ஒன்பது நாட்கள்தான் ஆகின்றன. ஒசாத்தி தலையில் தன் கையால் ஓங்கி ஓங்கி அறைந்தாள். சாலிஹான (நல்லவரான) ஜின்னை ஏசியதற்குத் தௌபா செய்து மடங்கினாள்."

மம்மீயாத்தா சொல்லி நிறுத்தியபோது பெண்கள் கவலையடைந்தனர்.

"நீக்கம்புலெ போன ஒசாத்திக்கு இனியும் ஒரு நாளுகூட சபூர் செய்யப்படாதா . . . பாவி, கெடுத்துப் போட்டாளெ . . ."

மம்மீயாத்தா சொன்ன ஜின்னுடைய கதையில் பெண்கள் உட்பயத்துடன் லயித்து நிற்கும்போது குளத்திலிருந்து ஒரு

பெண்ணின் தலை உயர்ந்து வருவதை நிலவொளியில் எல்லாரும் கண்டு அதிர்ந்தனர்.

"யா முஹியுத்தீன்!" எல்லாரும் கூப்பாடுப் போட்டனர்.

குளத்தினுள்ளிருந்து எழுந்து வந்த பெண் உருவம் நீர்ச் சொட்டுப் போட கரை ஏறி வருவதைக் கண்டபோது கொஞ்சம் பேர் ஈரத்துணியுடன் பதறி ஓடினர். சிலர் கிடுகிடுவென விறைத்துப் போய் பல அவுலியாக்களின் நாமங்களை உருவிட்டனர்.

"புள்ளேய் ... சபியாதான் ... ஓடாதெங்கோ ..." ஒருத்தி அடையாளம் கண்டாள். எல்லாரும் உற்று நோக்கினர். சபியாவேதான்.

சைமீராவுக்குக் கோபம் பீறிட்டது. குடுகுடுவென சபியா வின் பக்கம் விரைந்தாள்.

"குட்டி ... கள்ள பொலயாடீ ... நீ எங்கடீ போனா?" சைமீரா கையை ஓங்கினாள். அடிக்கவில்லை. பல்லை நெரித்துக் கொண்டு கன்னத்தில் ஒரு கிள்ளு கொடுத்தாள் பலமாக.

சபியா கன்னத்தைத் தடவினாள்.

"மாமீ! என்னெ அடிக்காதெங்கோ ... நா, கொளத்திலெ நீந்திக் குளிச்சிட்டு நின்னாக்குலெ ஒரு மொதலை என்னெ எடுத்து விழுங்கிப் போட்டுது. மறுகரைக்குக் கொண்டு போச்சுது. நா அவுலியாக்கமாரெயும் தங்ஙள்மாரையும் விளிச்சுக் கரைஞ்சேன். சேன்டபள்ளிக்கு நூத்தி ஒண்ணு அப்பம் பொரிச்சுக் குடுக்க நேர்ந்தேன். அந்தாக்குலெ மொதலெ என்னெ இந்தக் கரைக்குக் கொண்டு வந்து தண்ணிக்கெ அடீலெ உட்டுட்டு. நா ஒயந்து வந்தேன்." சபியா மூச்சுவிடா மல் சொன்னாள். எல்லாரும் நம்பினர்.

"ஒஹோ ... இப்பம்தான் மனஸிலாச்சு. இது மத்த ஆளுக்கெ வேலெயாக்கும்" ஒருத்தி உண்மையைத் தெரிந்து கொண்டாள்.

ஜின்னுக்கு முதலையின் உருவமெடுக்க முடியும் என்பது பெண்களுக்குத் தெரியும்.

"குளிச்சது மதியும்மா ..." பெண்களெல்லாம் குளத்தி லிருந்து கரையேறினர்.

ஜின்னுகளுக்கு அவுலியாக்களையும் தங்ஙளையும்தான் பயம். அந்தப்பேரு கேட்டாலே நடுங்கும். கூசாவிலடச்சு நடுக்கடலில் கொண்டு மூழ்கடித்துவிடுவார்கள். அல்லது கபுறில் கிடக்கும் அவுலியாக்கள் அவர்களுடைய ஆஸா கோல்களைக்கொண்டு எலும்பை அடிச்சு நொறுக்கிப் போடு வார்கள்.

“அவுலியாக்கஜெயும் தங்கஜெயுமெல்லாம் விளிச்சதி னாலெயாக்கும் மொதெல உட்டுது ...”

“குட்டியேய் ... அடுத்த வெள்ளியாச்செ ராவு நெய்யப்பம் பொரிச்சு சேண்ட பள்ளீலெக் கொண்டு குடு ...” சைமீரா உபதேசித்தாள்.

ஜின்னு முதலையின் உருவில் பெண்கள் குளிக்கும் எருக்கிலை விளைக் குளத்தில் வெள்ளி இரவும் திங்கள் இரவும் வந்து நீராடி, ஒரு குமரிப் பெண்ணை விழுங்கிய செய்தி எங்கும் பரவியது.

”குளிக்கப் போலாமா?” சாபியா இரண்டு நாட்களுக்குப் பின் சிலரைத் துணைக்கு அழைத்தாள்.

“அல்லா அந்த ஜின்னு கொளத்துக்கா? நா வரல்லெ உம்மா” ஒவ்வொருவரும் தட்டிக் கழித்தனர்.

சபியா ஏமாந்து நின்றாள். குலுங்கும் பலாமரத்தின் உச்சி யில், காற்றிலாடும் தென்னையின் தளிரோலை முனையில் பார்வையை உயர்த்தி ஊன்றினாள். பைந்தென்றலில் தாளம் கொட்டிய தளிரோலை முனை அவள் கல்பிற்குள் கிறுக்கியது என்ன? யாரும் பாராமல் யாரும் கேளாமல் அவள் நெடுநேரம் தேம்பியது எதற்காக?

குளத்தில் பாசி நிறைந்தது. தண்ணீர் கறுத்தது. கல்ப்படி களுக்கு இடையில் காட்டுச் செடிகள் முளைத்தன. புன்னை இலை உதிர்ந்து குளத்திலிருந்து கெட்ட வாடை வீசியது. தண்ணீர்ப்பாம்புகள் செத்து மலந்தன. குளக்கரையில் உள்ள பொந்துகளில், புதர்களில் பாம்புகள் அடைகாத்தன. எங்கும் பாம்பின் வீச்சம். வழியெங்கும் வெள்ளைத்துணி. பாம்புகள் கழற்றி வீசியச் சட்டைகள்.

“பொன்னா ...” தோளில் மண்வெட்டியைத் தாங்கிக் கொண்டு தெற்காகப் போன பொன்னனை நூர்முகம்மது சாய்வு நாற்காலியில் படுத்துக்கொண்டு கைதட்டியழைத்தார்.

பொன்னன் மண்வெட்டியை தெரு ஓரத்தில் வைத்துவிட்டு தலையில் வட்டமாகக் கட்டியிருந்த செம்மண் நிறத் துண்டை அவிழ்த்து கக்கத்தில் இடுக்கினான். சவ்தா மன்ஸிலின் பூ முகத்தில் சாய்வு நாற்காலியில் சாய்ந்து படுத்துக்கொண்டிருந்த காரணவரின் முன் கை கட்டி வணங்கி நின்றான்.

“டேய் ...”

”ஓ!”

“அந்த குளத்தெ நெரத்தணும்.”

பொன்னன் தலையைச் சொறிந்தான்.

“என்னடா . . .?”

“நா, மக்கொ குட்டிக்காரன் மொய்லாளி. பேய் உள்ள கொளத்தெ நெரத்தினா . . .?” மீண்டும் தலையைச் சொறிந்தான்.

“எக்க பொவுச்சுவளூ வவுறு பொய்ச்சு செத்துப் போவும் . . . வல்லதும் எரந்து பெறக்கி அடியன்தான் கொடுக்கணும்.”

ஜின்னு நீராட இறங்கும் குளத்தை நிரப்ப யாருக்கும் துணிச்சலில்லை. இரவின் நிசப்த சாமங்களில் வெள்ளைத் தலைப்பாகையும் கட்டி, மணிக்கட்டு வரையிலான சட்டையும் மாட்டி பலர் குளக்கரையிலிருந்து மர மிதியடியில் நடந்து செல்வதைக் கண்டு கிராம மக்கள் நடுங்கினர். அவர்கள் சொல்லும் வழியெங்கும் சந்தன வாசம். அதை முகர்ந்த மக்கள் பயந்தனர். புன்னைப் பூக்காதக் காலங்களில் புன்னைப் பூ சுகந்தத்தைக் காற்று சுமந்து திரிந்தது. மக்கள் வாசல்களை யும், ஜன்னல்களையும் இறுகப் பூட்டினர். சிறு ஓட்டைகளைக் கூட துணியைத் திணித்து மறைத்தனர்.

நூர்முகம்மதுகாரணவர் மலப்புரத்திலிருந்து ஒரு பெரிய ராத்திபுகாரரை வரவழைத்தார். ‘கடலுண்டி மம்மது கோயா.’ கடலுண்டி கோயாவும் சீடர்களும் வாள், கத்தி, சாம்பிராணிச் சட்டி, பச்சைப் போர்வைகளுடன் தென்பத்தனில் வண்டி இறங்கியபோது பூமி குலுங்கியது. கைவீசி நெஞ்சு நிமிர்த்தி தலை உயர்த்தி யுத்த வீரர்களைப் போல் நடந்து சொல்லும் ராத்திபுகாரர்களைக் கண்டு மக்கள் அதிர்ந்து நின்றனர். பயந்து ஒதுங்கினர். முராது கோபம் இளகி வாளால் வெட்டவோ கத்தியால் குத்தவோ செய்தாலோ? முராது இளகினால் வெட்ட வும் செய்வார்கள், குத்தவும் செய்வார்கள். சிலர் பயந்து ஓட்டம் பிடித்தனர்.

சவ்தா மன்ஸிலின் பூ முகத்திற்குப் பின் பகுதியில் உள்ள படிப்புரை அறை சுத்தம் செய்யப்பட்டது. சிகப்பு ஓலைப்பாய் விரிக்கப்பட்டது. ஊதுபத்தியைப் பற்ற வைத்து நாலு மூலை யிலும் ஊன்றினர். சாம்பிராணிப் புகை தளதளவென உயரே கிளம்பியது.

ராத்திபு துவங்கியது. இரவு பகலாக ஓதினர். ராத்திபு ஓதும் சத்தம் கிராமமெங்கும் எதிரொலித்தது. ராத்திபு மன்ஸி லிருந்துப் புகைந்த சாம்பிராணியின் வாசனை கிராமமெங்கும் சுழன்று வீசியது. அந்த வாசனையில் ஜின்னுகளின் மணம் கலந்திருந்தது. ஜின்னுகளின் முடி, தோல், சதை, எலும்புகள் எல்லாம் பொசுங்கும் வாடையை மக்கள் முகர்ந்தனர்.

தலையில் துணியைப் போட்டுக் கொண்டு மக்கள் பார்த்து நிற்கையில் கடலுண்டி கோயா பளபளக்கும் கூரிய வாளைக் கையில் உயர்த்திப் பிடித்தார். சிகப்பு ஓலைப்பாய் மீது அங்கு மிங்கும் அடி தூக்கி வைத்து நடந்தார். பாதி மூடிய கண்களில் பக்தி குடி புகுந்திருந்தது. சாம்பிராணிப் புகையில் அவர் மூழ்கினார். பொடி செய்த சாம்பிராணியைத் தீச்சட்டியில் அள்ளி அள்ளிப் போட்டனர்.

“யா ஷெய்கு ... யா முஹியுத்தீன் ...” கடலுண்டி மம்மது கோயாவின் விண்ணைப் பிளக்கும் அலறல் கேட்டு மக்கள் அதிர்ந்து போய் மூச்சு விடாமல் நின்றனர்.

மம்மது கோயா கூரிய வாளால் தம் வயிற்றில் ஓங்கி வெட்டியபோது நூர்முகம்மதுகாரணவரும் நடுங்கிப் போனார் ... “எக்கெ அல்லோ ...”

“யா ஷெய்கு ... யா முஹியுத்தீன் ...” சீடர்கள் உரக்கக் கூப்பிட்டனர்.

வெட்டுண்ட வயிற்றைக் கடலுண்டி மம்மது கோயா கையால் அமுக்கினார். வாளின் வாயில் ரத்தம்! சீடர்கள் சாம்பிராணிப் புகையை வெட்டுண்ட இடத்தில் காண்பித்தனர்.

“என்ன குதறத்து ...!”

ஒரு துளி ரத்தம் வயிற்றிலிருந்து வடியவில்லை.

மம்மது கோயா நிமிர்ந்தார்.

“சுபுஹானல்லாஹ்! வெட்டிய அடையாளமே வயிற்றில் இல்லை.”

கடலுண்டி மம்மது கோயா முராது வந்து பாயில் மல்லாந்து படுத்தார். சற்று நேரம் கடந்ததும் விண்ணதிரும் ஓர் அலறல்!

“யா ஷெய்கு ... யா முஹியுத்தீன் ...!” இந்த அலறலில் செவியுள்ள ஜின்னுகள் கிடுகிடுவென நடுங்கின. சாம்பிராணிப் புகையை சுவாசித்த ஜின்னுகளுக்கு மூச்சுத் திணறியது. முடி கருகியது. தோலில் கொப்பளம் உண்டானது. சதை வெந்தது. எலும்புகள் உருகத் தொடங்கின. மம்மது கோயா வெட்டியது அவர் வயிற்றிலல்ல; ஜின்னுகளின் கழுத்தில்.

குளத்திற்குள் அரண்மனைக் கட்டி குடியிருந்த ஜின்னுகள் நீரைப் பிளந்து கொண்டு கரையேறின. உடுதுணி எடுக்காமலேயே ஓட்டம் பிடித்தன. ஓடி ஓடி ஏழாம் பஹ்ருக்கு அக்கரையில் உள்ள அவர்களுடைய முகாம்களுக்கு ஓடின. அங்குச் சென்று மூச்சு வாங்கத் திரும்பிப் பார்த்தன.

“கடலுண்டி மம்மதிட்டெ இருந்து தப்பினோம்...”

“குளம் மூடலாம்.”

மல்லாந்து படுத்திருந்த மம்மது கோயா உணர்வற்ற நிலையில் உத்தரவிட்டார்.

“கள்ள ஹமுக்குகளெ அடிச்சு வெரட்டியாச்சு...”

“வாப்பா, குளம் நெரத்தண்டாம்” முஸ்தபாக்கண்ணு வாப்பாவிடம் வேண்டினார்.

“ஷைத்தான் குளிச்ச குளம்டா...”

“ஷைத்தானெ வெரட்டியாச்சில்லா... தூருவாங்கினா ஊருலெ உள்ள பெம்புள்ளையோ குளிப்பாங்களே வாப்பா.”

“போடா படுக்கூஸே, ஒனக்கு என்னடா தெரியும்? தின்னத் தான் தெரியும்?”

முராதில் நினைவிழந்து கிடந்த மம்மது கோயாவின் மூக்குக்கு நேராக சாம்பிராணிச் சட்டியைப் பிடித்தனர் சீடர்கள். மம்மது கோயா தூக்கத்திலிருந்து விழித்தாற்போல் எழுந்து கையும் காலும் உதறினார்.

காய்ந்த தொடைகளுக்கிடையில் கை கொடுத்து சாய்வு நாற்காலியில் உட்கார்ந்திருந்த முஸ்தபாக்கண்ணு தாமாகக் கலகலவெனச் சிரித்தபோது மரியம் பீவி கேட்டாள்.

“ஏன் கெடந்து தானா சிரிக்கியோ...?”

முஸ்தபாக்கண்ணு தலை நிமிர்ந்து பார்த்தார்; மனைவி.

“இல்லெ, எக்க வாப்பா பண்டு கொளம் நிரத்தினெதெ நெனச்சு சிரிக்கியேன்.”

❖

6

"படச்சவனே, எனக்கு நேரமே மௌத்தை தரமாட்டாயா?" மரியம் பீவி எப்பொழுதும் அல்லாவிடத்தில் துஆ கேட்பதுண்டு. சவ்தா மன்ஸிலிலுள்ள நிம்மதியற்றச் சூழலும் கணவனின் வெறுப்பூட்டும் நடைமுறையும், ஏச்சும், அடியும் தாங்க முடியாத நிலைகண்டு மரியம் பீவிக்கு சீக்கிரமாக இறந்துபோக வேண்டுமென பல தடவை தோன்றியதுண்டு. எப்படிமௌத் தாவது? கிணற்றிலோ, ஆற்றிலோ, கடலிலோ குதித்துத் தானே இறக்க முடியும். அப்படி இறக்கலாமா? பாவமல்லவா? மகாபாவம்! அல்லாஹ் தராத மௌத்தை தாமாக ஏற்றுக்கொண் டால் தம்மை விட்டுப் பிரியும் ரூஹு அல்லாஹுவின் திரு சன்னிதியில் சொல்லுமா? எந்த பிடிப்புமில்லாமல் கியாம நாள் வரை வேறுபட்ட ரூஹு வானவீதியில் அழுதழுது அலையும். "பாவி எனக்கு உட்கார இடம் தராமல் என்னை இறக்கி விட்டிட்டியே" என்று கியாமநாள் வரை தலையில் அடித்து புலம்பும். இப்படி ஒரு பாவமான மரணத்தை ஏற்றுக் கொள்ள அவள் தயாரில்லை. அதனால் விரைவில் ஒரு நல்ல மரணம் கிடைக்க அல்லாவிடத்தில் துஆ கேட்டுக் கொண்டேயிருந்தாள். சிலவேளை சாம நிசப்தத்தை முறியடித்துக் கொண்டு அவளுடைய பிரார்த்தனை சவ்தா மன்ஸிலின் கட்டுக்குலைந்த மேற்கூரையினுடோ, பலகைக் கழன்று போன ஜன்னல் வழியாகவோ தென்பத்தன் கிராமத்தின் காற்றில் கரைந்து விடுவதுண்டு. அப்போதெல்லாம் இளம் பருவங்களில் இறந்துபோன பாத்தும்மா, நபீஸா, மம்ராக் கண்ணு போன்றவர்களை நினைத்து பொறாமை கொள்வாள். "அவங்களெல்லாம் பாக்கியம் செய்தவங்கொ."

நூர்முகம்மதின் பிரதாபம் கொடிகட்டிப் பறந்த காலம். அப்போதுதான் மரியம் பீவி சவ்தா மன்ஸிலில் காலூன்றி னாள். வீட்டின் புதுமணம் நீங்கவில்லை. வாசல்களிலும் ஜன்னல் களிலும் வார்னீஷின் ஈரம் காயவில்லை. பால்காய்ச்சும் வேளையில் சவ்தா மன்ஸிலின் முற்றத்தில் தூவிய கடற்கரை

வெண்மணல் அழுக்கடையவில்லை. இறைச்சிக் கொழுப்புள்ள இளம் சிகப்புக் காளை பூட்டிய வில்வண்டி ஜில்ஜில் என்று சவ்தா மன்ஸிலின் முன்வந்து நின்றது. மரியம் பீவி முதன் முறையாக மாப்பிள்ளை வீட்டில் பொறுதிக்காகவில் வண்டியிலிருந்து இறங்கினாள். கூடவே, அழைக்கச் சென்ற பெண்களும்!

கடற்கரை குருத்து மணலில் மரியம் பீவியின் கால் பதிந்த போது ஒரு குளிர்ச்சி. அவள் நிமிர்ந்து பார்த்தாள். கணவன் வீடு, ஓஹது மலைபோல் உயர்ந்து நிற்கின்றது. திறந்த மாடியில் ஒரு கொடி ஏணி வைத்தால் ஆகாயத்தைத் தொடலாம். எரியும் சூரியனின் சூட்டை தொட்டுத் தெரிந்து கொள்ளலாம். சந்திரன் ஒளியை எங்கு மறைத்து வைத்திருக்கிறது என்ற இரகசியத்தை புரியலாம். அதன் குளிர்ச்சியை அனுபவிக்கலாம். பெண்களைப் பார்த்து கண்ணடிக்கும் நட்சத்திரக் கோடிகளின் குறும்புத்தனத்தைத் தெரிந்து கொள்ளலாம். அது மட்டுமா? கண்களில் சுருமா எழுதி, கணுக்காலில் முத்துக் கொலுசணிந்து தலையில் கசவுத்தட்டமிட்டு சொர்க்கத்தின் முற்றத்தில் களம்போட்டு குந்திவிளையாடும் ஹுறுலீன் பெண்களின் அழகை அங்க அசைவைப் பார்த்து இரசிக்கலாம். எவ்வளவு உயரமான வீடு! புது வாழ்க்கைத் துவங்கப்போகும் கணவன் வீட்டுப் பொலிவையும் உயரத்தையும் கண்டபோது மரியம் பீவி பெருமிதம் அடைந்தாள். அவளுடைய ஊரில் கூட இவ்வளவு பெரிய, வானத்தைத் தொடும் வீடு இல்லை!

“வலது கால் முன்னே வச்சு ஏறிவா மோளே!” சாய்வு நாற்காலியில் நிமிர்ந்து உட்கார்ந்து கொண்டு மாமா சொன்னதை கேட்டபோது மரியம் பீவி மனோ ராஜ்யத்திலிருந்து திரும்பினாள்.

மாமாவை முதன் முறையாகப் பார்த்தாள். புன்னகைத்தாள்.

அன்பான மாமா, மாமி.

“நீதான் இனி சவ்தா மன்ஸிலுக்குக் காரணத்தி.” மாமாவின் ஆசீர்வாதம்.

ஆவுனா உம்மா சொன்னபடி எல்லா நகைகளும் அணிந்திருந்தாள். உச்சியிலிருந்து உள்ளங்கால் வரை. தென்பத்தன் கிராமத்தில் எந்தப் பெண்ணும் போடாத அளவு நகையுடன் மருமகள் சவ்தா மன்ஸிலில் வலது காலூன்றி வந்தபோது ஆவுனா உம்மாவுக்கு எங்குமில்லாத பெருமை, அபிமானம், பூரிப்பு. முப்பாட்டனார் பவுரீன் பிள்ளையின் குடும்ப மகிமைக்கு ஏற்றவாறு எல்லா சிபத்தும் இணைந்த பெண், நல்ல ஸீனத் சுறுசுறுப்பு. மழை வில்போல் வளைந்த புருவம்; மை தீட்டிய கண்கள்.

பெண் பொறுதிக்கு வந்த அன்று, இரண்டு கிடாவும் எட்டோ பத்தோ கோழிகளும் பொரித்து விருந்து உண்பதற்கு பத்து வயிறு வேண்டும். சாப்பிட்டு மிகுந்தவற்றை வேலைக் காரிகள் அள்ளிக் கட்டிக்கொண்டு போனார்கள். ஆறிப்போன உணவுவகைகளை சவ்தா மன்ஸிலிலுள்ளவர்கள் உண்பதில்லை. உண்பது இழிவு. அடுப்பிலிருந்து இறக்கிய சூட்டோடு சாப்பிடு வதுதான் அந்தஸ்து.

அன்று மதியம் உண்ட களைப்பால் ஆசியா தூங்கிவிட் டாள். மாலையில் யாரோ கூப்பிட்டதால் கண் விழித்தாள்; புதுப்பெண்ணுடன் மைனி சாயா குடிக்க. சீப்பப்பமும் பத்திரி யும் வைத்து புதுப்பெண்ணும் மைனியும் சாயா குடித்தனர். ஆசியா தளிர் வெற்றிலை போட்டாள். செக்கச் செவேல்னு சிவந்த, ஒய்யார உதட்டை மலர்த்தி அழகு பார்த்தாள்.

"நிங்கொ ஊட்டுலெ எத்திரெ வேலக்காரி உண்டு?" ஆசியா புதுப்பெண்ணிடம் கேட்டாள்.

"எங்கெ ஊட்டுலெ வேலைக்காரியில்லை."

"அப்போ அடுப்பளி வேலைக்கு?"

"நானும் எக்கெ உம்மாயும்."

"ஆ!" ஆசியா திடுக்கிட்டாள். வெறுப்புடன் மரியத்தை நோக்கினாள். மரியம் பீவிக்கு எதுவும் புரியவில்லை. மைனி யின் முகத்தை உற்று நோக்கினாள்.

"அடுப்பளி வேலைக்கு நாலு பொம்புள்ளியெள புடிச்சு நிறுத்த கெதி இல்லாத குடும்பத்திலெ போயா எக்கெ காக்காக்கு சம்மந்தம் செய்தது. தூ ..." ஆசியா நாலகத்திற்குள் நீட்டித் துப்பிவிட்டு எழும்பிப் போய்விட்டாள்.

சவ்தா மன்ஸிலிலுள்ளப் பணிப் பெண்கள் நாலகத்தில் நீண்டு கிடக்கும் வெற்றிலைத் துப்பலைக் கண்டனர். அவர்கள் மரியம் பீவியைப் பார்த்தனர். மரியம் பீவி தலை குனிந்துவிட் டாள். அழுகை முட்டியது. அறையில் மெத்தைமேல் கவிழ்ந்து விழுந்தாள். அன்று துவங்கிய அழுகை, இன்றும் அழுது முடிக்கவில்லை.

"குட்டியேய்." முஸ்தபாக்கண்ணு மனைவியைக் கூப்பிட்டார்.

"மணி என்னாச்சு பாத்தியா?" சுவர்க் கடிகாரத்தைச் சுட்டிக் காண்பித்தார்.

"பந்திரண்டு அடிக்க இனி அஞ்சு மினிட்டுண்டு. கும்பி கொத்துவா ஓதுது." முஸ்தபாக்கண்ணு வயிற்றைத் தடவினார்.

மரியம் பீவி மூக்கில் விரலை வைத்தாள். இதென்ன பஹறு.

"காலத்தெ ஒலக்க போலெ மூணு குத்தி புட்டு தின்னது தகிக்கண்டாமா? சோறு வெந்தாச்சு. கறி வேவணும். ஏன் கெடந்து கொல்லுயானோணு சத்தம் போடணும்."

"குட்டி, இப்லீஸுக்க மோளே. எக்கெ வவுறு பைக்கீது எக்குத்தான் தெரியும். இனி அஞ்சு மினிட்டுண்டு. உடன் கொண்டுதா. இல்லேண்ணா பாத்துக்கோ." வாரியில் சொருகி வைத்திருந்த அதபு பிரம்பைச் சுட்டிக் காண்பித்தார். "கொண்ணு போடுவேன்," எச்சரித்தார்.

"அடிச்சு அடிச்சு அர மய்யத்தாக்கியாச்சு. இனி ஒரே அடியிலெ கொண்ணு போடுங்கொ. உங்கொ கூட பொறுத்ததுக்கு ஷஹீதுக்கெ கூலியாவது கெடக்கட்டு. நாங்கொ ஜீவிக்கயா செய்யோம், அணு அணுவா மரிச்சுட்டுதானே இருக்கோம். மாப்பிளமாருக்க கையாலெ சாவத்தானே ஆண்டவன் எங்களெ பெண்ணாப்படச்சான். சொல்லூது எதுக்கு? கொண்ணே போடுங்கோ." அந்த நலிந்த உருவம் அடுப்பங்கரைக்குச் சென்றது.

முஸ்தபாக்கண்ணு மீண்டும் சுவர்க் கடிகாரத்தைப் பார்த்தார். பனிரண்டுக்கு இன்னும் மூன்று நிமிடங்களுள்ளன. இதற்கிடையில் மூத்திரம் போகத் தோன்றியது. உணவுக்கு முன் வழக்கமாகச் செய்யும் காரியம். சாய்வு நாற்காலியின் கால்பக்கம் தண்ணீர் வைத்திருந்த செம்புக் கேத்தலை எடுத்தார். படுக்கை அறை நோக்கி நடந்தார். படுக்கை அறையில் தண்ணீர் செல்வதற்காகப் போடப்பட்ட மடையில் உட்கார்ந்து மூத்திரம் பெய்தார். திரும்பிவந்து கேத்தலை முன்னிருந்த இடத்தில் வைத்தார். நிமிர்ந்து மீண்டும் சுவர்க் கடிகாரத்தைப் பார்த்தார். நேரம் நெருங்குகிறது.

வாரியைப் பார்த்தார். நெடு நீளத்தில் சொருகி வைத்திருந்த அதபு பிரம்பை உருவினார். இரு முனைகளையும் பிடித்துக் கொண்டு வளைத்து பரிசோதனை செய்தார். காற்றில் ஓங்கி அடித்தார்.

"எக்கு சமயத்துக்குச் சோறு தரல்லேண்ணா பாறுகாலி பாரு ஒனக்கு நல்ல கம்பு கசாயம் தாறேன்." தானாக முணு முணுத்தார்.

சாய்வு நாற்காலியில் வந்து உட்கார்ந்தவர், பிரம்பை நாற்காலியின்கீழ் வைத்தார்.

கடிகாரத்தைப் பார்த்தார். "இப்பம் பன்னிரண்டு அடிக்கும்." சொன்னதுபோல் பன்னிரண்டு அடித்தது!

பசி தாங்கமுடியவில்லை. வயிற்றைத் தடவினார். அடுப்பங் கரையை நோக்கி உரக்கச் சொன்னார்.

"மணி பந்திரண்டாச்சு."

"இப்பம் கொண்டு தாறேன். கறி கொதிச்சாச்சு."

"பசி தாங்க முடியாது. கொண்டு தரியாயா இல்லியா?"

முஸ்தபாக்கண்ணின் கண்கள் மீண்டும் கடிகாரத்தில் ஊன்றின. மணியின் நாக்கு அங்குமிங்கும் ஓடியது. பெரிய முள் பன்னிரண்டிலிருந்து ஒன்றுக்கு நழுவியது.

முஸ்தபாக்கண்ணின் முன் உணவு பரிமாறப்படவில்லை. பசி, கடுமையான பசி. வயிற்றிற்குள் எருமை மாடுகள் கொம்பு குத்திப் போரிட்டன. சாய்வு நாற்காலிக்குக் கீழ் வைத்திருந்த அதபு பிரம்பை எடுத்தார். நாற்காலியைவிட்டு எழுந்தார். வேட்டி அவிழ்ந்துவிடாமலிருக்க அவிழ்த்து இறுக்கமாகக் கட்டினார். பிரம்பைத் தூக்கிக்கொண்டு அடுப்பங்கரைக்கு நடந்தார்.

கொதிக்கும் அடுப்பில் துண்டு மீனைக் கழுவிப் போடு வதைக் கண்டார். மீன் வேக இன்னும் பத்து நிமிடங்களாகும். கோபம் பொட்டி ஒழுகியது. அடக்க முடியவில்லை. அடுப்பில் துண்டு மீனை எடுத்துப் போட்டுக் கொண்டிருந்த மரியம் பீவியின் பிரட்டத்தில் ஓங்கி அடித்தார்.

"கள்ள நாய்க்க மோளே! இப்பளா அடுப்பிலெ மீன் போடுதா?" ஓங்கி ஓங்கி அடித்தார்.

திடுக்கிட்ட மரியம் பீவி நின்ற நிலையிலேயே நெளிந்தாள். கவணிகொண்டு முகத்தைப் பொத்தி வாய்விட்டு அழுதாள்.

முஸ்தபாக்கண்ணு விடவில்லை. கண்டமேனிக்கு அடித்தார்.

"தாத்தாயெ அடிக்காதெங்கோ. இப்பம்தான் அப்புதம் மீன் கொண்டுவந்தா." ரைஹானத்துக்குத் தாங்க முடியவில்லை. தடுக்க முயன்றாள். அவளுக்கும் அழுகை பீறிட்டது.

"நீ தடுக்காதெ. ஒனக்கெ மேலே அடிபடும். நீ தடுக்காதெ ரைஹானத்தே. இந்தப் பாறுகாலியெ மய்யத்தாக்கட்டு." மிகவும் அருமையாகவும் புன்முறுவலுடனும் ரைஹானத்தைப் பார்த்துச் சொன்னார். சொல்லிவிட்டு அலறினார். "இந்த ஹறவாபோன பாறுகாலி மணி பந்திரண்டு களிஞ்ச பிறவும் எக்குச் சோறு தரல்லெ."

கூச்சல் கேட்டு உடம்பறைமீது படுத்துக்கிடந்த ஆசியா விழித்தாள். கொட்டாவி விட்டாள். தலைமுடியை அள்ளிக் கட்டினாள். உடம்பறையிலிருந்து கீழே நழுவி இறங்கி, செருப்பைத் தேடி காலில் மாட்டினாள். தரையில் உள்ள நஜீஸ் துணியில் படாமலிருக்க உடுத்தியிருந்த சாரத்தைக் கரண்டைக்குமேல் தூக்கிப் பிடித்தாள்.

“இதென்ன பெகளம்? மனுசனுக்குக் கொஞ்ச நேரம் கண்ணடைக்க முடியாதே.” ஆசியா அடுப்பங்கரைக்கு வந்தாள்.

“மணி என்னாச்சு?” முஸ்தபாக்கண்ணு தங்கச்சியிடம் வினவினார்.

“நேரம் லுஹர் ஆச்சா?” வீட்டிற்கு வெளியே புல்தரையில் கொட்டிக்கிடந்த வெயிலைப் பார்த்தாள். வெயிலுக்கு நேர் கண்ணைத் திறக்க முடியவில்லை.

“நேரம் லுஹர் ஆச்சே. இன்னுமா சோறு வேவல்லை.” ஏதோ ஒரு பெரிய பாவம் நிகழ்ந்துவிட்டதாக மூக்கில் விரல் வைத்தாள் ஆசியா.

“பவுரீன் பிள்ளைக்க குடும்பக்காரங்களெ நீ என்ன நெனச்சா?” ஆசியா மரியம் பீவியிடம் கேட்டாள்.

“அப்படிக் கேளு தங்கச்சி. நீ தான் பெண்ணாப் பெறந்தவோ.” தங்கச்சியைப் புகழ்ந்தார். வயிற்றைத் தடவினார். பிரம்பைக் கக்கத்தில் வைத்துக்கொண்டு சாய்வு நாற்காலியை நோக்கி செல்லும்போது வேட்டிக்குமேல் பிரட்டத்தைச் சொறிந்தார்.

“என்னெ?” ஆசியா, மரியம் பக்கம் திரும்பினாள். “வல்ல வடுவக்குடும்பமெண்ணு நினைச்சியா? உச்சச்சோறு அசறுக்குத் தின்னுது ஒனக்கெ குடும்ப புத்தி. சவ்தா மன்ஸிலிலே காரணப் பாடயா பசிக்கப் போடுதா? வர வர கொழுப்பு கூடித்தான் வருது.” ரைஹானத்து பக்கம் திரும்பினாள். “குட்டியே ரையா னத்து, சடாரணு சோறு போட்டு காரணப்பாட்டுக்கு வச்சுகுடு, பயிச்சு சுருளுது.”

ஆசியா தளர்ந்த குப்பாயத்திற்கடியில் கையைச் செலுத்திச் சொறிந்தாள். குப்பாயத்தையும் உடுத்தியிருந்த சாரத்தையும் பார்த்தாள். இரண்டு வண்டிக்கு அழுக்கு. “குட்டியே உரிஞ்சு மூடிக்கெ பேத்தி, எக்கு குளிக்க தண்ணி கோரி போடு.” ஆசியா உடலெங்கும் பிராண்டி, பிராண்டி கொட்டாவி போட்டுவிட்டு, தலை வாராமல் சிக்குப் பிடித்துப்போன முடிகளுக்கிடையில் விரலைக் கடத்தி தலையையும் பறபறவென்று சொரிந்தாள். மீண்டும் உடம்பறையை நோக்கி நடந்தாள். உடம்பறையில் சுருண்டுப் படுத்துக் கொண்டாள்.

“காரணப்பாட்டுக்குச் சோறு குடுத்த பெறவு எக்குச் சோறு போட்டுத்தா. துசியா கையைக் கழுவணும்.” சொல் வதற்குள் ஆசியாவின் கண் அயர்ந்துவிட்டது.

ஆசியா, ரைஹானத்திடம் தமக்கு சோறு கொண்டு வைக்கச் சொன்னதை சவ்தா மன்ஸில் காரணவர் செவியுற்றார். எங்கிருந்தோ ஒரு பனிநீர் அருவி மனதிற்குள் பாய்வது போலி ருந்தது அவருக்கு. குளிர்ச்சியும் வாசமுமுள்ள பனிநீர் அருவி.

சாய்வு நாற்காலியின் முன் ஸ்டூலை எடுத்துப் போட்டு நிமிர்ந்து உட்கார்ந்தார். முகத்தில் புன்முறுவலை வரவழைத்துப் படர விட்டார். இரு செல்லக்கரங்களில் சோறும் கறியுடனும் மெல்ல அடி தூக்கி வைத்து வெட்கித்துப் போய் வரும் ரைஹானத்தை எதிர்நோக்கினார். கருமையான குப்பி வளையல்கள் போட்ட மிருதுவான ஓமனக்கரங்களில் மெதுவாக, தெரியாத பாவனையில் தொட முடிவு செய்தார். அந்த ஸ்பரிச சுக நிமிடத்தின் போதையை நினைத்துப் புளகாங்கிதமடைந்தார்.

நாற்காலியின் கையில் தாளமிட்டார்.

ஆசியாவின் திருமணத்தின்போது புதுமாப்பிள்ளையை வரவேற்பதற்காக ஏற்பாடு செய்திருந்த வள்ளக்கடவு பைத்து பார்ட்டி பாடிய பாட்டு நினைவிற்கு வந்து, பாடினார்.

விரல் முனையில் தாளம். உதட்டோரத்தில் கல்யாண பாட்டின் முணுமுணுப்பு. அழகிய மணவாட்டியாக ரைஹானத். கழுத்திலும், காதிலும் பொன்நகைகள். சிவந்த ஜரிகைப்பட்டு, தலையில் கசவு தட்டம். அவள் ஒளிந்து நோக்குகிறாள். முஸ்தபாக்கண்ணு ஏதோ எழில் உலகிற்குச் சாய்வு நாற்காலியுடன் உயர்ந்து உயர்ந்து போகிறார். சாய்வு நாற்காலி முத்துக்களும் இரத்தினங்களும் பதித்த சொர்ண சிம்மாசனமாக உருமாறுகிறது. தம்மைத் தாங்கி எடுத்து பறந்து செல்வது யார்? மலக்குகளின் சிறகுகளா? ஹூறுலீன்களின் மோதிர விரல்களா? தம்மை எங்கே கொண்டு போகிறார்கள்?

திறந்த மேனியில், தோள் பட்டையில் ஏதோ சளோவென்று வீழ்ந்த குளிர்ச்சியை உணர்ந்தார். அந்தக் குளிர்ச்சியின் நடுக்கத்தில் முஸ்தபாக்கண்ணு பூலோகத்திற்கு இறங்கி வந்தார். தோள் பட்டையைப் பார்த்தார். பல்லி எச்சம். முகட்டை அண்ணாந்து பார்த்தார். வயிறு புடைத்த ஒரு தடித்த கரும் பல்லி முகட்டின்மீது இழைவதைக் கண்டார். அனத்தாக்கப் பட்ட ஷைத்தான்.

முஸ்தபாக்கண்ணு குதித்து எழும்பினார்.

“பல்லி!” சத்தம் போட்டார்.

வாசலில் தொங்கிய திரை விலகியது.

ரைஹானத்தா?

மரியம் பீவி சோறும் கறியுடனும் வருகிறாள்.

“போ சைத்தானே! எக்கெ கண்ணுக்கு முன்னெ வராதெ போ!” முஸ்தபாக்கண்ணுக்கு எங்குமில்லாத கோபம்!

❖

7

நாட்கள் செல்லச் செல்ல தென்பத்தனிலுள்ள பெண்கள் சபியாவின் அடிவயிற்றையும் முகத்தையும் உற்று நோக்கினர். வீங்கியிருக்கா? விளறியிருக்கா? அவளைக் குளத்தின் மறு கரைக்குக் கடத்திச் சென்று ஜின் செய்த சதி கிராமமெங்கும் பாட்டாகிவிட்டது. திருமணமாகாத குமரிகள் இரவு நேரங் களில் வீட்டின் உட்பகுதியிலுள்ள அறைகளைவிட்டு வெளியே வருவதில்லை. தலையை நீட்டுவதுமில்லை. அறைவாசல்களில் கிழவிகள் காவலிருந்தனர். அறைகளுக்குள் ஓரே ஓதலும் ஊதலும். கள்ள ஜின்னு உள்ளே நுழையாமலிருக்க. மூத்திரம் முட்டியபோதெல்லாம் நாலைந்து பெண்களின் துணையுடன் முற்றத்திலிருக்கச் சென்றனர்.

“குட்டியளே, அறையைவிட்டு வெளியே எறங்காதெங்கோ. தொடலை அறுத்திட்டு ஜின்னு நடக்குது. புடிச்சிட்டுபோவும். நெஞ்சிலே ஓதி ஊதியிட்டு இரியுங்கோவுட்டி.” உம்மாமார்கள் பெண்மக்களிடம் எச்சரிக்கை செய்தனர்.

குளம் நிரப்பிய பின், காலில் அறுந்த சங்கிலித் துண்டுடன் ஜின் நடமாடுவதை நிசப்த இரவின் இரண்டாம் யாமத்தில் பலர் கண்டனர். சங்கிலி, தரையில் இழுக்கும் ஓசையைக் கேட்டனர்.

சவ்தா மன்ஸிலின் முற்றத்தில் குருத்து மணலில் ஏழை எளிய ஜனங்கள் வந்து முறையிட்டனர். அத்துமீறி நடக்கும் ஜின்னைப் பற்றிய ஆவலாதியைச் சொன்னார்கள். சாய்வு நாற்காலியில் கிடந்துகொண்டு நூர்முகம்மது முனகிக் கேட்டார்.

மூஸா மொய்லியாரின் வாப்பா அப்துல்லா முஸலியார், ஊர் ஊராகச் சென்று அஸ்மா வேலை செய்யும் பெரிய வம்பன். ஊரான ஊரெல்லாம் பேருகேட்ட அப்துல்லா முஸலியார் அப்போது ஊரில் இல்லை. காயங்குளத்துக்குப் பேய் விரட்டப் போயிருந்தார். நூர்முகம்மது கூப்பிடுகிறார்

என்று கேட்டதும் தன் பிரசித்திபெற்ற வெள்ளிப் பிடியுள்ள ஆஸா கோலுடன் தென்பத்தனுக்கு விரைந்தார். காரும், வண்டியும் இல்லாத காலத்தில் காயங்குளத்தில் இமாமுடன் நின்று அசர் தொழுதுகொண்டிருந்த முஸலியார் தென்பத்தனில் வரும்போது மக்ரிபுக்குப் பாங்கு சொல்லப்பட்டது. இவ்வளவு விரைவாக மூன்று மணி நேரத்திற்குள் எப்படி வந்தார்? பெரிய குதரத்துதான்! அவரை அழைக்கச் சென்றவர்கள் மூன்று நாட்களுக்குப் பிறகுதான் தென்பத்தன் வந்து சேர்ந்தார் கள்.

"அப்துல்லா முஸலியார் என்று கேட்டால் ஜின்னு, பேய், பிசாசுகள் எல்லாம் நடுநடுங்கும். அந்த அளவுக்குப் பிரதாபசாலி!"

தொடலை அறுத்துக்கொண்டு அலையும் ஜின்னை தன் மனக்கண்ணால் கண்டபோது முஸலியார் பற்களை நெரித்தார். வெள்ளிப் பிடியுள்ள ஆஸா கோலைத் தூக்கிக் கோபத்துடன் தரையில் இடித்தார் "கள்ள ஷைத்தானே, தென்பத்தனிலேயா ஒனக்கெக் கன்னம்திரிவெ காட்டுதா? பாரு ஒன்னெ என்ன செய்யேணு!"

கறுப்புத்தாடியும் துருத்திய கண்களுமுள்ள அப்துல்லா முஸலியார் நூற்றி ஒண்ணு இரகசிய மூலிகைகள் சேர்த்து மை தயார் செய்தார். பூக்கள் வரையப்படாத, சோறு கறிகள் பரிமாறப்படாத வெள்ளை பீங்கான் ஒன்று வேண்டுமென்று சொன்னார். சவ்தா மன்ஸிலின் நடுத்தளத்தில் பவுரீன்பிள்ளை உப்பா வச்சுப்பூட்டிய சித்திர வேலைப்பாடுகள் நிறைந்த ஓர் ஆள் உயரமுள்ள சந்தன மர அலமாரியிலிருந்து புதுப் பீங்கான் ஒன்று எடுத்துக் கொடுத்தாள் ஆவுனா உம்மா.

பீங்கானில் மையை ஊற்றினார். கறுப்புக்கோழி இட்ட வெளுப்பு முட்டையை மையில் போட்டார். பாம்போ, தேளோ, பூரானோ கடிக்காத கன்னியழியாதவர்களே மை பார்க்க வேண்டுமென்று சொன்னார். பெண்களானால் உத்தமம். தொழுகையாளியாக இருக்க வேண்டும். அது கண்டிப்பு.

பாம்போ, தேளோ, பூரானோ கடிக்காத கன்னியழியாதவர் களை தென்பத்தனில் தேடினர். சிலரை தேள் கொட்டியிருந் தது. சிலரை பூரான் ஊன்றியிருந்தது. இரண்டுபேரை பாம்பும் கொத்தியிருந்தது. விஷ ஜீவிகள் தீண்டாதவர்கள் மையில் பார்க்கப் பயந்தனர்.

பூதம்!

லாறன்ஸ் தோப்பிலுள்ள பூப்புப் பருவங்கள் தயார்; ஆனால் மூணாம் வேதக்காரர்கள்.

“வேண்டாம்.” முஸலியார் சொன்னார். கடைசியில் “ஆண்களானாலும் பரவாயில்லை” என்றார் முஸலியார்.

“எக்கெ புள்ளெ முஸ்தபாக்கண்ணோ?”

“பேஷ்! கன்னியழியாத புள்ளே.”

“அவனெ எந்த விஷ வஸ்துவும் தீண்டயில்லை.”

“சொல்லணுமாக்கும், பௌரீன் பிள்ளைக்க வம்சத்தைச் சொல்லியாத் தெரியணும், பத்தர மாத்துத் தங்கமில்லியா?”

திங்கள் இரவு, அல்லது வெள்ளி இரவுதான் மை பார்க்கத் தகுதியான இரவுகள். அந்த இரவுகளில் மட்டும்தான் வெள்ளைத் தலைப்பாகையும் வெள்ளை உடையும் உடுத்திய அற்புத மனிதர் மைக்குள் தோன்றுவார். அந்த மனிதர் பிறர் கண்களுக்குப் புலப்படமாட்டார். ஐந்து நேரத் தொழுகையும் முப்பது நோன்பும் தப்பாமல் பிடிக்கும், விஷ ஜீவிகள் தீண்டாத, கன்னியழியாதவர்களுடைய கண்களுக்கு மட்டுமே புலப்படுவார். அதுதான் மை பார்ப்பதின் சிறப்பு. அதுவும் அப்துல்லா முஸலியாரின் பெயர் பெற்ற மை!

கடந்த ரபீஉல் அவ்வல், ரபீஉல் ஆகிர் மாதங்களில் பனிரெண்டும் பதினொண்ணும் மௌலூதுகள் ஓதிய பின் பல மாதங்களாக அடைத்துப் போட்டிருந்த மௌலூது அறையை நூர்முகம்மது திறந்தார். அறை, கழுவி சுத்தம் செய்து சாம்பிராணிப்புகை காட்டப்பட்டது. விலையுயர்ந்த சந்தனத்திரிகள் பற்ற வைத்து ஆங்காங்கே ஊன்றினார்.

பழமை வாடை பறபறந்தது. ஹைலு உள்ள கொசறா கொள்ளிகள் யாரும் மௌலூது அறையை நெருங்கக் கூடாது என்ற அப்துல்லா முஸலியார் நூர்முகம்மதிடம் தனியாக எச்சரித்தார். நூர்முகம்மது வாசல்திரையை விலக்கி கொண்டு ஆவுனா உம்மாவிடம் பிற பெண்கள் கேட்கச் சொன்னார்.

“குட்டியேய், துப்பரவு இல்லாத ஆரும் மௌலூது அறைக்கிட்ட வராதெங்கோ.”

“நாங்கோ ஆரும் அங்கே வரயில்லெ உம்மா.” ஏதோ ஒரு கொசறா கொள்ளி முணுமுணுத்தாள்.

மை பார்ப்பதற்கு வியாழன் அஸ்தமித்த வெள்ளி இரவைத் தேர்வு செய்தார் முஸலியார்.

இசா தொழுகைக்குப் பின் அப்துல்லா முஸலியாரின் மரமிதியடி ஓசை தெருவில் முழங்கியபோது நூர்முகம்மது சாய்வு நாற்காலியில் நிமிர்ந்து உட்கார்ந்தார்.

“மோனே, முஸ்தபாக்கண்ணே!” மகனைக் கூப்பிட்டார். பதில் இல்லை.

“அவன் வரமாட்டானாம்.” பெண்களின் குரல்.

“டேய்!” நூர்முகம்மது உரக்கக் கூப்பிட்டார்.

“அவனுக்குப் பேடியாயிருக்குதாம்.”

“எக்கெ கண்முன்னெ வாடா.”

வாப்பாவின் தொனி கனத்த போது முஸ்தபாக்கண்ணு தயங்கித் தயங்கி வந்தான். வாப்பாவுக்கும் முஸலியாருக்கும் முன் மரியாதையுடன் நின்றான். முஸ்தபாக்கண்ணின் பார்வையில் பயம்.

“என்னடா பேடி?”

மையில் தோன்றும் மனிதன் ஏதோ சுடுகாட்டு பூதமென்று முஸ்தபாக்கண்ணுக்குத் தெரியும். முஸலியாரின் இடது கை விரலில் கிடக்கும் நீலக்கல் பதித்த தண்டியான வெள்ளி மோதிரத்தின் மந்திர சக்தியால் பல பூதங்களையும் ஜின்னு களையும் வசப்படுத்தி வைத்துள்ளார் என்பதும் தெரியும். விஷ ஜீவிகள் தீண்டாத கன்னியழியாதவர்களின் கண்களுக்கு அது ஒரு முஸ்லிமாகத் தோன்றும். அல்லாதவர்கள் கண்களுக்கு நடுங்க வைக்கும் ஒரு பயங்கர பூதமாகத் தோன்றும். அட்டகாச இரத்தக் கண்களைத் துருத்திக்காட்டும். நீண்ட வீரப்பற்களின் நுனியிலிருந்து இரத்தத்துளிகள் இற்று விழும். சிலவேளை தூங்கும்போது கழுத்தை நெரிக்கும்.

“என்னடா பேடி?”

“பூதம்!”

அப்துல்லா முஸலியார் ஏளனமாகச் சிரித்தார்.

“நானில்லியா நிக்கெகிட்டெ இருக்கியேன். நா இருக்கும்போ பூதம் வருமா? எக்கெபேரு கேட்டாலே தூறுமே. பேடிக்காதெ போய் ஒளூ செய்திட்டு வா.”

“முஸலியாரெ!” முஸ்தபாக்கண்ணு பயந்து கூப்பிட்டான்.

“பேடிக்காதெ. நா இருக்கியேன். போய் ஒளூ செய்.”

தயக்கத்துடன் முஸ்தபாக்கண்ணு கை, கால், முகம் சுத்தம் செய்யப் போனான்.

“பயலுக்க பேடி.” முஸலியார் குலுங்கிக் குலுங்கி சிரித்தார். தொடர்ந்து சொன்னார். “சிரிக்காதெ என்னத்தச் சொல்லெ.” மேலும் தொடர்ந்தார். “ரண்டு மாசம் முன்னெ ஒரு சம்பவம்...

“திற்பரப்பிலெ இருந்து ஒரு ஆசாமி வந்தான். நா, வெளியே போயிட்டு அப்பந்தான் ஊட்டுல வந்து ஏறுவேன். ஒருத்தன் விழுந்தடிக்க ஓடிவாறான். ஆளெப் பாத்தேன். இஸ்லாமான வனல்ல. நெத்தியில் சந்தனக்குறி. ஒரு நாயர். என்ன அங்ஙத்

தேனு கேட்டேன். எங்களெ காப்பாத்துங்கோ என்னு சொன்னான். என்னடா வந்த விஷயத்தைச் சொல்லுடா என்னு சொன்னேன். சொல்லமாட்டான். கிடந்து நடுங்குதான். எக்குத் தேச்சியம் வந்துட்டு. சொல்லுதாங்கி சொல்லுடா இல்லேண்ணா போடா என்னு சொன்னேன். அவனுக்கு நாக்கு எளவண்டாமா?

“நேற்றுதான் ஒரு புது ஊடு வச்சு நா பால்காச்சினேன். பாதிராத்திரி ஒரே அலறலும், அட்டகாசவும், கதவை ஒடப்பும். ஏண்டா என் எடத்தில ஊடு கட்டினா? நா ஒன்னையும் கொல்லுவேன் ஒனக்கெ மக்களையும் கொல்லுவேன் என்னு நேரம் விடிய விடிய சத்தம். ஒரு கண்ணு உறங்கல்லே முஸலியாரே” என்னு சொன்னான். நா கொஞ்சம் நேரம் ரோசனை செய்தேன். ஒரு செறிய கணக்குப் போட்டேன். சரக்கு மலையிலே உள்ளதாக்கும். வம்பிச்ச சரக்கு. கொஞ்ச நேரம் ரோசிச்சிட்டு சொன்னேன். “நீ போ, நா பாத்துக்கிடுதேன். இண்ணு ராத்திரி அப்பிடி என்ன சத்தமாவது கேட்டா ‘அப்துல்லா முஸலியாரே’ என்னு உறக்கெ விளி. எக்கு இஞ்செ கேக்கும். நா இஞ்செ இருந்து ஒரு வேலை செய்வேன். ‘போ’ என்னு சொன்னேன். போயிட்டான். நா மனசிலெ நெனச்சபடி மறுநாள் வந்துட்டான். என்ன அங்ஙத்தேனு கேட்டேன். ‘நேத்து ராத்திரி ஒரு மணியிருக்கும். அதுபோலெ சத்தம் கேட்டுது. நிங்கொ சொன்னதுபோல நா அப்துல்லா முஸலியாரேன்னு விளிச்சேன். ஒடனே அப்துல்லா முஸலியாரே விளிக்காதே, நாங்கொ போறமோ. அவரு எங்க கழுத்தெ இறுக்கிப் போடுவாரு. நாங்கொ இன்னா போறமோ. இனி வரமாட்டோமோ என்னு சொல்லிட்டு ஓடிட்டு’ எண்ணு சொன்னான். நாயர் விளிச்சதையும் நா கேட்டேன். மற்ற சரக்கு சத்தம் போட்டதெயும் கேட்டேன். ஓடுனதையும் கண்டேன். அதுக்குப் பெறவு அந்தச் சல்லியமே இல்லை. எடக்கும் மொறக்கும் அங்ஙத்தை வருவான். சக்கயும் மாங்காயும் கொண்டு வந்து ஊட்டுல புள்ளியளுக்குக் குடுப்பான். பாவம், ஒரு நூறு ரூவா சக்கரம் எனக்குக் கைமடக்கு தந்தான்.”

முஸ்தபாக்கண்ணு ஒளு செய்துவிட்டு வந்தான்.

“ஒளு செய்தியா?”

“செய்தேன்.”

“இசா தொழுதியா?”

“தொழணும்.”

“தொழுதிட்டு, ஒளுவோட கோடி வெள்ளமுண்டும், கோடி வெள்ளச் சட்டையும், கோடி வெள்ளச் சால்வு கொண்டு தலப்பாவும் கெட்டிட்டு வா.”

இசா தொழுதுவிட்டுக் கடுகடுத்த கோடி உடையணிந்து வெள்ளைத் தலைப்பாகையும் கட்டி முஸலியாருக்கு முன் தோன்றினான் முஸ்தபாக்கண்ணு.

"பேஷ் இப்பம் நீ ஒரு முஸலியார்." அப்துல்லா முஸலியார் தமாஷ் சொன்னார்.

தமாஷ் கேட்டு நூர்முகம்மது சிரித்தார். மை பார்ப்பதைக் காண வந்து கூடியவர்களும் சிரித்தனர்.

"பவுரீன்பிள்ளை உப்பாக்கெ வம்சத்தில் முஸலியார் களில்லெ. இவன் ஒருத்தனையாவது முஸலியாராக்கணு மெண்ணு நெனச்சேன். பல மதறசாக்களிலயும் கொண்டு உட்டேன். இவனுக்கு ஓதல் வரல."

"எக்கெ மொவன் சையது அகம்மது மூஸா பொன்னா னியிலெ ஓதிட்டு இப்பம் வேலூரில ஓதுதான். தேவு பந்துக்கு அனுப்பி ஒரு நல்ல ஆலிமாக்கணும் இப்பம் வஅளு சொல்லு யான். கொஞ்சம் கொஞ்சம் அஸ்மா வேலையும் சொல்லிக் குடுத்திருக்கேன். எக்கெ ஹாஜத் அவன் ஒரு நல்ல ஹதீஸ் பண்டிதனாவணு மெண்ணாக்கும்." அப்துல்லா முஸலியாரின் மனப்பூரிப்பு முகத்தில் தெரிந்தது.

சவ்தா மன்ஸில் அடுப்பங்கரையில் பாத்திரங்கள் முட்டி மோதின. ஒய்யாரப் பெண்கள் பிருட்டங்களில் தாழ்ந்து இறங்கிய வெள்ளி அரைஞாணை மேலே தூக்கி விட்டுக் கொண்டு அடுப்பங்கரைத் தரையை மிதித்துப் பொடித்தனர்.

தீ, ஊதி ஊதி சைனபாவின் கண்கள் சிவந்தன, உடல் வியர்த்துக் கொட்டியது. வியர்வை பட்டு நனைந்த சட்டை உடம்பில் ஒட்டியது.

கிணற்றின் கரையில் ஒளு செய்துகொண்டிருந்த முஸ்தபாக் கண்ணின் கள்ளக்கண்கள் அடுக்களையைத் துழாவின. எரியும் தீ ஜுவாலையின் முன்நிற்கும் சைனபாவை நோக்கினான். அவளுடைய நனைந்த முகம் தீ ஜுவாலையில் பளபளத்தது.

அடுப்பில் வேகும் கோழி இறைச்சி மணத்தைக் குனிந்து நிற்கும்போதே சுவாசித்தான்.

பெரிய சேவல் கோழி, சவ்தா மன்ஸில் அடுப்பில். ஒரு காட்டிலுள்ள விறகு முழுதும் வெட்டிப் பிளந்து எரித்தபோதி லும் வேகவில்லை.

மை பார்த்தவுடன் அப்துல்லா முஸலியாரின் முன் பெரிய பூப்போட்ட கொளும்பு பீங்கானில் நெஞ்சுதுண்டு இறைச்சி வைத்துக்கொடுக்க வேண்டும். உடம்பில் ஜின்னுகளையும்

பூதங்களையும் வசீகரம் செய்து நிறுத்தியிருப்பதால் முஸலியாரின் வயிற்றில் எப்போதும் பசியெடுத்துக்கொண்டேயிருக்கும்.

முஸலியாரின் பின்னால் முஸ்தபாக்கண்ணு நடந்தான். பிஸ்மி சொல்லி வலது கால் எடுத்து மௌலூது அறைக்குள் வைத்தான். கோரப் பாயில் சம்மணம் போட்டு உட்கார்ந்தனர். குத்துவிளக்கின் ஐந்து திரிகளும் எரிந்தன. திரியைத் தூண்டி விட்டனர். வெள்ளைச்சுவரில் மஞ்சள் வெளிச்சம். பிச்சிப்பூ வாசனை. சாம்பிராணிப்புகை மணம்.

வெள்ளைப் பீங்கான் நிரம்ப மை. அதன் மத்தியில் கறுப்புக் கோழியிட்ட வெள்ளை முட்டை.

குத்துவிளக்கின் எரியும் நாவுகள் மையில் பிரதிபிம்பித்தன.

முஸலியார் சட்டைப் பையிலிருந்து தஸ்பீஹை எடுத்தார்.

"மோனே!" முஸலியார் கூப்பிட்டார்.

முஸ்தபாக்கண்ணு முஸலியாரைப் பார்த்தான்.

"ஒளு உண்டா. முறிஞ்சுதா?"

"உண்டு."

"மஷியிலிருந்து கண்ணெ எடுக்கப்படாது. கூர்மையாப் பாக்கணும். கண்ணெ மூடப்படாது. வெள்ளைத் தலைப்பா கட்டி வெள்ளச் சட்டை போட்ட ஓராள் வருவார். வந்ததும் சலாம் சொல்லணும் அஸ்ஸலாமு அலைக்கும் எண்ணு. உடனெ மறைஞ்சுருவாரு. பின்னெயும் கூர்ந்து பாக்கணும். மஷியில என்னன்ன தெரியுதுண்ணு சொல்லணும்."

"ஓ." தலையசைத்தான்.

அப்துல்லா முஸலியாரின் உதடுகள் அசைந்தன. கை விரல்களுக்கிடையில் தஸ்பீஹ் மணிகள் நகர்ந்தன.

மௌலூது அறைக்கு வெளியிலும் சவ்தா மன்ஸில் முற்றத்திலும் தென்பத்தன் ஜனம் திரண்டது.

"அஸ்ஸலாமு அலைக்கும்." மையை நோக்கி சலாம் சொன்னான். மீண்டும் மையில் உற்று நோக்கினான். இமைகளை மூடவில்லை.

"என்ன தெரியுது?" முஸலியார்.

"என்னவெல்லாமோ காணுது."

"கூர்ந்து பாரு."

கூர்ந்து பார்த்தான்.

"இப்பம் என்ன தெரியுது?"

“ஆரோ ஓடுது போலத் தெரியுது.”

“தெரியுதா?”

“தெரியுது.”

“கடல் தெரியுதா?”

“தெரியுது.”

“மலை தெரியுதா?”

“தெரியுது.”

“இப்பம்?”

“ஒண்ணும் தெரியல்லெ.”

“சலாம் சொல்லு.”

“அஸ்ஸலாமு அலைக்கும்.”

“எளும்பிப் போ.”

முஸலியார் மையிலிருந்து முட்டையை எடுத்தார். பீங்கானைக் கவிழ்த்திப் பிடித்தார்.

பீங்கானைக் கவிழ்த்தியபடி முஸலியாரே கழுவி சுத்தம் செய்தார். மையடையாளம் எள்ளளவும் இல்லையெனத் தெரிந்ததும் பீங்கானை நிமிர்த்தினார். பீங்கானில் எந்தக் கோடுகளும் இல்லை.

“சாடையைப் பாத்தப்பம் பயங்கர சரக்காக்கும். பெண்டாட்டியை அடிச்சுக் கொண்ண ஒரு ஜின்னு ஏழாம் பஹறுக்க அந்தப் பக்கம் உள்ள ஒரு கந்தக மலையடிவாரத்திலே தொடல்லெ கெட்டிப்போட்டிருந்தது. பந்திரண்டு வருஷம் அந்தக் கெட்டிலேயே கெடக்கணுமெண்ணு ஜின்னுகளுக்கெ ராஜாவுக்கெ கல்பனை. தொடல்லெ கெடந்து வெறிபிடிச்சு, ஒரு கறுத்த ராத்திரி தொடலெ அறுத்துப் போட்டுட்டு ஓடி வந்த ஜின்னாக்கும் இந்த அட்டூழியம் காட்டியிட்டு இருக்கி.”

“உள்ளதா?” நூர் முகம்மது மூக்கில் விரல் வைத்தார்.

முஸலியார் புன்முறுவலுடன் உட்கார்ந்தார்.

ஜனம் முஸலியாரை நெருங்கி நின்று பயந்துபோய் பார்த்தது.

“அந்த ஜின்னுக்கெ நுதுபா ஒரு பெண்ணுக்கெ கர்ப்ப பாத்திரத்திலெ விழுந்து, கருவாயி, கொழுந்தெ பெறந்தா அந்தக் கொழந்தெ கரையில ஜீவிக்காது. செலப்பம் ஜீவிச்சா, அந்தக் கொழந்தெ கூர்ந்து பாக்கூதெல்லாம் பத்தி எரியும்.”

“உள்ளதா? நம்மொ ஊரே தீ பிடிச்சு எரியுமோ?”

முஸலியார் சிரித்தார்.

“பெத்தவளுக்கு முலப்பால் நெறஞ்சு வலியெடுக்கும். கொழந்தே பால் குடிச்சிட்டே இருக்கும். உம்மாக்கு பால் நெறஞ்சு வலி எடுத்துட்டே இருக்கும். ஜின்னுக் கொழந்தை பால் குடிச்சிட்டே இருக்கும். செலப்போ ...” முஸலியார் நிறுத்தினார். சொல்லத் தயங்கினார்.

“என்ன முஸலியாரே?”

“அந்த உம்மா பாலு குடுத்தபடியே மௌத்தா போவா?”

“உள்ளதா? யா றசூலே!”

“உள்ளது.”

“ஏதாவது வழி இருக்கியா?”

“இருக்கிது. அப்துல்லா முஸலியாருக்கு அடங்காத ஜின்னுண்டா?”

“அதுதானே கேட்டேன்.” நூர் முகம்மது முஸலியாரை நெருங்கி உட்கார்ந்தார்.

“முஸலியாரே இஞ்செ ஒரு கொமரிப் பெண்ணெ அந்த ஜின்னு சதி செய்துபோட்டு, அவளுக்கு இப்பம் கெற்பம்!”

“உள்ளதா?”

“உள்ளது.”

“அதுக்கும் ஒரு வழி இருக்கி. அப்துல்லா முஸலியாருக் கிட்டெ இல்லாத்த வழியா?”

நூர்முகம்மதின் முகம் மலர்ந்தது. கூடி நின்ற ஜனத்தின் முகம் மலர்ந்தது. அப்துல்லா முஸலியாரை ஜனம் பயத்தோடும் பக்தியோடும் பார்த்தது!

❖

8

"குட்டியேய்!" முஸ்தபாக்கண்ணு மனைவியைக் கூப்பிட்டார். கூப்பிடுவதைக் கேட்டு மரியம் பீவி அடுப்பங்கரையிலிருந்து ஓடிவந்தாள்.

உச்சி நேர சூரிய வெப்பத்தில் பழுத்த சவுதா மன்ஸில் அடுப்பங்கரை கூரை ஓட்டின் சூட்டில் வேர்த்துக் கொட்டியவாறு எரியாத விறகை ஊதி ஊதிச் சிவந்த கண்களுடன் மரியம் பீவி கணவன்முன் ஆஜரானாள். கூப்பிடுவதைக் கேட்டவுடன் செல்லாவிட்டால் முஸ்தபாக்கண்ணின் குழியில் உருளும் கண்கள் வாரிக்குத் திரும்பும். அங்குப் பாதுகாப்பாக ஓய்வெடுக்கும் அதபு பிரம்பு.

மூச்சுக்கு முந்நூறு தடவை "குட்டியேய் குட்டியேய்" என்று கூப்பிடுவார். கூப்பிடுவதையும் கேட்கவேண்டும், சரியாக 12 மணிக்குள் ஆவிபறக்கும் உணவையும் பரிமாறியாக வேண்டும்.

ரைஹானத் அவளுடைய வீட்டுக்குச் சென்று இரண்டு நாட்கள் ஆகிவிட்டன. உடம்பு சரியில்லையாம். அவள் எப்போது வருவாளோ? மீனைக் கழுவித் துண்டு போட வேண்டும். அம்மியில் மசாலா அரைக்க வேண்டும். பாத்திரங்களை அலம்ப வேண்டும். இப்படி நூறு பணிகள். எல்லாம் தனியாளாக.

ஆசியா மைனியை உடம்பறைமீது ஆணி அறைந்து கிடத்தியிருக்கிறது. இந்த வீட்டிற்குள் என்ன நடக்கிறது என்பதைப் பற்றிய கவலையே மனுஷிக்கு இல்லை. தூக்கத்திலிருந்து விழிப்பது உண்பதற்காகவும் குடிப்பதற்காகவும் மட்டும். ஆசியா மைனியின் கணவன் செய்யதகம்மது பிள்ளை காக்காவும் அப்படியே. காலையில் இறங்கிச் செல்வார். போவது கடற்கரைக்கு. தென்னை மரநிழலில் உட்கார்ந்து நாயும் புலியும் விளையாடுவார். சரியாக ஒரு மணிக்கு வருவார். அவருக்கும் சூடு தணியாத உணவு பரிமாற

வேண்டும். உண்டபின் ஒரு தூக்கம், அல்ஹம்துலில்லாஹ், என்று. பிறகு இறங்கி ஒருபோக்கு, வெளியே. மீண்டும் வருவது இரவில் கட்டையைச் சாய்க்கத்தான். இந்த ஜென்மங் களுக்கெல்லாம் இந்த வீட்டிற்குள் என்ன நடக்கிறது என்றோ, எப்படி பானையில் அரிசி வேகிறது என்றோ கவலையில்லை.

அதிகாலையில் விழித்தால், கொஞ்சம் தலையைச் சாய்ப்பதற்கே இரவு மணி 12 ஆகிவிடும். முன்பு வீடு நிறைய வேலைக்காரிகள் இருந்தனர். மீன் கழுவி சுத்தம் செய்வதற்குப் பக்கீரும்மா, மசாலா அரைப்பதற்கு மைதீன்பீவி, பாத்திரங்கள் அலம்ப முத்துலட்சுமி, வீட்டைப் பெருக்க கடலைக்காரனின் மனைவி, தண்ணீர் கோரி இறைக்க முத்தம்மக்காவும் வேலம் மையும். இப்படி, வீடு நிறைய வேலைக்காரிகள். எல்லாருக்கும் உணவும் உடையும் சவ்தா மன்ஸிலில்தான். அவர்களுடைய பிள்ளைகள் சவ்தா மன்ஸில் அடுப்பங்கரையின் பின்பகுதியி லுள்ள வராண்டாவில் பசியெடுத்துச் சுருண்டு கிடப்பார்கள். அவர்களுக்கும் தனியாக அன்னதானம் உண்டு.

சவ்தா மன்ஸிலின் தென்பகுதியிலுள்ள நெல்புரை காலியானது. நெல்புரை ஒரு மழையில் தரையைத் தொட்டது. இன்று அந்த இடத்தில் வளர்ந்து நிற்பது எருக்குக்காடு.

சவ்தா மன்ஸில் அடுப்பங்கரையில் சமையலாகும் மண் பானையின் கொள்ளளவு சுருங்கச்சுருங்க வேலைக்காரிகள் வேறு கூடுகள் தேடிப் பறந்தனர். இப்போது எல்லாப் பளுவும் மரியம் பீவியின் தோளில். காய்ச்சல் வந்தால்கூட சற்று ஓய்வெடுப்பதற்கான அவகாசம் இல்லை. அதனால்தான் ரைஹானத்தை உதவிக்கு அழைத்தது. அவளுடைய உதவி இல்லாவிட்டால் கொண்ட அடிகளுக்கும் அனுபவிக்கும் மனவேதனைகளுக்கும் இதற்குமுன் பள்ளி வளாகத்தில் தலைமாட்டிற்கும் கால்மாட்டிற்கும் இரு மீசான் பலகைகள் நடப்பட்டிருக்கும்.

“என்னா?” மரியம் பீவி கணவனிடம் கேட்டாள்.

“பயலுக்கெ எழுத்து வரல்லியே?”

“புள்ளய்க்கெ எழுத்து வாறதும் போறதும் எனக்காத் தெரியும்? வாப்பா, மோனுக்கு எழுத்து போடுது. மொவன் வாப்பாக்கு எழுத்து போடுவான். எழுத்தும் பணமும் வரும்பம் நிங்கக்கு நான் பெண்டாட்டியுமில்லை. அவனுக்கு நா உம்மாயுமில்லே. அந்த நேரம் நான் வேறே. இப்பம் எழுத்து வரல்லேன்னு எனக்கட்டெ சொல்லி நா என்ன செய்ய?”

“வாம்பேலெயிருந்து அவனுக்கெ எழுத்தோ பணமோ வந்து மாசம் கொஞ்சமாச்சே? எக்கு ஒரு வவுறு உண்டுணு

அந்தப் பயலுக்குத் தெரியாதா? இன்னாபாரு ஆர்லிக்ஸ் குடிக்காதெ தேகம் மெலிஞ்சு போச்சு. அவன் இன்னும் பணம் அனுப்பலலேண்ணா எக்கெ தேகம் காஞ்சு கருவாடாப் போவும்."

"வயசானா தேகம் தளரத்தான் செய்யும்."

"சீ, சைத்தானுக்குப் பெறந்தவளே, என்னடீ சொன்னா? வயசாச்செண்ணா? ஒன்னெப்போல நா கெழடு தட்டியா இருக்கேன்? நிக்கெ கன்னம் ஒட்டியாச்சு, கண்ணு குழி விழுந் தாச்சு. நீ கெழவியாயி நாய்க் கோலத்திலெ இல்லியா இருக்கா. நா அப்படியாவுட்டி இருக்கேன்? இப்பளும் சிங்கக்குட்டி போலத்தானே இருக்கேன். சத்துள்ள ஆகாரம் தின்னாத தினாலெ முடி கொஞ்சம் நரச்சுப் போச்சு. ஒண்ணு ரண்டு கறுப்புமுடிதான் கெடக்கூது கண்ணுக்குத் தெரியல்லியா? கண்ணு குந்தம் சாடியாவுட்டீ போச்சு?"

"எக்கெ கண்ணு குந்தம் சாடல்லெ. ஒண்ணுரண்டு கறுப்பு முடி கெடக்கூது தெரியுது. நிங்கொ சிங்கக் குட்டிதான். நா கெழவிதான், போட்டு. தனியெ அடுப்பளிலெக் கெடந்து எல்லோருக்கும் கிஸ்மத் செய்து செய்து எக்கெ கன்னம் ஒட்டி, கண்ணும் குழிஞ்சு, நானும் கெழவியாப் போனேன். நிங்கொ ஆர்லிக்ஸ் குடிச்சு மைனராட்டு இருங்கோ. மொவன் அனுப்பித் தாற பணத்துக்கு ஆர்லிக்சும் குடிச்சுட்டு சிக்கரேட்டும் வலிச்சு கள்ளப் பண்டங்களும் வாண்டி தின்னுட்டே இருங்கோ."

"உனக்கெ அப்பனுக்கெ பணம் கொண்டாட்டீ நா ஆர்லிக்ஸ் வாண்டிக் குடிக்கேன். எக்கெ புள்ளெ அனுப்புத பணம்தானே. வாப்பாக்கெ தேகம் மெலிஞ்சு போவாமெ இருக்க, ஆர்லிக்ஸ் வாண்டிக் குடிக்க என் புள்ளெ பணம் அனுப்பித் தாறான். நான் வாண்டிக் குடிக்கேன். எக்கெ வயசு என்ன எண்ணு அவனுக்குத் தெரியும். உனக்கென்னடி தெரியும்?"

"உள்ளதுதான். உங்க வயசு கெட்டினப் பெண்டாட்டிக்குத் தெரியாது. பெத்தப் புள்ளய்க்குத் தெரியும்."

"நா செறுப்பமெண்ணு அவனுக்குத் தெரியும்."

"அல்லாஹு அக்பர்!" மரியம் பீவி மூக்கில் விரல்வைத்து நின்றாள். "செரி. நிங்கொ வாலிபன், சம்மதிச்சேன்."

"பெண்ணாப் பெறந்தவொ, அப்படிச் சொல்லு."

"ரைஹானத்துக்கெ உம்மா வந்திருக்கா?"

"எதுக்கு?"

"பெண்ணுக்கு வயசாச்சாம். நாலு பக்கமும் மாப்பிளத்தரம் பாக்குதாளாம்."

"எதுக்கு நாலுபக்கமும் பாக்கணும்?"

"நாலு பக்கமும் பாத்தாதானே ஒண்ணு அமையும்."

"அப்படியா?"

"நம்மொஊட்டுலெ அவெொ வந்து நாலஞ்சுவருசமாச் சில்லியா?"

"அப்படியா?"

"பெண்ணுக்கெ கல்யாணத்துக்கு ஒரு தொகை நம்மொ குடுக்கண்டாமா? மோனுக்கு எழுத்துப் போடும்பொ இந்த விபரத்தெ எழுதுங்கோ." மரியம், விரலில் சொடக்குவிட்டாள்.

முஸ்தபாக்கண்ணு சாய்வு நாற்காலியில் சாய்ந்தார் பதில் ஏதும் பேசவில்லை. சிந்தனையில் மூழ்கினார்.

"ஏன் ஒண்ணும் பேசயில்ல?" மரியம் நினைவூட்டினாள்.

"போடீ நாய்க்கெ மோளே, எக்கெ முன்னெயிருந்து." முஸ்தபாக்கண்ணுக்குக் கோபம் பொங்கி வந்தது.

மரியம் அடுப்பங்கரையை நோக்கி நடந்தாள்.

"சீ, சத்தத்தாலெ மனுசனுக்கு இத்திப்போலெ நேரம் கண்ணடைக்க வழியில்லியே." முஸ்தபாக்கண்ணின் சத்தம் கேட்டு ஆசியா உம்மா நடுங்கி விழித்தாள்.

வியர்வையில் பொதுமிய ஆசியாவின் கட்டுக்குப்பாயம் ஜன்னல் வழி சவ்தா மன்ஸிலுக்குள் நுழைந்த கடல் காற்றில் காய்ந்தது.

எண்ணெய் நசிப்பில்லாத அவளுடைய கூந்தலுக்குள் பேன்கள் துள்ளி விளையாடியபோது ஆசியா தலையைச் சொறிந்தாள். குலைந்த முடித்தும்புகள் காற்றில் சாய்ந்தாடின.

ஆசியா திரும்பிப்படுக்கும்போது ஒரு கொட்டாவிவிட்டாள். பாங்கிணற்றுக்குள் கிடக்கும் ஒரு செத்த பூனையின் துர்நாற்றம் அடுப்பங்கரைக்குள் வியாபித்தது. மதியம் தூய்மையான காற்றிற்காகக் கிணற்றின் கரையில் இறங்கி நின்றாள்.

சாய்வுநாற்காலியில் முஸ்தபாக்கண்ணின் கால்கள் ஆடின. தலைக்குள் சிந்தனைகள் சூடாயின.

பல நாட்களாக நெய்தெடுத்த கனவு அறுந்து போகுமோ? வெப்ப சிந்தனைகள்.

பழைய, சொட்டிப்போன பஞ்சு மெத்தையின் விளிம்பு களிலும் சுருக்கங்களிலும் முகாமிட்டுக் கிடக்கும் மூட்டைகள். புளித்த வாடையைப் போக்க மெத்தையை எப்போதாவது வெயிலில் போடுவதுண்டு. உச்சி வெயிலில் சூடான மணலில்

கிடந்து நெளியும் மூட்டைகளின்மீது முஸ்தபாக்கண்ணுக்கு கடும்சினம் தோன்றுவதுண்டு.

கனவு காணும் இரவுகளில் சுக நித்திரைக்குப் பங்கமேற் படுத்தும் மகா பாவிகள்! சினம் பெருகி, சாய்வு நாற்காலியி லிருந்து குதித்து எழும்பினார். மிதியடி போடாத அவருடைய நிர்வாணப் பாதத்தைச் சூடு மணலில் ஊன்றியபோது கொப்பள முண்டானது. அதையும் பொருட்படுத்தவில்லை. சினம் தாங்காமல் பாதத்தைத் தூக்கி மிதித்து மூட்டைகளை நெரித்துக் கொன்று மணலில் புதைத்தார். "சாவு, செத்துத் தொலஞ்சுபோ." மூட்டைகளின் வம்சத்தைக் கூண்டோடு நாசம் செய்த ஆசுவாசத்துடன் வந்து சாய்வுநாற்காலியில் கிடந்து மூச்சு வாங்கினார். இரவுகளில் ரைஹானத் அவர் முன்னால் ஒரு ஹூறியாக வந்து நாணம் குணுங்கினாள். நித்திரையின் கண்ணி அறுந்தபோது அவள் எங்கோ ஓடி மறைந்துவிட்டதைக் கண்டு கவலைப்பட்டார். அப்படி எத்தனை எத்தனைத் துக்க இரவுகள் கடந்துபோயின.

கடலிலிருந்து வீசும் புலர்காற்றின் குளிர்ச்சியில் சதைக் காய்ந்த தொடைகளுக்கிடையே கைகளைத் திணித்துச் சுருண்டு கிடக்கும்போது அந்தக் கைகளில் அனுபவப்படும் இளஞ்சூட் டின் சுகத்தில் ரைஹானத்தின் அருகாமையை உணர்ந்தார். அப்படி எத்தனை எத்தனைப் புலர்காலை வேளைகள்! அந்த இன்பகரமான புலர்வேளை மலராமலிருக்க எத்தனை எத்தனை வேண்டுதல்கள்!

விடியும் காலைக்கதிரின் சிவந்த கன்னத்தில் காறி உமிழ்ந்து சினத்தைத் தீர்த்துக்கொண்டார்.

"ரைஹானத்துக்கு அவளுக்க உம்மா நாலாபக்கமும் மாப்பிளதரம் பாக்குதாளாம்."

முஸ்தபாக்கண்ணு சாய்வு நாற்காலியில் நிமிர்ந்து உட்கார்ந்தார். கையைமுறுக்கிச் சாய்வு நாற்காலியில் ஓங்கி இடித்து ரைஹானத்தின் உம்மாமீதான கோபத்தைத் தணித்துக் கொண்டார்.

முஸ்தபாக்கண்ணு நாற்காலியில் மீண்டும் சாய்ந்தார். நாற்காலியின் கையில் அவரது கால்கள் அசைந்தன.

ஹார்லிக்ஸ் மட்டும் போதாது. தேக ரெட்சைக்கு ஏதாவது ஒரு லேகியம் சாப்பிடணும். கோட்டக்கல் ஆரிய வைத்திய சாலையின் சிவனப்பிராசம் லேகியம் நல்லது. பத்தியமில்லை. தினம் மூணுவேளை நாற்பது நாள் நெல்லிக்காய் அளவு. நாப்பத்தி ஒண்ணாவது நாள் தேகம் ரெட்சைப்படும். பளபளா ஜொலிக்கும். இஸ்ராயில் வாங்கித் தருவான். அவொ, அந்தக்

கள்ளப் பாறுகாலி மட்டும் அறியப்படாது. அவளெக் காணாமல் சாப்பிடணும்.

முஸ்தபாக்கண்ணு மடியைத் தடவினார். காகிதப் பொதியை எடுத்து விரித்துப் பார்த்தார். கொஞ்சம் சில்லரைக் காசுகள். லேகியம் விலை பத்தொன்பது ரூபாய்.

முஸ்தபாக்கண்ணின் மெல்லிசான விரல் முனைகள் வெள்ளைத் தாடி ரோமங்களுக்கிடையில் ஓடி நடந்தன. சாய்வு நாற்காலியின் கையில் அவருடைய கால் ஆடியபோது சவ்தா மன்ஸிலின் வடபக்கமுள்ள அடுப்பங்கரைக்குப் பின் பகுதியில் பழைய மாட்டுத் தொழுவத்தின்மேல் கழற்றி வைத்துள்ள கதவு நினைவுக்கு வந்தது.

துருப்பிடித்த விஜாவரியிலிருந்து கழன்று வீழ்ந்த கதவு. ஒரு புது விஜாவரியும், ஆறு பிரி ஆணியும் வாங்கி முறுக்கி நேரத்தை வீணாக்கவில்லை. கழன்று வீழ்ந்த கதவைத் தூக்கி மாட்டுத் தொழுவத்தின் மேல்பகுதியில் பாதுகாப்பாக வைப் பதற்கு உதவியது இஸ்ராயில்தான்.

நல்ல கனமான ஈட்டிப் பலகை. ஏராளமான சித்திர வேலைப்பாடுகள் நிறைந்த கதவு. பவுரீன்பிள்ளை உப்பாவுக்கு திருவிதாங்கூர் மகாராஜா செய்து கொடுத்த புத்தம் வீட்டிலுள்ள தலைவாசல் கதவு.

பவுரீன்பிள்ளை உப்பாவுக்கு திருவிதாங்கூர் அரண்மனை யில் எவ்வளவு மதிப்புத் தெரியுமா? ஒவ்வொரு மலையாள மாதம் முதல் தேதிக்கும் தலைநகருக்குப் பல்லக்கில் சென்று மகாராஜாவுக்கு முகம் காட்டவேண்டும். குறித்த நாளில் செல்லவில்லையென்றால், மறுநாள் தென்பத்தனில் குதிரை குளம்பொலி உயர்ந்து கேட்கும். பவுரீன்பிள்ளை உப்பாவிற்கு உடல் நலக்குறைவா என்று விசாரித்துவர பொன்னுத் திருமேனி திருவுள்ளம்கொண்டு ஒரு குதிரை வீரனை தென்பத்தனுக்கு அனுப்பி வைப்பார். உப்பாவிடம் அவ்வளவு அன்பு.

திருவிதாங்கூரை ஆண்டு வந்த மார்த்தாண்டவர்மா மகா ராஜா திருமனதிற்கு பவுரீன்பிள்ளை உப்பாமீது இவ்வளவு அன்பு தோன்றுவதற்கானக் காரணத்தை ஒரு தடவை வாப்பா சொன்னார். சவ்தா மன்ஸில் மொட்டை மாடியில், பதினாலாம் நிலவுள்ள ஓர் இரவில், ஈரமான கடல் காற்று வாங்கும்போது அந்தக் கதையைச் சொன்னார்.

அன்று மார்த்தாண்டவர்மா மகாராஜாவிற்கு வயது 14. திருவிதாங்கூரை ஆண்டு வந்த இராமவர்மா மகாராஜா வுக்குப் பின் மருமக்கத்தாய சம்பிரதாயப்படி ஆட்சிப்பீடத்தில் அமர வேண்டியது மார்த்தாண்டவர்மாவாகும். ஆனால்

இராமவர்மா மகாராஜாவின் மகன்களான பப்புத்தம்பியும் இராமன்தம்பியும் எட்டு வீட்டில் பிள்ளைகளின் உதவியுடன் மார்த்தாண்டவர்மாவைக் கொலை செய்து ஆட்சியைக் கைப்பற்ற பல சதித்திட்டங்கள் தீட்டினர். இந்தத் திட்டத்தைக் கேள்வியுற்ற மார்த்தாண்டவர்மா தமது பதினாலாவது வயதில் அரண்மனையை விட்டு வெளியேறி மாறுவேடம் பூண்டு பல இடங்களில் தஞ்சம் புகுந்தார். அவர் சொல்லுமிடமெல்லாம் எதிரிகள் அவரைப் பின்தொடர்ந்தனர். எந்த நேரமும் கொலை நடக்கலாம். பல சந்தர்ப்பங்களில் மரணத்தின் வாயிலிருந்து தலைமுடி இடைவெளியில் உயிர் தப்பித்துக் கொண்டார்.

அப்படி ஒருசமயம், மாறுவேடம் பூண்டு மார்த்தாண்டவர்மா பயந்து தென்பத்தன் கிராமத்திற்கு ஓடிவந்தார். அன்று பவுரீன்பிள்ளை உப்பா இளைஞன். நூறு பேர்களுடன் தனியாக நின்று மோதுமளவிற்கு வலிமை படைத்தவர். தென்பத்தனில் புதிதாக வந்த அந்தச் சிறுவனைக் கண்டார். முகலட்சணம் கண்டபோது இராஜ குடும்பத்தைச் சார்ந்தவன் என்று தெரிந்து கொண்டார். இராமவர்மா மகாராஜாவின் வாரிசு எதிரிகளின் பார்வையில் படாதபடி ஒளிந்து நடக்கின்றார் என்ற செய்தியை உப்பா ஏற்கனவே கேள்விப்பட்டிருந்தார்.

பவுரீன்பிள்ளை உப்பா, சிறுவனைக் கூப்பிட்டு விசாரித்தார். சிறுவன் உண்மையைச் சொல்லிவிட்டான். அரச குடும்பத்தைச் சார்ந்தவனென்றும் எதிரிகள் கையில் அகப்படாமல் பாதுகாப்புத் தரவேண்டுமென்றும் கேட்டுக் கொண்டான்.

உப்பா உடனே மார்த்தாண்டவர்மாவை தம்முடைய வீட்டுக்கு அழைத்து வந்தார். ஓலை வேய்ந்த பழைய வீட்டினுள் மாடியில் வைத்திருந்த பாக்கு ஊறவைக்கும் பெரிய பானைக்குள் அவனை மறைத்து வைத்தார்.

எதிரிகள் தென்பத்தனை வளைத்தனர். ஒவ்வொரு வீடாக ஏறி சோதனை போட்டனர். சட்டிகளையும் பானைகளையும் கூடத் திறந்து சோதிப்பதாகக் கேள்விப்பட்ட உப்பா நடுங்கினார். தம் உயிர் போனாலும் இளையராஜாவின் உயிரைக் காப்பாற்ற வேண்டுமென முடிவெடுத்தார். என்ன செய்வதென்றறியாமல் குழம்பினார்.

இதற்கிடையில் எதிரிகள் உப்பாவின் வீட்டை வளைத்தனர். உப்பா துணிச்சலுடன் நின்றார். இடுப்புக் கச்சையை எடுத்துக் கட்டினார். கொலையானா கொலைதான்.

எதிரிகள் வீட்டுக்குள் ஏறினர். அறைகளைச் சோதனை செய்தனர். மாடியின் மீது ஏறினர். பாக்குப்பானைகளைத் திறந்தனர். தலையை உள்ளே விட்டுப் பார்த்தனர்.

யாருமே இல்லை.

கோபமடைந்து பாக்குப்பானைகளைச் சுக்கு நூறாக்கினர்.

“வாப்பா இதென்ன குதரத்து? பாக்கு பானைக்கு உள்ளேயிருந்த அவரு?” முஸ்தபாக்கண்ணு வாப்பாவிடம் ஆச்சரியமாக கேட்டான்.

“சொல்லுதேன் கேளு. அதுதான் குதரத்து. உப்பாவுக்கு ஆண்டவன் திடீர்னு ஒரு புத்தியெக் குடுத்தான். உப்பாக்கெ பெண்டாட்டிக்கெ நகைகளையும் அந்தக் கண்ணும் மாக்கெ கட்டுக்குப்பாயத்தையும் போட்டு சாயக் கச்சமுறியும் சுத்தி கசவு தட்டம் கொண்டு முக்காடும் போட்டு வேஷம் கட்டி நாலஞ்சு பெம்புள்ளியோ சேந்து இளயராசாயை வெளியே கூட்டீட்டு தெருவழியா போயிட்டாங்கொ. அந்த நேரம்தான் எதிரியோ உப்பாக்கெ ஊட்டுக்கு வந்து ஏறினாங்கோ.”

“அந்தாக்குலே?”

“ஒருத்தன் பெம்புள்ளியளெ கூர்ந்து பாத்தான். உப்பா ஊட்டு நடைலெ நிண்ணுட்டு இடிஇடிக்குதை போலெ ஒரு சத்தம் போட்டுது. “டேய் கோஷா பெம்புள்ளியளுக்கெ மொகத்தெ ஆருடா உத்துப்பாக்குதா? கண்ணெ தோண்டிப் போடுவேன்.” அவன் பயந்துட்டான். அப்படி அண்ணு உயிரக் காப்பாத்தின நன்னிக்குத்தான் பவுரீன்பிள்ளை உப்பாக்கு மார்த்தாண்டவர்மா, ராஜாவான பிறவு ஒரு நல்ல ஓடு போட்ட ஊடு கட்டிக் கொடுத்தாரு. உப்பாக்கெ குடும்பத்துலெ உள்ள கோஷா பெம்புள்ளியளுக்கு நீந்திக்குளிக்க ஒரு குளமும். மனஸிலாச்சா?”

மார்த்தாண்டவர்மா மகாராஜா திருவுள்ளம் கனிந்து அன்று கட்டிக்கொடுத்த புத்தம் வீட்டிலுள்ள தலைவாசல் கதவுதான் சவ்தா மன்ஸிலின் பழைய மாட்டுத் தொழுவத்தின் மீது கறையான் பிடித்துக் கிடந்தது.

அன்று இரவு வீட்டில் எல்லோரும் சுக நித்திரையில். சாமக்கோழி கூவும் நேரம். முஸ்தபாக்கண்ணுக்கு தூக்கமே வரவில்லை. பஞ்சு மெத்தையில் மூட்டைப் பூச்சிகள் ஊர்ந்து செல்வதை முட்டுக்கட்டி உட்கார்ந்து பார்த்தார். சிகரெட்டும் காலி.

வாசலில் தட்டுவது கேட்டது.

செய்தகம்மது விழித்துக்கொள்ளாதபடி மெல்ல வாசலைத் திறந்தார் முஸ்தபாக்கண்ணு. சொன்னபடியே இஸ்ராயில்.

இருவரும் இருட்டில் தப்பித் தடவி நடந்து மாட்டுத் தொழுவத்தை அடைந்தனர். கனமான அந்த வாசற்கதவை

முஸ்தபாக்கண்ணு மிகச்சிரமப்பட்டு தூக்கி இஸ்ராயிலின் தலையில் வைத்தார்.

"டேய், ஆரும் அறியண்டாம். கேவலம். ரண்டாம் பேரு அறியாமெ ராத்திரியோடு ராத்திரியாகக் கொண்டு போய் வித்துப்போடு, கெடக்குத ரூவாக்கு ஒரு குப்பி சிவனப் பிராசம்" வாண்டிட்டு வா. நீயும் ரண்டுரூவாசக்கரம் எடுத்து புள்ளியளுக்கு கெழங்கு வாண்டு."

இஸ்ராயில் வாசற்கதவையும் சுமந்து இருளில் மறைந்தான்.

❖

9

நூர்முகம்மது நோய்வாய்ப்பட்டுப் பாயில் கிடந்து இறக்கவில்லை. மிடாலத்திலுள்ள மகள் வீட்டுக்குச் சென்று விட்டு கள்ளன் குருசடி வழியாக நடந்து வீட்டில் வந்து ஏறிய அந்த மாலை நேரம் இறந்தார். உறவினர்கள் கண் பார்த்து நிற்கும்போது.

காற்று அசையாத நண்பகல் நேரம். மிடாலத்திலிருந்து சொரிமணலில் வெறும் காலால் நடந்து வந்தார். பாதி வழி வந்த பிறகுதான் குடை எடுக்க மறந்துவிட்டதை நினைத் தார். சுருக்க முடியாத பனை ஓலைக்குடையல்ல அது. வழி நெடுக மக்கள் ஆச்சரியமாகப் பார்த்து வியந்து போகும் புதுவிதமான கறுப்புத்துணி குடை!

“இதென்னப்பா ஒரு தினுசு கொடெ!”

தறவாட்டுக்காரர்களை இனம் காட்டும் அடையாளம், தலைக்கு மேல் வைக்கும் ஓலைக்குடை. கர்ப்பிணியான ஆசியாஉம்மாவின் காலில் கர்ப்பகால நீர் வீக்கமிருப்பதாக மிடாலத்திலிருந்து வந்த ஒஸாத்தி சொல்ல அவர் புறப்பட்டுச் சென்றார்.

அனந்தராமன் வைத்தியரின் கஷாயம் குடித்தும் ஆசியா வின் காலில் வீக்கம் குறையவில்லை. தென்பத்தனுக்குப் புறப்படும் நேரத்தில் ஆசியா வாசலில் வந்து கூப்பிட்டாள்.

“வாப்பா.”

“என்ன மக்கா?”

“எல்லாரும் கேவலமா சொல்லுதாங்கோ.”

“என்னவாம்?”

“எக்கெ மைனிமாருக்கெல்லாம் பொன்னரைஞாணம் உண்டு. எக்கு மட்டும்தான் இல்லெ.”

“அப்படியா? போட்டு தாறேன் மக்கா.”

“தோவும் கூம்பும் போட்டு செய்து தாருங்கொ.”

“செய்து தாறேன்.”

“அடுத்த பெறயிலெ எக்கெ கொளுந்தனுக்குக் கல்யாணம். அதுக்கு முன்னெ செய்து தருவீளா வாப்பா?”

“செய்து தாறேன் மக்கா.” உறுதியளிக்கும்போது குடும்பப் பொருளாதார நிலையை நினைத்தார்.

பாட்டம் வரவு குறைந்த நேரம். தேங்காய்க்கு விலை இல்லை. சில்லீடு. எண்ணெய் ஆட்டும் வாணியர்களுக்கும் தேங்காய் வேண்டாம். நஷ்டமாம். பேரும் பெருமையுமுள்ள கல்லுவீட்டுக் குடும்பத்தில் சம்மந்த உறவு. குடும்பக் காரணவரின் தலை மூத்த மகனுக்கு திருமணம் முடித்துக் கொடுத்ததே ஒரு பெருமை. கல்லுவீட்டுக் குடும்பத்திலுள்ள ஒய்யாரப் பெண்களுக்கு உள்ளங்கால் முதல் உச்சிவரை பொன்நகைகள் இருந்தன. பொன்நகைகள் அணிந்து கிலுகிலு ஓசை எழுப்பிக் கொண்டு ஒரு தடவை நெல் காய்க்கும் மரத்தைக்காண ஆசைப்பட்டுப் புறப்பட்டுப் போன சீதேவிப் பெண்கள் மத்தியில் பவுரீன்பிள்ளையின் பேத்திக்கு ஒரு குறை ஏற்படலாமா? ஓலைக்குடையில் முகம் மறைத்து, பல வண்ண நூல்களால் பூக்கள் பின்னிய கட்டுக்குப்பாயம் அணிந்து, பட்டு நாடாவால் முந்தாணி கட்டிய சாய கச்சமுறி உடுத்து ஒரு சாண் அகல முள்ள மதுரை ஜரிகைத் தட்டத்தால் முட்டாக்கு போட்டு மிடாலத்திலிருந்து பெண்ணை அழைக்க சவ்தா மன்ஸிலுக்கு வந்த கல்லு வீட்டுக் குடும்பத்திலுள்ள ஓமனப் பெண்களைப் பார்க்க நூறுகண்கள் வேண்டும். அவ்வளவு அழகானப் பெண் மணிகள். அவர்கள் உடையிலுள்ள அத்தர்வாசம் அவர்கள் நடந்து வந்த பாதையில் பல நாட்களாகத் தங்கி நின்றதாகக் கேள்வி. அந்தப் பெண்கள் மத்தியில் சவ்தா மன்ஸிலிலுள்ள ஒரே பெண் வாரிசுக்கு எந்தவிதக் குறையும் இருக்கக்கூடாது.

உடனடியாகப் பொன்னரைஞாண் செய்ய கையில் ரொக்க மில்லை. ஆசியாஉம்மாவின் கல்யாணம் கெங்கேமமாக நடத்த வாங்கிய கடன் சிறுகச்சிறுகத் திருப்பிச் செலுத்திய நேரம்.

ஏதாவது தோப்பை விற்பனை செய்தாக வேண்டும். எதை விற்பது? பவுரீன்பிள்ளை உப்பாவிடமிருந்து வாரிசுரிமைப் படி கிடைத்த தோப்புகளெல்லாம் பல பங்காகக் கூறுபோட்ட பின் கிடைத்தது பத்தோ பதினைந்தோ நம்பர் தோப்புகள். ஆசியா உம்மாவின் திருமணத்தின்போது ரண்டு மூன்று நம்பர் தோப்புகள் விலையாகக் கைமாற்றம் செய்யப்பட்டன. புத்தம் வீட்டை இடித்து சவ்தா மன்ஸில் கட்ட இரண்டு நம்பர் தோப்புகள்.

எந்தத் தோப்பை விலையாதாரம் செய்து பணம் வாங்கி பொன்னரைஞாண் செய்து கொடுப்பது என்ற சிந்தனை நூர்முகம்மதைக் குடைந்தது. மாதோட்டமா? செம்பிரான் தோப்பா? அரையன் தோப்பா? எந்தத் தோப்பு? சிந்தையில் வண்டுகள் மொய்த்தபோது மகளுடைய வீட்டில் வைத்த குடையை எடுக்க மறந்துவிட்டார்.

கள்ளன் குருசடி வழி சொரி மணலில் நடக்கும்போது அவருடைய உச்சியில் வேர்த்தது. வேர்வை துடைத்த துவர்த்து ஈரமானது. வீட்டு நடையில் ஏறியதும் துவர்த்தைப் பிழிந்தார். வீட்டிற்குள் ஏறியபோது தொண்டையில் வறட்சி ஏற்பட்டதை உணர்ந்தார். ஒரு கடல் அளவு தண்ணீரை குடித்தாலும் அடங்காத தாகம். நாலைந்து செம்புத் தண்ணீரை ஆமினாவின் கையால் வாங்கிக் குடித்தார். இருந்தும் தாகம் தீரவில்லை. உடல் பூராவும் வேர்த்துக் கொட்டியது. நாலைந்து பேர் சுற்றிநின்று வீசிக்கொடுத்தனர். வேர்வையைத் துடைத்தனர். இருந்தும் அடங்காத வேர்வை, தாகம்.

“ஆசியாவுக்கு ஒரு பொன்னரைஞாணம் செய்து குடுக்க ணும்.” ஆமினாவைப் பார்த்த கண்கள் பார்த்தபடி இருக்கை யிலே தலை குழைந்தது.

வாப்பாவின் திடீர் இறப்புச் செய்தியை அறிந்து ஆசியா தலையிலறைந்து அழுதாள். உடுத்தியிருந்த துணியுடன் இறங்கி கள்ளன் குருசடி வழி நடந்து வந்தாள். அந்த இறங்கிப் போக்கைப் பற்றி இப்பவும் கல்லுவீட்டுப் பெண்கள் குறை கூறுவதுண்டு. வீட்டிற்குள் நுழைந்ததும் சிரித்தபடி மல்லாந்து கிடக்கும் வாப்பாவின் முகத்தைப் பார்த்துத் தேம்பித் தேம்பி அழுதாள்.

“எக்கு பொன்னரைஞாணம் செய்து தாறேனு சொல்லீட் டில்லியா எறங்கி வந்தது.” ஆசியா உடம்பறை மேல் கிடந்து அழுதாள். ‘நாற்பது பாத்திஹா’ வரையிலும் குளிநனையில்லா மல் உடம்பறை மீது கிடந்து அழுதழுது துக்கத்தைக் கரைத்தாள். கண் இமைகள் தடித்தன. முகத்தில் நீர் போட்டது. உடல் முழுதும் நீர் போட்டது.

“நாப்பதெல்லாம் களிஞ்சில்லியா ஊட்டுக்குப்போலாம்.” நாற்பது பாத்திஹா முடிந்தபின் செய்தகம்மது மனைவியை மிடாலத்திற்கு அழைத்தார்.

“நா வரமாட்டேன்.”

“ஏன்?”

“பொன்னரைஞாணம் போடாதெ நா இனி கல்லு ஊட்டுலெ காலு குத்த மாட்டேன்.”

“அவொ இனி பெத்தெழும்பி பொன்னரைஞாணமும் போட்டுட்டு வருவா.”

திரை மறைவில் நின்று பெண்கள் சொன்னார்கள்.

செய்தகம்மது நிர்ப்பந்தம் செலுத்தவில்லை.

கர்ப்பிணியை அங்குமிங்கும் நடக்க வைக்க வேண்டாம். வில் வண்டி போகாத குக்கிராமம். இடுங்கிய பாதைகள். கள்ளன் குருசடி வழியாகத்தான் நடக்கவேண்டும். வழி அவ்வளவு நல்லதல்ல. பல பெண்களை ஏமாற்றிய வழி. மக்கள் நடமாட்டம் அதிகமில்லாத கள்ளன் குருசடி, மாடனுக்கும் இசக்கிக்கும் பாசறை. வழிப்பறிக்கொள்ளை அங்குச் சர்வ சாதாரணம், தனியாக அதுவழியாக வருபவர்களைத் தடுத்து கையிலிருக்கும் பொருட்களைக் கொள்ளையிடுவார்கள். எதிர்ப்பவரை வெட்டி பக்கத்திலுள்ள கைதைப்புதரில் எலியைத் தூக்கி வீசுவதுபோல் வீசி விடுவார்கள்.

சவ்தா மன்ஸில் படிப்புரை மூலையிலுள்ள கட்டிலில் செய்யதகம்மது அன்று முட்டுக்கட்டி உட்கார்ந்திருந்தார். உட்கார்ந்து சலித்த அவருடைய சங்கிலிக் கொட்டாவிகளைக் கண்டபோது இஸ்ராயில் முதன்முதலாக கைச்சுற்றுபீடி ஒன்றைக் கொடுத்தான். “வலிச்சுப்பாருங்கோ புதியாம்புளெ, ஒறக்கம் வராது.”

அன்று கிடந்து அழுது கையடக்கிய அந்த உடம்பறையில் தான் இப்பவும் ஆசியாவின் பகலிரவில்லாத சுகநித்திரை. படிப்புரைத் தெற்கு மூலையில் போடப்பட்டக் கட்டிலில் செய்தகம்மதின் முட்டுக்கட்டிய சோம்பேறி இருப்பும்.

பவுரீன்பிள்ளை உப்பாவின் பரம்பரையை நிலைநாட்டுவதற்காகத் தறவாட்டிலுள்ள காரணவர் பதவியை ஏற்று வாங்க, பவுரீன்பிள்ளை உப்பா சாய்ந்து கிடந்து ஹுக்கா குடித்த சாய்வு நாற்காலியில் முஸ்தபாக்கண்ணை குடும்பத்திலுள்ள முதியவர்கள் பிடித்து உட்காரவைத்தனர். வால்மூட்டை துவாரங்கள் போட்டுப் பூச்சிகள் நிறம் மங்கிய பட்டுத்துணியை வெள்ளித் தாம்பாளத்தில் விரித்தனர். வெள்ளிப்பிடியுள்ள உடைவாளைப் பட்டில் வைத்து முஸ்தபாக்கண்ணின் கையில் கொடுத்தனர். முஸ்தபாக்கண்ணு மொட்டைத் தலையைத் தொப்பி போட்டு மறைத்தார். தொப்பியைச்சுற்றி பட்டுறுமால் கட்டிக் கொண்டார். பட்டுத்துணியால் வெள்ளிப்பிடியுள்ள வாளின் கூரியவாயைத் துடைத்தார். சாய்வு நாற்காலியிலிருந்து எழும்பி மூக்கிற்கு நேராக வாளை உயர்த்திப் பிடித்துக் கொண்டு உடைவாளை சாட்சியாக்கி உறுதிமொழி எடுத்துக் கொண்டார்.

“என்னுடைய மூதாதையரான பவுரீன்பிள்ளை உப்பா, ஸ்ரீ அனந்தபத்மநாபனின் தேசமாகிய திருவிதாங்கூரைச் சேவித்தது போல் என் வாழ்நாள் முழுதும் இந்தத் தேசத்தை சேவிக்கவும், பவுரீன்பிள்ளை உப்பாவின் குடும்ப மகிமையை நிலைநாட்டுவதுடன் குடும்பச் சொத்துக்களைப் பாதுகாக்க வும், வாரிசுரிமைப்படி வாரிசுகளுக்குப் பங்கு போட்டுக் கொடுப்பேன் என்றும், இந்தப் புகழ்பெற்ற தறவாட்டின் கவுரவத்தைப் பாதுகாப்பேன் என்றும் பவுரீன்பிள்ளை உப்பா வின் இந்த உடைவாள் சாட்சியாக உறுதி கூறுகிறேன்.”

முஸ்தபாக்கண்ணின் பதவி ஏற்பு வைபவம் பள்ளியில் நகரா ஒலி எழுப்பி, ஊரறிய உலகறிய நடந்தது. கடாவெட்டி கறி வைத்தனர். கோழி பொரித்தனர். ஊர்மக்கள் சுற்றியிருந்து கோழிக்கால்கள் ருசித்துச் சூப்பினர். சுப்றாவில் எலும்புக் குவியல்.

அன்று சாய்வு நாற்காலியில் அமர்ந்த பிருஷ்டத்தில் நாற்பது ஆண்டுகளாக மூட்டைக்கடி வாங்கி சொறிந்து கொண்டே இருக்கின்றார். சொறிந்து சொறிந்து புண்ணான போதும் அந்தப் பிருஷ்டம் அந்த நாற்காலியிலிருந்து எழவே இல்லை.

முஸ்தபாக்கண்ணு குடும்பக்காரணவர் பதவியை ஏற்றபின் பெரிய வயிறுடன் ஆசியா, காக்காவின் முன் வந்து நின்றாள்.

“வாப்பா, எக்கு கூம்பும், தோவும் போட்டு பொன்னரை ஞாணம் செய்துதாறேணு சொல்லிச்சு. நிங்கொ செய்து தாருங்கொ.”

“பாப்போம்.” முஸ்தபாக்கண்ணு தங்கையை தலை தூக்கிப் பார்க்கவே இல்லை.

ஆசியா இதை அடிக்கடி நினைவுபடுத்திக்கொண்டே யிருந்தாள். அப்போதெல்லாம் ஒரே பதில்தான்.

“பாப்போம்.”

ஆசியாவின் ஒடுங்கிய இடுப்பிலிருந்து, பதினாறு பவுனா லான பொன் அரைஞாணமும் அதில் நழுவி ஓடும் தோவும், அதில் தொங்கும் மணிகள் போட்ட கூம்பும் கிலுகிலு ஓசை எழுப்பாததால் ஆசியா, கல்லு வீட்டுப்படியை திரும்ப மிதிக்க வில்லை. ஒரே பிடிவாதம்: போட்டுத் தந்தாதான் போவேன்.

கல்லு வீட்டுக் குடும்பத்தில் எத்தனை எத்தனை பிரசவங் கள், கல்யாணங்கள், மரணங்கள். ஏன், கல்லுவீட்டுக் குடும்பக் காரணவருடைய மரணச் செய்தி தெரிந்து இந்தத் தேசத்திலுள்ள மக்களெல்லாம் வந்து கூடியபோது மிடாலத்தில் கால் ஊன்ற இடமில்லாமலிருந்தது. அவ்வளவு கூட்டம்! தலைக்கு மேல் மணல் அள்ளி வீசினால் தரையில் விழாது. அவ்வளவு நெரிசல்.

அந்த மரணத்திற்கே ஆசியா போகவில்லை. அவ்வளவு பிடிவாதம். முஸ்தபாக்கண்ணு போகாததற்குக் காரணம், அன்று காலையில் தும்மியபோது மூக்கிலிருந்து கொஞ்சம் சளி வந்ததுதான்.

உடம்பறையில் உறங்கிக்கிடந்த ஆசியாவை சைனபா வந்து தட்டியெழுப்பினாள்.

"மாமா மௌத்தா போச்சில்லியா, போவல்லியா?"

ஆசியா நடுங்கி விழித்தாள். அவளுடைய வாயோரம் வழிந்த சளுவாயைக் கையால் துடைத்தாள். கையை சாரத்தில் துடைத்துவிட்டு அஞ்சாறு கொட்டாவி விட்டாள்.

"நா போவயில்லே. எப்படிப் போவ, இந்த மூளி இடுப் போடெ? பவுரீன்பிள்ளை உப்பாக்கெ பேத்தியில்லையா நான்? சவ்தா மன்ஸிலிலெ காரணப்பாடுக்கெ மொவயில்லியா நான்? எப்படி இடுப்பிலெ பொன்னரைஞாணம் இல்லாமெ நாலு பேரு பாத்து நிக்கும்பம் கள்ளன் குருசடி வழி நடந்து போவூது எப்பிடி? மரிச்ச ஊட்டுலெ இந்த வெறும் இடுப்போடெ எப்பிடி ஏறிப்போவூது? சொல்லு சைனவா நீ ஒரு நாயம்!"

"உள்ளதுதான் உம்மா. மகாராஜாவு பட்டும் வாளும் குடுத்த குடும்பத்திலெ உள்ள செல்லப்புள்ள இடுப்பு மூளியாட்டு எப்படிப் போவூது? பாக்கூக்கு ஒரு நெரப்பு வேண்டாமா வுள்ளே. நாலு பேரு என்ன சொல்லுவாங்கோ."

இடையிடையே செய்தகம்மது மனைவியை நினைவூட்டிக் கொண்டிருந்தார்.

"ஊட்டுக்குப் போவண்டாமாவூட்டீ?"

"காக்கா இதுவரை பொன்னரைஞாணம் போட்டுத் தரயில்லியே."

"நீ கேளுடீ."

ஆசியாஉம்மா பல தடவை முஸ்தபாக்கண்ணை நினைவு படுத்தினாள். நினைவுபடுத்தி, நினைவுபடுத்தி அலுத்தாள்.

எப்போதும் ஒரே பதில் – "பாப்போம்."

கடைசியாக செய்தகம்மது ஒரு புத்தி சொல்லிக் கொடுத் தார் மனைவிக்கு.

"நிக்கெ வாப்பா மரிச்சு வருசம் கொஞ்சமாச்சில்லியா, சொத்தெ பாகம் வச்சுக்கேளு!"

❖

10

செம்பிரான் தோப்பில், தெற்கு மூலையில் நின்றிருந்த ஆயனி மரத்தில் முதன்முதலாக கன்னிக்காய் பிடித்த ஆய்னிச் சக்கையைப் பெரிய பாக்குப்பானையில் வைக்கோல் போட்டுப் பழுக்க வைத்தான், கைமணி பாலய்யன். பழுத்த தங்க நிறமான ஆயனிச் சக்கையை ஒரு கடவப்பெட்டியில் வைத்து, வைக்கோல் போட்டு மூடி, காதில் கடுக்கன் போட்ட கைமணி பாலய்யன் தலையில் சுமந்து வந்தான். சவ்தா மன்ஸிலில் பூ முகத்தில் சாய்வு நாற்காலியில் சாய்ந்து படுத்திருந்த பொன்னுத் தம்பு ரானான முஸ்தபாக்கண்ணின் காலடியில் கடவப்பெட்டியை இறக்கி வைத்தான். தலையில் செம்மாடாக வைத்திருந்த புது கசவு நேரியலை அவிழ்த்து கக்கத்தில் இடுக்கி சற்று விலகி ஒரு கை நெஞ்சில் அணைத்து இன்னொரு கையால் வாய் பொத்தி நின்றான்.

“என்னடா, பாலய்யா?”

“தம்புரானுக்கு காச்செ.”

“என்னடா காழ்ச்செ?”

“செம்பிரான் தோப்பிலெ நல்லப்பம் கன்னி காச்ச ஆயனிச்சக்கெ.”

“புளிப்புண்டா?”

“தேன் தோத்துப் போவும் தம்புரானே.”

முஸ்தபாக்கண்ணு இடுப்பைத் தடவினார். காகிதப் பொதியைப் பிரித்து ஒரு வெள்ளித்துட்டை எடுத்து நீட்டினார்.

“வெள்ளம் குடிச்சிட்டுப் போடா.”

“உத்தரவு.” கைமணி பாலய்யன் பணிவு காட்டிக் குனிந்தான்.

இரு கைகளை ஒன்று சேர்த்து நீட்டினான். கையை உயர்த்தி கைமணியின் உள்ளங்கையில் காசைப் போட்டார்.

"அடியன்." கைமணி இரு கைகளால் கும்பிட்டு விடை கேட்டான்.

"போயிட்டு வா."

கைமணி பாலய்யன் பின்பகுதி தெரியாமல் குனிந்தபடி பின் வாங்கி இரு சிங்கங்கள் படுத்திருந்த சவ்தா மன்ஸில் மதிலைக் கடந்து சென்றதும் முஸ்தபாக்கண்ணு கடவப் பெட்டியிலிருந்து ஒரு ஆயனிச்சக்கையை நெட்டியில் நுள்ளிப் பிடித்து தூக்கினார். மூக்கைத் துளைக்கும் ருசி மிகுந்த வாசம். வருக்கை ஜாதி. சாதாரணமாக தின்பதில்லை. உடம்புக்கு ஒத்துக்கொள்ளாது. கொதி தாளாமல் தோல் களைந்து ஒரு சுளையைப் பிய்த்து வாயில் போட்டு சுவைத்துப் பார்த்தார். அதன் வெளுப்பான கொட்டையை முற்றத்தில் துப்புவதற் காகத் தலையை திருப்பினார். முன்னால் ஆசியா.

"காக்கா."

முஸ்தபாக்கண்ணு தங்கையைப் பார்த்தார்.

"எக்கு மக்களும் குட்டியளும் ஆச்சில்லியா? எக்குள்ள சொத்தைப் பங்கு வச்சு தாருங்கோ."

எதிர்பாராத அந்தக்கேள்வி முஸ்தபாக்கண்ணை நடுங்கச் செய்தது. எட்டு திசையையும் தம் பெயராலேயே கிடுகிடுவென நடுங்கவைத்த பவுரீன்பிள்ளையின் குடும்பத்தில் இதுமட்டிலும் எந்தப் பெண் வாரிசும் கேட்கத் துணியாதக் கேள்வி. திமிரான, பாவமான கேள்வி. குடும்பக் கவுரவத்தை நிலைநாட்டிய பின் மீதமுள்ள சொத்தில் குடும்பக்காரணவர். அல்லாவும் ரசூலும் சொன்னபடி பங்கு வைத்துக் கொடுப்பதைப் பெண் கள் பெற்றுக்கொள்ள வேண்டும். காரணவர் சொல்லுமிடத்தி லெல்லாம் பெண்கள் இடதுகைப் பெருவிரலை உருட்டவேண்டும். கடைசி ஸமானின் பேய்க்கோலம். அல்லாமல் என்ன சொல்ல? அதுவும் சவ்தா மன்ஸிலின் நான்கு சுவருக்குள்ளிருந்தா இப்படி ஒரு கேள்வி எழவேண்டும்? படச்சவனே, இதென்ன பரீட்சை?

"ஒனக்கு இப்படி ஒரு புத்தி எப்போ தோணிச்சுள்ளே." முஸ்தபாக்கண்ணு ஆசியாவை வெறுப்புடன் கீழ்மேல் பார்த்தார்.

தெற்கு மூலையில் கட்டிலில் உட்கார்ந்திருந்து, தோளில் கிடந்த கோடி சுட்டிக்கரைத் துவர்த்தின் தும்புகளை ஒன்றோடு ஒன்று பிணைத்து கட்டிக்கொண்டிருந்த செய்தகம்மது, முஸ்த பாக்கண்ணு மச்சானுடைய குரலில் தொனித்த கடுமையைக் கேட்டதும் வெளியே சென்றுவிட்டார்.

"சொத்தா பங்கு வெச்சு கேக்குதா?"

"ஓ."

“பாகம் வெச்சு தர சொத்து எங்கெயிரிக்கி?”

“வாப்பாக்கெ சொத்து?”

முஸ்தபாக்கண்ணு பதில் சொல்லத் திணறினார். சித்திரங்கள் கொத்திய தட்டின் மீது பார்வையைத் திருப்பினார். மின் இணைப்பு துண்டிக்கப்பட்டு ஆங்காங்கெ அறுந்து தொங்கும் பழைய மின் வயர் முனைகளில் குடி கொண்டிருக்கும் கறுப்புக் கொசுப்படைகளைக் கண்டார். வலையால் சாலை நிர்மாணம் செய்து சரளமாக ஓடித்திரியும் எட்டுக்கால் பூச்சிகளின் தடித்த அடிவயிற்றைக் கண்டார். தேக்கு மர உத்திரங்களில் உளியால் தீட்டிய கவிதையைப் பொதிந்திருக்கும் செம்மண் புற்றிற்குள் உலாவும் வெள்ளை நிறமுள்ள கறையான்கள். கழன்று போன தட்டுப்பலகைகளையும் அது வழியாகத் தெரியும் உடைந்த ஓடுகளையும், ஓடுகள் உடைந்த துவாரங்களில் இறங்கி வரும் வானத்தின் துண்டுகளையும் கண்டார்.

“ஏன் ஒண்ணும் பேசயில்லெ?” ஆசியா நினைவூட்டினாள்.

முஸ்தபாக்கண்ணு தன்னுணர்வு பெற்றார். ஆசியாவைப் பார்த்தார். பதில் இல்லாமல் திகைத்தார். சவ்தா மன்ஸிலின் காரணவர் தாம் என்ற உணர்வு பகிர்ந்த திமிரில் பேசத் துவங்கினார்.

“வாப்பா மரிச்சது தெரியுமா?”

“தெரியும்.”

“வாப்பா ஹயாத்தோட இரிக்கும்பம் வாப்பாக்கு இந்த தொங்கல் முதல் அந்தத் தொங்கல் வரை பாட்டம் உண்டு தெரியுமா?”

“தெரியும்.”

“இப்பம் பாட்ட வருமானமில்லை. வாப்பா மரிச்சதோட பாட்டமெல்லாம் போச்சு. ஒனக்கெ கல்யாணத்துக்கும் சவ்தா மன்ஸில் கட்டூக்கும் கொஞ்சம் சொத்துக்களை வாப்பா வித்தது தெரியுமா?”

“தெரியும்.”

“மிச்சம் கெடந்த சொத்துக்களெ வித்துதான் இதுவரெ குடும்பக் கவுரவத்தைக் காப்பாத்தினேன். பவுரீன்பிள்ளை உப்பாக்கெ இந்த வலிய தறவாட்டு மகிமையை நெல நாட்டண்டாமா? ஒவ்வொரு நம்பர் தோப்பெயும் வித்துதான் இதுவரெ குடும்ப செலவு நடத்தினது.”

“இந்த ஆயனி சக்கெ எங்கெ இருந்து?”

“செம்பிரான் தோப்புலெ உள்ளது.”

“அதெ எக்கு பொன்னரைஞாணத்துக்குப் பதில் எழுதித் தாருங்கோ.”

முஸ்தபாக்கண்ணு பதில் சொல்லாமல், தலைகுனிந்தார். நீண்டதாடிக்குள் விரல் முனைகளை ஓட்டினார். நாற்காலிக் காலில் அவருடைய கால்கள் அசைந்தன. ஒரு சிகரெட்டை எடுத்துப் பற்ற வைத்தார். ஊதி விட்ட புகை ஆசியாவின் முகத்தை வலம் வந்தது.

“ஏன் ஒண்ணும் பேசயில்லெ?”

“செம்பிரான் தோப்புக்கு அட்வான்ஸ் பணம் வாண்டியாச்சு.”

“அப்பொ எக்கு?”

“ஒனக்கெ மோளெ வலிய தறவாட்டிலெ கட்டிக்குடுக் கூதுக்கு ரண்டு நம்பர் புரயிடத்தெ வித்தது தெரியாதா? ஒனக்கு பாகம் செய்து தர இனி சொத்தில்லெ.”

“அப்பொ நான்?”

“நிக்கொ ஹயாத்து வரை சவ்தா மன்ஸிலிலெ தங்கி, உள்ள சோத்தெ தின்னிட்டு அல்ஹம்துலில்லாணு கெடயுங்கோ.”

ஆசியா எதுவும் பேசவில்லை. தறவாட்டுச் சொத்துக்கள் அன்னியர் கைக்கு மாறிப்போன திடுக்கிடும் செய்தி, வேதனை மிக்க சிந்தனைகளில் அவளை மூழ்கடித்தது. இதயத்தில் ஒரு வெறுமைச்சுமை அனுபவப்பட்டபோது திரும்பி நடந்தாள். உடம்பறை மீது சுருண்டு கிடந்தாள். மௌத்தாகும் வரை வயிற்றுக்கு அன்னம் கிடைத்தால் மட்டும் போதுமா?

சாய்வு நாற்காலியில் காலை நீட்டி சுக சயனம் கொண்ட முஸ்தபாக்கண்ணின் ரோமம் மூடிய காலில் எலி பிராண்டியது. முஸ்தபாக்கண்ணு சடாரென்று விழித்தார். “சீ போ, ஷைத்தானே.” எலியை விரட்டினார்.

“எலீணு பயந்நீட்டீளோ, நான்தான்” தாழ்ந்த குரல். கண்களை கசக்கிப் பார்த்தார்.

இஸ்ராயில்.

“நீயாடா பகயா? நா வல்ல எலியாக்கும் எண்ணு நெனச் சேன். பயங்கர எலி சல்லியம்.”

“உள்ளதா?”

“ஓண்டா.” குரல் தாழ்த்திக் கேட்டார். “என்னாச்சு?”

“வாண்டியாச்சு.” துவர்த்தால் மூடி கக்கத்தில் மறைத்து வைத்திருந்தக் குப்பியை எடுத்துக் காட்டினான் இஸ்ராயில்.

சிவனப்பிராசம்! சதை திரண்ட ஒரு மல்யுத்த வீரனின் போட்டோ ஒட்டிய குப்பி. சிவனப்பிராசம் சாப்பிட்டால் அதிலுள்ள மல்யுத்தவீரனின் கைகள் போல் பரந்த மார்பு போல், உடல் கொழுத்து தடித்து இளமை குந்தி விளையாடும். ரைஹானத்தின் நாக்கிலிருந்து தண்ணி வடியும். அவள் கண்களில் கனவு மொட்டு மலரும்.

“ஒரு நெல்லிக்கா அளவு. மூணு நேரம் நாப்பது நாள்.”

“கோட்டக்கல் ஆரிய வைத்தியசாலைக்காரன் என்ன சொன்னான்?”

“நாப்பதாமத்தெ நாள் புதியாப்ளெ.”

“உள்ளதா ...?” முஸ்தபாக்கண்ணின் முகத்தில் சந்திரோதயம். வீட்டிற்குள் எட்டிப்பார்த்தார். பாறுகாலி இல்லை. தெற்கு மூலையில் கட்டிலைப் பார்த்தார். உறக்கப் பாயைத் தட்டி மூட்டைகளைத் தேடிப்பிடித்துக் கொன்று குவித்துக் கொண்டிருந்த செய்தகம்மது மச்சான் இல்லை. குப்பியை வாங்கி திருப்பித் திருப்பிப் பார்த்து வாசித்தார் – “பித்தம், வாதம், மலச்சிக்கல், அஜீரணம் தீர, தேக புஷ்டி, யௌவனம் திரும்பப்பெற.” சிறு எழுத்துக்களைக் கூர்ந்து நோக்கி தேடிப் பொறுக்கி வாசித்து மகிழ்ந்தார்.

முஸ்தபாக்கண்ணு சாய்வு நாற்காலியிலிருந்து பிருஷ்டத்தை மெதுவாக உயர்த்தினார். “இரி வாறேன், இதெ அந்தச் சின்னப் பயபுள்ள காணாதெ ஒளிச்சு வச்சிட்டு வாறேன்.”

நேராக உறக்க அறைக்குச் சென்றார். மரியத்தின் கண்கள் எட்டாத இடத்தில் மறைத்து வைத்தார். திரும்பி வந்து சாய்வு நாற்காலியில் அமர்ந்தார்.

“நம்மொ விஷயம் மறந்திட்டியோ ...?”

“ஓர்மதான். வர்ற வழீலெ நம்மொ மீம்புள்ளயெக் கண்டேன். கேட்டேன்.”

“களீக்களயில அவருக்கெ சொந்தத்திலெ ஒண்ணு இரிக்கிதாம். புலூக்காயி பத்து வரிசமாச்சாம்.”

“அதுக்கென்னடா? கொள்ளாம். சிவனப்பிராசம் சாப் பிட்டப் பெறவு நடத்துவோம். போய்க் கேட்டுப்பாரு.”

“கேக்கத்தான் போறேன்.”

“கேளுடேய். நீ இப்பிடி ஏமாத்திட்டே போனா?”

“அல்லா, சவ்தா மன்ஸிலிலெ காரணவரெ இந்த இஸ்ராயில் ஏமாத்துவனா? உண்ட சோத்துக்கு நண்ணி காட்டண்

டாமா? நிங்கக்கு ஒரு நிக்காஹ் நடத்தி வச்சிட்டுதான் மத்தெ காரியம்."

"டேய், கல்யாணம் செய்தா ஒரு நல்ல அற வேண்டமா?"

"வேணும்."

"நா, இப்பம் உறங்குத அறயில்லாதெ வேறெ அற இல்லப்பா."

"தெரியும். தெக்கறயும் நடறயும் எல்லாம் இடிஞ்சு போச்சு."

"இப்பம் உள்ள அறயிலெ கெடக்க முடியாது."

"சூடு . . .?"

"சூடு இல்லெ. நல்ல காத்து வரும். ஆனா எலி சல்லியம். கண்ணு அயந்து வந்ததும் கண்ணுலெயும் காதிலெயும் எலிப்புளுக்கெ. தலமாட்டிலெயும் கால் மாட்டிலெயும் பெருச்சாளிபோலெ வலிய வலிய எலி கெடந்து ஓடுதப்பா."

"பொறி வச்சுப்புடிச்சாலோ?"

"இந்த எலியும் எலிப்புளுக்கெயும் நெறஞ்ச அறயிலெயா ஓய் கல்யாணம் செய்து பெண்ணே கொண்டு வருது"

"எலியெ நான் பாத்துக்கிடுதேன்."

"எப்பிடிப் பாப்பா?"

"ஒரு எலி பாத்திஹா ஓதணும்."

"அப்பொ?"

"ஒரு எலிகூட இந்தப் பிரதேசத்திலெ வந்து வாலாட்டாது."

"அப்படியா?"

"பாறைமேல் பாவாக்கெ பேருக்கு ஒரு எலி பாத்திஹா ஓதினாப்போதும். அந்தப் பாவாக்கெப் பேரெ கேட்டா போதும். எலி, பாச்சான், பல்லி, அரணெ இப்படிப்பட்ட பலாய் முஸீபத்து ஒண்ணும் ஊட்டுலெ வந்து தலெ காட்டாது."

"புதியோண்ணு வந்து கெடக்கத அறயில்லியா, ஒரு எலி பாத்திஹா ஓதுவோம்." முஸ்தபாக்கண்ணு முடிவு செய்தார்.

"மடியிலெ வல்லதும் கெடக்குதா, புள்ளிகளுக்குக் கௌங்கு வாண்டீட்டுப் போவ?" இஸ்ராயில் தலைசொறிந்தான்.

முஸ்தபாக்கண்ணு இடுப்பைத் தடவி காகிதப்பொதியை எடுத்தார்.

❖

11

சவ்தா மன்ஸின் தட்டின் மீது இருள் பதுங்கிய ஏதோ மூலையில் இருந்து துர்வாடை வீசியது. சிலவேளை வெளியே யிருந்து வரும் காற்றிலும். சவ்தா மன்ஸிலின் உட்பகுதியில் தேங்கி நின்ற துர்வாடையை முஸ்தபாக்கண்ணு முகர்ந்தார். இடையிடையே துண்டை எடுத்து மூக்கைப் பொத்தினார். மூக்கு பொத்தும்போதும் மூக்கைச் சிந்தும்போதும் எலி பாத்திஹாவைப் பற்றிய நினைப்புகள் – பெரிய பாத்திஹாவா? சிறு பாத்திஹாவா? பெரிசானால் செலவு அதிகம்.

ஆனால் ஒரு பிரச்சனை!

பாத்திஹா பெருசா, சிறுசா என்பதல்ல. ஓதுவது, எட்டு வீட்டுப் பிள்ளைகளை அதட்டி கிடுகிடுவென நடுங்க வைத்த பவுரீன்பிள்ளை உப்பாவின் குடும்பத்தில். ஒருகாலத்தில் ஆகாயத்தை முத்தமிட்டு நின்ற சவ்தா மன்ஸிலுள்ள மௌலூது அறையில் வைத்து. இன்று சவ்தா மன்ஸில் ஆகாயத்தை முத்தமிடவில்லை. முகம் நொறுங்கிப் போய்விட்டது. மௌலூது அறையும் இடிந்துவிட்டது. அதன் அஸ்திவாரச் செம்மண் தரையில் பல காட்டுச் செடிகள் முளைத்து நிற்கின்றன. இருந்தாலும் குடும்பத்தின் புகழும் கவுரவமும் குன்றவில்லை. சவ்தா மன்ஸிலின் அடுப்பங்கரைக்கு மேல் கட்டுக்குலைந்த கழுக்கோலிலும் பட்டியலிலும் பற்றியிருக்கும் புகை ஓடுகள் வாயிலாக இறைச்சி வேக வைக்கும் புகை உயரும்போது தென்பத்தன் மக்கள் அந்தப் புகையை சுவாசிப்பார்கள். மக்கள் சவ்தா மன்ஸிலின் முற்றத்தில் மல்லாந்து கிடக்கும் நிழலில் ஒதுங்கி வட்டமாக உட்கார்ந்து நாக்கில் ஊறும் எச்சிலைக் குடித்துத் தொண்டையின் வறட்சியைப் போக்குவார்கள். அந்திக்கடையில் மீன் விற்கும் பெண்கள் சவ்தா மன்ஸிலுள்ள நேர்ச்சைச்சோறு வாங்க ஈக்காம்பெட்டியை அக்குளில் இடுக்கிக்கொண்டு பக்கத்திலுள்ள தோப்பின் நிழலில் சுருண்டு

படுப்பார்கள். சில மிஸ்கீன்கள் உண்ட பின் மீதிச் சோற்றை அள்ளிக்கட்ட கையில் துணியுடன் வருவார்கள்.

இவர்களையெல்லாம் ஏமாற்றத்துடன் திருப்பி அனுப்புவது முறையா? அப்படி அனுப்புவது குடும்பப் பெருமைக்குப் பேரிழிவல்லவா?

யானை மெலிந்து போனால் தொழுவத்தில் கட்டுவதா? ஒரு பெரிய பாத்திஹா தான் ஓத வேண்டும்.

முஸ்தபாக்கண்ணு சாய்வு நாற்காலியில் சாய்ந்தவாறு கால்களைத் தூக்கி நாற்காலியின் கையில் வைத்தார். ஸ்டூலின் மீதிருந்து சிகரெட் எடுத்துப் பற்ற வைத்தார். தீக்குச்சியைப் பக்கத்தில் போட்டார். புகையை ஊதியபோது இருமல் வந்து முட்டியது. இருமி இருமிச் சளியைக் காறி படிக்கத்தில் உமிழ்ந்தார். இருமியதால் நெஞ்சில் வலி ஏற்பட்டது. நெஞ்சைத் தடவும்போது நெஞ்சிலுள்ள உரோமங்களைக் குனிந்து நோட்டமிட்டார். முழுதும் நரைக்கவில்லை. ஒருசில கறுப்பு உரோமங்கள் பார்வையில் பட்டபோது திருப்தி ஏற்பட்டது.

மறவணையில் வைத்து சட்டையைக் கழற்றும்போது களியக்காவிளைக்காரி கிழடென்று நடுங்குவாளா? சட்டையைக் கழற்றும் முன் எண்ணெய் குற்றம் என்று சொல்ல வேண்டும். நம்பிவிடுவாள். சிவனப்பிராசம் சாப்பிட்டு முடியும்போது கொழுகொழுவென்று கொழுத்து உருண்டு திரண்டு வரும் உடம்பில், இழந்து போன இளமைத் துடிப்பு திரும்பிவிடும். சுருக்கங்கள் நிமிர்ந்த உடலின் மினுமினுப்பையும் வடிவையும் கண்டாலே நம்பிவிடுவாள். இப்போதுள்ள கண்டகழிய எண்ணெயால் எத்தனையோ மைனர்களுக்குத் தலை நரைக்கவில்லையா, அதைப்போல்.

சாய்வு நாற்காலியில் படுத்திருந்தால் பின்புற வளாகம் தெரியும். ஆனி, ஆடி மழையில் அங்குப் புற்களும் காட்டுச் செடிகளும் துளிர்த்து நின்றன. புல்முனைகளில் புட்டான்கள் துள்ளித்திரிந்தன. காற்றில் கருகம்புல்லின் வாசனை. சங்கு புஷ்பச் செடிகளில் வெள்ளைப் பூக்கள் விரிந்தன. பூக்களிடம் கிண்ணாரம் பேசும் வண்ணத்துப் பூச்சிகள். பட்டுப் போகும் நிலையில் நின்றிருந்த பூவரசு துளிர்த்திருந்தது. மஞ்சள் பூக்கள் பூத்து நிற்கும் பழம்மூடு சீலாந்தி மரம். பல தித்திப்பு நினைவுகளை மனத்தில் கிளறிக்கொண்டு உயர்ந்து நிற்கிறது. துனியா முழுதும் கிளைகளைப் பரப்பி பச்சை இலைகளால் சூரியனை எதிரிடும் சீலாந்தி மரம்.

அடுத்த வீட்டிலுள்ள பாத்தும்மா இலையப்பம் அவிப்பதற் காகச் சீலாந்தி இலை பறிக்க அங்கு வந்த நினைவில் முஸ்தபாக்

கண்ணின் உதடுகள் மலர்ந்தன. அந்த மலர்ந்த உதடுகளில் அன்றைய போதை ஒரு புன்னகையாகப் படர்ந்தது. சீலாந்தி மரத்தினடியில் கால் முட்டளவு புதையும் சருகுகள். பாத்தும்மாவின் தளிர் ரோமங்களுள்ள கணுக்காலில் வெள்ளி யிலான முத்துக் கொலுசுகள் குலுங்கியபோது சருகுகள் சலசலத்தன.

பாத்தும்மா கால்களைப் பின் வாங்கி நின்றாள். சருகு களுக்கிடையே கூர்ந்து பார்த்தபோது தலையில் சங்கு சக்கர முத்திரையுள்ள ஒரு நல்லபாம்பு படமெடுத்து ஆடுகிறது.

"எக்க அல்லோ! பாம்போ!" கூப்பாடிட்டாள்.

கூச்சல் போட்டதைக் கேட்டு எல்லோரும் ஓடிவந்து கூடினர்.

சவ்தா மன்ஸிலின் மேல் மாடியிலும் அந்தக் கூப்பாடு கேட்டது.

முஸ்தபாக்கண்ணு மாடியிலிருந்து இறங்கி வரும்போது நடுநடுங்கி நிற்கிறாள், அடுத்த வீட்டு பாத்தும்மா. சுறுமாத் தீட்டியக் கறுப்புக்கண்ணில் கொடி பறக்கவிடும் பயம். பருவம் துள்ளித் துளும்பும் முகம். வெள்ளை நிற விரல் முனைகளில் மருதாணிச்சிகப்பு. நெற்றி வேர்வையில் ஒட்டிக் கிடக்கும் சுருண்ட கூந்தல் நுனிகள்.

பயந்தபடி நிற்கும் பெண், என்ன அழகு!

அடுத்த வீட்டில் பூத்து நிற்கும் குறிஞ்சியை அப்போது தான் கண்குளிரப் பார்த்தார். இருதயத்திற்குள் ஓடிய குளிர் அலையில் அசைந்த பட்டுநூல் கீச்சம் காட்டியது. அந்தக் கீச்ச மயக்கத்தில், நெஞ்சில் படர்ந்து கிடந்த துளிர் உரோமங் களைத் தடவினார். தடவும்போது அவளைப் பார்த்தார். அந்தப் பார்வை எய்து விட்ட குறும்பில் வெட்கித்து தலையைத் தாழ்த்தியவள், அங்குக் கூடிநின்ற பெண்களின் மறைவில் ஒளிந்தாள். பிறகு, கண்ணோர முனைகளால் பார்த்தாள். அவள் மீது ஊன்றிய கண்களை முஸ்தபாக்கண்ணு உருவ வில்லை.

முருங்கைக் கம்புகளை ஒடித்துக்கொண்டு பாம்பை அடிக்க ஆட்கள் வந்து கூடினர். காடுபிடித்துக்கிடந்தச் செடிகளை வெட்டி அப்புறப்படுத்தினர். சருகுகளைக் கிண்டிக் கிளறினர். தீ வைத்துச் சுட்டனர். கண்ணுக்குத் தெரிந்த பொந்துகளையெல்லாம் தோண்டினர்.

பாம்பு பிடிக்கும் மலுக்கு முகம்மது சாட்டுளியுடன் விரைந்து வந்தார். பொந்துகளில் மோப்பம் பிடித்தார்.

மூட்டைப்பூச்சிவாடை.

பாம்பு அடைகிடக்கிறது.

சாட்டுளியை கையில் பிடித்துக்கொண்டு மலுக்கு முகம்மது பாம்பை வேட்டையாடும்போது ஜனங்கள் சுற்றி நின்று பார்த்தனர்.

ஆண்கள் கூடியபோது பாத்தும்மா சவ்தா மன்ஸிலுக்குள் ஓடி ஏறினாள். அவள் கிணற்றின் கரைக்குச் செல்வதை முஸ்தபாக்கண்ணின் மேயும் கண்கள் கண்டன. முஸ்தபாக் கண்ணின் கால்கள் கிணற்றின் கரைக்கு நேராகத் திரும்பின.

கிணற்றைச் சுற்றிக் கட்டிய மதிலுள்ள வாசலில் பாத்தும்மா நிற்பதை முஸ்தபாக்கண்ணு கண்டார். அந்த வாசல் வழியாக அவளுடைய வீட்டுக்குச் செல்லலாம்.

அவள் திரும்பியபோது அவள் பின்னால் முஸ்தபாக் கண்ணு!

“பாம்பு கரிமூர்க்கனா? சேரையா? சேனத்தண்டனா ...?” முஸ்தபாக்கண்ணின் உதட்டில் புன்முறுவல். அந்தக் கோடு மீசையும் ஏதோ மொழிவது போலிருந்தது.

அவள் பதில் சொல்லவில்லை. வாசலைத் திறந்து கொண்டு ஒரே ஓட்டம்.

நாலு முழச் சாரம் உடுத்திக்கொண்டு, கடலாமணக்கும் பூச்செடிகளும் வளர்ந்து நிற்கும் பின் வளாகம் வழி வெட்கித்து ஓடும் அந்த வெளுப்பு லாவண்யத்தின் பின் அழகை நோக்கி மயங்கி நின்றார். அவளுடைய கூந்தல் கட்டு அவிழ்ந்து தோளில் வீழ்ந்து காற்றில் பறந்தபோது சகோதரப் பறவையின் சிறகின் மேல் அமர்ந்து ஏதோ ஊரின் எழில்பூங்காவனத்திற்குப் பயணம் சென்றார். அந்த மயக்கம், அந்தப் பயண இன்பம், எத்தனை யெத்தனை நாட்களாக மனதில் மதுரமாகத் தங்கி நின்றன.

பாத்தும்மாவைத் தனித்துக் காண்பதற்கான ஒரு சந்தர்ப்பத் திற்காகத் தாகம் கொண்ட நாட்கள், நரம்புகளில் மீட்டிய தேவராகம்.

“கேட்டீளா ...” மரியம் கூப்பிட்டது முஸ்தபாக்கண்ணுக்கு ஏதோ மூட்டைக்கடி போலிருந்தது. கடந்தகால இன்ப நினைப்புகளின் சுகத்தில் லயித்திருக்கும்போது மரியம் வந்து கூப்பிட்டது எரிச்சலாகயிருந்தது.

“என்னவுட்டீ ஷைத்தானுக்குப் பொறந்தவளெ. கொஞ்ச நேரம் மனுசனெ சும்மா இருக்க உடமாட்டியா ...?” முஸ்தபாக் கண்ணு சீறினார்.

“ஏன் இப்படி தேச்சியப்படுதியோ? வேளம்சொல லண்டமா?”

"என்னடீ வேளம்...?"

"தட்டுலெ ஒரு வலிய எலி செத்து, கெடந்து நாறுது"

"அதுக்கு நா என்ன செய்ய...?"

"நாறி அடுப்பளீலெ நிக்கப் பாடில்லெ. ஆரெயெங்கிலும் விளிச்சு அதெ எடுத்துப் பூத்தப்படாதா..."

"நா போயி ஆரே விளிக்கெ...?"

"வெளியிலே எறங்கிப் பாருங்கோ, ஆரெங்கிலும் போனா விளிச்சிட்டு வாருங்கோ."

"வெளியிலே சுள்ளுனு வெயில் அடிக்கூது தெரியல்லியா."

"அந்தி வெயில்தானே? ஒண்ணு வெளியே எறங்கிப் போய் ஆரெயெங்கிலும் விளிச்சிட்டு வாருங்கோ."

"என்னைக்கொண்டு முடியாது."

"நாறி நிக்கப்பாடில்லெ. இந்த நாத்தத்திலே எப்படி சோறு தின்ன முடியும்?"

"நீ சோறு தின்னண்டாம். நான் தின்னுவேன்." முஸ்தபாக் கண்ணு எதிரில் சுவரைப் பார்த்தார். நான்கு மணிக்கு சில நிமிடங்களே உள்ளன.

"மணி என்னாச்சு பாத்தியா? எக்க தொண்ட வரளுதுடீ, சாயா உண்டா?" சுவரில் தொங்கிக் கிடந்து நாவை ஆட்டும் மணியின் எலும்பு விரல்களைச் சுட்டிக் காட்டினார்.

"என்னைக்கொண்டு அடுப்பளியிலே போய் நிக்க முடியாது."

"ஆசியா நின்னெப் போல ஒருத்திதானே அவொ கெடந்து ஒறங்குதாளில்லியா?"

"எப்பொளும் ஒறக்கப்பாயிலெ கெடக்குத ஆளுக்கு எப்படி நாத்தமடிக்கும்?"

"நீ சாயா போட்டுத் தரமாட்டியா?"

"நாறி அடுப்பளிலே நிக்க முடியல்லெ. நாத்தம் தாங்க முடியாதெ அந்தப் பெண்ணும் அவளுக்கெ ஊட்டுக்குப் போயிட்டா."

"ரைஹானத்தா?"

"ஓ."

"போயிட்டாளா?"

"போயிட்டா."

முஸ்தபாக்கண்ணு கொஞ்ச நேரம் மௌனமானார்.

அந்த மௌனத் திரையில் பல உயிர்ச்சித்திரங்கள் தோன்றி மறைந்தன.

"அப்பம் நீ சாயா போட மாட்டியா?" முஸ்தபாக்கண்ணு மீண்டும் கேட்டார்.

"அடுப்பளிக்குள்ளெ காலுகுத்த முடியாது."

"முடியாதா?" மரியத்தைக் கொடூரமாகப் பார்த்தார். நாற்காலி கையிலிருந்து காலை எடுத்து கீழே வைத்தார். நிமிர்ந்து உட்கார்ந்தபடியே வாரியை ஏறிட்டுப் பார்த்தார்.

வாரியில் நெடு நீளமான அதபு பிரம்பு.

முஸ்தபாக்கண்ணு குதித்தெழும்பி வாரியிலிருந்து பிரம்பை உருவினார். பிரம்பின் ஒரு முனையைப் பிடித்துக் கொண்டு வில் போல் வளைத்துப் பார்த்துவிட்டு மரியம் பீவியை நெருங்கினார்.

"குட்டீ இபுலீசுக்குப் பெறந்த பாறுகாலி! நேரம் அசராச்சி. நீ எக்கு சாயா போட்டு தரமாட்டியா? பவுரீன்பிள்ளை உப்பாக்கெ குடும்ப மண்ணிலெ நிண்ணுட்டா திமிரு காட்டுதா?" முஸ்தபாக்கண்ணின் குரலில் கடுமை.

மரியம் பீவி பயந்து பின் வாங்கினாள்.

"நா என்னெ திமிரு காட்டினேன்?" நீர் நிரம்பிய மரியத்தின் கண்களில் பயம்.

"நீ இப்பம் சொன்னது திமிருதானே? பவுரீன்பிள்ளை உப்பாக்கெ மண்ணு மனைலெ நிண்ணுட்டா இப்படி திமிரு பேசூது?" முஸ்தபாக்கண்ணின் கையிலிருந்த பிரம்பு உயர்ந்தது. மரியம் பீவியின் உடம்பில் ஆங்காங்கே அடி ஓங்கி விழுந்தது. அவள் நின்ற நிலையிலேயே துடித்தாள். மரியத்தின் மார்பிடத்தை மறைத்திருந்த கவணி பிரம்பு முனையில் மாட்டியது. பிரம்பு உயர்ந்தபோது கவணி முற்றத்தில் தெறித்து விழுந்தது. மார்புகளை மறைக்க கவணியை எடுக்க முற்றத்திற்கு நேராக ஓடிய மரியத்தின் முதுகில் பிரம்பு பலமாக விழுந்தது.

மரியம் முற்றத்திலேயே சுருண்டுவிட்டாள்.

ஆசியா ஒரு போதும் சுருட்டி வைக்காத உறக்கப் பாயிலிருந்து குலைந்த தலைமுடியை சொறிந்து கொண்டு வந்தாள்.

"என்னா வாய் காட்டுதா? எலி செத்துக் கெடந்தா அதெ இத்திப்போல எடுத்து பூத்திட்டா என்னவாம், கை ஒடிஞ்சா போவும்? இவெொ என்னெ வலிய ராஜ குடும்பத்திலெ இருந்து வந்தவளா?"

“கொண்ணு போடுவேன்!” முஸ்தபாக்கண்ணு பிரம்பை உயர்த்தி எச்சரித்தார்.

“மகாராஜா பட்டும் வாளும் குடுத்த இந்தக் குடும்பத்துக்கு இவொ ஜாயிசானவளா? குபு (பொருத்தம்) இல்லாத இவொ இந்தக் குடும்பத்துக்கு காலு தூக்கி வச்சது முதல் குடும்பத் துக்குத் தரித்திரியம் புடிச்சு. இருந்த எத்திர தலமுறைக்கு தின்னூதுக்குள்ள சொத்துள்ள குடும்பம்.” ஆசியா மூக்கில் விரல் வைத்து கைசேதப்பட்டு நின்றாள்.

முஸ்தபாக்கண்ணு பிரம்புடன் சாய்வு நாற்காலியில் வந்தமர்ந்தார். மூச்சு வாங்கினார். பிரம்பை நாற்காலி கையில் ஓங்கி அறைந்தார் – “மணி மூணு அம்பத்தஞ்சாச்சு. நாலு மணிக்கு சாயா வரல்லெ, அடிச்சு மய்யத்தாக்கி சவ்தா மன்ஸிலெ உட்டு வெளியே எறக்கிப் போடுவேன். சொல்லிப் போட்டேன்.” பாறைவெடி வெடிக்கும் போலிருந்தது எச்சரிக்கை.

சாயா நேரம் நெருங்கிவிட்டதால் செய்தகம்மதுபிள்ளை சவ்தா மன்ஸிலுக்குள் நுழைந்தார். தெற்குமூலைக் கட்டிலில் வந்தமர்ந்தார். தோளில் கிடந்த துவர்த்தை எடுத்து துவர்த்தின் ஒரு முனையைத் திருகிக் கூர்முனையாக்கினார். அந்தக் கூர் முனையை காதிற்குள் செலுத்திக் குடைந்து ஊரலடக்கினார். இடையிடையே வீட்டிற்குள் சொல்லும் வாசலைத் திரும்பிப் பார்த்தார், திரை விலகுகின்றதா என்று. நாற்காலியில் நிமிர்ந்து உட்கார்ந்திருக்கும் மச்சான் மூச்சு வாங்குவதையும் கையில் பிடித்திருக்கும் பிரம்பையும் கண்டபோது செய்தகம்மதுக்கு சிறு தயக்கம்.

பாவம், மரியம் தாத்தாக்கு சரிக்கு அடி கிடச்சிருக்கும்.

செய்தகம்மது மெதுவாக வெளியே கிளம்ப முற்பட்டார்.

“மச்சான்” முஸ்தபாக்கண்ணு கூப்பிட்டார். வாசல் பக்கம் சென்ற செய்தகம்மது அப்படியே நின்றார்.

“சாயா குடிச்சிட்டுப் போங்கோ, மணி நாலாச்சில்லியா?”

“ஓ?” செய்தகம்மது மீண்டும் கட்டிலில் வந்து உட்கார்ந்தார். குலைக்காமல் கையில் பிடித்திருந்த துவர்த்தின் கூர்யமுனையை பழையபடி காதிற்குள் திணித்துக் குடைந்தார்.

இரவு சாப்பிட்டு, ஏப்பம் விட்டபோது சிவனப்பிராசம் தின்னவேண்டிய நேரத்தைப் பற்றி நினைத்தார். உணவுக்குப் பின் ஒரு நெல்லிக்காய் அளவு.

மறவணை அறை என்றழைக்கப்படும் படுக்கை அறைக் குள் நுழைந்தார். மாடி மீது சில பிராணிகளின் காலோசைகள்.

மாடி கழன்று, அப்படியே தலையில் விழுந்துவிடுமோ என்ற அச்சம். நரிச்சீறின் காதை குடையும் கீ...கீ...ஓசை இடைவிடாமல், ஏதோ வனத்திற்குள் கேட்பதுபோல். அறைக்குள் ஒரு தடித்த பெருச்சாளி ஓடி நடப்பதைக் கண்டதும் கால்களைப் பின்வாங்கினார். கதவில் தட்டி ஓசையெழுப்பி பெருச்சாளியை ஓட்ட முயன்றார். பெருச்சாளி அறைக்குள் எங்கோ மாயமாய் மறைந்தது.

அறையில் கட்டிலின்மீது கிடந்த மெத்தையில் ஏறி உட்கார்ந்தார். மூஸாநபியின் காலத்திலுள்ள பஞ்சுமெத்தை அழுக்குப் பிடித்துச் சொட்டிப்போயிருந்தது. ஆங்காங்கே கிழிசல் வழியாக நிறம் மாய்ந்த பஞ்சு வெளியே தள்ளிக் காணப்பட்டது. மரியம் கல்யாணத்திற்குப் பின் மாப்பிளை வீட்டில் பொறுதிக்கு வரும்போது கொண்டு வந்த மெத்தை. முஸ்தபாக்கண்ணு படுக்குமுன் மெத்தையின் நாலு மூலைகளையும் வழக்கம்போல் சோதனை செய்தார். மூட்டைப்பூச்சிப் படைகள் பாளையமடித்த கரும்புள்ளிகள் கொஞ்ச நஞ்சமல்ல.

கட்டையைச் சாய்த்தபோது கட்டில் பலகை நெரிந்தது. கட்டிலின் கால்கள் ஆட்டம் கண்டன. கல்யாணத்திற்கு முன் ஒரு ஆசாரியைக் கூப்பிட்டு கட்டிலையும் சரி செய்ய வேண்டும். மனசில் முடிவு செய்தார்.

வெகுகாலமாக சவ்தா மன்ஸிலின் வடபக்கத்திலுள்ள வராண்டாவில் கிடந்த கட்டில் அது. எருக்கிலைவிளை குளத்தின் கரையில் நின்றிருந்த புன்னை மரத்தில் செய்தது. அடுப்பங்கரை வேலைக்காரிகளுக்கு அடுப்பு வேலை முடிந்ததும் சற்று ஓய்வெடுப்பதற்காகப் போடப்பட்டிருந்த கட்டில். எவ்வளவோ பெண்களின் வியர்வை வாடைகளை உட்கொண்டு, மிருது மேனிகளின் சூட்டை அனுபவித்து, சுயமாகப் பளபளப்பேறிய கட்டில். இப்போ கால்கள் ஆடிப் போய்விட்டன. பலகைகள் கழன்றுவிட்டன.

முன்பு படுத்திருந்தது ஈட்டிக் கட்டிலில். ஒற்றை மரத்தில் செய்த சப்ரமஞ்சம். மேல் பக்கம் தட்டியும் ஏராளம் சித்திர வேலைப்பாடுகளும் உள்ள மறவணைக் கட்டில். வாப்பாவின் வாப்பா காசிம்பிள்ளைக்கண்ணு முதலாளி வேளி மலையிலிருந்து கொண்டு வந்த ஈட்டி மரத்தில் செய்த கட்டில். கொல்லம் தங்கப்பனாசாரி செய்த கட்டில். அந்த ஒரு கட்டிலின் பணிக்காக இரண்டு மாதங்கள் இரவு பகலாகக் கடுமையாக உழைத்தார் தங்கப்பனாசாரி. இன்று சவ்தா மன்ஸில் நிலை கொள்ளும் அஸ்திவாரத்திற்குமேல் முன்பு இருந்த புத்தம் வீட்டின் இறக்குவாரியில் தங்கியிருந்துப் பணி செய்தார். ஒரு மடக்கு பச்சத்தண்ணிகூட புத்தம் வீட்டிலிருந்து

அருந்தவில்லை. யாரிடமும் எதுவும் அதிகம் பேசாமல், நீண்டத் தாடியைத் தடவித் தடவிக் கொண்டே ஒரு தவம் போல் பணியில் மூழ்கிவிட்டார்.

புத்தம் வீட்டின் விசாலமான பூமுகத்தில், வெளியூரி லிருந்து வந்த சில மரவியாபாரிகளிடம் காசிப்பிள்ளைக் கண்ணு உப்பா வெற்றிலைப் போட்டுப் பேசிக் கொண்டிருந் தார். பவுரீன்பிள்ளை உப்பாவின் வெற்றி வீரப் பராக்கிரமங் களை வந்தவர்களிடம் எடுத்துச் சொன்னார். வந்தவர்கள் வியப்புடன் செவியுற்றுக் கொண்டிருக்கும்போது கொல்லம் தங்கப்பனாசாரி இடுப்பில் "ரண்டாம் முண்டு" கட்டிக் கொண்டு முற்றத்தில் வணங்கி நின்றார்.

"என்ன ஓய் ஆயாரியாரே?"

"அடியன், கட்டில் பணி முடிச்சாச்சு."

"கட்டில் எப்படி ஓய்?"

"அடியன் வாயாலெச் சொல்லமாட்டேன். இது ரண்டா மத்தெ கட்டில்."

"ஆத்தியத்தெ கட்டில் ஏது ஓய்?"

"கிளிமானூர் கொட்டாரத்திலெ பொன்னுத் திருமேனிப் பள்ளி கொள்ளுத சந்தனக் கட்டில். இது ரண்டாமத்தெ கட்டில்."

"அப்படியா?" வந்திருந்த பெரிய மரவியாபாரிகளின் முன்னிலையில் வைத்து கொல்லம் தங்கப்பனாசாரி அப்படிக் கூறியதில் காசீம்பிள்ளைக்கண்ணு உப்பாக்கு எங்குமில்லாதப் பெருமை. முகம் மலர்ந்தது. வெற்றிலைக்கறைப் பிடித்த பற்களைக் காட்டி நிறைய சிரித்தார்.

"இனி மூணாமது ஒரு கட்டில் இந்தக் கையால செய்யப் போறதில்லை."

"ஓய் . . ."

"அடியன்."

"அவ்வளவு பிரமாதமா . . .?"

காசிம்பிள்ளைக்கண்ணு உப்பா மடிச்சீலைக் கட்டை அவிழ்த்தார்.

நூற்றி ஒரு பணம், ஒரு மல்முண்டு, ஒரு கசவு நேரியல் இவற்றைத் தன் திருகையால் கொல்லம் தங்கப்பனாசாரிக்கு நேராக நீட்டினார்.

கொல்லம் தங்கப்பனாசாரி கை கட்டி வணங்கியபடி நின்றார். காலை ஒரு அடி கூட முன் தூக்கி வைக்கவில்லை.

“வாண்டும் ஓய் . . . சந்தோஷமா எல்லாம் வெச்சிருக் கேன்.”

“மன்னிக்கணும். பிரதிபலனுக்காகச் செய்ததில்லை. அடியன் கையால் பணிசெய்த சப்ரமஞ்சம் கட்டில் ஒண்ணு பவுரீம்பிள்ளை முதலாளிக்கெத் தறவாட்டிலெ கெடந்து காண ஒரு ஆசை. நாலு பேருட்டெ சொல்லூதே அடியனுக்கு ஒரு பெருமை.”

“பிரதிபலமா வேண்டாம். வழிச் செலவுக்குணு வெச்சுக் கிடும் ஓய்.”

“அடியனுக்கு மாப்பு. அடியன் வாறேன் . . . திருவட்டா றிலெ ஒரு அம்ம வீட்டுப் பணி அரைகொறையாக் கெடக்குது. அடியன் போய்தான் பணி முடிக்கணும்.”

கொல்லம் தங்கப்பனாசாரி வணங்கியபடியே பின்வாங்கி நடந்தார். கையில் காசில்லாமல் கொல்லம் வரை நடந்ததாக் கேள்வி. வழியில் தண்ணீர்ப் பந்தல்களில் கைக்கும்பிளில் தண்ணீர் ஏந்திக் குடித்து தாகமும் பசியுமடக்கினார். கைவெள் ளையில் சிரட்டை அகப்பையால் வைத்துக் கொடுத்த உப்பு போட்ட கண்ணிமாங்காய் நக்கினார். நடந்து நடந்து தளர்ந்தார். சித்திரைமாத அக்னி வெயிலில் கால்களில் கொப்பளங்கள். வீட்டுவாசலில் சென்று ஏறியதும் ஒரு மடக்குத் தண்ணீர் மட்டும் குடித்தார்.

காசிம்பிள்ளைக்கண்ணு உப்பா மரம் வாங்க குலசேகரம் சென்ற வழியில் திருவட்டாறில் வில் வண்டியை நிப்பாட்டி இறங்கினார். பணிசெய்து முடிக்காத அம்ம வீட்டைச் சுற்றிப் பார்த்தார். விசாரித்தபோது, பணி செய்து கொண்டிருந்த கொல்லம் தங்கப்பனாசாரி தென்பத்தனுக்குச் சென்ற பின் திரும்பிவரவில்லை என்று தெரிந்து கொண்டார்.

அம்ம வீட்டைச் சார்ந்த பரமேஸ்வரன்தம்பி பெருமூச்சு விட்டார்.

“அங்நேரு மரிச்சு போயி!”

காசீம்பிள்ளைக்கண்ணு உப்பா அந்த மரணச் செய்தி கேட்டு அதிர்ந்து நின்றார். மூணாமது ஒரு கட்டில் இந்தக் கையால் செய்யமாட்டேன் என்று கொல்லம் தங்கப்பனாசாரி சொன்ன வாய்க்கூறு அப்படியே பலித்துவிட்டதே.

திருவிதாங்கூர் தேசத்திலுள்ள இரண்டாவது கட்டில் இன்று எங்கு கிடக்கிறது? வர்ம சிகிச்சை செய்த அதங்கோட்டு செல்லக்கண்ணு வைத்தியரின் இறப்புக்குப் பின் அங்கிருந்து வேறு எங்காவது கைமாறிப் போய்விட்டதா?

ஒரு கறுத்த வாவு நாளில், இரவு ஊரும் காலுமடங்கிய பின் தென்பத்தன் ராஜபாதையில் குலுங்கிய குடமணி சத்தம் சவ்தா மன்ஸில் முற்றத்தில் வந்து ஓய்ந்தது.

எட்டுபேர் ஒன்று சேர்ந்துத் தூக்கினாலும் உயராத சப்ரமஞ்சம் கட்டில் பெரும் முயற்சிக்குப் பின் தூக்கி, காளை மாட்டு வண்டியில் ஏற்றப்பட்டது. வண்டி கொள்ளாமல் பக்கவாட்டிற்கு வெளியே நின்றது கட்டில்.

தென்பத்தன் மக்கள் யாரும் பார்த்து விடாமலிருக்க கட்டிலை சாக்கால் மூடிக் கட்ட முஸ்தபாக்கண்ணு கட்டளையிட்டார்.

“ஆரும் கேட்டா, சவ்தா மன்ஸிலிலெ உள்ள கட்டிலாக்கு மெண்ணு சொல்லாதெ வண்டிக்காரா.” முஸ்தபாக்கண்ணு வண்டிக்காரனிடம் தனியாகச் சொன்னார்.

இருட்டில் மறையும் வண்டியைப் பார்த்துக்கொண்டு நின்றார்.

முஸ்தபாக்கண்ணு மடியைத் தடவினார். மடி நிறையப் பணம். காயத்திருமேனி, காயசர்வாங்கு போன்ற வர்மத் தைலங்களின் வாசமுள்ள பணம்.

மச்சில் ஏதோ சில பிராணிகள் நகத்தால் பிராண்டும் கரகரப்பான ஓசை. எலியா? பூனையா? பழவுண்ணியா? இல்லை, மர நாயா?

❖

12

ஏழாம் ஆகாயத்தில் இரத்தின சிம்மாசனத்தில் அமர்ந் திருந்த எல்லாம் வல்ல அல்லாஹுவுக்கு திடீரென மரியம் பீவியின் வாப்பா அத்துருஸாவைப்பற்றிய நினைவு வந்தது. ஆகாயத்தையும் பாதாளத்தையும் தொடும் அளவிற்கு நீளமான செங்கோலைக் கையில் எடுத்தான். ஓங்கி ஆகாயத்தில் ஒரு குத்து குத்தினான். ஏழு ஆகாயங்களையும் துளைத்துக் கொண்டு செங்கோல் பூமியை நோக்கித் தாழ்ந்தது. செங்கோலின் முனை அத்துருஸாவின் வீட்டு ஓலைக்கூரையைத் தொட்டது. அதிலும் ஒரு துவாரம் விழுந்தது. உடன் செங்கோலை மேல்நோக்கி இழுத்தான். தன்னுடைய பரிவாரங்களாகிய மலக்குகளுக்குக் கூட தெரிவிக்காமல் அந்தத் துவாரம் வழியாக ஏராளம் பொருட்களை அத்துருஸாவுக்குச் சொரிந்துத் தட்டினான் – "இன்னாப்பா புடிச்சோ."

கருங்கல்சந்தையில் மணிப்புட்டு விற்பனைச் செய்துகொண் டிருந்த அத்துருஸாவுக்கு இவ்வளவு பொருள் வசதி எவ்வாறு வந்தது என்று மக்கள் யோசிக்கத் துவங்கினர். யோசித்து யோசித்து தலைகள் காய்ந்தன. தலைகள் காய்ந்ததுதான் மிச்சம். எந்தத் துப்பும் கிடைக்கவில்லை.

அத்துருஸா, சொத்துக்களை வாங்கிக் குவித்தார். மணவாளக் குறிச்சியில், மண்டைக்காட்டில், குறும்பனையில், வாணியக் குடியில் – இப்படி இந்தத் தொங்கல் முதல் அந்தத் தொங்கல் வரை. காய்ப்பிடிப்பு இல்லாதத் தென்னைகளிலெல்லாம் புதுப்புது கூம்புகள் நீண்டு வந்தன. எட்டும் பத்தும் கூம்புகள். கூம்புகள் வெடித்துக் குலைகள் தொங்கின. ஒவ்வொரு குலை யிலும் பத்தும் நூறும் தேங்காய்கள். தேங்காய் வெட்டு மேல் பார்வையிடும் கைமணிகள், தேங்காய் எண்ணம் குறித்துக் கொள்ளும் காரியஸ்தர்கள், கொப்புறா வியாபாரிகளெல்லாம் அத்துருஸாவின் தலைவாசல் திறப்பதை எதிர்பார்த்து வீட்டுக்கு முன் குந்தியிருந்து தரையில் கோடு கிழித்தனர். பள்ளியில்

இரவு தூங்கவரும் முசாபர்களுக்கெல்லாம் தட்டுப்பாடில்லாத அன்னதானம்.

அத்துருஸாவின் தடபுடல் மக்களிடையே பலப்பல சந்தேகங்களைக் கிளறிவிட்டது.

அத்துருஸா வெள்ளிக்கிழமை ஜூம்ஆ தொழுகைக்கு நடந்து சொல்லும்போது அவருடைய உடையிலிருந்து புறப்பட்ட அத்தர் வாசனை குளச்சலிலுள்ள சோலை மூடிய இடுக்கமான வழிகளில் தங்கி நின்றது. அவருடைய புதுச்செருப்பின் தோல் மணம். கிறுகிறு சத்தம். இரட்டை மூட்டுசாரத்தின் சர சர ஓசை. சாரத்தில் ஒட்டவைத்த பொன் லேபிளின் மினுமினுப்பு. சட்டையில் மாட்டிய கிரமன்ஸ் ஊக்கின் பளபளப்பு. சொர்ண நிறத்திலானப் பித்தானின் ஜொலிப்பில் மக்களின் கண்கள் கூசின.

அத்துருஸாவின் வீடு ஊரின் கிழக்கு எல்லையில். பள்ளிவாசல் மேற்கு எல்லையில். பள்ளிவாசலின் வடபக்க முள்ள வாசலில் நின்றுகொண்டு கிழவன் மோதீன் பாங்கு சொன்னால், பாங்கு சத்தம் கிழக்கு எல்லையை அடையாது. அதனால் பலதடவை தொழுகை நேரத்திற்கு அத்துருஸா வுக்குச் செல்ல முடியாமல் போனதுண்டு.

“ஓய் அத்துருஸா . . .!”, காரியஸ்தனைக் கூப்பிட்டார்.

காரியஸ்தன் கைகட்டி நின்றான்.

“பள்ளீலெ வாங்கு போடுது இஞ்செ கேக்கலியே. அதுக்கு என்ன வளி?”

“கௌவனெ மாத்தணும்.”

“அது எதுக்கு ஓய், அந்த மனுஸனுக்கெ பெளப்பெ கெடுக் கணும் பாவம்! பள்ளிக்கு ஒரு நகரா வாண்டிக் குடுத்தாலோ?”

“வாண்டிக் குடுக்கூதுனாலெ குத்தமில்லெ. நமக்கு றப்பு தம்புரான் இவ்வளவு பரக்கத்தையும் தந்தானில்லியா? அந்த றப்புக்கு ஒரு நண்ணி செலுத்தூது போல.”

“எப்படி நண்ணி செலுத்தணும்?”

“பள்ளீலே பெருநாள் நேரம் தொழுகைக்கு எடமில்லெ. பள்ளிக்கெ மேலே ஒரு மினாரா கட்டி அந்த மினாராலெ நின்னு பாங்குபோட்டா இஞ்செ கேக்கும். தொழுக்கும் எடம் கெடச்சது போலாச்சு.”

“நல்ல ரோசனைதான் ஓய்.”

“வாங்கு சத்தம் காதுலெ உளுது நல்லதுதானே.”

“பின்னெ இல்லியாக்கும். கொத்தனெயும் ஆயாரியையும் விளிச்சுக் காட்டு.”

"ஓ."

பூணூல் போட்ட ஒல்லியான ஆறுமுகம்ஆசாரி முழக்கோல் கொண்டு பள்ளியைச் சுற்றி அளந்தார். இதைக் கேள்விப்பட்ட பள்ளி முதல் கூடியான குஞ்ஞு மூஸாவின் கழுத்தும் நெற்றியும் வேர்த்துக் கொட்டின. கசண்டித் தலையில் ஊறி வந்த வேர்வையை வாயில்நேரியலால் துடைத்தார்.

தட்டு உத்திரத்திலிருந்து தொங்க விட்டிருந்தத் தூக்குக் கட்டிலில் கட்டியான தலையணையில் கையூன்றி படுத்திருக்கும் போது தான் குஞ்ஞு மூஸாவுக்கு பள்ளியை அளவெடுத்த செய்தித் தெரியவந்தது. "எக்கெ அறிவும் உத்தரவும் இல்லாமலா?" ஆடிக் கொண்டிருந்த கட்டிலிலிருந்து குதித்து எழும்பினார். கண்ணாடித் திண்ணைக்கு வந்தார். திண்ணையில் நின்றபடி நாலுகட்டு முற்றத்தில் காறி உமிழ்ந்தார். துப்பியது சளியல்ல, வெறும் எச்சில். முற்றத்தில் நின்றிருந்த மஞ்சள் பூப் பூக்கும் அசறு பூச்செடி மீது எச்சில் விழுந்து கிளைக்குக் கிளை நூல் போல் வடிந்தது. காறிக் கனைத்துத் துப்பிய ஓசையில் வெறுப்பும் கோபமும் அக்னியாய் வளர்ந்தது.

"களுதெ குதிரெயாவுமாடா?"

குஞ்ஞு மூஸா கேட்டார்.

தூணில் சாய்ந்து நின்றுகொண்டிருந்த கொப்பறாக்காரன் அவ்வக்கருக்கு அந்தக் கேள்வி புரியவில்லை.

"சொல்லுடா. களுதெ குதிரயாவுமாடா?" மீண்டும் உரக்கக் கேட்டார்.

அந்தக் கேள்வியின் பொருள் அவ்வக்கருக்கு இப்போது புரிந்தது.

"அதெப்படி?"

"ஆரெயோ கொள்ள போட்டு நேத்து வந்த பணத் திமிருலெ இந்த வடுவப்பய நம்மொ முன்னோர்கள் கட்டின பள்ளிக்கு மேலே மேடகட்டி அதுக்குமேலெ மினாரா கட்டப் போறானாம். அவனுக்கெ வடுவக் குடீலெ வாங்கு சத்தம் கேக்கூதுக்கு."

அவ்வக்கரு எதுவும் பேசவில்லை. தலையைக் குனிந்தார்.

"ஏண்டா ஒண்ணும் பேசாமெ நிக்கா?"

"நா என்னத்தப் பேச மோலாளி. இதெல்லாம் கடைசி ஸமானுக்கெ அடையாளம்."

"அரபிகள் வந்திறங்கி யாபாரம் செய்த இந்த ஊருக்கு இவன் காரணவனாவப் பாக்குதானா? சொல்லுடா?"

அவ்வக்கரு புன்னகைத்தார் – "பூனெ புலியாவுமா மோலாளி?"

"அப்படிச் சொல்லு. இவனுக்கெ வாப்பாக்கெ உம்மா ஆருனு தெரியுமா?" குஞ்ஞு மூஸாவின் உக்ரமான கேள்வி. கண்களில் முறைப்பு.

யாருக்கும் இது மட்டிலும் தெரிய வாய்ப்பில்லாத ஒரு பழங்கால இரகசியத்தின் அழுக்கு மூட்டையை அவிழ்த்துக் கொட்டினார்.

"இவனுக்கெ வாப்பும்மா, அதாயது வாப்பாக்கெ தள்ளெ, பொலச்சியாக்கும் தெரியுமா? அவளெ குப்பாயம் போட்ட தாக்கும்."

"தெரியாது."

"பனச்சமூட்டுச் சந்தையிலெ கத்தரிக்கா விக்கப் போனா. நல்ல கருகருத்தக் கொமரிப் பிராயம். வயல்லெ உள்ள தொளி புரண்ட ஒரு அளுக்குத் துணி கொண்டு கொப்புளுக்குத் தாழெயும் கால் முட்டுக்கு மேலேயும் மறச்சிருந்தா. அந்தக் காலத்திலெ ஹீன சாதிகளெல்லாம் அப்படிதாண்டா உடுக்கணும். மேல்மறைக்கப்படாது. மறச்சிட்டு தெருவிலெ நடந்தா அங்ஙத்தெமாரோ நம்பூதிரிமாரோக் கண்டா முலையை அறுத்து எறிஞ்சு போடுவாங்கொ. அப்போத சட்டம் அப்படித் தான். இந்தப் பெண்ணு கருகருத்தக் கொமரியில்லியா? வெக்கப்பட்டு ஒரு கிளிஞ்ச துண்டுத் துணிகொண்டு முலையெ கொஞ்சம் மறச்சிட்டுபோனா. சந்தைக்கு சாமான் வாண்டவந்த ஒரு தறவாட்டு நாயருக்கே கண்ணுலெ அகப்பட்டுட்டா. அந்தக் காலத்திலெ ஹீன சாதிகளாரும் மேல் ஜாதிக்கெ கண்ணு முன்னெ போவப்படாது. போறது குத்தம். இவளெ கண்டதும் நாயர் அங்ஙத்தைக்கு பெரிய அவமானமாப் போச்சு. நாயரு போன சந்தைக்குப் போனது ஒரு குத்தம். அவருக்கெக் கண்ணுலெ அகப்பட்டது இன்னொரு குத்தம். முலையை துணிபோட்டு மறச்சது மூணாவது குத்தம். நாயருக்கு கோபம் வந்துட்டு. அறுடா முலையெ எண்ணு கத்தினாரு. பெண்ணு முலையெ மறச்சிருந்த துணியெ எடுத்து எறிஞ்சிட்டு ஒரே ஓட்டம். அவொ அவளுக்கு ஊட்டுக்கு போவயில்லெ. போனா, தேடிப் புடிச்சு முச்சந்தயிலெ நிறுத்தி முலையை அறுத்தே போடுங்கோ. ஓடிவந்தது இஞ்செ, நம்மொ முஸ்லிம் களுட்டெ. கருகருத்தக் கொமரி பிராயமில்லியா? கண்டப்பம் ஆருக்கும் சகிக்கல்லெ. எக்கெ வாப்பும்மா அவளுக்கு ஒரு கட்டு குப்பாயம் குடுத்தா. "போடுட்டீ. அவ போட்டா. முஸ்லி மாக்காதெ பொலச்சியெ ஊட்டுலெ ஏத்த முடியுமாடா?"

"முடியாது."

“அந்துறோத் தீவிலெ இருந்து அப்பம் ஒரு தங்ஙள் வந்திருந்தாரு. அவரு அவளுக்குக் கலிமா சொல்லிக்குடுத்து இஸ்லாமாக்கினாரு, தெரியுமா?”

“தெரியாது.”

“கேளுடா அவனுக்கெ கிஸ்ஸயெ.”

“கேக்குதேன் சொல்லுங்கோ”

“அப்படி அந்தப் பொலப் பெண்ணெக் குப்பாயம் போட்டு நம்மொ சாதியிலெ எடுத்தோம். எக்கெ வாப்பும்மாட்டெதான் அவொ நின்னா. பெண்ணெ கட்டி குடுக்கண்டாமா? குப்பாயம் போட்ட பொலப் பெண்ணே ஆருடா கல்யாணம் செய்வா? அப்படி இரிக்கும்போ, பாண்டியிலெ இருந்து நிறைய ஆளுவோ மலையாளத் தேசத்துக்கு வந்தாங்கொ. அந்தக் கூட்டத்திலெ ஒரு கௌவன் பக்கீர்சா நம்மொ ஊருக்கு வந்து தங்கினாரு. வேறெ என்ன செய்ய? அந்தக் கௌவனுக்கு அவளெ புடிச்சுக் கெட்டிக் குடுத்தாங்கோ. அந்தக் கௌவன் பக்கீர்சாக்குப் பெறந்த புள்ளையாக்கும் இவனுக்கெ வாப்பா. இந்த வடுவப் பயலுக்கு இப்பம் அஞ்சாறு சக்கரம் கையிலெ வந்த உடனே, நா தொழுது வர்ற பள்ளிக்கெ மேலெ, மேடெ கட்டி அதுக்கெ மேலெ மினாரா கட்டப் போறானாக்கும், இவன் கட்டுத பள்ளியிலெ நான் போய் தொழுவேனாடா? தொழலாமாடா? சொல்லுடா!”

அவ்வக்கர் மௌனம் சாதித்தார்.

“என்னெப்போலெ நீயும் ஒரு தறவாட்டுக்காரன்தானே?”

“ஓ”

“இந்தப் பள்ளிக்கு மேலெ மேடெ கட்ட எந்த வடுவப் பயலெயும் உடமாட்டேன்.” குஞ்ஞு மூஸா கண்ணாடித் திண்ணையில் நின்று சபதம் எடுத்தார்.

குஞ்ஞு மூஸாவின் சபதத்தை அத்துருஸா கேள்விப்பட்டார். அவருடைய தலைக்குள் ஒரே புகைச்சல். தன்னுடைய ஆணிவேர் ஓடிக்கிடக்கும் மணலை கிண்டிக் கிளறிப்போட்ட குஞ்ஞு மூஸாவின் முதுகெலும்பை நொறுக்க வழி தேடினார் அத்துருஸா.

பின் கை கட்டி தலைகுனிந்தவாறு நடந்து, சிந்தனையின் ஆகாய மண்டலத்தில் நீந்தினார். யாரிடமும் எதுவும் பேசுவதில்லை. ஒரு புது பள்ளி கட்டி, அந்தப் பள்ளியின் மினாராவிலிருந்து முதல் பாங்கு ஒலித்த பிறகுதான் பேசுவதென்று சபதம் செய்தார்.

அத்துருஸாவின் கற்கால வரலாற்று ஆவணங்கள் கையில் கிடைத்த மக்கள் தறவாட்டுக்காரர்களின் பக்கம் சேர்ந்தனர்.

“இந்தப் பயலா நம்ம பள்ளிலெ மேடெ கட்டப் போறான். உடப்படாது.”

அத்துருஸாவை ஒரு தனிமை உணர்வு சூழ்ந்தது. தன்னை அண்டி நின்றிருந்தவர்கஎெல்லாம் அகன்று செல்லும் சூழலை நினைத்து குமுறினார்.

“இனி இந்தத் தறவாட்டுக்காரனுவெொ தொழுதுகொண் டிருக்கும் பள்ளீலெ கால் மிதிக்க மாட்டேன்.” வைராக்கியம் கொண்டார்.

ஊரின் கிழக்கு எல்லையில், ஐம்பது செண்டு செம்மண் தரையில், கண்ட மத்தியில் புதுமணல் காணப்பட்டது. புதுமணல் தோண்டி எடுத்த குழியில் ஒரு புது பள்ளிவாசலுக் காக அஸ்திவாரக்கல் போட்டு மூடப்பட்டது.

இரண்டு நிலையில் ஒரு பள்ளிவாசல். இரண்டாம் நிலைக்குமேல் உயர்ந்த மினாராக்கள் வானை நோக்கி நின்றன. இல்லை, இறைவனிடம் கையேந்தின. மண்ணிலுள்ள பாவிகளின் பாபங்களை கழுவிக்கொள்ள.

ஒரு வெள்ளிக்கிழமை மதியம். அந்த மினாராவிலிருந்து, வாலிபனான ஒரு மோதீனாரின் தொண்டையிலிருந்து புது பாங்கொலி முழங்கியது. இடுக்கமானப் பாதையோரங்களிலும், பெரிய தோப்புகளின் மத்தியிலும் அமைந்துள்ள ஓடு வேய்ந்த கட்டிடங்களுக்கு மேலாக அந்தப் பாங்கு நீந்தியது. அந்தச் சப்த அலைகள் நீந்தி, நீந்தி தறவாட்டுக்காரர்களுடைய பள்ளிவாசல் முன் கூடி நின்றிருந்தவர்களின் காதுகளில், பள்ளிக்குட்பகுதியில் குர்ஆன் ஓதிக் கொண்டிருந்தவர்களின் காதுகளில், அலை எழுப்பியது. பள்ளிச் சுவர்களில் மோதி அங்கேயே சுழன்று சுழன்று எதிரொலித்தது. அந்தப் புது பாங்கோசையின் இராகம் கிராமமெங்கும் நிரம்பி நின்றது. அரபிப் பாடல்களிலுள்ள மயங்க வைக்கும் இன்ப ராகம். கிழ மோதீனாரின் காய்ந்தத் தொண்டையிலிருந்துத் தடுமாறி வரும் பாங்கொலியை தோற்கடிக்கும் வெற்றிக் குதிரையாக அமைந்தது அந்தப் பாங்கொலி.

எதிர்பாராதபடி கிழக்குத் திசையிலிருந்து ஒலித்த அந்தப் பாங்கு ஒரு எச்சரிக்கையாகத் தோன்றியது, குஞ்ஞு மூஸா விற்கு. குஞ்ஞு மூஸாவின் மூக்கிற்கு நேராக ஒரு சுட்டு விரல் நீண்டு வருவதாகத் தோன்றியது – “பார் உன்னை.”

குஞ்ஞு மூஸா யாரிடமும் எதுவும் பேசவில்லை. தலையைக் குனிந்துவிட்டார். ஜும்ஆ தொழுகை முடிந்ததும் எல்லோரும் எழும்புமுன் அவர் எழும்பிப் போய்விட்டது எல்லோரையும் அதிர்ச்சியடைய வைத்தது.

“போயிட்டாரா . . .?”

ஐந்து நேரமும் பள்ளியில் வந்து, விடாது தொழுது வந்த குஞ்ஞு மூஸாவை சில தினங்களாகப் பள்ளியில் காணவில்லையே? பள்ளிக்கு ஏதோ உயிர் இழப்பு வந்துவிட்டதுபோல் குஞ்ஞு மூஸாவைத் தேடி மக்கள் புறப்பட்டனர். தூக்குக் கட்டிலில் கறுப்பு கம்பளிப் போர்வைக்குள் அவருடைய கசண்டித் தலையை மட்டும் கண்டனர்.

"என்ன சோக்கேடு?"

குஞ்ஞு மூஸா முனகினார்.

"வடுவப்பயன் பள்ளி கட்டிப் போட்டான். அந்தப் பள்ளியிலெ உள்ள பாங்கு கேட்ட நேரமே எனக்கு காச்சலு புடிச்சு."

அந்த ஆடும் தூக்குக் கட்டிலில் கறுப்புக் கம்பளிப் போர்வைக்குள், குஞ்ஞு மூஸாவின் நெஞ்சு எலும்பை ஒடித்துக் கொண்டு, சிறகடித்துக் கிடந்த மைனா பறந்து போனது.

"இந்தத் தேசத்திலெ பேருகேட்டக் குடும்பத்திலே இருந்து எக்கெ மோளுக்குச் சம்மந்தம் செய்யேனா இல்லையா பாருங்கோ."

அத்துருஸா சவால்விட்டார்.

அந்தச் சவாலை நிறைவேற்றுவதற்காகத்தான் ஊரான ஊரெல்லாம் பேரான பேருகேட்ட பவுரீன்பிள்ளையின் குடும்பத்திலுள்ள இளையத் தலைமுறையைத் தன்னுடைய ஒரே பெண் குழந்தைக்கு மாப்பிள்ளை கேட்டு அத்துருஸா, அத்றாமானை அனுப்பி வைத்தது.

முன்னாள், ஆற்றிங்கல் அரண்மனையில் அம்ம மகாராணிக்கு ஜரிகைப்பட்டும் முலைக்கச்சையும் வழக்கமாக நெய்து கொடுத்துவந்த கோட்டார் ராமசாமி முதலியாரின் பேரன் கந்தசாமி முதலியாரைக் கூப்பிட்டு நூர்முகம்மது தனியாக சட்டம் கட்டினார், மாப்பிள்ளை உடைகள் நெய்வதற்கு.

ஜரிகை நேரியல் கொண்டு புதுமாப்பிள்ளை தலைப்பாகை கட்டினார். அகலமான கசவுக் கரையுள்ள வேட்டி கட்டினார். மணிக்கட்டு வரை நீண்ட கையுள்ள பட்டுச் சட்டையை மாட்டினார். சட்டை மீது நீலநிற கோட் அணிந்தபோது ஜகஜோதியாக இருந்தது. கழுத்தில் தனி ரோஜாப்பூ மாலை. தலைக்கு மேல் முத்துக்குடை. வெள்ளைக் குதிரையில் வந்திறங்கிய தென்பத்தன் ராஜகுமாரனைக் காண தெரு ஓரங்களில் மக்கள் திரள். செத்தைவேலிக்கு மேல் பெண்களின் தலைகள் உயர்ந்தன. சுறுமாக் கண்களில் ஆசைகள். மூடாத கண் முனைகளில் கனவுகள். பௌர்ணமி நிலவை நாணமுறச் செய்யும் முகத்தில் கறுப்பு மீசையும், நீண்டு வளைந்த கிளி மூக்கும்.

“பாக்கு நூத்தொண்ணு கண்ணுவேணும் புள்ளே.” சொல்லும்போது பெண்களுக்கு மயிர்ச் சிலிர்ப்பு உண்டானது.

அரபிக்கதையில்வரும் ராஜகுமாரனைப்போல் ஒரு புதுமாப்பிள்ளையைத் தேடிக் கொண்டுவந்த அத்துருஸாவை குளச்சல் மக்கள் அற்புதமாகப் பார்த்தனர்.

“இப்படி எல்லா சிபத்தும் உள்ள ஒரு மாப்பிள்ளைக்குச் சீதனம் குடுக்க இவனுக்கு எங்கெ இருந்து பணம்?” மக்களிடையே சந்தேகங்கள் எஞ்சின.

“எடுத்தா எடுத்தா தீராத்த நிதி இல்லியா அவனுக்குக் கெடச்சுது.” அத்துருஸாவுக்கு பொருள் வசதி ஏற்பட்ட கதை இப்பவும் ஒரு விடுகதையாகத்தான் இருந்து வருகிறது.

ஒவ்வொருவரும் ஒவ்வொரு விதமாகச் சொல்லி நடந்தனர்.

அத்துருஸா கருங்கல் சந்தையிலிருந்து வாங்கிவந்த ஒரு பசுவிலிருந்து தொடங்குகின்றது கதை. அந்தப் பசுவின் வாலில் ஒரு கறுப்புமச்சம் இருந்தது. அதுதான் ஜோகம் – பாக்கியம். பசு ஈன்று பால் கறந்து வாழ்க்கையை ஓட்ட நினைத்தார். ஆனால் அத்துருஸாவின் பசு பெறவே இல்லை. பல இடங்களில் கொண்டுபோய் காளைக்குக் கட்டினார். பசு சினை உண்டாகவில்லை. தொடுவட்டியில் கொண்டு போய் கராச்சி காளைக்கும் கட்டிப் பார்த்தார். அப்பவும் சினை உண்டாகவில்லை. அத்துருஸாவின் பசு மலட்டுப் பசுவென்று எல்லோரும் தெரிந்தனர். விற்றுவிடலாமென்றால் மலட்டுப் பசுவை வாங்க ஆள் இல்லை. புல்லும் புண்ணாக்கும் வாங்கி வாங்கி அத்துருஸாவின் கை கெட்டுவிட்டது. அவருடைய வீட்டிற்குள் வறுமை கொத்தி மேய்ந்து நடந்தது.

“வாலாமடைச் சுளியுள்ள இந்தச் சவத்தெ அடிச்சு பத்துங்கோ.” செக்கு மூட்டிலிருந்து கட்டித் தேங்காய் புண்ணாக்கு வாங்கி கையில் ஏந்தி வந்த கணவனிடம் மனைவி சீறினாள்.

“குட்டி அது வாயில்லாப் பிராணி. அதெ அவுத்து அடிச்சு வெரட்டுது பாவம்.” அத்துருஸாவுக்கு பசு மீது இரக்கம். அதன் முதுகைத் தடவிக் கொடுத்தார்.

“நீ பெறமாட்டியா?” பசுவிடம் கேட்டார்.

இலட்சோபலட்சம் தடவை இதே கேள்வியை பசுவிடம் திருப்பித் திருப்பிக் கேட்டார்.

பசு ஏமாந்து தன் இயலாமையை வெளிபடுத்தியபடி எசமானைப் பார்த்தது.

அரபிக் கடலுக்கு மேல், மேற்கு வானத்தின் மூலையில் சூல்கொண்ட கருமேகங்கள் ஒன்று கூடின. கண்களைச்

சூழ்ந்தெடுக்கும் மின்னல் வாட்கள் ஆகாயத்தில் தங்கக் கோடுகள் கிழித்து மாய்ந்தன. தலையைப் பறித்து வீசும் இடி ஓசை. வெளியே இறங்க முடியவில்லை. இடி எப்போது, எங்கே விழப்போகுதோ? இடி தாக்கினால் பச்சை மரம் பற்றி எரியும். நேரம் இருட்டிவிட்டது. மழை அள்ளிக் கொட்டியது. ஓயாத மழை. அத்துருஸாவும் பிள்ளைகளும் குளிரில் நடுங்கிக் கூனிக் குறுகி இருந்தனர். கண்கள் அயர்ந்தபோது சுருண்டுப்படுத்தனர். வெளியே பயங்கர இடியோசை. வீட்டுக் கூரைமேல் விழுந்தது போலிருந்தது. நடுங்கி விழித்தனர். மழை தகர்த்துப் பெய்கின்றது. வாசலை திறந்தால் பேய்க்காற்றில் மழை நீர் வீட்டுக்கு உள்ளே வரும் என்பதால் திறக்கவில்லை.

விடியும் நேரத்தில் மழை அடங்கிக் களைத்துப்போய் மூச்சு வாங்கியது. அத்துருஸா மூத்திரம் பெய்ய பின்வாசலைத் திறக்கும்போது காலை நிசப்தத்தில் சுபுஹூ பாங்கு கேட்டது. புலர் ஒளியில் தொழுவத்தில் பசு இறந்து கிடப்பதைக் கண்டு கொஞ்சம் நேரம் மௌனமாக நின்றார்.

தரையில் புலர் வெளிச்சம் பரந்தபோது அது வழியாக வந்த பால்காரன் சின்னு சொன்னான்: "இடி விழுந்தாக்கும் பசு செத்தது."

இடி விழுந்தது, செத்து போன பசுவின் சாணியை போட்டிருந்த சாணிக்குழிக்குள்ளே. அத்துருஸா பணக்காரனாக மாறியதும் அவருடைய வீட்டுச் சாணிக்குழியில் இடிவிழுந்த மாபெரும் ரகசியத்தை மக்கள் அவிழ்த்துவிட்டனர். சாணிக் குழியில் விழுந்த இடி நாற்பது நாளில் தங்கக் கட்டியாக மாறிவிட்டது. அந்தத் தங்கக் கட்டியை எடுத்து கொஞ்சம் கொஞ்சமாக வெட்டி விற்பனை செய்துதான் இவ்வளவு பெரிய பணக்காரனானார்.

"அதெப்படி சாணாம்பி குண்டுலெ இடி விழுந்தா தங்கக் கட்டியாட்டு மாறும்?" சிலருக்கு சந்தேகம்.

"ஒங்களுக்கெல்லாம் ஒரு எளவும் தெரியாது ஓய். இப்படித்தான் நிதி கிட்டுது."

வேறு சிலர் வேறு சில காரணங்கள் கூறினார்கள்.

கருங்கலில் சந்தை கூடும் நாட்களில் அத்துருஸா மணிப் புட்டு விற்கப் போவது வழக்கம். குளச்சலிலிருந்து கருங்கல் வரை நடந்தே போவார், நடந்தே வருவார். வெயில் படாமலிருப் பதற்காகப் பனைமரத் தோப்புகளின் நிழல்பற்றி நடப்பார். ஒருதடவை, பனைமரங்களும, புன்னை மரங்களும் அடர்த்தி யாக வளர்ந்து நின்றிருந்த தோப்பு வழியாக நடந்தார். சற்று தொலைவில் ஒரு பனை மரத்தின் மூட்டில் கண்களைப்

பறிக்கும்படியாக ஏதோ ஒன்று பிரகாசிப்பதைக் கண்டார். கூர்ந்து நோக்கினார். கொஞ்சம் விலகி ஒரு பாம்பு ஊர்ந்துச் செல்வதைக் கவனித்தார். அவருக்கு விஷயம் புரிந்தது. பாம்பு மாணிக்கக் கல்லை உமிழ்ந்துவிட்டு இரை தேடிச் செல்கிறது. பாம்பு, மாணிக்க கல்லின் ஒளி தெரியும் இடம் வரைதான் செல்லும். அதற்கப்பால் செல்லாது. யாரேனும் மாணிக்கக் கல்லை நெருங்குவதை பாம்பு கண்டால் துரத்திக் கொத்தும். கொத்தி கொண்ணே போடும்.

அத்துருஸாவுக்கு திடீரென்று ஒரு யோசனை. அங்குப் புல் மேய்ந்து நின்ற பசுபோட்ட சூடு ஆறாத பச்சை சாணியை கையில் அள்ளினார். பதுங்கி பதுங்கி மாணிக்கக் கல்லை நெருங்கினார். சாணியை மாணிக்க கல்லின் மீது போடுவதை பாம்பு கண்டுவிட்டது. சீறி வரும் பாம்பை அத்துருஸா கண்டுவிட்டார். ஒரே ஓட்டம். பாம்பு துரத்தியது. மாணிக்கக் கல்லை உமிழ்ந்து வைத்த பனை மரத்தை அடைந்ததும் பாம்பு தளர்ந்துவிட்டது. மாணிக்கக் கல்லு மலினப்பட்டுவிட்டது! பாம்புக்கு எங்குமில்லாத கோபம். கோபம் மூத்தபோது பாம்பு வாலில் ஊன்றி நின்று பனை மரத்தை ஓங்கிக் கொத்தி கோபத்தைத் தீர்த்தது. துக்கம் தாளாமல் தலையைத் தூக்கி பனைமரத்தில் அடித்துத் தற்கொலை செய்தது. மூன்றாவது நாள் பனைமரத்திலுள்ள பச்சை ஓலைகள் வாடின. மட்டைகள் ஒடிந்து சாய்ந்தன. மூட்டில் பாம்பின் அழுகிப் போன சடலத்தைக் காகங்கள் கொத்தின.

மூன்றாவது நாள் அத்துருஸா அங்குச் சென்றார். சுற்றிலும் பார்த்து பதுங்கிப் பதுங்கி சென்றார். பட்டுப் போனப் பனையையும், பாம்பின் அழுகிய சடலத்தையும் கண்டார். காய்ந்து போன சாணியை விலக்கினார். மாணிக்கக் கல்லிலிருந்து சிதறிய ஒளியில் அவருடைய கண் கூசியது.

அந்த மாணிக்கல்லை விற்றுதான் இவ்வளவு சொத்துக்களைச் சேர்த்தார்.

“இவரெ பாம்பு வெரட்டினா கொத்திக் கொல்லாதெ உடுமாடா?” சிலர் கேட்டதிலும் உண்மை இல்லாமலில்லை. அத்துருஸா இப்பவும் இறக்காமலிருப்பதால் இந்தக் கதையை சிலர் நம்பவில்லை. மீண்டும் பலப்பல கதைகள் அத்துருஸாவை சூழ்ந்து பேசப்பட்டன.

“எல்லாம் பொய். கள்ளி முள்ளு அவுலியாக்கெ பெறமெ நடந்தபெறவுதான் இவ்வளவு பணம் வந்தது, தெரியுமா?” என்றனர் சிலர்.

குளச்சலில் பஞ்சமும் பட்டினியும். கடலில் மீன் பாடில்லை. நாலைந்து வருடங்களாக நல்ல மழை இல்லை. குளமும்

கிணறுகளும் வறண்டன. தொண்டு ஊறப்போடும் குளங்களில் நீர் வற்றிவிட்டது. அதனால் கயிறுத் தொழிலும் நடக்கவில்லை. அந்தச் சமயத்தில்தான் முட்டளவு எட்டும் ஒரு துண்டு வேட்டி உடுத்துக்கொண்டு தலை முடியும் தாடியும் வளர்த்து உடல் முழுதும் வெற்றிலை எச்சிலை தேய்த்துக்கொண்டு எந்தத் துப்பரவுமில்லாத ஒரு யாசகன் அங்கு வந்தான். கண்டால் மனம் குமட்டிவிடும்.

ஓர் ஏழையின் வீட்டு முற்றத்தில் நின்று யாசகம் கேட்டான்.

"உம்மா, ஒரு மிஸ்கின். வவுறு பைக்குது. ஒரு பிடி சோறு தாருங்கோ. நாச்சியாரே."

வீட்டுக்காரருக்குக் கோபம் வந்துவிட்டது.

"இஞ்செ நாங்கொ தின்னத் தீவனமில்லாமெ பைச்சு சாவுதோம் இஞ்செ வந்தா சோறு கேக்கீரும். வேறெ எங்கேயா வது போய் கேட்டுப்பாரும். இல்லேண்ணா அந்த வேலியிலெ நிக்கித கள்ளி முள்ளெ வெட்டி திண்ணும். போய்த் தொலையும்."

வீட்டுக்காரர் சுட்டிக் காட்டிய வேலிக்கு நேராக அந்த யாசகன் நடந்தான். கள்ளி முள்ளை ஒடித்து உடுத்தியிருந்த வேட்டியில் கட்டினான். அந்த வீட்டில் வந்து ஒரு பாத்திரம் கேட்டு வாங்கினான். பாத்திரத்தில் கள்ளி முள்ளைப் போட்டு முற்றத்தில் சம்மணம் போட்டு உட்கார்ந்து நெருப்பு மூட்டி னான். பாத்திரத்தில் இருந்த கள்ளி முள், கோழி பிரியாணியாக வெந்தது. அள்ளிச் அள்ளி சாப்பிட்டான். சாப்பிடச் சாப்பிட பிரியாணி தீரவில்லை. வீட்டுக்காரரையும் சாப்பிட அழைத் தான். அவரும் சாப்பிட்டார். ருசி மிகுந்த கோழி பிரியாணி.

எதிரில் உட்கார்ந்திருந்த யாசகனின் உடம்பிலிருந்து அது வரையிலும் முகர்ந்திராத ஒரு நறுமணம் பொங்கியது. வந்த யாசகர் விலாயத்துள்ள ஒரு அவுலியா என்பதை மக்கள் தெரிந்து கொண்டனர். கடலில் மீன் பட்டது. மழை பெய்தது. குளமும் கிணறும் நிரம்பியது. தொண்டு ஊறப் போடும் குளங்களில் வெள்ளம் நிரம்பியது. கயிறுத் தொழில் முறைபோல நடந்தது.

அத்துருஸா, அவுலியாவுடைய முரீதாக பின்னால் தொற்றி னார். சொல்லுமிடமெல்லாம் பின்னால் சென்றார். அவுலியா சில ஆண்டுகள் அங்குத் தங்கினார். தங்கியிருந்த ஆண்டுகளில் ஒருநாள் கூட அவுலியா குளிக்கவில்லை. பல் துலக்கவில்லை. மூத்திரம் பெய்ததுமில்லை. அப்படி ஒரு அற்புத மனிதர்.

ஒரு தடவை, முரீதான அத்துருஸாவின் முகத்தில் காறித் துப்பிவிட்டார். அத்துருஸா மகிழ்ச்சியுடன் துப்பலை

தம் முகம் பூராவும் தேய்த்தார். கையை கழுவவில்லை நக்கி சுத்தம் செய்தார். அத்துருஸா வீட்டிற்குள் ஏறிச்சென்ற போது மனைவி கேட்டாள்.

“இதென்ன ஒரு சொர்க்க வாசம்.”

“கள்ளி முள்ளு அவுலியாக்கெத் துப்பல்.”

அத்துருஸா ஒரு தடவை அவுலியாவிடம் தம் சங்கட மான வறுமை நிலையை எடுத்துச் சொன்னார். “எண்ணும் பட்டினி. பரக்கத் செய்யுங்கோ.”

அவுலியா தரையில் குனிந்தார். கையில் கிடைத்த மாவிலையைக் கொடுத்தார்.

“ஊட்டுலெ பெட்டிலெ கொண்டு வெய்.”

அத்துருஸா அவுலியாவின் குரலை மட்டும் கேட்டார். அவுலியா கண்ணிலிருந்து மறைந்தார்.

“எக்கெ ஷேக்கே!” அத்துருஸா அழுதழுது கூப்பிட்டார். அவுலியா கண்களுக்குப் புலப்படவே இல்லை!

அவுலியா கொடுத்த இலையை அத்துருஸா வாங்கியதைச் சிலர் கண்டதாகக் கண்ணைக் கொண்டு சத்தியம் செய்தனர். அவுலியா கொடுத்த இலையுடைய மகிமையால்தான் அத்துருஸாவுக்கு இவ்வளவு பணம் வந்து குவிந்தது என்று நம்பினர் குளச்சல்வாசிகள்.

“அத்துருஸாவுக்குப் பணம் குடுக்கூதுக்கு வேண்டியாக்கும் அல்லா அந்த அவுலியாயெ இஞ்செ இறக்கினது.” சிலர் சொல்லிப் பரப்பினர்.

எப்படியோ, கைக்கு வந்த பணத்தை வாரிக்கோரி கொடுத்து எல்லா லட்சணங்களும் ஒத்த முஸ்தபாக்கண்ணை, மகள் மரியம் பீவிக்கு அத்துருஸா மாப்பிள்ளையாகத் தேடிக் கண்டுபிடித்து சவாலை நிறைவேற்றினார்.

சாய்வு நாற்காலியில் முஸ்தபாக்கண்ணின் கால் ஆடியது. மரியம் பீவியின் வீட்டு மணவறையில் வைத்த செம்பலுவா சாப்பிட்ட ருசியை நினைத்தபோது நாக்கில் நீர் பெருக்கு.

“குட்டியேய்” – மனைவியைக் கூப்பிட்டார்.

“என்ன விசயம்.”

“கொஞ்சம் செம்பலுவா கிண்டணுமே.”

❖

13

நூர்முகம்மது கால்நீட்டி, கண்மூடும் வரை பவுரீன் பிள்ளை குடும்பத்தில் ஐஸ்வரியம் பூத்துக் குலுங்கியது. கராச்சிக் காளைகள் பூட்டிய வில்வண்டி, வெள்ளை அரபிக் குதிரை பூட்டிய வண்டி, மயில் வடிவிலமைத்த சுண்டன் வள்ளம், உட்கார்ந்து ஆடியாடி வெற்றிலைப் போட்டு வர்த்தமானம் பேசி ரசிப்பதற்குத் தொங்குக் கட்டில் – இப்படியானக் குதூகலப் பொருட்கள் ஏராளம். பிரதாபத்தின் முக முத்திரைகள்.

முஸ்தபாக்கண்ணுடைய வாப்பா நூர்முகம்மது முதலில் நிக்காஹ் செய்துகொண்டது பூவாறிலுள்ள வலிய விளாகத்து வீட்டுக் குடும்பக் காரணவருடைய தலை மூத்த மகள் பாத்திமுத்துவை. வலிய விளாகத்து வீட்டில் ஆண் சந்ததியினர் இல்லாததால் மூத்த பெண் சந்ததியின் கணவன்தான் குடும்பத்தின் அடுத்த காரணவர். அதனால் வலிய விளாகத்து வீட்டிற்குச் சென்று காரியாதிகள் விசாரிப்பதற்காக ஒவ்வொரு வெள்ளிக்கிழமையும் தரையில் புலர் ஒளிபடரும் முன் நூர்முகம்மது குதிரை வண்டியில் ஆற்றுக்கடவிற்கு வந்துவிடுவார். குடும்ப வள்ளக்காரன் மைதீன்பீரு கடவில் சுண்டன் வள்ளத்தைத் துடைத்து சுத்தம் செய்து தயாராக நிறுத்தியிருப்பான். முதலாளியைக் கண்டதும் வட்டத் தலைப்பாகையை அவிழ்த்து கக்கத்தில் இடுக்கி, பணிவுடன் குனிந்தவாறு முதலாளியை வரவேற்று வள்ளப்படியைச் சுட்டிக் காட்டுவான், உட்காருவதற்கு. காலையின் மஞ்சள் கதிர்கள் உடம்பில் பட்டு வியர்வை கொட்டாமலிருக்க காம்பு வளைந்த கறுப்புத்துணிக் குடையை விரித்துப் பிடிப்பார். தலைக்குமேல் ஐந்து முழம் வெள்ளை வாயில் சால்வையால் வால் போட்ட தலைப்பாகை கட்டி, கால்மேல் கால்போட்டு ஒரு கம்பீரமான இருப்பு.

இராக்குளிரில் நடுநடுங்கி, சிற்றலையால் போர்த்திக் கிடக்கும் ஆற்றை கீச்சம் காட்டிக் கொண்டு வள்ளம் நகரும்.

வெள்ளிக்கிழமை விடிந்தால் ஆற்றின் இருகரைகளிலும் பெரும் கூட்டம். கரையோரங்களில் குடில் கட்டித் தங்கி இருக்கும் ஊராளிகளும், நுளையர்களும் முதலாளியின் திருமுகம் காண மேல் துண்டை இடுப்பில் கட்டி கும்பிடும் கரங்களோடு நிற்பார்கள். வழி நெடுகிலும் கடவுகளில் குழந்தைகளின் மூத்திரப்பாய், துணிகள் முதலியவற்றை அலம்பிச் சுத்தம் செய்து நிற்கும் பெண்களும் குளித்துக் கொண்டு நிற்பவர்களும் சுண்டன் வள்ளத்தைக் கண்டதும் ஓடிக் கரையேறி தென்னை மரங்களிடையே மறைவாக நின்று, ஓரக்கண்ணால் முதலாளியைப் பார்ப்பார்கள். முதலாளியின் சிவந்த மேனியை, ஒளி சிதறும் முகத்தைப் பிரகாசிக்கும் கண்களைக் கறுப்புவட்டத் தாடியை. அந்த சுண்டன் வள்ளத்தின் ஒரு பகுதியாக இருந்திருக்கமாட்டோமா என்ற ஏக்கங்கள் நெஞ்சங்களில் பொங்கி அடங்கும்.

வலிய விளாகத்து வீட்டிலுள்ள பெண்கள், கணவன் இல்லங்களில் தங்குவது வழக்கமில்லை. குறைச்சல். கணவன் மனைவியுடன் வலிய விளாகத்து வீட்டு மறவணையில் தங்க வேண்டும். அதுதான் அந்தக் குடும்பத்திற்குக் கவுரவம். பவுரீன்பிள்ளை உப்பாவின் குடும்பக் காரியங்களைக் கவனிக்க வேண்டிய பொறுப்பும் நூர்முகம்மதுக்கு இருந்ததனால் வாரத்தில் ஒருநாள் மனைவி இல்லத்திற்குச் செல்வதை வழக்கமாக்கிக் கொண்டார். இரவு மறவணையில் படுத்துறங்கி விட்டு அதிகாலை சுப்ஹு பாங்கு ஒலிக்குமுன் ஒரு கண்டிப் பான குளியும் குளித்து விட்டு எப்போதும்போல் கடவிற்கு நேராக நடப்பார். மைதீன்பீரு சுண்டன் வள்ளத்தைத் தயார் செய்து நிப்பாட்டியிருப்பான். திரும்பிச் சொல்லும்போது முதலாளி மிகவும் களைத்துப் போயிருப்பார். ஆற்றுக்கடவில் வளர்ந்தோங்கி நிற்கும் முது மூடு மரங்களிலிருந்து விழுந்த பூக்களும் இலைகளும் நிறைந்த கடவிலிருந்து வள்ளம், சனிக்கிழமை கிழக்கு நோக்கி நழுவும். இருகரைகளிலும் நெருக்கமாக வளர்ந்து சாய்ந்து நிற்கும் தென்னை மரங்கள் கண் எட்டாத ஓர் இடைவழி போல் காட்சி தரும். அந்த இடைவெளியில், தெளிவான ஆகாயத்தின் கீழ்த்தாடையி லிருந்து கதிரவன் பொன்முகம் காட்டும்போது நூர்முகம்மது சீலைக்குடையை விரித்துப் பிடிப்பார்.

வழக்கம் போல் ஒரு வெள்ளிக்கிழமை.

நூர்முகம்மது வள்ளத்தில் சவாரி செய்து வலிய விளா கத்து வீட்டிற்குச் சென்றார். மதிய உணவு குசால். நார் பின்னிய சாய்வு நாற்காலியில் படுத்துக்கொண்டு ஒரு நீண்ட ஏப்பம்.

வாசல் திரையின் பின்பக்கம் பெண்களின் அலுக்கத்துக் குலுக்கம். கிண்ணாரம், சிரிப்பு. முதலாளி தலையைச் சரித்து கதவின் இடையே பார்த்தார். வடித்த காதுச் சோணைகளில் தொங்கி, தோளைத் தொடும் தங்கக் குணுக்குகளைக் கண்டார்.

மைனிமார்களும், கொழுந்திமார்களும் என்னவோ கிண்ணாரம் சொல்லிக் கொஞ்சுகின்றனர். "பொட்டித் தெறிச்ச கொஸராக் கொள்ளியோ" புதியாப்ள மச்சானிடம் ஏதோ நையாண்டி சொல்லுவதற்கான ஆயத்தம். தளிர் வெற்றிலை போட்டுச் சிவந்த வாயிலிருந்து புறப்படும் நையாண்டி கேட்டு மனம் குளிர்ந்து சிரிப்பதற்குத் தயாராக மச்சான் சாய்வு நாற்காலியில் நிமிர்ந்து உட்கார்ந்திருந்தார்.

"புள்ளேய் புதியாப்ளே." பெண் குரல் ஏதென்று தெரிந்து கொள்ள முடியவில்லை.

புதியாப்ளையின் உதடுகள் அகன்றன. பற்கள் இலேசாகத் தெரிந்தன. வெண்பற்களில் சிரிப்பின் முகம்.

"நிங்கக்கு கல்லியாணம் களிஞ்சு அஞ்சாறு வரிசமாச் சில்லியாவுள்ளே. புதியாப்ளக்கு ஒரு கொளந்தயெப் பெத்து கொஞ்சூதுக்கு ஆசயில்லியா?" பெண்களின் கூட்டச் சிரிப்பு. கொலுகொலுவென்று வீட்டிற்குள் கொலுசுக் கால்கள் ஓடி நடக்கும் சத்தம்.

நூர்முகம்மதின் முகத்தில் ஆடிக் கார்மேகங்கள் இழைந்தன. முகம் தாழ்ந்துவிட்டது. இது தமாஷ் அல்ல, ஏளனம். தமக்கு நேராக அல்ல, தம் ஆண்மைக்கு நேரான இழுக்கு. அந்த நேரம்தான் நூர்முகம்மதுக்கு தம் ஆண்மையைப் பற்றிய நினைப்பு வந்தது. பாரம்பரியமிக்க பவுரீன்பிள்ளையின் குடும்பத்தில் ஆண்மையற்ற புருஷ வாரிசு யாருமே பிறந்த தில்லை. இந்த ஏளனப் பேச்சு, சிரிப்பு, பவுரீன்பிள்ளையின் குடும்ப மகிமையைக் கேள்வி கேட்பதில்லையா? பவுரீன் பிள்ளை உப்பாவைப் பரிகாசம் செய்வது போலல்லவா?

வெற்றிலைச் செல்லத்திலிருந்து முதலாளி கொட்டப் பாக்கு எடுத்து நொறுக்கி வாயில் போடவில்லை. பனச்ச மூட்டு தளிர்வெற்றிலையில் சுண்ணாம்பு தேய்க்கவில்லை. நாற்காலியிலிருந்து குதித்து எழுந்தார். மறவணையை நோக்கி நடந்தார். அரைக்கைச் சட்டையை எடுத்து மாட்டினார். ஐந்து முழம் வாயில் சால்வை எடுத்து தலைப்பாகைக் கட்டினார். சீலைக்குடையை எடுத்துக் கக்கத்தில் இடுக்கினார்.

"எங்கே போறியோ?" பாத்திமுத்து கேட்டாள்.

"தென்பத்தனுக்கு."

“என்ன விசயம்? திடீரெணு.”

“சோலியிருக்கு.”

யாரிடத்திலும் விடை கேட்கவில்லை. கண்ணாடித் திண்ணையில் சாய்வு நாற்காலியில் படுத்திருந்த மாமாவிடமும் கேட்கவில்லை. சூரியன் உருகும் உச்சி வெயிலில் குடையை விரித்து பிடித்துக்கொண்டு விறுவிறென்று நடந்தார், ஆற்றை நோக்கி. சுட்டுப் பழுக்கும் பூவாறு சொரிமணலை மர மிதிடியடிகள் கிளறி எறிந்தன. சொரி மணலில் மர மிதியடித் தடம் ஆழமாகப் பதிந்தது. கடவின் ஓரத்தில் படர்ந்து பந்தலிட்டு நின்றிருந்த புன்னை மரத்தின் நிழலில், வள்ளத்திற்குள் விரித்திருந்த ஓலைக் கிடுவை எடுத்துப் போட்டுப் படுத்துறங்கிக்கொண்டிருந்த மைதீன் பீரின் தலைமாட்டில் நின்று நூர்முகம்மது அலறினார்.

“எழும்புடா.”

வள்ளக்காரன் அலறல் கேட்டு நடுங்கி விழித்தான்.

“எறக்கடா வள்ளத்தை.”

வள்ளக்காரன் கிடுகிடென விறைத்தான். முதலாளி தானா? வெள்ளிக்கிழமை உச்சி நேரம். ஆள் நடமாட்டமில்லாத ஆற்றுக் கடவு. பலர் மூழ்கி இறந்த கடவு. முதலாளியின் வேடத்தில் ஏதேனும் . . .

“என்னடா பொல்லாமுறுவ பார்வை பாக்கியா? எறக்கடா வள்ளத்தை.”

அதே மரமிதியடிகள். அதே குடை. நேற்று கட்டிய அதே தலைப்பாகை. அரைக்கைச் சட்டை. வெள்ளைக் கொம்பு பித்தான்.

மைதீன்பீரு வள்ளத்தைத் துடைத்துத் துப்புரவு செய்தான். அவன் வள்ளப்படிகளுக்கு நேர் கையை காட்டும் முன் முதலாளி ஏறி உட்கார்ந்தார்.

“ஊணுடா வள்ளத்தை. நேரம் இருட்டுக்கு முன்னே போய்ச்சேரணும்.”

மைதீன்பீரு எல்லா சக்தியும் வரவழைத்து வள்ளத்தை ஊன்றிவிட்டான். வள்ளம் நாலைந்து கடவுகளைத் தாண்டியது. பின்னால் யாரோ கூப்பிடுவது கேட்டது.

“புள்ளேய் புதியாப்ளே நில்லுங்கோ. போவாதெங்கோ.”

ஆற்றின் கரை ஓரமாக வலிய விளாகத்து வீட்டுக் காரணவரும் காரியஸ்தனும் வள்ளத்தைத் துரத்திக்கொண்டு பின்னால் ஓடி வருகின்றனர்.

“ஊணுடா வள்ளத்தை.” முதலாளியின் குரல் ஓங்கியது. நீரோட்டம் மேற்கிலிருந்து கிழக்காக. மைதீன்பீரு வள்ளத்தின் சவுட்டுப் படியில் நின்று தம்மு பிடித்துக்கொண்டு வள்ளத்தை ஊன்றினான். நரம்புகள் புடைத்தன. கண்கள் சிவந்தன. வேட்டியும், வாயில் பாடியும் நனைந்து உடம்போடு ஒட்டின. வியர்வையில் மூழ்கி நின்று வள்ளத்தை ஊன்றிவிட்டான். நதியின் விலா எலும்புகளைக் காயப்படுத்திக்கொண்டு வள்ளம் முன்நோக்கிப் பாய்ந்தது.

முதலாளி திரும்பிப் பார்த்தார். அங்கு, ரொம்பவும் தொலைவில் இரு வெள்ளைக்கோடுகளை மட்டும் கண்டார்.

“இனி பைய ஊணுடா.” முதலாளி உத்தரவிட்டார்.

அந்தத் திரும்பி வருகைதான். முதலாளி கால் நீட்டிக் கண்களை மூடும்வரை வலிய விளாகத்து வீட்டில் காலூன்றவே இல்லை. பாத்திமுத்துவை தலாக்கும் சொல்லவில்லை. வாசி. வைராக்கியம்.

வரும் வெள்ளிக்கிழமை இதே நேரத்தில் நான் வேறு ஒரு மனைவியின் வீட்டில் மறவணையில் பட்டுமெத்தையில் படுத்துக்கொண்டிருப்பேன். எனக்கு ஆண்மை உண்டா என்று காட்டிக்கொடுப்பேன். முதலாளி அனந்த விக்டோரியா மார்த்தாண்டம் கனாலின் கரைகளில் ஓடிமறையும் மரங்களைச் சாட்சியாக்கிக்கொண்டு சபதமெடுத்தார்.

தென்பத்தன் ஆற்றுக்கடவில் இறங்கினார். குடையை ஊன்றி புத்தம் வீட்டை நோக்கி நடந்தார். வள்ளக்காரன் பின்னால் ஓடினான்.

“குதிரை வண்டியை லாயத்திலிருந்து இறக்கீட்டு வரச் சொல்லுயேன்.”

“போடா, வண்டியும் வேண்டாம் கிண்டியும் வேண்டாம்.” முதலாளி நேராக ஒரே நடை.

புத்தம் வீட்டில் ஏறினார். தலைப்பாகையை அவிழ்த்து வீசினார். சட்டையைக் கழற்றி எறிந்தார். வாயில் பாடிக்குள் ஊதிக்கொண்டு பூ முகத்தில் குளிர்ந்த காற்று கிட்டும்படியாக சாய்வு நாற்காலியில் உட்கார்ந்தார்.

“டேய் பஹர்.” முதலாளி வில்வண்டிப் புரையைப்பார்த்து உரக்கக் கூப்பிட்டார்.

பஹர் இபுறாகீம் வண்டிப் புரையிலிருந்து ஓடி வந்தான்.

முதலாளி!

வழக்கத்திற்கு மாறாக, வெள்ளிக்கிழமையே அதுவும் நடந்தது. குதிரை வண்டியை இறக்கச் சொல்ல மைதீன்பீரு வரவில்லை. என்ன நடந்தது?

"மோலாளி!"

"அமுக்கடா காலெ."

நாற்காலி கையில் நீட்டிய முதலாளியின் கால்களை பஹர் அமுக்கிவிட்டான்.

"டேய்!"

"என்னெ?"

"ஒரு நிக்காஹ் செய்யணும்."

"ரண்டாம் தாரமாட்டா?"

"நாலு கெட்டுவேண்டா. நீ ஆருடா கேக்க?"

"மாப்பு."

"வலிய விளாகத்து வீட்டைவிட வலிய குடும்பத்திலெ ஒரு பெண்ணு கெட்டணும். பவுரீன்பிள்ளை குடும்பத்திலெ காரணவருக்கு ஆணத்துவம் உண்டுணு காட்டிக்குடுக்கணும் பிலே."

"காட்டிக்குடுப்போம்."

"வரக்கூடிய வேளாச்செ அஸ்தமிச்ச வெள்ளியாச்ச ராத்திரி நிக்காஹ் நடத்தணும். அடுத்த வெள்ளியாச்ச பகல் நா சம்மந்தக் குடீலெ உச்ச சோறு தின்னணும்பிலே."

"இப்பளே பாப்போம். பெண்ணுக்கா பஞ்சம்."

"வில்வண்டியை எறக்கிட்டுப்போ."

பஹர், இரவே வில்வண்டியைப் பூட்டினான். தென்பத்தன் கிராமத்திலுள்ள மணலைக் கிளறிக்கொண்டு கராச்சிக் காளைகள் குதித்தோடின. மறுநாள் மாலையில் புத்தம் வீட்டின் தலை வாயிலில் வில்வண்டி தளர்ந்து நின்றது. காளைகளின் வாயிலிருந்து நுரை வடிந்தது. பஹர் வண்டியிலிருந்து குதித்தான்.

"என்னடா?"

"புலூக்காயி ஆறுமாசம்தான் ஆச்சு. மாணிக்கக் கல்லான தங்கக்கிளி போலத்தெ புள்ளே. தங்க நிறம். வட்ட முகம். தங்க பஸ்பம் தின்னு வளர்ந்த புள்ளெ."

"எங்கடா?"

"வேறெ எங்கெ. பளைய திருவிதாங்கூறுக்கெ தலஸ்தானத் திலெதான்."

"எந்தக் குடும்பம்?"

"பொன்னறைக்கல் புத்தம் மங்களாவு."

"பேஷ்! உதயகிரி கோட்டை ஆயுதக்கிடங்குக்கு மேல் நோட்டம் வகிச்ச வீரசூர குடும்பம். நமக்கு ஏத்த குடும்பம்தான்."
"வேளாச்ச அஸ்தமிச்ச வெள்ளியாச்ச ராவுணு சொன்னாயா?"

"சொன்னேன். இண்ணானா இண்ணைக்கும் தயார்."

நூர்முகம்மது முதலாளியின் இரண்டாவது திருமணம் அவர் எடுத்துக்கொண்ட சபதம் போல் நடந்தேறியது.

மஞ்சசோறும் ஆட்டிறைச்சியும் பரிமாறிய வெள்ளி இரவில் அதன் வாசனை தங்கி நின்ற முதல் யாமத்தில் தூக்கு விளக்கின் திரியை நீட்டி விட்டுக்கொண்டு, கசவு தட்டம் கொண்டு முகம் மூடி நாணிக்கோணி நின்ற வட்ட முகமுள்ள புதுப்பெண்ணின் காதில் நூர்முகம்மது மந்திர மோதினார்.

"ஓராண் கொளந்தெயெ பெறணும்."

பெண் தலையைக் குனிந்தாள். தட்டத்தால் முகத்தை மூடி இடைக்கண்ணால் வரனின் நெஞ்சில் படர்ந்து கிடந்த கறுப்பு ரோமக்காட்டைப் பார்த்தாள்.

"எக்கெ ஆத்தியத்தெ பெண்டாட்டி பெறல்லெ. மலடியாக்கும்."

இதைக் கேட்டபோது அந்தச் சுறுமாக்கண்களிலிருந்து கொப்பளித்த சுடு கண்ணீர் கன்னம் வழியாக ஒழுகி தட்டம் நனைந்ததை முதலாளி காணவில்லை.

மறுவாரம் முதலாளி புத்தம் வீட்டின் பூ முகத்தில் உடை உடுத்துத் தயாராக நின்றபடி அழைத்தார். "பஹர்."

பஹர் ஓடிவந்தான்.

"வண்டி எறக்கடா."

"வில் வண்டியா? குதிரை வண்டியா?"

"சம்மந்த குடிக்காடா வில்வண்டீலெ போறது? குதிரெ வண்டியெ எறக்கு."

"குதிரெக்கு வவுத்துப் போக்காயிருக்கி."

"அப்போ வில்வண்டியெ எறக்கு. உச்ச திரிஞ்சுதானே போய்ச் சேரும்."

பஹர், வில்வண்டியைப் புத்தம் வீட்டின் தலை வாயிலில் கொண்டு நிப்பாட்டினான். முதலாளி ஏறினார். சாட்டை உயர்ந்தது. "இஞ்சளெ". காளையின் பிட்டத்தில் சாட்டைக் கம்பால் ஒரு குத்து குத்தினான். குடை மணி குலுக்கிக் கொண்டு காளைகள் புழுதி கிளப்பின.

கருங்கலை அடையும்போது நேரம் மதியமாகிவிட்டது. முதலாளியின் கும்பிக்குள் பூனை நகம் கொண்டு பிராண்டியது.

"டேய்."

"என்ன மோலாளி?"

"கும்பி காயுதுலே."

"வண்டி நிறுத்தட்டா?"

"என்னலெ கெடெக்கும்?"

"சந்தக்கு மேலே ஒரு சோத்துக் கெளப்பு உண்டு."

"சீ போடா கள்ள ஹமாறுக்குப் பெறந்த பயலெ. மோண்டாக் கழுவாத்தவனுக்கெ கடயிலெ ஏறியாடா சோறுண்ணுது. குடும்பக்காரனுக்குள்ள அசலாடா?"

"மாப்பு தாருங்கோ, அறியாத சொல்லிப் போட்டேன்."

"வேறெ என்ன கெடக்கும்?"

"அரிசி முறுக்கும் பேயம் பழமும்."

"எங்கெடா கெடெக்கும்?"

"கொஞ்சம் ஒயரெப் போனா ஒரு நாயருக்கெ ஊட்டுலெ அரிசி முறுக்கும் பேயம் பழமும் கெடெக்கும்."

"வாண்டிட்டு வாடா."

பாதையோரத்தில் ஆலமரத்தின் நிழலில் வண்டியை நிறுத்தினான். காளையை அவிழ்த்துக் கட்டி வைக்கோல் போட்டான்.

முதலாளி மடியிலிருந்து மடிச்சீலையை உருவினார்.

"எக்கு ஒரு முறுக்கும் ரண்டு பழவும் வாண்டிட்டு வாடா."

"ஒரு முறுக்கா?"

"ஒரே ஒரு முறுக்கு வாண்டு."

பஹரின் முகம் வாடியது. எனக்கில்லையா? அவருக்கு மட்டும்தான் பசி உண்டோ? நான் மனுஷனில்லியோ? பிச்சக்காரன். வாரும் உம்மை ஒரு பாடம் படிப்பிச்சுத் தாறேன்.

பஹர் நாயருடைய வீட்டை நோக்கி நடந்தான். ஒரு முறுக்கும் இரண்டு பழமும் வாங்கினான். வேட்டியை மடித்துக் கட்டி, முறுக்கையும் பழத்தையும் வேட்டிக்குள் போட்டான். வண்டியை நெருங்கும்போது வேட்டியைச் சற்று உயர்த்திக் கட்டினான். முறுக்கும் பழமும் பஹரின் வேட்டிக்குள் பிருட்டத்தை ஒட்டிக் கிடந்தன.

வண்டிக் காளையை வேகப்படுத்த குரல் எழுப்பி தொண்டை காய்ந்துவிட்டது. அவனுக்கு வயிற்றுக்குள் கோரப்பசி.

பஹரின் விகட புத்தி செயல்பட்டது. முதலாளியை நெருங்கினதும், இடது கையை வலது விலாப்பக்கம் கொண்டு போனான். விலாவில் ஒரு குறிப்பிட்ட இடத்தில் விரல்முனை யால் ஊன்றினான். பிறகு கேக்கவா வேண்டும். கீழ் வாயுவின் பிரவாகம், பறபறவென்று.

முதலாளி மூக்கைப் பொத்தினார்.

“சீ! ஹயா கெட்ட களுதெ, மனுசன் தின்னூத சாமானங் களெ கக்குமடியிலெ போட்டுட்டாடா இந்த நாணம் கெட்ட வேலை செய்யூது.”

“அறியாத வந்து போச்சு.”

“நீ தின்னுடா அதெ.”

“நான் தின்னுதேன். மோலாளிக்கு?”

“நீ தின்னிட்டு வேறெ வாண்டிட்டு வாடா. கைலெ கொண்டு வா சைத்தானெ.” மீண்டும் மடிச்சீலையை அவிழ்த்தார்.

பஹர், நூர்முகம்மது முதலாளியை ஏமாற்றிய அந்த வில்வண்டிப் பயணம் ஊரெங்கும் பெரும் பாட்டாகிவிட்டது.

பழைய திருவிதாங்கூரின் தலைநகரிலுள்ள இரண்டாவது திருமணமும் முதலாளிக்குத் தோல்வியாகவே முடிந்தது. அதற்குக் காரணம் அன்றைய வில்வண்டிப் பயணமாகும்.

பொன்னறைக்கல் புத்தம் மங்களாவிலுள்ள புதியாப்ளெ குதிரை வண்டியில் ஏறி வராமல் மாட்டு வண்டியில் வந்திறங் கியது பொன்னறைக்கல் புத்தம் மங்களாவு காரணவருக்கு கேவலமாகயிருந்தது.

“குதிரைவண்டி இல்லெங்கி, புதியாப்ளெ ஆளனுப்பினா எக்கெக் குதிரவண்டியெ அனுப்பித் தருவேனே. இல்லெயானா பல்லக்கெ அனுப்பித்தருவேனே. காள வண்டியிலெ வந்திறங் கினப்போ எக்குக் கேவலமா இருந்தது. தோலெல்லாம் அப்படியே உலிஞ்சு போச்சு.”

மாமா சொன்னதைக் கேட்டதும் நூர்முகம்மதின் உச்சி வேர்த்துக்கொட்டியது. உடல் மூச்சூடும் வேர்த்தது. அன்று இரவு அங்கு உணவு அருந்தவில்லை. துணி மாற்றவில்லை. தலைப்பாகையை அவிழ்க்கவில்லை.

"பூட்டுடா வண்டியை." முற்றத்தில் இறங்கி நின்று பஹரிடம் சொன்னார்.

"இந்த இருட்டிலெயா? வழீலெ பிடிச்சுப் பறிக்காரனுவோ உண்டே."

பஹர் வண்டியைப் பூட்டினான். இரவோட இரவாக நூர் முகம்மது தென்பத்தனுக்குப் புறப்பட்டார். அதன்பிறகு பொன்னறைக்கல் புத்தம் மங்களாவில் கால் ஊன்றவே இல்லை. வட்ட முகமுள்ள அந்தப் பெண்ணை தலாக் சொல்லவே இல்லெ. வாசி. வைராக்கியம்.

மூன்றாவது திருமணம் ஒரு மாதத்திற்குள் நடந்தது. நம்பாளியில். அந்த மூன்றாவது மனைவிக்குப் பிறந்த அருமந்த பிள்ளைகள்தான் முஸ்தபாக்கண்ணும், ஆசியாவும். காலமானவர்கள் போக, எஞ்சியவர்கள் இவர்கள் இருவரும். மூன்றாவது மனைவி புத்தம் வீட்டில் கால் ஊன்றிய பாக்கியத்தில்தான் பழைய வீட்டை இடித்ததும் சவுதா மன்சில் கட்டி உயர்த்தியதும்.

புத்தம்வீட்டின் பூ முகத்தில் தொங்கு கட்டிலில் உட்கார்ந்து ஆடியாடி நூர்முகம்மது வெற்றிலையில் சுண்ணாம்புத் தேய்த்துக் கொண்டிருந்தார். அந்த நேரம் தலைவாசலை யாரோ தள்ளித் திறப்பதைக் கண்டார்.

தேங்காய் வெட்டும் கைமணியும் காரியஸ்தனும் உள்ளே நுழைந்தனர். கைமணி வாசல் பக்கம் கைகட்டி நின்றான். காரியஸ்தன் முற்றத்தில்.

"என்ன காணும்?"

"ஒரு தேங்காகூட கெடக்கல்ல."

"ரண்டேக்கர் தெங்கின்பொரேடத்திலெ வெட்டிப் போட்ட தேங்காய் ஒண்ணுகூட கெடக்கல்லியா?"

"நாங்கொ என்ன செய்ய மோலாளி. காக்கப் பத்தம் போலெ வந்து கூடீட்டாளுவொ. தேங்காக் கொலையெ வெட்டிப் போடப்போடப் பெறக்கிட்டே போறாளுவொ. பெம்புள்ளியளெ நாங்கொ என்ன செய்ய முடியும்?"

"அந்தப் பொரயிடம் பாட்டம் புடிச்சிட்டு ஒரு தேங்காக் கொச்சுகூட கிட்டல்லியே காணும்..."

"இனி அதிலெ தேங்கா வெட்டப் போவண்டாம்."

"ஏங்காணும் . . . ?"

"வெட்டு கூலி நட்டம். தேங்கா எல்லாம் அந்தப் பிடா வயிலெ உள்ள பெம்புள்ளியோ பெறக்கிட்டுப் போறாளுவோ. கையைப் புடிக்க முடியுமா?"

நூர்முகம்மது தொங்கு கட்டிலில் ஆடினார்.

"இதுக்கு என்ன வளி?"

"நீங்க தான் சொல்லணும்."

"ஒண்ணுகூடெ கெடக்கல்லியா . . .?"

"ஒரு குச்சங்காளி கூடெ கெடக்கல்லே."

கைமணியும் காரியஸ்தனும் போனதும் முதலாளி உரக்கெ கத்தினார்.

"டேய் பஹர் . . ."

பஹர் ஓடி வந்தான்.

"அஞ்சாறு சட்டம்பிமாரெ தயாராக்கணும்டா . . ."

"ஆரெ அடிக்கெ . . .?"

"ஆரெயும் அடிக்குதுக்கில்லெ. சும்மா ஒரு டாவ் காட்டெ."

"ஆரெ மோலாளி? பஹரிட்டே சொல்லுங்கோ."

"பண்ணி விளாகத்திலெ தேங்கா வெட்டப் போனா னுவோ. அந்தப் பிடாவையிலெ உள்ள பாத்துக்காலியோ ஒரு தேங்காக் கொச்சுகூடெ குடுத்தாளில்லை. எல்லாம் பெறக்கிட்டெ போயிட்டாளுவோ."

"உள்ளதா?"

"அஞ்சாறு சட்டம்பிமாருக்கெ கையிலெ கம்பெக் குடுத்து பொரயிடத்தெ சுற்றி நிண்ணா ஒருத்தியும் கிட்டெ வரமாட் டாளுவோ."

"அஞ்சாறு சட்டம்பிமாரில்லெ நூறு சட்டம்பிமாரெ நிறுத்தினாலும் அந்தப் பாத்துக்காலியோ பயப்பட மாட்டா ளுவோ. அவனுவளுக்கெ காலுக்கெ இடையோட நூந்துபோய் தேங்கா எடுத்திட்டுப் போவாளுவோ. அங்கெ உள்ளவளுவொ துணிஞ்ச ஆம்பிளச் சேனாக்களாக்கும்."

"அப்பம் என்னடா வளி?"

"வளி இருக்கி. பஹர்இவிறாகீம் ஏத்தாச்சு. அவளுவளெ வெரட்டெ எனக்கட்டெ ஒரு மந்திரம் இரிக்கி."

“என்னடா மந்திரம்?”

“இப்பம் சொல்லமாட்டேன். அடுத்த ஈடு நான் போய் தேங்கா வெட்டி புத்தம் ஊட்டு முற்றத்திலெ குமிச்சுப் போடுதேன் பாருங்கோ.”

“ஏத்தாயா?”

“ஏத்தேன்.”

ஐம்பது நாட்கள் கடந்ததும் அடுத்த ஈடு வந்தது.

“பஹர்.” முதலாளி கூப்பிட்டார். “பண்ணி விளாகத்திலெ தேங்கா வெட்டப் போ.”

பஹரின் தலைமையில் சென்ற தேங்காய் வெட்டுக்காரர்கள் தளப்பைக் கையில் எடுத்து, இரு கையால் சேர்த்துப்பிடித்து தென்னையைக் கும்பிட்டனர். தளப்பைக் காலில் மாட்டினர். கை வெள்ளையில் துப்பி இருகைகளை உராவி விட்டு தென்னை மரத்தில் கை ஊன்றி ஏறினர்.

உயரமான ஒரு தென்னையிலிருந்து வெட்டிய தேங்காய்க் குலை தொப்பென்று பெரும் ஓசையுடன் விழுந்து சிதறியது. தொடர்ந்து ஒவ்வொரு தென்னையிலிருந்தும் தேங்காய்க் குலைகள் விழுந்துகொண்டே இருந்தன.

பஹர் உஷாராக நின்றான். பார்வையைப் பெண்கள் வரும் திசைக்குத் திருப்பினான்.

சத்தம் கேட்டு பெண்கள் ஒருவருக்குப் பின் ஒருவராக ஓடிவந்தனர்.

பஹரின் விகட புத்தி செயல்படத் துவங்கியது.

‘வாருங்கொட்டீ! கள்ளத் தொம்பற லெவிண்டிகளே! ஓடி வாருங்கொ. தேங்காயெ எடுத்துட்டுப் போயி மாப் புளக்குக் கறி வச்சுக் குடுங்கோ.’ பஹர் மனசில் சொன்னான்.

பெண்கள் தோப்பை நெருங்கிவிட்டனர். பஹர் தனக்கு வசமான தன்னுடைய ஹராம் பிறப்பை எந்தத் தயக்கமுமின்றிக் காட்டத் துணிந்துவிட்டான்.

“ஓ”வென்று முதலில் அலறினான். பெண்கள் தலையைத் தூக்கி பார்த்தனர்.

இமை வெட்டித் திறக்கும் நேரத்தில் பஹர் உம்மாவின் கருப்பை வாசலை மிதித்துத் திறந்துகொண்டு பூலோகத்தில் வழுக்கி விழுந்த மேனியில் நின்றான். வேட்டியைத் தலையில் கட்டினான். அல்லாஹு, இன்ஸானை படைத்த மேனியில் தோப்பைச் சுற்றிச்சுற்றி ஓடினான்.

"தூ, லானத்தில்லா, லாவாறக்கில்லா." பெண்கள் காறித் துப்பினர். சிதறி நாலாபக்கமும் ஓடி மறைந்தனர். ஆண்டவன் படைத்த ஒரு பெண்ணினம் கூட அந்தச் சுற்று வட்டாரத்தில் தென்படவில்லை.

கடைசித் தேங்காய்ச் சுமையை சுமட்டுக்காரனின் தலையில் தூக்கிவிட்ட பிறகுதான் பஹர் தலையிலிருந்து வேட்டியை அவிழ்த்து உடுத்தி கடைசிச் சுமையின் பின்னால் கைவீசித் தலை உயர்த்தி நடந்தான்.

புத்தம் வீட்டின் நடுமுற்றத்தில் குவிந்து கிடந்தத் தேங்காய் களைப் பார்த்த நூர்முகம்மது, பஹருக்கு வெற்றிலைக் கொடுத்தார்.

அந்த நாணம் கெட்ட வாப்பாவின் பொன்னான மகன்தான் முஸ்தபாக்கண்ணின் கையாளான இஸ்ராயில் என்று அறியப்படும் ஹபீப் முகம்மது.

கிணற்றில் வெள்ளமிறைத்து முஸ்தபாக்கண்ணைக் குளிப்பாட்டிக் கொண்டிருந்தான் இஸ்ராயில். சவரியும் சோப்பும் வைத்து முஸ்தபாக்கண்ணின் முதுகில் தேய்த்து விட்டான். இஸ்ராயில் குறுக்கில் அழுக்கு தேய்க்கும்போது முஸ்தபாக்கண்ணு குடுகுடா சிரித்தார்.

"ஏன், தானாட்டு சிரிக்கியோ?"

"நெனச்சப்பம் சிரிப்பாணி வருது."

"எதெ நெனச்சு?"

"நிக்க வாப்பா பண்டு பண்ணி விளாவத்திலெ நிண்ண நெலயெ நெனச்சு."

"எக்கெ உம்மா சொல்லி நா கேட்டிட்டுண்டு. நிங்கக்கு எப்படி தெரியும்?"

"நா பாத்தேண்டா எக்கெ இந்தக் கண்ணாலெ அந்தத் திருக்காச்சயெப் பாத்தேன். அப்பம் எக்கு எட்டு வயசு. ஆரோ வந்து வாப்பாட்டெச் சொன்னதெக் கேட்டேன். கேட்ட ஒடனெ பாக்கூக்கு ஓடினேன். பாத்துட்டுக் கண்ணடச்சிட்டு ஒரே ஓட்டம். ஊட்டுக்கு வந்து உம்மாட்டெ சொன்னேன். உம்மா விளுந்து விளுந்து சிரிச்சா."

"அளுக்குத் தேச்சது மதியா?"

"கொஞ்சங்கூடெ தேய்ச்சு உடு. சொகமா இருக்கி."

"நல்ல காலத்தே நீராடெ எறங்குனதில்லியா? நேரம் ளுஹறாச்சு. தலை தொடச்சிட்டு கரையேறுங்கோ." மரியம் பொறுமை இழந்தாள்.

“நீ போடி லட்சணம் கெட்டப் பாறுகாலி. நா அசர் வரை குளிச்சிட்டுதான் வருவேன்.”

முஸ்தபாக்கண்ணின் கண்கள் அடுக்களை வாசல் இடுக்கு வழியாக உள்ளே நுழைந்து தேடுதலில் ஈடுபட்டன. நூல் போன்ற ஒரு வெள்ளிக்கொலுசின் மங்கிய நிறத்தைக் கண்டார். மைலாஞ்சி தேய்த்த கால் அசைவுகளைக் கண்டார். இடையிடையே கதவிடுக்கில் தெரியும் கன்னக்கதுப்பைத் தேடினார். அந்தத் தேடலிலேயே பார்வையைச் செலுத்தியபடி நின்றார்.

அந்த நிலையில் இதயத்திற்குள் ஓர் ஏக்கத்தின் அலை மோதல்.

“என்னய்க்குத்தான் இந்த நாசம் புடிச்ச இஸ்ராயில் ரண்டாமத்தெ நிக்காஹெ நடத்தித் தரப்போறானோ?”

❖

14

இஸ்ராயிலின் மேற்பார்வையில் சவ்தா மன்ஸிலில் எலிபாத்திஹா அதி விமரிசையாக நடந்தது. லெப்பைகள், தங்ஙள்கள், மௌலவிகள் – அப்படி ஏழெட்டுப் பேர். ஓதுவதற்கு. ஒரு வரிகூட விடுபட்டுப் போகாத நெடு நீளமான மௌலூது. முடிவில் ஒரு நீண்ட துஆ.

சுக்கும் மிளகும் போட்டுக் காய்ச்சிய கருப்பட்டிக்காவா நுணைத்துத் தொண்டையை ஈரப்படுத்தினர். துஆ இரக்க ஆயத்தமாயினர். காரணவரிடம் முத்துக்கோயா தங்ஙள் உத்தரவுக் கேட்டார்.

“யாம் புள்ளே முஸ்தபாக்கண்ணு துவா எரக்கட்டா?”

நடுத்தளத்தில் பின் கை கட்டி, அங்குமிங்கும் உலவிக் கொண்டிருந்த முஸ்தபாக்கண்ணு மௌலூது மஜ்லிசுக்கு வந்தார். பயபக்தியுடன் மொட்டைத்தலையை வாயில் துணியால் மறைத்தார். இரு கைகளையும் நெஞ்சோடு அணைத்த வாறு சொன்னார்.

“தங்ஙளே! எக்குச் செல ஹாஜத்துக்களும் உண்டு. அது நெறவேறுதுக்கும் சேத்துத் துவா எரயுங்கோ தங்ஙளே.”

“அல்ஃபாத்திஹா!” முத்துக்கோயா தங்ஙள், மஜ்லிசில் இருந்தவர்களை உஷார்படுத்தினார்.

“ஆமீன் . . . ஆமீன் . . .” முத்துக்கோயா தங்ஙளின் கைப்படங்கள் மலர்ந்தன. தங்ஙள் இரு கண்களையும் மூடி, ஏக இலாஹியிடம் மனத்தை ஊன்றி, முஸ்தபாக்கண்ணின் அபிலாஷை நிறைவேற, அந்த இலாஹியிடம் வேண்டினார்.

வயிறுகளைத் துப்புரவுச் செய்து, வெற்ற வயிற்றுடன் இரை எடுக்க வந்தவர்களும், சோறு அள்ளிக்கட்ட ஈக்காம் பெட்டிகளுடன் வந்திருந்தவர்களும் உரக்க ஆமீன் சொன்னார்கள்.

கிழக்கில், ஆகாயத்தின் ரவிக்கைக்குக் கீழ் வெள்ளை அடிவயிறு தெரிந்தபோது இஸ்ராயில் சவ்தா மன்ஸிலை நோக்கி நடந்தான். ஏதாவது பொடி மிச்சமிருக்குமேயானால் வாரிக்கட்ட.

தோள்பட்டையின் மீது தலையைச் சாய்த்து, சாய்வு நாற்காலியில் குறட்டை விட்டுறங்கும் முஸ்தபாக்கண்ணின் வெடிப்பு விழுந்த கால்பக்கம் இஸ்ராயில் உட்கார்ந்தான். அங்குமிங்கும் பார்த்து நாலைந்து கொட்டாவி விட்டான். அடுக்களைக்கு நேராக எட்டிப்பார்த்தான். ஓலைச்சூட்டு ஊதி, தீ வளர்த்து சாயா போடும் மரியம் பீவி தாத்தாவின் சோர்ந்த முகத்தைக் கண்டபோது இஸ்ராயிலின் முகம் விரிந்தது. ஒரு சாயா வெள்ளம்கிட்டும்.

பழைய இறைச்சியின், நெய்ச்சோறின் மணம். மௌலூது மஜ்லிசில் கசங்கிய பிச்சிப்பூவின் மணம். ஈ மொய்க்கும் பழத்தோல்களின் புளித்த வாடை. முந்தைய இரவின் தடபுடலின் சொஞ்சாடிகள். எல்லாவற்றையும் முகர்ந்து கொண்டு இஸ்ராயில் மெதுவாக முஸ்தபாக்கண்ணின் கால் வெடிப்பில் சுரண்டினான்.

ஒரு மின்தாக்கம் ஏற்பட்டது போல் முஸ்தபாக்கண்ணு கால்களைப் பின் வாங்கி கண்களைத் திறந்தார்.

"ஒறக்கமா ...?" இஸ்ராயிலின் உதட்டில் புன்னகை.

"ராத்திரி ஒரு கண்ணுக்கு ஒறக்கமில்லை ... ஒரே மூட்டெக் கடி." முஸ்தபாக்கண்ணு உடம்பில் நாலா பக்கமும் சொறிந்தார்.

"ராத்திரி எலி சல்லியம் உண்டோ?"

"நாலஞ்செண்ணம் கெடந்து ஓடிச்சு. மரநாய் உண்டோணு ஒரு சம்சயம். தட்டுலெ ஒரு ஆளு நடக்கூது போலெ ஒரே படபட சத்தம் ..."

"காணும் ... காணும் ... காலப்பழக்கமான ஊடில்லியா?"

"மரநாயெ வெரட்டெ என்னடா வளி?"

"வெரட்டண்டாம். புடிக்கலாம்."

"கடிக்காதாடா?"

"கடிக்காது, பொறி. செங்கவெளயானுக்கட்டெ சொன்னா பொறி வெச்சுப் புடிப்பான்."

"செலவுண்டோ?"

"கொஞ்சம் ஆவும். எக்கெ கூட்டாளிதான். கடப்புறத்திலே நாங்கொ ரண்டு பேரும்தான் நாயும் புலியும் வெளயாடுது. நா சொன்னா கூடு வெச்சு புடிப்பான். சிம்ஹத்தையும்

ஆனெயையும்கூட பொறி வச்சு புடிச்சுப் போடுவான் ... அத்தர மூளையாக்கும் பயலுக்கு."

"அப்படியா ... அப்பிடி ஒரு வம்பன் நம்மொ ஊரிலெ இரிக்கியானாடா?"

"கொள்ளாம். இரிக்கியாண்ணா மலம்பாம்பெயும் புடிப்பான். செங்கெ வெளயானுக்கெ மந்திரப் பொறியெப் பத்தி கேக்காத ஆரும் இந்தப் பிரதேசத்திலே இல்லவே இல்லெ. நிங்களுக்கு ஆளெத் தெரியாதோ? இப்பந்தான் நம்மொ ஊரிலெ வந்து பெர கெட்டி தாமசிக்கியான்."

"தெரியாதே."

"பண்டு அவுங்க ஊடு, நிங்கொ ஊட்டுக்கெ பெறமெ தானே இருந்தது? மறந்திட்டிளாக்கும்."

முஸ்தபாக்கண்ணின் கண்கள் விடர்ந்தன. நெற்றிச் சுருக்கங்களில் நினைவின் சுருள்கள் நிமிர்ந்தன. மெல்லத் தலையை அசைத்தார்.

"அப்படியா? மனசிலாச்சி ... மனசிலாச்சி. பாத்தும் மாக்கெ பயலா ...?"

"ஓம்புள்ளே, அவனுக்கெ உம்மா பாத்தும்மாதான். பக்கவாதம் புடிச்சு, தைலமும் மருந்துமா கெடக்கா. ஆளெ மனஸிலாச்சா?"

புரிந்து கொண்டதாகத் தலையை ஆட்டினார். பிறகு தாமாகச் சொல்லத் துவங்கினார்.

"சரிதாண்டேய். ஒரு செங்கவெளக்காரன் அவளெ வந்து கெட்டினது, இப்பம்தான் ஓர்ம வருது."

"அந்தச் செங்கவெளயானுக்கொ மொவன்தான். பண்டு வவுறும் தள்ளீட்டு ஒரு செறுக்கன் நடந்தானில்லியா? கலியாண ஊட்டுலெயும் கத்த ஊட்டுலெயும் சோறுண்ணூக்குப் புத்தன் தொறயிலெ இருந்து வருவானில்லியா ஒரு வெளுத்த செறுக்கன்?"

"அவனா?"

"அவனேதான் ... இப்பம் அவன் பண்டத்தமாதிரி இல்லெ, இப்பம் உங்கெ அதே நெறம். உங்கெ அதே மூக்கு, ஆளெப் பாத்தா பட்டாளக்காரனைப்போலெ இருப்பான்."

"அப்பிடியா?" முஸ்தபாக்கண்ணு சாய்வு நாற்காலியில் சாய்ந்தார். சந்தேகத்தைத் தீர்த்துக் கொள்ளும்படி மீண்டும் கேட்டார்.

"மலம்பாம்பெயும் புடிப்பான் இல்லியா?"

"புடிப்பாண்ணா? வாலிலெ எத்திப்புடிச்சு சுருட்டி தரைலெ ஒரே அடி."

"புடிப்பாண்டா. பெறப்புக்கெ தொடக்கமே ஒரு பாம்பெ கண்ட நாளுதானே." முஸ்தபாக்கண்ணு மனதில் நினைத்தபடி சாய்வு நாற்காலியில் கால்களை ஆட்டினார்.

நாலு முழ சாரம் உடுத்திக்கொண்டு, கடலாமணக்கும், சங்குபுஷ்ப செடிகளும், கறுகம்புல்லும் வளர்ந்து நிற்கும் பின் வளாகம் வழி ஒரு வெள்ளைப் புறாபோல் வெட்கித்து ஓடிய அந்த லாவண்யத்தின் பின்னழகை நோக்கி மயங்கி நின்ற ஒரு பகல் பொழுது. அவளுடைய கார்கூந்தல் முடிச்சவிழ்ந்துத் தோளில் குலுகுலா விழுந்த நிமிடம் அது. பைந்தென்றலில் சாஞ்சாடி எழுப்பிய கனவுக்கோபுரத்தில் உலாவி, சகோதரத்தின் சிறகில் பயணம் செய்த தனிமைச் சுகம்.

தென்பத்தன் கிராமத்தின் மேல் ஆகாசத்தின் தட்டட்டியில் கால் மேல் கால் போட்டு உட்கார்ந்து கொண்டிருந்தது பிறை. அதன் உணர்ச்சிப் பிரவாகத்தில் தென்பத்தனிலுள்ள பூத்த பூமரங்கள். மணம் கமழும் கறுகம் புற்களும். சூழலை மறந்து நின்ற பல இரவு. நிசப்தங்களில், தனிமையில், பாத்திமாவின் கருங்கூந்தலிலிருந்து புறப்பட்ட குமிஞ்சானும் பெரண்டை இலையும் போட்டுக் காய்ச்சிய தேங்காயெண்ணையின் சுகந்தத்தை நுகர்ந்த ஆவேச நிமிடங்கள்.

ரபீயுல் அவ்வல் மாதம், பள்ளியில் ஹதீஸ் சொற்பொழிவு நடந்திருந்த நாட்களில், உணர்ச்சி பூர்வமான ஓர் இரவில், லேசாக மழைத் தூறிக்கொண்டிருந்தக் குளிரில், உடல் சிலிர்த்திருந்தக் காற்றில் புன்னைப்பூவின் வாசம். முஸ்தபாக்கண்ணின் நரம்புகளில் புன்னைமரத்தில் ஓடும் மிசிறு எறும்புகள் ஊர்ந்தோடிய கிளுகிளுப்பு. குமிஞ்சானும் பெரண்டை இலையும் போட்டுக் காய்ச்சியத் தேங்காய் எண்ணெயில் காம மோகவாசனை முகருவதற்கு நாசி ஆவல் கொண்ட போது, நரம்புகளுக்கு முறுக்கம் ஏறிய வெறியில் கிணற்றடிக்கு வந்த முஸ்தபாக்கண்ணு, பின்வாசலை ஓசை எழுப்பாமல் திறந்தார்.

மங்கிய நிலவொளியில் கடலாமணக்கும், சங்குபுஷ்ப செடிகளும் ஆடிக்குழைந்து வீசிய சில்லைக்காற்றில் முஸ்தபாக்கண்ணின் வேர்வை மணத்தை பாத்தும்மா முகர்ந்தாள். மங்கியஒளியில் செடிகளுக்கிடையில் அவருடைய அசைவைக் கண்டாள். அவளுடைய வீட்டின் பின்வாசலிலுள்ள தாப்ளா விலகுவதை முஸ்தபாக்கண்ணு செவி கூர்ந்தாள். ஓடிவரும் அவளை அப்படியே கையில் கோரி எடுப்பதற்கானத் தீவிர வாஞ்சையுடன் பொறுமையிழந்து நின்றார்.

அங்கு வந்த பாத்தும்மா சோர்ந்து காணப்பட்டது அவருக்கு வியப்பாகயிருந்தது. முகத்தில் களிப்பில்லை. கண்களில் மலர்ச்சியில்லை. அவள் அவர் முன் தலைகுனிந்த படி நின்றபோது முஸ்தபாக்கண்ணு எதுவும் புரியாமல் குழம்பிப்போய் நின்றார். அவளுடைய முகத்தைப் பிடித்து உயர்த்தினார். கண்களில் நீர் தளும்பியது. அந்தத் தளும்பிய விழிநீரில் சந்திரன் பிரதிபலிப்பதைக் கண்டார்.

“ஏன் கரையா?”

அவள் விம்மினாள்.

“சொல்லு. ஏன் கரையா?”

அவள் முகம் பொத்தி அழுதாள். நிரம்பிய விழிகளுடன் முஸ்தபாக்கண்ணைப் பார்த்தாள். அவளுடைய உதடுகள் அசைந்தன.

“என்னெ நிக்காஹ் செய்வீளா?”

இப்படி ஒரு கேள்வியை அவளிடமிருந்து எதிர் பார்க்காத தால் அதிர்ச்சிக்குள்ளானார். இதைப்போல் பலர் தலைமுடியி லிருந்தும் காய்ச்சிய தேங்காய் எண்ணெயின் சுகந்தத்தை முகர்ந்ததுண்டு. அவர்கள் யாருமே இப்படியான ஒரு கேள்வியைக் கேட்டதே இல்லை. ஏதேனும் கொடுத்ததைக் கொண்டு திருப்திய டைந்து போயினர். மறுத்தவர்களை ஜின்னு அடித்துக் கொன்றது.

“நா தொலஞ்சேன்.” பாத்தும்மாவின் தொண்டை கரகரத் திருந்தது. அதன் பொருளுணர்ந்து முஸ்தபாக்கண்ணு நடுங்கி னார். என்ன செய்வதென்று அறியாத அந்த நொந்த நிலையில், பின் வளாகத்திற்கு வரும்போது மனசில் ஒதுக்கியிருந்த சர்வ ஆசைகளும் பனிக்கட்டிபோல் உருகி ஓடின.

“என்னெ நிக்காஹ் செய்வீளா? இல்லேண்ணா ...” அவள் தொடரவில்லை. அதில் ஓர் எச்சரிக்கையின் தொனி கலந் திருந்தது.

“இல்லேண்ணா?” அவள் முழுதும் சொல்லாமல் நிறுத்தி விட்ட இடத்திலிருந்து அதன் பொருளை முஸ்தபாக்கண்ணு ஊகித்துப் புரிந்து கொண்டார்.

“நான் பவுரீன்பிள்ளெ உப்பாக்கெ பேரனாக்கும் தெரியுமா? மானாபிமானமுள்ள குடும்பத்திலெ உள்ள ஒரே ஒரு செல்லப் புள்ளே. நா எப்படி நின்னெக் கெட்டமுடியும்? ஊர் என்ன சொல்லும்?”

“மானாபிமானமுள்ள குடும்பத்திலெ உள்ள செல்லப் புள்ளெ இந்தக் கொறஞ்ச குடும்பத்திலெ உள்ள எக்கெ பின்னெ கெஞ்சி நடந்தது என்னத்துக்கு?”

“தெரியாமெ நடந்துட்டேன் பாத்தும்மா. என்னெ நாத்திப் போடாதே.” முஸ்தபாக்கண்ணு கெஞ்சினார்.

“என்னெ நிக்காஹ் செய்யுங்கோ. இல்லேண்ணா?”

“இல்லேண்ணா?”

“நா மரிப்பேன்.”

“நீ மரிப்பியா?”

“மரிப்பேன். இந்த நெலயிலெ இனி என்னெ ஆரு கெட்டுவா?” பாத்தும்மா நிற்கவில்லை. முகத்தைப் பொத்தி அழுதபடி வீட்டை நோக்கி ஓடினாள். தாப்ளா போடும் சத்தத்தை முஸ்தபாக்கண்ணு கேட்டார்.

அன்று இரவு அவர் தூங்கவே இல்லை. மனம் நிறைய சிந்தனைகள். வெப்பச் சிந்தனைகளின் நெருப்புச்சூளையில் கருகினார். சவ்தா மன்ஸிலின் மாடியில் தூக்குவிளக்கு எரிந்து கொண்டேயிருந்தது. முஸ்தபாக்கண்ணின் இதயம் எரிந்தது. கடந்துபோன உணர்ச்சிகரமான இரவுகளெல்லாம் சபிக்கப் பட்ட இரவுகளாக காட்சி தந்தன. அந்த இரவுகளில் மெல்ல மெல்ல காலடி வைத்து புல்கொடிகளை மிதித்து சங்குபுஷ்ப செடிகளின் சிறு கிளைகளைப் பிளந்து விலக்கிக்கொண்டு நடந்திருந்த ஒவ்வொரு கால் அசைவும் இப்படி ஒரு விபத்தை நோக்கிய கால் வைத்தலாகவா இருந்ததென்று எண்ணி அங்கலாய்ந்தார்.

ஒருவேளை அவள் இறந்துவிட்டாலோ? அவளுடைய அடிவயிறு பருத்துவருவது அவள் உம்மாவுக்குத் தெரிந்தால்? வாப்பாவுக்குத் தெரிந்தால்? ஊராருக்குத் தெரிந்தால்? அவளல்ல இறக்க வேண்டியது. தானாக்கும் – பவுரீன்பிள்ளை உப்பாவின் பேரன். மானாபிமானமுள்ள குடும்பத்தைச் சார்ந்த ஒரே ஓர் ஆண் சந்ததி. அந்தச் சந்ததி தன்னுயிரை நீத்தால் துனியாவெங்கும் படர்ந்து பந்தலித்த நிற்கும் இந்தக் குடும்பம் வேருடன் சாய்ந்துவிடும்.

பாத்தும்மாவிற்கு ஒரு மாற்றுவழி காண்பித்தால் இந்த பெரும் அவமானத்திலிருந்து தப்பிவிடலாமென்று முஸ்தபாக் கண்ணிற்குத் தோன்றியது. அன்றைய உறக்கமற்ற இரவிலேயே ஒரு வழியை கண்டுபிடித்தார்.

உம்மா மர அலமாரியில் கழற்றி வைத்திருக்கும் தாலிப் பூட்டு. எப்போதாவது ஏதாவது கல்யாண வீட்டிற்குச் சொல்லும் போது மட்டும் அணியும் பதினைந்து பவுன் தாலிப்பூட்டு. உம்மாவின் நெஞ்சுப் பகுதியில் நிரம்பிக் கிடக்கும் பிரதாபச் சின்னமான தாலிப்பூட்டு.

உம்மாவின் படுக்கை அறையில் உம்மாவின் தலை யணைக்கு அடியிலிருந்து சாவிக்கொத்தைத் தடவி எடுக்கும் போது முஸ்தபாக்கண்ணின் கைகள் நடுங்கின. ஒரு பாவம் செய்தலின் உள்நடுக்கம். அலமாரியைத் திறக்கும்போது நெஞ்சிடித் தது. உம்மா விழித்து விடாமலிருக்கக் கவனம் செலுத்தினார்.

தாலிப்பூட்டை மடியில் கட்டிக் கொண்டு முஸ்தபாக் கண்ணு நிலவு பதியாத, இருள் பதுங்கிய மறைவிடங்களில் ஒளிந்து நடக்கையில் கால்கள் நடுங்கின. பின்வளாகத்தை அடைந்தபோதும் நெஞ்சிடிப்புத் தணியவில்லை. பாத்தும்மா வின் வீட்டில் ஜன்னல் திண்டில் நாக்கு நீட்டிக்கொண்டிருந்த தகர விளக்கைக் கண்டார். அந்த விளக்கொளியில் அவளுடைய தலைமுடிச் சுருளைக் கண்டார். அவளுடைய வெளுத்த முகத்தைக் கண்டார். அந்த முகம் வெளிறிவிட்டதா? அந்தக் கண்களில் சோகச்சவி படர்ந்திருக்கிறதா? ஒன்றும் தெரிய வில்லை. ஒரு தெளிவின்மை.

கறுகம்புல்லும், கடலாமணக்கும், சங்குபுஷ்ப செடிகளும் வளர்ந்து நிற்கும் வளாகத்திற்கு வரும் வாசல்தாப்பிளா விலகியது.

“பாத்தும்மா!” முன்னால் நிற்கும் பாத்தும்மாவை மெல்லியக் குரலில் அழைத்தார். அவள் தலை குனிந்தபடியே நின்றாள்.

“இன்னா வெச்சுக்கோ.” முஸ்தபாக்கண்ணு மடியிலிருந்துத் தாலிப்பூட்டை எடுத்து நீட்டினார்.

“இது என்னத்துக்கு?”

“ஒனக்கு.”

“எக்கு என்னத்துக்கு?”

“ஒனக்கெ உம்மாட்டெக் குடு. ஒன்னெ ஒடனெ ஒரு மாப்ள பாத்துக் கெட்டிக்குடுக்கெ.” முஸ்தபாக்கண்ணு சொன் னதைக் கேட்டதும் அவள் திடுக்கிட்டாள்.

“நாங்கொ குடும்பத்துலெ கொறஞ்சவங்கொதான். பாவங் கொதான். இந்த எரப்பு எங்களுக்கு வேண்டாம். என்னெ நிக்காஹ் செய்வேணு இல்லியா சொன்னியோ?”

“சொன்னேன்.”

“அப்பம், செய்வேணு இப்பம் சொல்லுங்கோ.”

“அப்பம் சொன்னது உள்ளதுதான். இப்பம் என்னாலெ ஒன்னெ நிக்காஹ் செய்யமுடியாது.”

பாத்தும்மாவின் நெஞ்சிற்குள் ஒரு மின்சாரவாள் பாய்ந்தது. அந்தப் பாய்ச்சலில் அவள் திகிலடைந்துத் திக்குத் தெரியாமல் நின்றாள். கண்களுக்குள் இருள் குபுகுபுவென ஏறியது.

"எக்கெ சீவிதம் இதோடெ முடிஞ்சு." பாத்தும்மா முகம் பொத்தி விம்மி அழுதுகொண்டே வீட்டை நோக்கி ஓடினாள். அவளுடைய வீட்டில் பின்வாசல் தாப்ளா ஓசையுடன் அடைவதைக் கேட்டபோது முஸ்தபாக்கண்ணின் இதயத்தில் ஒரு பாறைக்கல் விழுந்தது.

"இந்த ராத்திரி நீ எங்கவுட்டி போயிட்டு வரியா?" பாத்தும்மாவின் உம்மாவுடைய அதட்டல்.

இதுக்கு என்ன வழி? அன்று இரவும் முஸ்தபாக்கண்ணு தூங்கவில்லை. சவ்தா மன்ஸிலின் மாடியில் அன்று இரவும் தூக்குவிளக்கு விடியும்வரை எரிந்தது, பாதிரா நெருங்கியபோது முஸ்தபாக்கண்ணு எழும்பி தென்பக்கத்திலுள்ள ஜன்னல் பக்கம் சென்றார். விறைக்கும் கரங்களோடு ஜன்னல் கம்பி களைப் பிடித்தார். தொலைவில் எட்டிப் பார்த்தார். அங்குப் பாத்தும்மாவின் வீட்டில் சிணுங்கி எரியும் தகரவிளக்கின் ஒளியைக் கண்டார். அந்த வறண்ட ஒளியில் தூங்காத மனிதர் களின் அசைவுகளைக் கவனித்தபோது அவருடைய ஈரல் குரலை அப்படியே அற்றுக் கீழே விழுந்துவிடும் போலிருந்தது.

அங்கேயும் யாரும் தூங்கவில்லையா? அவளுடைய வாப்பாவும் உம்மாவும் தெரிந்திருக்கக்கூடும். அவளை உதைத் திருக்கவும் கூடும். அவள் உண்மையைச் சொல்லியிருப்பாள். முஸ்தபாக்கண்ணின் நெஞ்சிற்குள் விலா எலும்பு வழி ஓரா யிரம் ஈட்டி முனைகள் துளைத்தேறின. அதன் தாங்கமுடியாத வலியின் அழுத்தலில் கட்டிலில் வந்துவிழுந்தார்.

எதிர்வரும் நாட்களை, இரவுகளை எப்படி எதிர் கொள் வது? சிந்தித்தபோது முஸ்தபாக்கண்ணுக்குப் பித்துபிடிக்குமோ என்று தோன்றியது.

"வாப்பா விளிக்குது." வந்து கூப்பிட்டது பஹர் இபுராகீம். காலையின் நடுக்கங்களை அப்போதுதான் முஸ்தபாக்கண்ணு உணர்ந்தார். வாப்பா என்னத்துக்கு விளிக்குது?

முஸ்தபாக்கண்ணு மாடியிலிருந்து கீழே வந்தார். முன் தளத்தில் வாப்பா சாய்வு நாற்காலியில் படுத்திருக்கிறார். வாப்பாவின் கையில் தஸ்பீஹ் மணிகள். உதட்டில் திக்று. வாப்பாவின் கண்களில் நரக நெருப்பு. முற்றத்தில் பாத்தும்மா வின் உம்மாவையும் வாப்பாவையும் கண்டபோது அண்ட கோளங்கள் கண்முன் சுற்றின.

"என்னடா இவுங்கொ சொல்லூது?"

முஸ்தபாக்கண்ணின் தலை தாழ்ந்தது.

"போடா அகத்தெ." நூர்முகம்மது அலறினார். பிறகு பாத்தும் மாவின் தாய் தந்தையரிடம் கோபாவேசத்தோடு கூறினார்

“பெண்ணுப் பிராயமானா மானமா வளத்தணும் தெரியுமா ஓய்? வலிய ஊட்டுப் புள்ளெதான் கெடச்சுதா ஒனக்கெ மோளுக்கு?”

“மோலாளி எக்கெ புள்ளே அப்பபடிப்பட்டவொ இல்லெ.”

“அதிகம் பேசண்டாம். வெள்ளியாச்செ கொத்துவா பள்ளீலெ வா. அங்கெ வச்சு ஒரு முடிவுண்டாக்குவோம்.”

“மோலாளி, இந்த மானக் கேட்டையா கொத்துவா பள்ளீலெ ஊர் ஜனங்கொ முன்னெ அம்பலப்படுத்தூது?”

“அம்பலப்படுத்தூதெ அம்பலப்படுத்திதான் ஆவணும்.”

“நாங்கொ நிங்கட்டெ ஒண்ணும் கேக்கல்லெ. எக்கெ புள்ளெயெ நிக்காஹ் செய்யச் சொல்லல்ல. எங்கெ சங்கடத்தை நிங்கட்டெ ரகசியமா வந்து சென்னோம்.”

“நிக்காஹ் செய்யச் சொல்லுடா. நிக்காஹ் செய்யச் சொல்லி, பவுரீன்பிள்ளக்கெ குடும்பச் சொத்துலெ பங்கு வாண்டுக்கா ஓய் மோளெ எறங்கிவிட்டா? அதெ ரகசியமா சொல்லுக்கா வந்தா? போ வெள்ளியாச்செ கொத்துவா பள்ளீலெ வா. ஊர் ஜனங்கொ முன்னெ வச்சு பவுரீன்பிள்ளக்கெ குடும்பச் சொத்திலெ பங்கு தாறேன் ஓய்.”

அந்த விசாலமான முற்றத்தில், குருத்து மணலில் இற்றிற்று வீழ்ந்தது கண்ணீரல்ல உப்புச் சுவையுள்ள ரத்தம். பாத்துமா வின் உம்மாவும் வாப்பாவும் கேவலத்தையும், துக்கச்சுமையை யும் இதயத்தில் தாங்கிக்கொண்டு படியிறங்கும்போது அந்தச் சிரங்கள் குனிந்துவிட்டன. அந்தக் குனிந்த சிரங்களுக்குமேல், மேற்கு மூலையில் ஆகாய விளிம்பு கடலைத் தொடுமிடத்தில் ஓர் இடி முழங்கியது. அந்த முழக்கத்தின் பேரதிர்ச்சியில் தென்னை ஓலைகளில் காலைச் சூரிய ஒளியில் குளிர் காய்ந்துகொண்டிருந்த காகங்கள் சிதறிப் பறந்தன.

குத்பா பள்ளியின் முன்னால் போடப்பட்ட ஹதீஸ் பந்தலில் சுட்டிக்கரைத் துவர்த்தைக்கொண்டு மொட்டைத் தலையில் தலைப்பாகைக் கட்டி, ஊர் ஜனங்கள் முன் ஒரு குற்றவாளியாக பாத்தும்மாவின் வாப்பா நின்றார். ஊர் விதிப்படி இரு கைகளையும் நெஞ்சோடு கட்டியபடி.

“நிக்கெ சங்கடத்தெச் சொல்லு.” குத்பா பள்ளியைத் தோளில் தாங்கி நடக்கும் கல்லுப்படி வீட்டில் இஸ்மாயில் பிள்ளை கம்பீரமான குரலில் உத்தரவு போட்டார்.

“எக்கு ஒரு சங்கடவும் இல்லெ நாயனே.” தலை உயர்த் தாமல், ஊர் ஜனங்களின் முகத்தைப் பாராமல், கண்ணீர் வடிய பாத்தும்மாவின் வாப்பா சொன்னார்.

“அவனுக்குச் சங்கடமில்லேன்னா, எக்கு ஒரு சங்கட முண்டு.” நூர்முகம்மது முன்வந்து சொன்னார்.

“எல்லாருக்கெ சங்கடத்தையும் கேட்டு விதி சொல்லுத நிங்கொ சங்கடத்துக்கு நாங்களா விதி சொல்லூது மோலாளி?” இஸ்மாயில்பிள்ளை பணிவாகக் கேட்டார்.

“சொல்லணும். இதிலே நா ஒரு கட்சியாக்கும்.”

“அப்பம் சொல்லுங்கோ.”

நூர்முகம்மது தம்முடைய சங்கடத்தை ஊராரிடம் சொன்னார்:

“ஊரான ஊரெல்லாம், பேரான பேரு கேட்ட பவுரீன் பிள்ளெக் குடும்பமான எக்கெ குடும்பத்திலெ நா செல்லமா வளத்தின எக்கெ ஒரே ஆண் சந்ததியெ இவனும் இவனுக்கெ பெண்டாட்டியும் அறியெ இவனுக்கெ ஹறாத்லெ பெறந்த மொவெ கெடுத்துப்போட்டா.”

பாத்தும்மாவுடைய வாப்பாவின் தலைக்குள் ஒரு பூகம்பம் – “றப்பே! எக்கெ அறிவோடெயா? எக்கெ மோளா கெடுத்தா? நா அவளெ கிறாத்திலெயா பெத்தேன்? அல்லாஹ் வின் இந்தத் திரு இல்லத்திற்கு முன்வைத்து, தொழுத வாயுடன், ஒளு முறியாத நிலையிலா இப்படி ஒரு பச்சைப்பொய்” – பாத்தும்மாவின் வாப்பா தலையை உயர்த்தவே இல்லை. எல்லாம் கேட்டார். பொறுமையுடன் நின்றார். அவருடைய கால்கள் நடுங்கின. தளர்ந்து தரையில் விழாதபடி தம்மைக் கட்டுப்படுத்திக்கொண்டு விதி கேட்க நின்றார், ஒரு குற்ற வாளியாய்.

“உடப்பிடாது.” மக்களின் ஆர்ப்பரிப்பு.

“சபூர், சபூர்.” கல்லுப்படி வீட்டில் இஸ்மாயில் பிள்ளை, கொந்தளித்த மக்களை பொறுமைப்படுத்தினார்.

“இதுக்கு என்ன விதி சொல்ல மோலாளி? நீங்கொதான் ஒரு விதி சொல்லுங்கோ மோலாளி.”

“நானா? இல்லெ, ஊர் சொல்லட்டு.”

“நீங்கெதானே ஊரு. மோலாளி சொன்னா மதி.” ஜனங் கள் ஆரவாரமிட்டனர்.

“பவுரீன்பிள்ளெ குடும்பத்துலெ உள்ள நிங்கொ ஹயாத்தோடெ இரிக்கும்போ நாங்களா விதி சொல்லூது?”

“அப்படியா? அப்போ நானே சொல்லுதேன். கேளுங்கோ! இவனும், இவனுக்கெ குடும்பவும், அந்தப் பெண்ணும் இவனுக்கெ ஊட்லெ உள்ள ஆடும் கோழியும் எல்லாம்

இந்த ஊரைவிட்டுப் போவணும். இவனுக்கெ மொவொ செய்த குத்தத்துக்கு இந்தக் குத்துபா பள்ளியிலெ உள்ள வெளக்குக்கு அரக்குடம் பின்னைக்கா எண்ணெயும், வெள்ளியாச்ச ராவும், திங்களாச்ச ராவும் ராத்திபு ஓதும்போ சக்கரக் கஞ்சிலெ போடுக்கு இருவத்தொண்ணு பழுத்த பழவுடம் தேங்காயும் அபராதம் குடுக்கணும்."

"சரியான விதி! நியாயமான விதி!" ஊர் மக்கள் ஒன்றுபட்டக் குரலில் விதியை வரவேற்றனர்.

அப்படி வாப்பாவின் பிரதாப காலத்தில் தன்னுடைய மானம் காப்பாற்றப்பட்டது. முஸ்தபாக்கண்ணு பழைய நினைவுகளின் வனாந்தரங்களிலிருந்து நாடு திரும்பினார்.

சாய்வு நாற்காலியில் நிமிர்ந்து உட்கார்ந்தார்.

"டேய்!" இஸ்ராயிலைக் கூப்பிட்டார். "செங்கவெளயானெ உளிச்சு பொறி வய்க்கண்டாம். அந்தப் பயல் ஹராத்துலெ பெறந்த பயலாக்கும்."

"அப்பொ மரநாயெ புடிக்கண்டாமா?"

"அதுக்கு வேறெ ஆரெயாவது விளிச்சுப் பொறி வைப்போம்."

❖

15

தரையில் காலை ஒளி படரும் முன் சவ்தா மன்ஸிலுக்கு இஸ்ராயில் வந்தான். முஸ்தபாக்கண்ணின் சாய்வு நாற்காலிக்கு அருகே உட்கார்ந்தான். மடியிலிருந்து ஒரு துண்டுக் காகிதத்தை எடுத்து நீட்டினான்.

"என்னடா அது?"

"செலவுக் கணக்கு."

முஸ்தபாக்கண்ணின் கண்கள் காகிதத்தில் ஊர்ந்தன. தெளிவில்லாத எண்கள். மிகவும் சிரமப்பட்டுக் கூர்ந்து நோக்கினார். தெளிவாகயில்லை. கண்களில் வலை கட்டி மறைத்தது போல்.

"வாயிச்சு சொல்லுடா. வெள்ளெளுத்து."

"வெள்ளெளுத்துணு சொல்லாதங்கோ, கொறச்சிலு. புதியாப்ள இல்லியா? நா வாயிக்கட்டா?"

"வாயிச்சு சொல்லுடா."

இஸ்ராயில் சம்மணம் போட்டு உட்கார்ந்து வாசித்தான். "பத்துக் கிடாய், ஒண்ணுக்கு இருநூற்றி அறுபத்தாறு ரூபா. கோழி பத்துக்கு . . ."

"நிறுத்துடா."

இஸ்ராயில் காகிதத்திலிருந்து கண்களை எடுத்தான்.

"நீ எக்கு தரணுமா? நா ஒனக்குத் தரணுமா? சொல்லு."

"நீங்கெ தான் தரணும்."

"எத்திரெ ரூவா?"

"தொண்ணுத்தாறு ரூவா . . ."

"என்னைப் படச்சவனே! தொண்ணுத்தாறா?"

"ஓ . . . கெங்கேமன் சாப்பாடு இல்லியா?"

"சாப்பாடு கெங்கேமன்தாண்டா. அவ்வளவும் இருக்கத் தான் வேணும். பேரும் பெருமையுமுள்ள குடும்பமில்லியா ...? எப்படியும் எலி சல்லியம் ஒளிஞ்சா மதி."

"ஒரு எலி இருக்காது பாருங்கோ. ரூவா இருக்கியா ...?"

"இப்பம் எக்கட்டெ ஒரு காயுமில்லெ."

முஸ்தபாக்கண்ணு அடுக்களைக்கு நேராக பார்வையை விட்டார். தொண்டையைக் கிழித்தார்.

"குட்டியே, ஒனக்கே எளவு சாயா ரெடியாச்சா? மணி ஆறே முக்காலாச்சு."

முஸ்தபாக்கண்ணின் தொண்டை கிழிபட்ட ஓசையில் செய்தகம்மது விழித்தார். கட்டிலில் உட்கார்ந்து எச்சி வாயால் கொட்டாவி போட்டார்.

"ஒரு சாயாத் தண்ணிக் குடிச்சாத்தான் காலெயிலெ உள்ள சங்கதி குசாலா நடக்கும்." முஸ்தபாக்கண்ணு சொன்னார்.

"எனக்கும் அப்படித்தான்." இஸ்ராயில் அதை ஆமோதித் தான்.

"டேய். ஒனக்கு தொண்ணூத்தாறு ரூவா தரணும். செம்ப லுவாத் தின்னு ஒருபாடு நாளாச்சு, கொஞ்சம் செம்பலுவாக் கிண்டி தின்ன நாக்கிலெ கொதியாயிருக்கு. அதுக்கு கருப்பட்டி வாண்டணும், அரி மாவு வேணும், பழுத்த தேங்கா அஞ்சா றெண்ணம் வேணும். எல்லாம் வாண்ட கையிலெ மின்னல் ஹபீப் வேணும். வாம்பெக்குப் போன செறுக்கன் இப்பம் ஒரு காயும் அனுப்புதானில்லெ. போட்ட எளுத்துக்கும் மறுபடி இல்லெ."

"அப்போம் அதெ ..." இஸ்ராயில் எதையோ கண் ஜாடை யால் சுட்டிக்காட்டினான்.

முஸ்தபாக்கண்ணு திடுக்கிட்டு நாலா பக்கமும் பார்த்து விட்டு "மெதுவாப் பேசு" என்று வாயைப் பொத்திக் காண்பித்தார்.

"ஏதெ?" மெல்லியக் குரலில் கேட்டார்.

இஸ்ராயில் தெற்கு மூலையைப் பார்த்தான். சாயா குடித்த பாத்திரத்தைக் கட்டில் மீது வைத்துவிட்டு செய்தகம்மது வெளியே இறங்கிச் செல்வதைக் கண்டான்.

"தெக்கு பக்கம் நாலஞ்சு ஜன்னல் பலவெ ஒத்த வீஜாவரி யிலெ தொங்குதில்லியா அதைக் களத்திவிப்போம்."

"நானும் அதெ களத்திவிக்கணுமெண்ணுதான் நெனச்சேன். களத்தூக்கு ஆயாரி வேண்டாமா? ஆயாரி ராத்திரி நேரம் வருவானாடா?"

“ஆயாரி வேண்டாம். அவனுவோ அறிஞ்சா கொறச்சிலு. நா ராத்திரி வரியேன். துரும்பு புடிச்ச விஜாவரிதானே. ஒரு இளுப்பு இளுத்தா மதி. களந்து கையிலெ வரும்.”

“நல்ல ரோசனெ தாம்பிலெ. நிக்கெ வாப்பாக்கெ மூளெதாண்டா ஒனக்கும். செய்தம்மது மச்சானும் மறியவும் ஒறங்கினப் பெறவு ராத்திரி வா. பதுக்கெ அந்த ஜன்னல் கதவுலெ வந்து தட்டு. நா ஒறங்க மாட்டேன். முளிச்சிருக்கியேன்.”

“நானும் ஒறங்க மாட்டேன். நிங்கொ ஹாஜத் நிறவே றண்டாமா? ராத்திரி உள்ளதிலெ வல்ல பொடி மிச்சவும் கிடக்குதா? எக்கெ புள்ளியளுக்கு.”

“காணும், அவளுட்டெ கேக்கட்டு.” அடுக்களைக்கு நேராகப் பார்த்து குரல் கொடுத்தார். “ஏய் கை ஒடிஞ்சு போனவளே, இஞ்செவா.”

மரியம் தாத்தாவை அப்படி கூப்பிட்டது இஸ்ராயிலுக்கு ரசிக்கவில்லை. நல்ல குணமான தாத்தா, நிறைவான மனம்.

“தாத்தாயெ அப்படிச் சொல்லாங்கொ மோலாளி.” இஸ்ராயில் பணிவாக வேண்டினான்.

“எக்கு அவளெ இப்பம் புடிக்கல்லடா. கண்டா வெறுப்பா இரிக்குது.”

“இப்படிக் குணமான ஒரு தாத்தாயெ நிங்களுக்குக் கெடக்குமா மோலாளி?”

“டேய் பொத்துடா வாயெ.”

இஸ்ராயில் வாயைப் பொத்தினான்.

“நிக்கெப் பேச்சுக் கேட்டப்பம் நீ அவளுக்கெப் பக்கம் போலெ தெரியுதே. நீ நம்மெ ஹாஜத்தெ நிறைவேத்தித் தரமாட்டா போலிருக்கே.”

“அது வேறெ காரியம். நமக்குத்தான் ரண்டும் நாலும் கெட்டுலாமே.”

“அப்படிச் சொல்லு.”

“ஏன் விளிச்சியோ?”

மரியத்தின் முகம் வெளிறிக் காணப்பட்டது. உடலில் சோர்வு.

“ராத்திரி உள்ளதிலெ வல்ல பொடி மிச்சவும் கெடக்குதா, இஸ்ராயிலுக்குக் குடுக்க?”

“கொஞ்சம் கெடந்ததே அந்தப் பெண்ணுக்கெ உம்மா வந்திருந்தா, எடுத்துக் குடுத்தேன்!”

“ரையானத்துக்கெ உம்மாயா?”

“ஓ.”

“குடுத்தாயா?”

“குடுத்தேன்.”

“போட்டு போட்டு, பைச்ச கும்பீலே போட்டு.”

பழைய உணவுகள் இல்லையென்று தெரிந்தபோது இஸ்ராயிலின் முகம் வாடிவிட்டது.

“அந்தப் பெண்ணே ஊட்டுல நிறுத்தப்படாது தாத்தா. மஹா தொம்பறப் பெண்ணு.” இஸ்ராயில் எச்சரித்தான்.

“டேய்.” முஸ்தபாக்கண்ணின் குரலில் கோபம் நிறைந் திருந்தது.

“அவொ அப்படிப்பட்டவளல்லடா.”

“மடியிலெ வல்லதும் இருக்கியா?” இஸ்ராயிலுடைய கழுகுக்கண்கள் முஸ்தபாக்கண்ணின் அடிமடியைத் துளாவின.

“ஒண்ணும் இல்லியே.”

“அப்பம் நா வரட்டா?”

“ஓ.”

“ராத்திரி சரியா பந்திரண்டு மணிக்கு வந்து தட்டுவேன்.”

“நா ஒறங்கமாட்டேன். களீக்களக் காரியம்?”

“தேடீட்டே இருக்கேன். பெண்ணுக்கெ தவுப்பன் கண்ணிலெ புடி அம்புடுதானில்லியே.”

“அம்புடேல்லேண்ணா தள்ளு.”

“தள்ளயில்லெ. வேறெ ஒண்ணு கையிலெ இரிக்கி.”

“எங்கடா தம்பி?” ஆவலோடு கேட்டார்.

“திருவாங்கோட்டிலெ.”

“கொள்ளாம். திருவாங்கோட்டுக்கெ பழைய பேரு எப்படித் தெரியுமாடா? ஸ்ரீவாழும்கோடு. நமக்கு ஜாயிசான எடம். எக்கெ உப்பா பண்டு அங்கெ ஒரு நிக்காஹ் செய்துட் டுண்டுடா. எக்கும் அங்கெ பாரு. மறந்திராதெ.”

“எப்படி மறப்பேன்.” இஸ்ராயில் பிருஷ்டடத்தில் ஒட்டிய தூசியைத் தட்டிவிட்டு நடந்தான்.

“டேய் ஒரு சங்கதி. எக்கு வெள்ளெழுத்து இல்லே, கேட்டீயா? ஆரும் கேட்டா வெள்ளெழுத்து இல்லேணு சொல்லு.”

“சொல்லுதேன்.”

மதிய உணவுக்கு, மரியம் அடுப்பில் மண் பானையில் உலை ஏற்றினாள். பச்சை விறகைத் திணித்து அடுப்பில் குனிந்து நெருப்பு மூட்டினாள். விறகு எரியவில்லை. அடுக்களையில் புகை முட்டியது. புகை முட்டியபோது மரியம் இருமினாள். இருமி இருமிக் கண்கள் வெளியே தள்ளி சிவந்தன. நீர் நிரம்பியது. இருமலினால் வலிமை சோர்ந்து உடல் தளர்ந்தது.

மரியத்தின் தடையில்லாத இருமல், ஆசியாவின் நித்திரைக்குப் பங்கம் ஏற்படுத்தியது.

“நிக்குப் பிராந்தாப் புடிச்சிரிக்கி, பச்ச வெறவே வச்சு ஊதி செமச்சு, செமச்சு மனுசனெ இத்திப் போலெ கண்ணடக்க உடமாட்டியா?” ஆசியா உறக்கப் பாயிலிருந்து எழுந்தாள். அஞ்சாறு கொட்டாவி பிறகு பேயாட்டம்.

“பச்ச வெறவு இல்லாமெ வேறெ வெறவு இல்லியே மைனீ.” மரியம் இருமல் நின்ற இடைவேளையில் பணிவாகச் சொன்னாள்.

“நிக்கொ லெட்சணம் கெட்ட வடுவக் குடும்பத்திலெப் போயி எக்கெ மாணிக்கக் கல்லானக் காக்கா காலுகுத்துன நாளே இந்தப் பொன்னாம் பெரிய குடும்பத்துக்கு அட்ட தரித்திரியம் புடிச்சு. வண்டிக் கணக்கிலெ வெறவு வாண்டி கீறி அடுக்கிவச்சு அடுப்பு எரிச்சச் தறவாடில்லியா இது? வெறவுப் பெரயும் போச்சு. எல்லாம் போச்சு. நின்னாலெ இந்த குடும்பமே முடிஞ்சு போச்சு.” ஆசியாவின் மூக்கு வடிந்தது. மூக்குச் சளியைச் சீந்தி படுத்திருந்த உடம்பறையில் தேய்த்தாள். “பொக கொண்டு மூக்கு ஓடுது.”

“ஊட்டுலெ உள்ள வெறவே வெச்சுதானே அடுப்பெரிக்க முடியும். அதுக்கு எங்கெ குடும்பத்தெ பளிக்கீது என்னத்துக்கு.”

“ஓ, வந்திருக்கியா. திருவாங்கோர் மகாராஜாவு பட்டும் வாளும் குடுத்த வலிய குடும்பக்காரி. சொன்ன ஒடனெ கோவம் வந்துட்டு. நிக்கொப் பெத்தாம்மா சட்டயிடாதெ களீக்களெயிலெ இருந்து கொளச்சவரெ மொலயை தொறந்திட்டிட்டு நடுத்தெரு வழி ஓடுனது தெரியாதாக்கும். ஒனக்கெ அந்தப் புத்தியெ பவுரீன்புள்ளெ குடும்பத்திலெ வந்து காட்டாதெ.”

“பாக்கி எல்லாரும் மக்கத்திலெ இருந்து கப்பல்லெ வந்து எறங்கினவங்களா?” மரியம் பொறுக்க முடியாமல் கேட்டாள்.

“ஓண்டீ, மக்கத்திலே இருந்து வந்தவங்கொதான். எங்கொ பவுரீன்புள்ளெ உப்பா ஆருணு தெரியுமா நிக்கு? பாத்தும் கேட்டும் வேளம் சொல்லணும்.” ஆசியா எச்சரித்தாள்.

“அங்கெ என்னவுள்ளெ சத்தம்? செவியடச்சுக் கொஞ்ச நேரம் கெடக்க உடமாட்டாளே இந்தக் கொளச்செப் பாறுகாலி.” முஸ்தபாக்கண்ணு சாய்வு நாற்காலியிலிருந்து பிருஷ்டத்தை மெல்ல உயர்த்தினார். இடுப்பிலிருந்து அவிழ்ந்து போன வேட்டியைச் செவ்வாக உடுத்திக்கொண்டார். மரமிதியடியின் நீண்ட குச்சியைக் கால் விரல்களுக்கிடையில் இறுக்கிப் பிடித்தார். முகட்டை நிமிர்ந்து பார்த்தார். நீண்ட அதபு பிரம்பு அதில் வைத்தபடியே இருக்கிறது வாப்பாவின் வாப்பா காசிம்பிள்ளை உப்பா வாப்பும்மாவை அதபு வருத்திய பிரம்பு. வாப்பா உம்மாவை அடித்து சொல்படி நடக்கச் செய்தது இந்தப் பிரம்பால்தான். அதனாலேயே உப்பாவின் இந்த அஸாகோலுக்கு ‘அதபு பிரம்பு’ என்று பேர். தென்பத்தன் ஜனங்கள் சூட்டிய செல்லப் பெயர்.

பவுரீன்பிள்ளை குடும்பத்தில், புத்தம் வீட்டு வாரியிலும் அங்கிருந்து சவ்தா மன்ஸில் வாரியிலும் இடம் பெயர்ந்த இந்த அதபு பிரம்பு அன்று அந்தக் கிராமத்தின் சிம்ம சொப்பனம். உப்பா வாப்பும்மாவை இந்தப் பிரம்பால் பளார் பளார் என்று அடிக்கும்போதும், வாப்பா உம்மாவைப் பளார் பளார் என்று வீக்கும்போதெல்லாம் புழுபோல் நெளியும் அவர்களுடைய தொண்டை நாளங்களிலிருந்து புறப்படும் வேதனையின் அவல அலறலில் அந்தக் கிராமத்திலுள்ள வெண்மணலும் புற்பூண்டுகளும் மரம் கொடிகளுமெல்லாம் அதிரும். சிலவேளை விண்ணும் முகம் சுளிக்கும். காதைப் பொத்தும். அவ்வளவு கோரமான கைகளிலிருந்து உயர்ந்து தாழ்ந்து வழு வழுப்பு ஏறிய பிரம்பு.

“கள்ள லெவிண்டிக்கு இந்த அதபு பெரம்பெ வெச்சு ரண்டு வீக்கு வீக்கினாத்தான் அடங்குவா. கூடெக்கூடெ தங்கச்சீட்டெ வம்புக்குப் போறா. அவொ அவளுக்கெ பாடே விதியேணு உடம்பறக்கெ மேலெ கண்ணடச்சிட்டு சுருண்டு கெடக்குதா.”

முஸ்தபாக்கண்ணு பிரம்பைப் படாரென்று இழுத்து உருவினார். நடைத்திரையை விலக்கினார். பிரம்பை ஊன்றி நடந்தார். மரமிதியடியின் மிதியேற்று தரை நெரிந்தது.

மிதியடியின் டக்டக் ஒலி கேட்டு மரியம் பயந்தாள். கணவனின் கையிலிருக்கும் அதவு பிரம்பைக் கண்டு நடுங்கினாள். இன்று மய்யத்துதான். அடைமழையில் நனைந்து, குளிரில் நடுங்கும் குருவிக் குஞ்சைப் போல் எலும்பு நடுங்கி நின்றாள்.

சிமெண்டு நொறுங்கியத் தரை, மரமிதியடிக் கட்டையின் அழுத்தத்தால் நெரியும் ஓசை நெருங்கிவருவதைக் கேட்டாள்.

அந்த வேதாள ஓசை மரியத்தைத் தளர்த்திவிட்டது. இதயச் சுவர்களை குலுக்கிப் பிளந்தது. இரத்த நாளங்களில் இரத்தச் சுழற்சியை தடுத்தது. உயர்ந்து ஓங்கி விழும் பலமான அடி. அதைத் தாங்கிக்கொள்வதற்கான சக்தி சோர்ந்துபோன உடல். நினைத்தபோது மரியம் பய உணர்ச்சியின் முள் புதரில் சிக்கித் தவித்தாள்.

அந்த நடுநடுக்கத்தால் இருமல் முட்டி மோதியது. குத்தி உட்கார்ந்து நீட்டி நீட்டி இருமினாள்.

"குட்டீ பொலயாடீ மோளே." முஸ்தபாக்கண்ணு நாக்கைத் துருத்திக் கடித்தார். அதபு பிரம்பு உயர்ந்தது. உயர்ந்த பிரம்பு உயர்ந்தபடியே நின்றுவிட்டது.

தலைக்கு மேல் உயர்ந்த பிரம்பை மரியம் காணவில்லை. இருந்த இருப்பில் அவள் இருமித் துப்பியது, துப்பல் அல்ல; கட்டி இரத்தம்.

முஸ்தபாக்கண்ணு நடுக்கத்துடன் பின்வாங்கி நின்றார். பிரம்பு ஏந்திய கை மெல்லத் தாழ்ந்தது. பதற்றத்துடன் சொன்னார்.

"தங்கச்சி இஞ்செப் பாரு, ரெத்தம் துப்புதா."

"ஊடெல்லாம் துப்பி நஜீஸாக்கினாளா?" ஆசியா விலகிக் கிடந்த தன்னுடைய சிவந்த மயில்கண் சாரத்தைச் சரி செய்தாள்.

"துப்பலு இல்லெ உள்ளெ, ரத்தம்!" முஸ்தபாக்கண்ணு அச்சத்துடன் கூறினார்.

"அவளுக்குக் காச நோய் புடிச்சுப் போச்சு."

"காச நோயா . . .?"

"அல்லாதெப் பின்னெ என்னெ . . .?"

முஸ்தபாக்கண்ணின் கையிலிருந்து பிரம்பு ஊர்ந்து விழுந்தது. மரியத்தைப் பார்த்தார். வெறுப்புடன் பார்த்தார். அதபு பிரம்பால் ரண்டு வீக்கு வீக்க வாய்ப்பில்லாமல் போனதால் ஏமாற்றமடைந்து நின்றார்.

மரியம் தலையை உயர்த்திப் பார்த்தாள்.

முன்னால் கணவன். கணவனின் கொதிப்படைந்தக் கண்களில் ஏதோ தகிப்பதைக் கண்டாள். கையில் பிரம்பு இல்லை. முகத்தில், சிகரெட் புகைப் படிந்து கறுத்த உதட்டில், நரை வீழ்ந்த தாடி ரோமங்களில், முகச் சுருக்கங்களில், கொடிய விஷ சர்ப்பம் இழைவதைக் கண்டாள்.

மரியம், கணவன் முகத்தையே உற்று நோக்கினாள். அந்த நோட்டம் எதையோ கெஞ்சியது. அன்பிற்காகவோ, தயவிற்காகவோ?

காசநோய் தன் நிழலை பின் தொடர்கின்றது என்பதை மரியம் புரிந்து கொண்டாள். உயிர்த் துடிப்பிற்கும் உயிர்த் துடிப்பு அடங்குவதற்கும் இடைப்பட்ட எஞ்சியக் காலங்களை நினைத்தாள். அந்த நினைப்பும் அதற்கு இடையிலான கால நீட்சியும் அவளைத் திகிலடைய வைத்தன. இனி இந்த வீட்டிற்குள் வெறுப்பின் கூரிய அம்புகள் தன் தலைக்குமேல் பாய்ந்த வண்ணமாகவே இருக்கும். உடம்புக்கு ஆகாமல் ஒரு நாள் பாயில் சுருண்டால் தன்னைக் கவனிப்பார் யார் என்ற எண்ணம் அவள் முன் படமெடுத்தது.

"மோனே ..." கண்ணெட்டாத் தொலைவில் நிற்கும் மகனைக் கூப்பிட்டாள்.

"ஆரெ உளிக்கியா ...?" முஸ்தபாக்கண்ணின் குரல் சொற சொறவென்றிருந்தது

"எக்கெப் புள்ளயெ ..."

"அவன் வாம்பயிலெ இல்லியா நிக்கான். நீ விளிச்சா அங்கெ கேக்குமா?"

"கேக்கும், எக்கெ ரத்தம். எக்கெ கொடல்லெ கெடந்தவன்." மரியத்தின் குரலில் ஆவலின் தொனி.

"ஓ ... ஒரு பத்தினிச்சி. இவொ விளிச்சா அங்கெ கேக்கூக்கு." ஆசியா திரும்பிப் படுத்துக்கொண்டாள்.

"மைனீ ..." மரியத்தின் சத்தம் மிகப் பணிவாகயிருந்தது. அந்தச் சத்தம் யாசகம் கேட்பது போல் இருந்தது. "அப்படிச் சொல்லாதெங்கோ."

"இவொ ரத்தம் கக்கீட்டேக் கெடக்கா. இனி இந்தத் தறவாட்டுக்கு ஆவாது." முஸ்தபாக்கண்ணு குனிந்து பிரம்பை எடுத்தார். மரியத்தின்மீதுள்ள சினத்தைத் தீர்த்துக் கொள்வதற்காக வாயுவில் ஓங்கி ஓங்கி அடித்தார். காற்றைப் பிளக்கும் ஓசை. நொறுங்கிப் போய், சிமென்ட் கழன்று விட்ட தரையில் மரமிதியடி உராவி சத்தமெழுப்பி அகன்றது. ஆனால், மரியத்தின் நெஞ்சுக் கூட்டிற்குள் கணவனுடைய மரமிதியடி எழுப்பிய சத்தம் நெருங்கிக் கொண்டேயிருந்தது.

"இன்னோ நாளையோ?"

"இவொ ரத்தம் கக்கீட்டேக் கெடக்கா. இனி இந்தத் தறவாட்டுக்கு ஆவாது." முஸ்தபாக்கண்ணுடைய தொண்டையில் முழங்கிய இடி மரியத்தின் இதயத்தில் வீழ்ந்து பற்றியது.

தான் கறவை தீர்ந்த மாடு. தீனம் பிடிபட்ட ஒரு கிழட்டு மாடு. இனி தொழுவத்திற்கு ஆகாது. போடும் புல்லும், வைக்கோலும், காடித் தண்ணியும் தண்டம்.

எஜமானனுக்குப் பிரயோஜனமற்ற மாடு.

கால் அசையும் கட்டிலில் மல்லாந்துக் கிடந்து கால்களை அசைத்தார். அண்ணாந்தபோது ஆங்காங்கே கறையான் கறம்பி ஓட்டையான தட்டுப் பலகைகள், மங்கிய ஒளியில் அவர் கண்களுக்குத் தெரிந்தன. அங்கு ஓர் இரத்தின சிம்மாசனம். அதில் முத்தொளி போன்று ரைஹானத் வீற்றிருக்கிறாள். முஸ்தபாக்கண்ணின் முகம் நிறைய பால் சிரிப்பு. அந்த இரவு, லகரி ஊட்டும் வண்ணக் கனவுகள் தழுவி மனசை மயக்கும் இரவாகவே இருந்தது.

❖

16

திருவிதாங்கூரின் புதிய தலைநகரின் இதயத்தில் பள்ளி கொள்ளும் ஸ்ரீ அனந்த பத்மநாபனுக்கு அடியறை வைத்த தர்மராஜ்யத்தில் அடிக்கடி உள்நாட்டுக் குழப்பங்கள் வெடித்துக் கொண்டிருந்தன. அதனால் போரும், பஞ்சமும், பணநெருக்கடியும் ஏற்படுவதுண்டு. இப்படிப்பட்ட இக்கட்டான நிலைவரும் போது பூவாறுக்கும் தென்பத்தனுக்கும் அரண்மனைக் குதிரைகள் குளம்போசை எழுப்பிப் பாய்ந்து வரும். அல்லது, பட்டுத் திரைபோட்டப் பல்லக்கைத் தோளிலேந்தியக் கால்கள் தரை தொடாமல் விரையும். அம்மாவன்மார்களை அழைத்து நாட்டின் நெடிக்கடி நிலையைப் பற்றிக் கலந்தாலோசனை செய்வார் மகாராஜா. பொருளாதார நெருக்கடியால் வர்த்தகப் பிரமுகரான பூவாறு போக்குமூஸா முதலாளி வாக்களிப்பார். “பத்மநாபதாசன் கவலைப்படண்டாம். திருவிதாங்கூர் சனங்களுக்கு ஒரு வருச சாப்பாட்டுக் குண்டான அரிசி எக்கெப் பண்டக சாலையிலெ உண்டு. ஒரு வருசம் திருவிதாங்கூர் உத்தியோகஸ்தர்களுக்குச் சம்பளம் கொடுக்கூதுக்குள்ள பணமும் எக்கெப் பெட்டீலெ உண்டு. இன்னா தாக்கோல்” என்று சாவியை எடுத்து நீட்டுவார்.

மகாராஜா மனப்பூரிப்புடன் புன்சிரிப்பார்.

திருவிதாங்கூர் எல்லைக்குட்பட்ட நாஞ்சில் நாட்டில் எட்டு வீட்டுப் பிள்ளைகளோ, பப்பு தம்பியோ, ராமன் தம்பியோ குழப்பங்கள் விளைவித்தால் குழப்பவாதிகளை அடக்குவது பற்றி பவுரீன்பிள்ளையைக் கூப்பிட்டு மார்த்தாண்ட வர்மா பேசுவார். மன்னர் பேசுவதையெல்லாம் அமைதியாகக் கேட்டு உட்கார்ந்திருப்பார். இடையே எதுவும் வாய்திறந்து பேசமாட்டார். விரல் மட்டும் மீசை முனையில் பேசும்.

மகாராஜா பேசி முடித்த உடன் பவுரீன்பிள்ளை இருப்பிடம் விட்டு எழுவார். மௌனமாக புறப்படத் தயாராவார். வெளியே சொல்லும் வாசலை நோக்கி நடப்பார். வாசலை அடைவதற்கு முன் சட்டென்று நிற்பார். திரும்பி நின்று

மகாராஜாவைப் பார்ப்பார். அர்த்தமான பார்வை. அதைத் தொடர்ந்து ஒரு கர்ஜனை.

"பத்மநாபதாசன் துக்கிக்கண்டாம். அம்மாவன் ஏற்றேன்." சொல்லி முடித்ததும் ஒரே நடை, விறுவிறென்று.

நாஞ்சில் நாட்டுப் பகுதியில் எட்டு வீட்டுப்பிள்ளைகள் அதிகம் வாலசைக்காதது, பவுரீன்பிள்ளையின் உயரத்தையும், பனை மரத்தின் மூடுபோல் வலிமையான தொடைகளையும், சுளவு போல் பரந்த கைப்படங்களையும் கண்டுதான்.

எதிர்பாராத விதமாக, திருவட்டார், குலசேகரம் போன்ற பகுதிகளில் எட்டு வீட்டுப்பிள்ளைகள் ரகளை உண்டாக்கி மார்த்தாண்டவர்மா மகாராஜாவிற்குத் தொல்லைகள் ஏற்படுத்தி வந்தனர். தென்பத்தன் காற்றில் புழுதி மணல் பறந்தபோது தென்பத்தன் மக்கள் வெளியே எட்டிப் பார்த்தனர். பட்டுத் திரைபோட்டப் பல்லக்கை தோளில் தாங்கி வரும் அரச சேவகர்களின் காலடி வேகத்தில் உயர்ந்த புழுதி மணல்.

அந்தப் பல்லக்கில் கையில் பளபளக்கும் வாளுடன் பவுரீன்பிள்ளை ஏறிச் சென்றதை தென்பத்தன் மக்கள் ஆச்சரிய மாகப் பார்த்து நின்றனர். அவர்களுடைய கண்களில் தூசி படலம் எழுப்பியவாறு பல்லக்கு மேற்கு நோக்கி விரைந்தது.

துக்கம் தொங்கும் முகத்துடன் மார்த்தாண்டவர்மா மகாராஜா இருப்பதைக் கண்டபோது பவுரீன்பிள்ளையின் இதயம் உருகிவிட்டது.

"அம்மாவா?" மார்த்தாண்டவர்மா மகாராஜா உதவி கோரும் குரலில் கூப்பிட்டார்.

"பத்மநாபதாசன் துக்கிக்கண்டம், எட்டு வீட்டுப்பிள்ளை களுக்கெ ரத்தம் புரண்ட வாள் பொன்னுத் திருமேனிக்கெ திருச்சேவடியிலெ இந்த அம்மாவன் கொண்டு வைப்பேன்." பவுரீன்பிள்ளை வாளை உயர்த்திப் பிடித்துக்கொண்டு சபதமெடுத்தபோது பத்மநாபதாசனுடைய முகம் மலர்ந்தது.

"ஆரங்கெ?" மகாராஜா குரல் கொடுத்தார்.

சேவகர்கள் மன்னர்முன் குனிந்து வணங்கி நின்றனர்.

"நேரம் இருட்டுவதற்கு முன் அம்மாவனை தென்பத்தனில் கொண்டு விட்டுவாருங்கள்."

ஒருக்கி வைத்திருந்த பல்லக்கில் பவுரீன்பிள்ளை ஏறினார். அரச கட்டளையை நிறைவேற்ற வேண்டும். பல்லக்குத் தூக்கிகள் நடக்கவில்லை ஓடினர். பறந்தனர்.

"ஹே ஹை ஹே ஹை . . ."

சனம் வழி ஒதுங்கிச் செல்லவும், எதிரே வராமலிருக்கவும், உரக்கக் கூப்பிட்டுக்கொண்டு ஓடினர்.

குண்டும் குழியும், கல்லும் முள்ளும் நிறைந்த செம்மண் பாதை. பாலராமபுரம் நெய்த்துத் தெருக்களைக் கடந்தனர். நெய்யாற்றின் கரை அம்மச்சிப்பிலாவைக் கடந்தனர். பூவாறு வெள்ளை மணலைத் தாண்டினர். குறுக்கே ஓடும் நெய் யாற்றைக் கடந்து குளத்தூரிலுள்ள கமுகு, தென்னந் தோப்பு களையும் கடந்து கொல்லங்கோட்டிலுள்ள பனங்கூட்டங் களையும் தாண்டிவிட்டனர். காஞ்ஞாம்புரம் சந்தைப் பக்கம் வரும்போது வானம் கறுத்தது. கறுத்த ஆகாசத்தின் அடிவயிறு தடித்தது. அரபிக்காற்றில் குளிர்ச்சி.

"ஹே ஹை ஹே ஹை." பல்லக்குத் தாங்கிகள் துரிதமாக ஓடினர். வானம் பெய்து வயிற்றைக் காலியாக்கும் முன் தென்பத்தனில் சேரவேண்டும். மழை பெய்யத் துவங்கினால் கணபதியாம் கடவு முங்கும், கலங்கல் நீர்கூலம் குத்தி ஒழுகும். ஆற்றைக் கடக்கப் பெரும்பாடாகிவிடும்.

கணபதியாம் கடவைத் தாண்டி பைங்குளத்தில் கல்ல றைக்கல் அம்பலத்தை அடைந்ததுதானுண்டு, சோவென்று மழை அள்ளிக்கொட்டியது. யானையைத் தூக்கி வீசும் பிசறல் காற்று. தொடர்ந்து, விழிகளைத் தோண்டி எறியும் மின்னல். காதுகளைக் கபாலத்திலிருந்து குலுக்கிப் பிடுங்கி எறியும் இடி முழக்கம்.

"இறக்கு." பவுரீன்பிள்ளையின் உத்தரவு.

தேக்கும் ஈட்டியும் சந்தன மரமும் கொண்டு பணி செய்த கல்லறைக்கல் அம்பலத்தின் விசாலமான முன்தளத்தில் பல்லக்கு இறக்கப்பட்டது. மொட்டைத் தலையைத் தடவிக் கொண்டு பவுரீன்பிள்ளை பல்லக்கை விட்டு வெளியே இறங்கி னார். சவரம் செய்த முகத்தில் உக்கிரமான, முனை வளைந்த கறுப்பு மீசை. நெட்டைப் பனை போல் உயரம். முழங்காலுக் கும் கீழ் நீண்டுகிடக்கும் பலம் வாய்ந்த சுளகுக் கைகள்.

அம்பலத்தின் அரைச் சுவரைச் சேவகர்கள் துடைத்துத் துப்புரவுப்படுத்தினார்கள். பவுரீன்பிள்ளை அரைச்சுவரில் ஏறி உட்கார்ந்தார். கால்மேல் கால் போட்டார். மீசையை முறுக்கி வளைத்துவிட்டார். கிளைத்து, வட்டமாக மண் அணைத்தத் தென்னை மூடுகளில் மழை நீர் நிறைவதைப் பார்த்தார். அதில் குமிழ்கள் உருவாகி, உடைந்து ஜலசக்கர மாய் மறைவதைக் கண்டு ரசித்தார்.

ஆபாசக் கவிதை வரிகள் பாடி, அச்சிமார்களுடைய அங்க லாவண்ணியக் கதைகள் சொல்லி, குலுங்கிச் சிரித்து ரச சாகரத்தில் மூழ்கியிருந்த நாயர் பிரமாணிகள், பவுரீன் பிள்ளை

சாய்வு நாற்காலி

யின் நடுக்கும் தோற்றத்தைக் கண்டு திடுக்கிட்டனர். நாயர் பிரமாணிகளின் முகத்தில் கோபம். கண்களில் இரத்தச் சிவப்பு.

"அம்பலத்திற்கு அசுத்தம் ஏற்பட்டுவிட்டது. மிலேச்சன் அம்பலத்திற்குள் புகுந்துவிட்டான்."

"குதிரை, அரண்மனையிலுள்ளதானாலும் லாயத்தில் தான் கட்ட வேண்டும்." நாயர் முக்கியஸ்தர்கள் சோவென்று ஓலமிட்டுப் பெய்யும் பெருமழையில் இறங்கி ஓடும்போது சுத்தமாகச் சொன்னார்கள்.

நாயர் பிரமாணிகளின் சுடுசொற்கள் பவுரீன்பிள்ளையின் இதயத்தைச் சுட்டன. ஆங்காங்கே கொப்பளங்கள். "வா கவனிச்சுக்கிடுதேன்." பொங்கி வந்த கோபத்திற்குக் கடிவாள மிட்டுக் கட்டுப்படுத்தினார்.

மழையின் திமிர்ப்பு அடங்கிய சாம இருட்டில் தோளில் கசவு நேரியலைத் தொங்கவிட்டுக் கொண்டு நாயர் பிரமாணி கள் கொதும்புச் சூட்டுப் பற்றவைத்து வீசிவீசி, வேகமாக நடந்தார்கள். மறுநாள், ஈர மணலில் நிழலின் நீளம் குறையும் முன் அனந்தபுரி கொட்டார வளாகத்திற்குள் நுழைந்தார்கள். இடுப்பில் கசவு நேரியலைச் கட்டிக்கொண்டு குனிந்து வணங் கியபடி பத்மநாபதாசனிடம் சங்கடத்தைச் சொன்னார்கள்.

"நீங்கள் ஆரு?" பத்மநாபதாசன் வினவினார்.

"நாங்கள் பைங்குளத்தில் பாரம்பரியமிக்க நாயர் தற வாட்டைச் சேர்ந்தவர்கள். தம்பிமார்கள்."

"என்ன சங்கடம்?"

"ஆயர்குல அரசனான கருநந்தடக்கன் கட்டிய பார்த்திவ சேகரபுரம் சாலை இயங்கி வந்தது பைங்குளத்தில். அங்குள்ள விஷ்ணு கோயிலைப் பராமரித்து வருவது நாங்கள். பொன்னுத் திருமேனியின் நாயர்படைக்கு வீரமும் சுறுசுறுப்புமுள்ள ஏராள நாயர் இளைஞர்களை நாங்கள் அனுப்பியுள்ளோம். திருவிதாங்கூர் ஆட்சி மீது நம்பிக்கையுள்ள இந்தத் தம்பிமார் களுக்கு ஒரு பெரும் அவமானம் நேர்ந்து போச்சு."

"என்ன அவமானம்?"

"பல்லக்கில் அதுவழியாக வந்த ஒரு மிலேச்சன் எங்கள் ஊர் கல்லறைக்கல் அம்பலத்தில் மழைக்காக ஒதுங்கி அம்ப லத்தை அசுத்தம் செய்துபோட்டான்."

"யாரென்று தெரியுமா?"

"தெரியும். தென்பத்தன்காரன், பவுரீன்பிள்ளை."

மார்த்தாண்டவர்மா மகாராஜாவின் முகத்தில் படர்ந்த கருமேகத்தை நாயர் பிரமாணிகள் கவனிக்கவில்லை. அரசர் சற்றுநேரம் சிந்தனையில் ஆழ்ந்தார்.

“நான் என்ன செய்யவேண்டும் என்று தம்பிமார்கள் சொல்லுகிறீர்கள்?”

“திருஉள்ளம் கொண்டு அந்தத் திமிரு புடிச்ச மிலேச்சனைத் தண்டிக்கணும். இனி இப்படி ஆலயங்களில் புகுந்து அசுத்தம் செய்யக்கூடாது.”

“அந்த மிலேச்சன் மழைக்கு ஒதுங்கி நின்றதாலெ கல்லறைக்கல் அம்பலம் அசுத்தமாகிவிட்டது இல்லையா?”

“ஆமாம் திருமேனி. முஞ்சிறை மடத்திலிருந்து பிராமணர்களைக் கொண்டு வந்து சுத்திக் கர்மம் செய்யாமல் பூஜை செய்ய முடியாது. வழக்கமான பூஜையும் முடங்கிவிட்டது.”

மன்னர் பெருமான் வலப்பக்கம் திரும்பினார். திவான்.

“நஸ்ராணிகளான லந்தக்காரரிடமிருந்து திருவிதாங்கூரின் மானத்தைக் காப்பாற்றிய பவுரீன்பிள்ளை அம்மாவன் மழைக்கு ஒதுங்குனதினாலெ அசுத்தமாய்ப் போன கல்லறைக்கல் அம்பலத்தை ஓடைக்க வேண்டும். அதிலுள்ள மரங்களைக் கொண்டு தென்பத்தனில் அம்மாவனுக்கு ஒரு பெரிய வீடு கட்டிக்கொடுக்க உத்தரவிடுகிறேன். ஆவலாதி சொல்ல வந்த இந்தத் தம்பிமார்களை சிறையிலடையுங்கள்.”

நாயர் பிரமாணிகள் திடுக்கிட்டுப்போயினர். எதிர்பார்க்காத அரசகட்டளை.

“பொன்னுதிருமேனி நாங்கள் . . . ?” நாயர் பிரமாணிகள் மூர்ச்சையற்று விழுமுன், பத்மனாபதாசன் சிம்மாசனத்திலிருந்து எழுந்து போய்விட்டார்.

தேக்கினாலும், ஈட்டியாலும், சந்தன மரத்தாலும் கட்டி உயர்த்திய பவுரீன்பிள்ளையின் புத்தம் வீட்டின் நூற்றாண்டு வரலாறு இது. அதில்தான் நீச்சலடித்துக் குளிக்க குளம் நிர்மாணித்துத் தரப்பட்டது.

வறுமை நா சுழற்றிய சவ்தா மன்ஸிலில், விஜாவரியில் தொங்கிய ஜன்னல் கதவுகள் வெயிலிலும் மழையிலும் காய்ந்தன. கடல் காற்றில் ஜன்னல் கம்பிகள் துருப்பிடித்தன. காலத்தின் கூரியநகம் சுரண்டியதால் விஜாவரியிலிருந்து ஆணிகள் கழன்று தெறித்தன. அரபிக்காற்றில் விஜாவரி எழுப்பிய சத்தம் முஸ்தபாக்கண்ணின் சுக நித்திரைக்குப் பங்கம் விளைவித்தது. நாமுனையில், பணச் செழிப்பான காலத்தில் ருசித்த கள்ளப் பண்டங்கள் தின்பதற்கான ஆவல்.

உண்டவிட்டான் பாறைக்கு மறுபக்கம் பாதிராப்பிறை உதித்து உயருவதை இஸ்ராயில் கண்டான். புழுதி மணலில் விழுந்த மங்கிய நிலவொளியில் பாதம் தூக்கி வைத்து நடந்தான்.

சற்று விலகி மைதீன்பிச்சை சட்டம்பியின் வீட்டு வளாகத்திற் குள், மதிலின் மீது விழுந்த காய்ந்த தென்னை ஓலையின் ஓசை கேட்டு நடுங்கிப்போனான். பாண்டியில் வறட்சியால் பஞ்சம். பாண்டியிலிருந்து திருடர்கள் நெல்மணிகள் சூடிய வயற்காடுகள் நிறைந்த நாஞ்சில் நாட்டில் இறங்கியிருப்பதாகக் கருங்கல் சந்தையில் வைத்து சிலர் சொன்னது காதில் விழுந்த நினைவு. அந்த நினைவினால் ஏற்பட்ட நடுக்கம். திருடன் என்று நினைத்து யாராவது தன்னைப் பிடித்துக்கட்டி எலும்பை நொறுக்கினாலோ? அந்தப் பயம் வேறு. மைதீன்பிச்சை நூறு பேருடன் தனித்து நின்று மோதி எதிரிகளை அடிச்சு மலத்தும் பெயர் கேட்ட சட்டம்பி. அவன் எப்போதும் இடுப்பில் நீண்ட கத்தி சொருவியிருப்பான். அதன் கூர்மை, பளபளப்பு.

முஸ்தபாக்கண்ணு உறங்கிப்போயிருப்பாரா விழித்திருப் பாரா? இஸ்ராயில் தலையில் கட்டியிருந்தத் துவர்த்தை அவிழ்த்து இடுப்பில் கட்டினான். வேட்டியைத் தூக்கிக் கட்டினான். மெதுவாக நடந்தான். வேகமாக நடந்தால் காலி லிருந்து சொடக்குச்சத்தம் உயரும். அரபிக்கடலின் திரை யோசை. உலக ஆரம்பம் முதல் அலகு பூட்டாமல் ஓசை எழுப்பிக் கொண்டிருக்கும் கடல்!

மேற்கூரைக் கழன்றுபோய் நிற்கும், சவ்தா மன்ஸில் ஒரு நிழல் போல் இஸ்ராயிலுக்குத் தெரிந்தது. சவ்தா மன்ஸில் நெருங்கும்போது யாரோ இருமுவது கேட்டது. மெல்லிய இருமல். இருமலின் முடிவில் ஒரு கனைப்பு. அந்தக் கனைப்பு, அப்பிப்படரும் வேதனையைக் கடித்து அடக்குவதாக இருந்தது. யாராகயிருக்கும் இருமுவது?

முஸ்தபாக்கண்ணின் இருமல் அல்லவென்று தெரியும். அவர் இருமும்போது மேற்கூரைக் கழன்று தெறிக்கும் ஒரு நில நடுக்கம் போல் சளியைக் காறி எடுத்து துப்பும்போது ஏழூர் கேட்கும்.

மரியம் பீவி தாத்தாவாகயிருக்கலாம். சமீபகாலமாகத் தாத்தாவுடைய முகம் ரொம்பவும் களைத்துப்போய்க் காணப் படுகிறது. நாளுக்குநாள் உடல் மெலிந்து கொண்டே வருகிறது.

முஸ்தபாக்கண்ணின் நிழலாட்டம் தெரியவில்லை.

இஸ்ராயில், சவ்தா மன்ஸிலை இரண்டு மூன்றுதடவை வலம் வந்தான். முஸ்தபாக்கண்ணு உறங்கும் அறை ஜன்னல் இடுக்கு வழியாக உள்ளே கண்ணை விட்டான். மூத்திர வாடையும் சிகரெட் புகையின் நெடியும். ஆசாமி உறங்க வில்லை. மெதுவாக ஜன்னல் கதவை நகத்தால் சுரண்டினான்.

“உம்.”

முஸ்தபாக்கண்ணிற்குப் புரிந்துவிட்டது. தான் உறங்கவில்லை என்று தெரியப்படுத்த தொண்டையைக் கனைத்தார். ஜன்னலை மெல்லத் திறந்தார்.

"வந்துட்டேன்."

"அவொ ஒறங்கல்லேடா. செமச்சிட்டே கெடக்கா."

"அப்போ எப்படி?"

"நா ஒறங்கினதுபோலெ கெடக்கேன். நீ தெக்கு பக்கம் வந்து ஜன்னல் கதவெப் புடிங்கி எடு."

நெரிஞ்சி முட்களும் காட்டுச்செடிகளும் வளர்ந்து நின்ற சவ்தா மன்ஸில் வளாகத்திற்குள் இஸ்ராயில் நுழைந்தான். ஐந்தாறு நெரிஞ்சி முட்கள் அவனுடைய கால் வெள்ளையில் குத்தி ஏறின. நுள்ளி எடுத்துப் போட்டான். சவ்தா மன்ஸிலின் தென்பக்கம் வந்தான். ஒற்றை விஜாவரியில் தொங்கி நிற்கும் ஜன்னல் கதவுகளை நெருங்கினான்.

இஸ்ராயில் தொட்டதும் ஒரு ஜன்னல்கதவு கழன்று கையோடு வந்தது. அடுத்ததைத் தொட்டான். அதுவும் கழன்று சொரிமணலில் கைதவறி விழுந்தது. புற்கள் வளர்ந்து நின்றதால் ஓசை எழவில்லை. மூன்றாவது கதவைப் பிடித்தான். கொஞ்சம் பலம் பிரயோகிக்க வேண்டியதாயிற்று. பலமாகப் பிடித்து இழுத்தான். துருப்பிடித்த விஜாவரியும் ஆணியும் வேறுபடும் கரகர சத்தம்.

தளர்ந்து கிடந்த மரியம் பீவியின் காதில் அந்தக் கரகர ஓசை விழுந்தது. பாயில் எழும்பி உட்கார்ந்தாள். எழும்பும் போது இருமினாள். கணவன் படுத்துறங்கும் அறைக்கு நேராக தளர்ந்த கால் வைத்து நடந்தாள். அறைவாசல் திறந்து கிடக்கின்றது. அறைக்குள் நிரம்பி நிற்கும் சிகரெட்புகை. மெத்தை மீது உட்கார்ந்திருக்கும் கணவன். அவருடைய விரலிடுக்கில் புகையும் சிகரெட்.

"தெக்குப் பக்கம் என்னவோ சத்தம் கேக்குது."

மனைவியின் குரல் கேட்டு திடுக்கிட்டார். அவள் வருகையை எதிர்பார்க்கவில்லை.

"கேக்கட்டு. நீ இப்பம் இஞ்செ என்னத்துக்கு வந்தா?"

"செல்லூக்கு."

"பூச்சயோ, மரநாயோ சாடுதச் சத்தமாயிருக்கும். நீ சத்தம் போடாதெ போ. பாண்டியிலெ இருந்து கள்ளன்மார் இறங்கி இரிக்கியானுவோ. வாளூ வச்சிருக்கியானுவோ. போய்ப் பாத்தா வெட்டிப் போடுவானுவோ."

"நிங்கோ என்ன ஆம்புள்ளே. நடுச்சாமத்திலெ ஒரு சத்தம் கேட்டா போய் பாக்கண்டாமா?"

“மரியாதைக்கு போறாயா, அதபு பெரம்பெ எடுக்கட்டா?” முஸ்தபாக்கண்ணின் புல் படர்ந்த முகத்தில் குரூரக் கோடுகள் வளைவதைக் கண்டாள். கண்களில் இராட்சஷ கொலை அரிவாட்களையும் கண்டாள். மேலும் நிர்பந்தம் செலுத்தினால் ஆசாமியின் குணம் மிருகக்குணமாக மாறும் என்பது அவளுக்குத் தெரியும். குணம் மாறும்போது கை வாரிக்கு நேராக நீளும். அங்குப் பல பெண்களை அடித்துப்பணியச் செய்த அதபுபிரம்பு உண்டு. இன்னும் அதன் அடியைத் தாங்குவதற்கான வலிமை இழந்த உடல். இதைப் போன்ற எத்தனை எத்தனை யாமங்களில் அந்தப் பிரம்பு உயர்ந்து தாழ்ந்தது. தாழ்ந்து வீழ்ந்ததெல்லாம் பெண் உடம்பில். எத்தனையோ இரவுகளில் கனமான சுவர்களைத் துளைத்துப் பிளந்துகொண்டு தன்னுடைய அலறல் இந்தக் கிராமத்தின் சூழலில் தங்கிச் சுழன்றது. திக்குகளில் எதிரொலித்தது.

மரியம் பீவி திரும்பி நடந்தாள். நடக்கும்போதும் இருமல் முட்டி வந்தது.

“செமக்காதெ பாறுகாலி. செமச்சா கள்ளன் ஓடெ களத்தீட்டு ஊட்டுக்குள்ளே ஏறுவான். எல்லாரையும் கொண்ணு போட்டிட்டு போவான்.”

இஸ்ராயிலின் கை நான்காவது ஜன்னல் கதவைப் பற்றியது. அதையும் பிடுங்க சிரமம்தான். வருவது வரட்டும். இஸ்ராயில் நாக்கைக் கடித்துக்கொண்டு கதவை ஒரு இழுப்பு இழுத்தான். ஜன்னல் கதவு ஓசையுடன் கையில் கழன்று வந்தது.

அந்தச் சத்தம் கேட்டு மரியம் நடுங்கினாள். பொங்கி எழுந்த இருமலை அடக்க முயன்றாள். பயத்துடன் சுற்றும் பார்வையை விட்டாள். யாரேனும் ஓடுகளைக் கழற்றி வீட்டிற்குள் குதிக்கிறார்களா? நிலவு பரவிய நீலாகாயத்தை ஓடுகள் உடைந்த மேற்கூரை வழியாகப் பார்த்தாள். கண்களைச் சிமிட்டும் ஓரிரு வெள்ளி மீன்கள் மட்டும் தெரிந்தன. கடற்கரையில் இராவலை இழுக்கும் முக்குவர்களின் கூச்சல்.

முஸ்தபாக்கண்ணின் அறை ஜன்னல் கதவை எலி பிராண்டியது.

“தூக்கிட்டு ஓடிப்போ. நல்ல வெலக்கு வித்துட்டுவா. வரும்பம் ஒரு குப்பி ஹார்லிக்ஸ், அஞ்சு பாக்கட் சிகரெட்.”

பாதிரா நிலா பரப்பிய வறுமை ஒளியில் நான்கு ஜன்னல் கதவுகளைத் தூக்கி தலையில் சுமந்துகொண்டு மரக்கொம்புகளை தரையில் கட்டி நிறுத்திய இருளுக்குள் பதுங்கி நடந்தகலும் இஸ்ராயிலை ஜன்னல் வழியாக நோக்கி நின்றார் முஸ்தபாக்கண்ணு.

கிழக்கு உண்டவிட்டான் பாறைக்கு மறுபக்கம் தெரிந்த அடிஆகாசத்தில் அதிகாலை வெண்மை படரத் துவங்கிய நேரம். செய்தகம்மது கட்டிலை விட்டு எழும்பி முஸ்தபாக் கண்ணின் அறைவாசல் பக்கம் நின்று கூப்பிட்டார்.

"மச்சான்."

"என்ன மச்சான்?" முஸ்தபாக்கண்ணு.

"பாண்டியிலெ உள்ள கள்ளன்மார் நம்மொ தெக்குப் பக்கத்து ஜன்னல் கதவுகளைக் களத்தீட்டு போயிட்டானுவோ, பாத்தீளா?"

"இல்லெ."

"ராத்திரி சத்தம் கேட்டுது. நா பேடிச்சு சத்தம் போட யில்லெ. சத்தம் போட்டா களுத்தெ நைக்கி கொண்ணு போட்டாலோ?"

"எக்கும் சத்தம் கேட்டுது. நானும் பேடிச்சு கண்ணடிச் சிட்டு கமந்து கெடந்துட்டேன். சத்தம் போட்டா வாளெவச்சு வெட்டிப் போட்டாலோ?"

சவ்தா மன்ஸிலின் கிழக்குப் பகுதியிலிருந்து கதவில்லாத ஜன்னல் வழியாகப் பகலொளி வீட்டிற்குள்ளே புகுந்தது. அன்று காலைவரை பகல் வேளைகளில் இருள் பதுங்கிக் கொண்டிருந்த மூலைகளிலெல்லாம் பகலொளி படர்ந்து கிடந்தது. பல ஆண்டுகளாகக் கண்களுக்குத் தென்படாமல் கூடிக்கிடந்திருந்த குப்பையும் கூளமும் கண்களுக்குத் தெரிந்தன. எலிகளின் காய்ந்த எலும்புக் கூடுகள், பல்லிகளின் உலர்ந்துபோன சடலங்கள், வீட்டிற்குள் ஆங்காங்கே சில பொந்துகள், பெயர்ந்து நிற்கும் சுவர், கரையான் புற்றுக்கள்.

நொறுங்கிய ஓடுகள் வழியாக சவ்தா மன்ஸிலுக்குள்ளே இறங்கிய சூரியக்கதிர்கள், உடம்பறையில் நித்திரை கொண் டிருந்த ஆசியாவின் முகத்தைத் தடவியது. சளுவை வடிந்து காய்ந்தொட்டிய வாயோரம். உறக்கத்தால் அதைத்த முகம். எண்ணெய் மயமில்லாமல் பரபரத்த நரை விழுந்த சுருண்ட முடி.

அடுக்களையில் எரியும் அடுப்பின் முன் இருமி இருமி நிற்கும் மரியம் பீவி. அவளுடைய சோர்ந்த முகம். அந்த முகக் குழிகளில் நிரம்பிய நீருக்குள் உருளும் இரு கண்கள்.

❖

17

காசிம்பிள்ளைக்கண்ணு உப்பா இஸ்லாமிய சட்ட எல்லையை மீறாமல் நான்கு திருமணங்களோடு நின்றுவிட்டார். அவர்களில் முதல் இரண்டு மனைவிகளை 'முத்தலாக்கு' சொல்லி ஏற்கனவே கைகழுவித் துடைத்துவிட்டார். மீதி இரண்டு பேர்களில் ஒருத்தி குழந்தை பெறாத மம்மாத்தும்மா. நான்காவது மனைவிதான் சவ்தாயி. அவள் ஒண்ணே ஒண்ணு தான் பெற்றாள். கருவேப்பிலை நெட்டுபோல் ஒண்ணு. அதுதான் நூர்முகம்மது; முஸ்தபாக்கண்ணின் வாப்பா.

குழந்தைப் பேறு இல்லாத மம்மாத்தும்மா அரபி அவ்வக் கருடைய ஒரே மகள். கண்ணுக்கு எட்டாதத் தொலைவுவரை நீண்டு பரந்து காணப்படும் சொத்துக்கள் உள்ள குடும்பம். களத்தில் உஹது மலைபோல் குவிந்து கிடக்கும் தேங்காய். தேன்வருக்கைப் பலா மரம், கிளி மூக்கன் மாமரம், ஆயனிச் சக்கை, விளாங்காய்... இப்படிப் பற்பல விருட்சங்கள் நிரம்பிக் காணப்படும் தோப்புகள். ஆண்டு முந்நூற்றி அறுபத்தி ஐந்து நாட்களும் வீட்டில் பத்தாயத்திற்குள் பலாப்பழமும் மாம்பழ மும் உள்ள செல்வச்செழிப்பான குடும்பம். வீட்டின் சுற்றுவட் டாரமெங்கும் பழவர்க்கங்களின் கமகமவாசம், வாயில் எச்சில் ஊறும். சின்னப்பயக்களின் கூட்டம், அதை மோப்பம் பிடிக்க.

நெல் அறுவடை நாட்களில் சூடு அடிப்பதற்குச் சாணம் மெழுகிய பெரிய சூடுஅடிக் களம். சிங்கப்பூரிலிருந்து ஊர் வரும்போதெல்லாம் அரபி அவ்வக்கர் அந்தக் களத்தில் குதிரை சவாரி செய்து ரசிப்பது வழக்கம். அவ்வளவு பரப்பளவு கொண்டது நெல்களம்.

பண்டு மக்காவிலிருந்து ஓர் அரபி அங்கு வந்திருந்தார். அரபி என்று கேட்டதுமே மக்கள் அவரைப் பார்க்கத் திரண் டனர். பனைமரம் போல உயரம், கிளி மூக்கு, தொட்டால் ரத்தம் தெறிக்கும் வெண்மையான நிறம். கரண்டையைத் தொட்டு கீழே தவழும் நீண்ட அங்கி. தலையிலிருந்து ஒரு

போதும் துணியை விலக்குவதேயில்லை. இப்படி ஓர் அரபியை வாழ்நாளில் கண்ணால் பார்க்கக் கொடுத்து வைத்ததில் மக்களுக்குப் பெரும் சந்தோசம். மக்கள் அரபியை விட்ட பாடில்லை. ரசூலுல்லா பிறந்த மண்ணிலிருந்து வந்தவரான தால் மக்கள் முறைப்படி அவரை உபசரித்தனர். தினம் ஒரு வீடு என்ற முறையில் கம்பீரமான விருந்துபசாரம். அரபி அந்தக் கிராமத்தை விட்டுப் போகும்போது மக்கள் அல்லாஹு அக்பர் என்று கோஷம் முழக்கி வழி அனுப்பி வைத்தனர். அந்த அரபியின் அதே நிறம், அதே உயரம் அவ்வக்கருக்கு. அரபி சென்றபின் ஜனம் அவ்வக்கரை அரபி அவ்வக்கர் என்று கூப்பிட்டனர். மம்மாத்தும்மா ஒரே மகளானதால் அரபி அவ்வக்கர் மகளை தரையில் பாதம் தொடாமல் செல்லமாய் வளர்த்தார். தத்தித் தத்தி நடக்கும் பருவத்தில் தலையில் 'உச்சிமுடி.' தங்கத்தால் அரைஞாண் முடி செய்து போட்டார். குழந்தை, புழுதி அளையாமலிருக்க தனியாக ஒரு வேலைக்காரியை நியமனம் செய்தார். ஒரே வாரிசின் கையும் காலும் வளர்ந்து வருவதை குடும்பத்திலுள்ளவர்கள் உற்று நோக்கினர். மலபாரி சாயமுண்டு உடுத்தி அழகு பார்த்தனர். அதன் மீது தங்க அரைஞாணில் கிலுங்கும் கூம்பும் தோவும். பல வண்ணங்களால் பின்னிய செல்லக் குட்டிக்குப் பாயம் அணிவித்து வெண்மேனியை மறைத்தனர். தலையைக் கசவுத் தட்டத்தால் மறைத்துச் செல்லம் கொஞ்சினர். கிந்திக் கிந்தி தொட்டுப் பிடித்து விளையாடும்போது குலுங்கி ஒலி எழுப்ப முத்து மணிக் கொலுசு அணிவித்தனர். குழந்தைக் கண்ணு பொத்தி விளையாடியது – இதேது முற்றம்? பள்ளி முற்றம். இதேது முற்றம்? பள்ளி முற்றம்.

ஒரு தடவை கண்ணாம்பொத்தி விளையாடும்போது மம்மாத்தும்மா புலூக்கானதை முதலில் வேலைக்காரி அவுக்காரும்மா கண்டாள். அவள் விழுந்தடிக்க ஓடி வீட்டிக் குள் சென்று மம்மாத்தும்மாவின் உம்மாவிடம் விஷயத்தைச் சொன்னாள். செய்தி உடன் சிங்கப்பூருக்கு எட்டியது. மறுநாள் கப்பலில் அரபி அவ்வக்கர் ஊருக்குப் பயணமானார்.

வீட்டில் வந்து நுழைந்ததும் அரபி அவ்வக்கர் பெட்டியைத் திறந்தார். மகளுடைய நிக்காஹுக்கு வேண்டிய நகைகள் பட்டாடைகள் மனசை மயக்கும் வாசனை சோப்புகள் பலதர மான அத்தர்கள். கண்ணில் எழுதுவதற்குத் துருக்கி சுறுமா.

மம்மாத்தும்மாவிற்குக் குல பாரம்பரியமுள்ள குடும்பத்தி லிருந்து ஒரு சம்மந்தம் செய்த பிறகே சிங்கப்பூருக்குத் திரும்பிச் செல்வேன் என்று அரபி அவ்வக்கர் சபதம் செய்தார். நாலாபக்கமும் தேடினார். எதுவும் அமையவில்லை. பணவசதி யுண்டு; குலத்தன்மையில்லை. பணமும் குலத்தன்மையும்

உண்டு; பாரம்பரியமில்லை. அப்படியானால் இப்படி, இப்படி யானால் அப்படி. பல சம்மந்தப் பேச்சுகளும் குஃபு இல்லா மல் தெறித்துவிட்டன.

எட்டிப்பிடிக்க ஒரு கொம்பு கிட்டாமல் அரபி அவ்வக்கர் சப்ரமஞ்சம் கட்டிலில் சாய்ந்துபடுத்து குடவண்டியைத் தடவி சிந்திக்கும்போது மேற்கிலிருந்து வீசிய தென்பத்தன் காற்று வழி ஒரு துப்பு கிடைத்தது. துப்பு சொன்னது வேறு யாரு மில்லை, அடுக்களைக்காரி அவுக்காரும்மா. தென்பத்தனுக்குப் போனபோது பவுரீன்பிள்ளையின் புத்தம் வீட்டில் சும்மா ஏறி இறங்கினாள். அங்கிருந்து ராத்திரி கஞ்சிவைக்க ஒரு பக்கா அரிசி வாங்கி கவணி முந்தானையில் கட்டிவிட்டு படி இறங்கும்போது அவள் காதில் அந்தச் செய்தி விழுந்தது. புத்தம் வீட்டுக் காரணவர் மூன்றாவது நிக்காஹுக்குப் பெண் பார்ப்பதாக. புத்தம் வீட்டிலிருந்து தளிர் வெற்றிலை போட்டுத் துப்பிய அவுக்காரும்மா, இந்தச் செய்தியும் கொண்டு ஓடினாள்.

அன்று, செய்தி கேட்ட மறுகணமே தென்பத்தனை நோக்கி வெள்ளைக் குதிரை விரைந்தது. குதிரைமேல் அரபி அவ்வக்கரின் காரியஸ்தன் உட்கார்ந்திருந்தான். காரியஸ்தன் கடிவாளக் கயிற்றைப் பிடிக்கும்போது அரபி அவ்வக்கர் சொன்னார்.

"எக்கெ இதுவரையுள்ள சம்பாத்தியம் எல்லாம் எக்கெ புள்ளக்குச் சீதனம் எண்ணு சொல்லு."

"ஓ."

"கல்யாணத்துக்கு முன்னே லைத்தரெ வருத்தி எல்லாம் எழுதி குடுக்கலாம்."

இரண்டாவது மனைவியைத் தலாக் சொன்ன மறுவாரமே குஃபு ஒத்த இடத்தில் ஒரு சம்மந்தம் நிச்சயமானதில் முஸ்தபாக் கண்ணின் உப்பா காசீம்பிள்ளைக்கண்ணுக்கு மிகுந்த மகிழ்ச்சி யும் தெம்பும். மறுவாரமே நிக்காஹும் நடந்தது.

புது மாப்பிள்ளை மணவறைக்குள் நுழைந்தார். புதுப் பெண்ணின் மதனிமார்கள் பெண்ணை வளைத்துக் கொண்ட னர். அவளுடைய கன்னத்தில் கிள்ளி கொஞ்சி விளையாடினர்.

"பெரிய எடத்து புதியாப்பிளெ." அவள் வெட்கித்தாள். அவளுடைய சுறுமாக் கண்கள் விரிந்தன. அந்த விரிந்த கண்களில், ஆனந்தத்தின் சிற்றலைகள். அலைகளை கிழித்துக் கொண்டு ஆழங்களை நோக்கி நீந்தினாள். அவள் உடலிலிருந்து, பட்டாடைகளிலிருந்து, தலையில் நீவிய எண்ணையிலிருந்து பரிமளம் பூக்களை நோக்கி ஒழுகியது. அந்த நிசாகந்திப்

பூக்கள் அவளிலிருந்து இறுத்தப் பரிமளத்தை இரவுக் காற்றுக்குக் கடன் கொடுத்தன. அந்தப் பரிமளத்தை முகர நாசியை விரித்துக்கொண்டு மலக்குகள் சிறகுகள் கட்டிப் பறந்து திரிந்தனர்.

சிவந்த காஞ்சிபுரம் பட்டின் அகலமான ஜரிகை வட்டத் திற்குள் தெளிவாகத் தெரிந்த அந்த அழகைக் கண்டு சொர்க்கக் கன்னியர் முகம் வெட்டித் திருப்பினர். கனவு நெய்யும் அவளுடைய நயன சலனங்களைக் கண்டு மூக்கைச் சுழித்தனர்.

தென்பத்தன் பெண்கள் பொறாமையுடன் சொன்னார்கள்.

"பூமியிலெ ஒரு ஹூறி!"

அந்த இன்ப இரவில், துனியாவில் ஹூறியாய் காட்சி யளித்த மம்மாத்தும்மாவைப் பெண்கள் உந்தி அறைக்குள் தள்ளிவிட்டனர். வெளியே கொண்டி போடப்பட்டது.

தூக்கு விளக்கின் மஞ்சள் வெளிச்சத்தில் தலைகுனிந்து நின்ற புதுப் பெண்ணை புது மாப்பிள்ளை பார்த்தார். அவருடைய மனம் குளிர்ந்தது. சீனத்தான பெண்.

மம்மாத்தும்மா குனிந்து நின்றபடி தம் வாழ்க்கைத் துணையை ஜரிகை முட்டாக்கின் இடுக்கு வழியாக மெல்ல விழி உயர்த்திப் பார்த்தாள். பார்த்ததும் திடுக்கிட்டு நடுங்கி னாள். நிறைய அம்மைத் தழும்புகள். இரத்தம் தளம் கட்டிக் கிடக்கும் உருண்டைக் கண்கள். மச்சில் தலை மோதுமளவிற் கான உயரம். கறுப்பு இடுப்பு வாரை அவிழ்த்து மெத்தை மேல் போட்டபோது முன்னால் துருத்தி வந்த தொந்தி வயிறு.

மம்மாத்தும்மாவிற்கு மனதுள் திகில், நடுக்கம்.

அவர் கறுப்புப் பற்களைக் காட்டிச் சிரித்தார். ஜடமான சிரிப்பு. பதிலுக்கு அவள் சிரிக்கவில்லை. வெட்கப்படவு மில்லை. அவளது கால் பெருவிரலிலிருந்து நடுக்கம் சிரசுக்கு ஏறிக் கொண்டிருந்தது. சுவரோடு ஒட்டி நின்றாள். கதவைத் திறந்துவிட்டு வெளியே குதித்தாலோ? கதவை வெளியே கொண்டிபோட்டு விட்டதை நினைத்தாள். படச்சவனே! இந்தச் சுவர் பிளக்காதா? ஓடிவிடலாம். எங்காவது ஓடிவிட லாம். இந்த மனுஷனுடனா இனியுள்ள காலமெல்லாம் வாழ வேண்டியது என்று சிந்தித்தபோது அவளுடைய தலை சுற்றியது. நெஞ்சிற்குள் ஒரு படபடப்பு. நரம்புகள் ஆங்காங்கே அறுந்து தொங்குவது போல், விலா எலும்புகள் கழன்று தெறிப்பதுபோல், உடலிலிருந்து சக்தி கால் விரல்கள் வழி வெளியேறியதும் அவள் உடல் தளர்ந்து நடுநடுங்கினாள். திடீரென நடுக்கம் நின்றதும் மம்மாத்தும்மா நினைவிழந்து தரையில் வீழ்ந்தாள்.

புதுமாப்பிள்ளை பயந்துபோய் வாசலைத் தட்டினார்.

"கதவு தொறயுங்கோ ... கதவு தொறயுங்கோ ..."

பெண்கள் கொண்டியை எடுத்துவிட்டனர்.

தரையில் நீண்டு மல்லாந்துக் கிடக்கும் புதுப்பெண்ணைக் கண்டதும் பெண்களின் அலறல் உயர்ந்து கேட்டது.

சிலர் அமைதிப்படுத்தினார்கள்.

"இப்படித்தான் புள்ளே செல புள்ளியளுக்குக் கல்யாண ராத்திரி போதக்கேடு வரும்."

வேறு சிலர் அதை ஒப்புக் கொள்ளவில்லை.

"அதொண்ணுமில்லெ. வல்ல ஜின்னுக்கெ ஒபத்திரமா யிருக்கும் எலப்பையையோ தங்ஙளையோ விளிச்சு ஓதிப் பாத்தா போரும்."

இரவிலேயே தென்பத்திலிருந்து குட்டிக்கோயாத் தங்ஙள் புறப்பட்டார். தங்ஙள் பெண்ணின் நெற்றியில் கை வைத்து ஓதி முகத்தில் ஊதினார்.

நினைவு திரும்ப சற்று நேரமெடுத்தது.

தங்ஙள் மௌனமானார். சிந்தனையில் ஆழ்ந்தார்.

"என்ன தங்ஙளெ?"

"முளி சரியில்லெ, பெரிய சரக்காக்கும்." குட்டிக்கோயா கம்பு ஊன்றி இறங்கிப் போனார்.

அன்றைய இரவு புதுப்பெண் அறைக்குள் நுழையவில்லை. அன்று மட்டுமல்ல. தொடர்ந்துள்ள இரவுகளிலும்.

கணவன் மனைவி தங்களுக்குள் வெறுப்புகளை, வெளியே காட்டிக் கொள்ளாமல் கொஞ்சம் நாட்கள் வாழ்ந்தனர். தினமும் இரவு ராத்திபும், ஓதலும், ஊதலும் பீங்கான் எழுத்தும். அவளுக்கு எந்த மாற்றமுமில்லை. கணவனைக் கண்டதும் அவளுடைய உடலில் வியர்வை கொட்டும். முகபாவனை மாறும். மேனியிலிருந்து எப்போதும் சாம்பிராணிப் புகை வாடை கிளம்பி கொண்டிருந்தது. காசீம்பிள்ளைக்கண்ணு உப்பாவிடம் குடும்பத்திலுள்ள யாரோ சொன்னார்.

"சவத்தெ தலாக் சொல்லி உடு. நமக்குதான் நாலெண்ணம் வரெ கெட்டுலாமே. வேறெ ஒண்ணெ நிக்காஹ் செய்வோம்."

காசீம்பிள்ளைக்கண்ணு உப்பா மம்மாத்துமாவைத் தலாக் சொல்லுவதற்கு உடன்படவில்லை.

"நாலாவது ஒண்ணை நிக்காஹ் செய்வோம்."

அப்படி நான்காவது நிக்காஹ் செய்ததுதான் சவுதாயி.

நான்காவது நிக்காஹ் செய்யப்போகும் செய்தி கேட்டதும் அந்த நேரம் சிங்கப்பூரிலிருந்து ஊருக்கு வந்த அரபி அவ்வக்கர் மகளை வீட்டிற்கு அழைத்து வந்தார்.

"எக்கெ மொவொ சக்களத்தியோடெ வாழண்டாம். அவன் வருவான். அப்போம் உடுலாம்." அரபி அவ்வக்கர் முடிவு செய்தார்.

காசீம்பிள்ளைக்கண்ணு உப்பா மம்மாத்தும்மாவைக் கூப்பிடச் செல்லவில்லை. இருந்தாலும் அவருடைய மனதில் பலபல திட்டங்கள் வேர் பிடித்தன. மம்மாத்தும்மாவின் பேரில் பார்வை எட்டாத அளவிற்குச் சொத்துக்கள் உள்ளன. பலாப்பழம், மாம்பழம், ஆயனிசக்கை, விளாங்கா என்று பலபல கனிவர்க்கங்கள் நிறைந்த தோப்புகள். அவளை தலாக் சொன்னால் எல்லாவற்றையும் இழக்க வேண்டியதாகிவிடும். குழந்தைப் பெறாத அவள் திடீரென இறந்துவிட்டால், சொத்தில் ஒருபகுதி உயிருடனிருக்கும் அவளுடைய வாப்பாவுக்கும் உம்மாவிற்கும் செல்லும். அவர்களுக்குச் சொத்துக்களை விட்டுக்கொடுக்கக் கூடாது. அதற்கு வழி என்னவென்று ஆராய்ந்தார்.

பவுரீன்பிள்ளை உப்பாவின் சாய்வு நாற்காலியில் கிடந்து கொண்டு காலாட்டினார். ஆட்டியாட்டிக் கிடந்த கால்கள் வழியாக ஒரு சிந்தனை முளைத்தது. அருமையான சிந்தனை. உடனே சாய்வு நாற்காலியிலிருந்துத் துள்ளி எழும்பினார். அங்குமிங்கும் உலாவினார்.

"டேய்." உரக்க அழைத்தார்.

காரியஸ்தன் ஓடி வந்தான்.

"விளிச்சுட்டுவாடா."

"ஆரெ ?"

"கரமன ஆசானெ."

கரமனை ஆசான் பவுரீன்பிள்ளையின் மனையில் கால் பதிக்கும்போது அந்தி தாழ்ந்திருந்தது.

"விளிச்சீளா ?"

"விளிச்சேன். இரி."

சாய்வு நாற்காலியோடு சேர்ந்து உட்காரச் சொன்னார். கரமனை ஆசான் உட்கார்ந்தார். அவருடைய காதில் காசீம் பிள்ளைக்கண்ணு உப்பா மந்திரம் ஓதினார்.

"நாளெ ராத்திரி."

“சரி நாயனெ.” கரமனை ஆசான் ஒப்புக் கொண்டார்.

“டேய்.”

காரியஸ்தன் ஓடி வந்தான்.

“அலமாரியெத் தொறடா.”

“தொறந்தேன்.”

“மம்மாத்தும்மாக்கெ சீதனப் பத்திரத்தெ எடுடா.”

“எடுத்தேன்.”

“நாளெ முஞ்சிறை கச்சேரிக்குப் போ. அவளுக்கெ பேருலெ உள்ள சொத்தெல்லாம் எக்கெபேருக்கு இஷ்டதானமாட்டு எழுது.”

“வாசகம்?”

“எனக்கு வாரிசு இல்லாததாலும் நான் ஒரு நித்திய நோயாளியானதாலும் என் சொத்துக்களை கோஷா பெண்ணான எனக்குப் பராமரிக்க முடியாததாலும், என்னுடைய நோய் செலவு என்னுடைய பர்த்தா, இன்னாரு செய்து வருவதாலும் அடியில் பட்டிகையில் காணப்படும் என் சொத்துக்களைப் பராமரித்து அதன் வருவாய் எடுத்து ஆயுஸ் காலம் முழுவன் என்னைக் காப்பாற்றும் வகைக்கு, என் தந்தையார் எனக்குச் சீதனமாகத் தந்த அடியில் பட்டிகையில் விவரிக்கும் சொத்துக்களெல்லாம் என் முழு மனசால் மண்ணடங்க மரமடங்க இஷ்டதானமாய் எழுதிக் கொடுக்கிறேன்.”

“இப்படியே எழுதுவோம்.”

“வாசஸ்தலம் வந்து பத்திரம் பதிக்க படிகெட்டு.”

அன்றைய பகல் எரிந்து ஒடுங்கிய சாம்பல் மேட்டிலிருந்து இருள் தலை உயர்த்தி வந்தது.

இரவு ஊரும் காலும் அடங்கியதும் பவுரீன்பிள்ளையின் தறவாட்டிலுள்ளவர்கள் கால் கவுடுகளுக்கிடையில் கைகொடுத்து உறங்கினர். காசீம்பிள்ளைக்கண்ணு உப்பா மட்டும் தூங்கவில்லை. சாய்வு நாற்காலியில் நீண்டு நிமிர்ந்துப் படுத்திருந்தார். எரிந்து முடியும்போதெல்லாம் தூக்கு விளக்கின் திரியைத் தூண்டிக் கொண்டேயிருந்தார். எண்ணையும் வற்றி வறண்டுபோகும் நிலையில். பொறுமை இழந்து வாசலுக்கு நேராக காதைக் கொடுத்துக் கேட்டார். யாராவது தட்டும் ஓசை கேட்கின்றதா? உறக்கம் கண்ணைக் கட்டியது. சங்கிலிபோல் கொட்டாவி விட்டுக் கொண்டேயிருந்தார்.

இரவு வெகுநேரம் கடந்த பின் எதிர்பார்த்தபடி கதவில் தட்டும் ஓசை கேட்டது. வாசலைத் திறந்தார்.

வாசல் பக்கம் பரவிக் கிடந்த தூக்கு விளக்கின் மஞ்சள் ஒளியில் கரமனை ஆசான் தோளில் தாங்கியிருந்த பெண்ணைக் கீழே இறக்கிவிட்டதைக் கண்டார்.

மம்மாத்தும்மா!

அவளால் நிற்க முடியவில்லை. குழைந்து விழப்போனாள். நினைவிழந்து விட்ட அவளை முஸ்தபாக்கண்ணின் உப்பா தாங்கிக் கொண்டார்.

நினைவு திரும்பியபோது அவள் முகம் பொத்தி அழுதாள். முகம் நிறைய அம்மை தழும்புகளுள்ள கணவன் முன்னால் நிற்பதைக் கண்டாள்.

“கண்ட வடுவனெவிட்டு என்னெ என்னத்துக்குத் தூக்கீட்டு வந்தியோ?” மம்மாத்தும்மா கேட்டாள்.

“நாளெ சொல்லுதேன்.”

மறுநாள் லைத்தர் வந்தார்.

மம்மாத்தும்மாவிடம் பத்திரம் நீட்டப்பட்டது.

“நான் விரல் உருட்ட மாட்டேன்.” அவள் உரக்கச் சொன்னதை லைத்தர் கேட்டார்.

“கட்சிக்கு விருப்பமில்லை. நான் ஆதாரம் பதிக்க மாட்டேன்.” நெற்றியில் சந்தனப் பொட்டு வைத்த லைத்தர் எழும்பிவிட்டார். கசவுக்கரை நேரியலை எடுத்துக் கழுத்தைச் சுற்றி போட்டுக்கொண்டு வெளியே கிளம்பினார்.

காசீம்பிள்ளைக்கண்ணு உப்பாவுக்குப் பெரும் அவமானம். கோபம் உச்சிமேல் தாண்டவமாடியது. இமைகளுக்குள் சிவப்புக்கண்கள் சுழன்றன. அலறினார்.

“நாய்க்குப் பெறந்தவளெ, பாரு உன்னெ! விரல் உருட்டாதெ இந்த ஊட்டுலெ இருந்து போவமாட்டா. போறது ஒனக்கெ மய்யத்து.”

மம்மாத்தும்மாவைத் தெக்கறைக்குள் தள்ளி, ஆமைப்பூட்டால் அறையைப் பூட்டிவிட்டு காசீம்பிள்ளைக்கண்ணு உப்பா வேளிமலைக்குப் போனார். கூப்பில் மரங்களை ஏலத்தில் எடுத்துவிட்டு திரும்பி வீட்டிற்கு வந்ததும் தோளில் கிடந்தச் சுட்டிக்கரைத் துவர்த்தை எடுத்துத் தலையில் வட்டமாக இறுக்கக் கட்டினார். சந்தன அலமாரியின் பின்பக்கம் மூலையில் சாய்த்து வைக்கப்பட்டிருந்தப் பிரம்பை எடுத்து அக்குளில் இடுக்கிக் கொண்டு ஆமைப்பூட்டை திறந்தார்.

கையில் நெடு நீளமான பிரம்புடன் சிலாவரிசை காட்டும் அம்மைத் தழும்புகளுள்ள கணவனைக் கண்டபோது மம்மாத்தும்மா பயந்து நடுநடுங்கினாள்.

"குட்டி, நீ வெரல் உருட்டமாட்டா இல்லியா?" உயர்ந்தப் பிரம்பு காற்றைக் கீறியது. ஓங்கித் தாழ்ந்தது. மம்மாத்தும்மா புடைத்தாள், புழுபோல்.

"உருட்டுவியா?" அலறிக்கொண்டேயிருந்தார். பிரம்பு பளார் பளார் என்று உயர்ந்து தாழ்ந்துகொண்டேயிருந்தது.

"என்னெக் கொல்லாதெங்கொ. நா உருட்டுதேன்." மம்மாத்தும்மா தளர்ந்து கிடந்தாள்.

"டேய்!"

காரியஸ்தன் வந்தான்.

"நாளெ போய் லைத்தருக்கு ஒருக்கா கூடெ படிகட்டு."

மறுநாள் மாலை நேரம், லைத்தரும் வில்லை சிப்பாயும் வந்தார்கள்.

"உம்மா நிங்கொ வஸ்துக்கள ஒங்கெ பர்த்தாவுக்கு இஷ்டத்தானமாட்டு எழுதிக்கொடுக்க சம்மதமா?"

மம்மாத்தும்மா கணவனைப் பார்த்தாள். கையில் பிரம்பு. உக்கிரமான நோட்டம் வெளியேற்றும் தீக்கண்கள்!

"ஓ."

சிப்பாய் அவளுடைய இடது கை பெருவிரலைப் பிடித்து மை பலகையில் அமுக்கினான். அந்த விரலை பத்திரத்தின் அடிப்பகுதியில் பிடித்து உருட்டிய நேரம் முஸ்தபாக்கண்ணின் உப்பாவின் கையிலிருந்து பிரம்பு வாரிக்குச் சென்றது.

கடும் தேயிலையும் முறுக்கும் சாப்பிட்டபின் லைத்தரும் சிப்பாயும் குதிரை வண்டியில் ஏறிச் சென்றனர்.

"டேய்!" இரவின் முகம் இருண்டு வரும் நேரம் முஸ்தபாக் கண்ணின் உப்பா உரக்கக் கூப்பிட்டார்.

காரியஸ்தன் கைகட்டி பணிவாக நின்றான்.

"கரமன ஆசானெ விளி."

கொம்பு மீசையுள்ள கரமனை ஆசான் பவுரீன்பிள்ளையின் தறவாட்டின் நடுமுற்றத்தில் வந்து தலையிலிருந்து வட்டத்தலைப்பாகையை அவிழ்த்தார்.

"இந்தப் பேய் புடிச்ச ஷைத்தானெ அவளுக்கெ ஊட்டுலெ கொண்டு தள்ளு." காசீம்பிள்ளைகண்ணு உப்பா உத்தர விட்டார்.

"நா போவமாட்டேன். கண்ட வடுவனுக்கிட்டெ சொல்லி ராய்க்கு ராமானம் என்னெத் தூக்கிட்டு வந்து எக்கெச்

சொத்தெல்லாம் எழுதி வாண்டீட்டு என்னெ அந்த வடுவ னுக்கெக் கூடெ அனுப்பப்போறீளா? நா போவ மாட்டேன்." மம்மாத்தும்மா முடிவாகச் சொன்னாள்.

"போவமாட்டாயா?" வாரியிலிருந்து பிரம்பை உருவினார். ஓங்கி ஓங்கி அவளைக் கண்டபடி அடித்தார்.

"போவியா?"

"போவமாட்டேன்."

சிறு முட்டுகளுள்ள நீளமானப் பிரம்பு உயர்ந்து தாழ்ந்தது.

"போவியா?"

அவள் துடித்தாள். "போவமாட்டேன்."

பிரம்பு காற்றைக் கிழித்துக் கொண்டிருந்தது.

"போவமாட்டேன்." பற்களைக் கடித்து வலியை அடக்க முயன்றாள். ஆங்காங்கே உடலில் இரத்தக் கசிவு.

"மோலாளி அடிக்காதெங்கோ, பாவம் அந்தப் புள்ள மரிச்சு போவும். நிங்கொ சொல்லுங்கொ. நா தூக்கி அங்கெ கொண்டு உடுதேன்."

"நீ போடா நாய்க்குப் பெறந்த பயலெ, அவொ எறங்கி ஒனக்கெ பெறமெ நடந்து வரணும்."

பிரம்பு உயர்ந்தது. "போவியா?"

"போவமாட்டேன்."

மீண்டும் பிரம்பு சக்தியாக உயர்ந்து தாழ்ந்தது.

"போவியா?"

நிசப்தம்

பிரம்பு உயர்ந்தது.

"போவியா?"

நிசப்தம்.

அவள் கையும் காலும் விரித்து கவிழ்ந்து கிடந்தாள். வாய் வழியாகவும் மூக்கு வழியாகவும் இரத்தம் வடிந்தது. மீண்டும் உயர்ந்த பிரம்பைத் தாழவிடாமல் பின் வாரிசுக்காக அன்று வாரியில் பாதுகாத்து வைத்தார். மம்மாத்தும்மாவின் உயிரைக் குடித்த அந்தப் பிரம்பு வாரியில் அதே இடத்தில் தலைமுறைக் கைகள் மாறி இப்பவும் அங்கேதான் இருந்து வருகிறது.

அப்படிக் குடும்பத்திலுள்ளப் பெண்களை அதபுபடுத்திய அந்தப் பிரம்பின் வரலாற்று மகிமையை முஸ்தபாக்கண்ணின்

வாப்பும்மா சவுதாயி மௌத்தாவதற்கு சில மாதங்களுக்கு முன் பேரப்பிள்ளை முஸ்தபாக்கண்ணை மடியிலிருத்தி சோறூட்டிச் சொல்லிக் கொடுத்தாள். அன்று சொன்னது இப்பவும் நல்ல நினைவு. சக்களத்தி, துடிச்சு மரிச்சதை வாப்பும்மா கண்ணால் கண்டபோது பயந்து வீட்டுக்குப் பின் பக்கம் ஓடிவிட்டாளாம். கதை சொல்லும்போது வெற்றிலையை ஒதுக்கியிருந்த வாப்பும்மாவின் வாயிலிருந்து யாப்பாணம் புகையிலையின் நெடியை முகர்ந்தது இப்பவும் மூக்கிற்குள் நிற்கிறது.

வாப்பும்மாவின் நினைவு வந்தபோது அவள் சொன்ன கதையும் நினைவு வந்தது. அந்த நினைவோட்டத்தின் வழி யோரத்தில் மரியத்தைப் பற்றி சிந்தித்தார்.

மரியம் ஒரு நோயாளியாகிவிட்டாள். போதாதற்கு கிழடும். இனி தொழுவத்தில் கட்டி புல் போட முடியாது. அவள் தானாக மரியாதையுடன் குளச்சலில் அவளுடைய ஆட்களிடம் போய்ச் சேர்ந்தால் நல்லது. உயிர் மிஞ்சும். தனக்கும் நிம்மதி. நேராக மூச்சுவிடலாம். இல்லை, உப்பாவின் மூன்றாவது மனைவியின் நிலைமைதான் இவளுக்கும், அதே அதபு பிரம்பு வாரியில் இருக்கிறது. அதன் கண்கள் அவரையும் மரியத்தை யும் துருத்திப் பார்த்தபடி.

"குட்டியேய்?" கனவிலிருந்து விழித்தது போல் மரியத்தைக் கூப்பிட்டார்.

மரியத்தின் இருமல் கேட்டது.

"செமச்சுத்துப்பி ஊட்டெ நாசமாக்காதெ."

மரியம் வாசல் திரையை விலக்கிக்கொண்டு வாசலைப் பிடித்தபடி தளர்ந்து நின்றாள். அவள் கணவனைப் பார்த்தாள். இரக்க தாகம் கொண்ட பார்வை. முஸ்தபாக்கண்ணு சாய்வு நாற்காலியில் நிமிர்ந்து உட்கார்ந்தார். ஒரு சிகரெட் எடுத்து நெருப்பு மூட்டினார். வாசலை திரும்பிப் பார்த்தார். மரியம். அவளுடைய தளர்ந்த பார்வை. எலும்பு எஞ்சிய உடம்பு.

"நீ ஒனக்கெ ஊட்டுக்குப்போ."

மரியம் அந்த வாசல்படிமீது அப்படியே தளர்ந்து உட்கார்ந்துவிட்டாள். வேகமாக மூச்சு இழுத்தாள்.

தான் கறவை தீர்ந்த மாடா?

❖

18

திருமணம் நடந்து இரண்டு மூன்று ஆண்டுகள் கடந்த பிறகும் மரியம் குழந்தை பெறாதது ஆச்சரியம்தான். அதுவும் முஸ்தபாக்கண்ணின் மனைவியாக வாழ்ந்தும் கூட. முஸ்தபாக் கண்ணின் முந்தையப் பராக்கிரமங்களைப் பற்றி கேள்விப் பட்ட தென்பத்தன் மங்கைகள் குசு குசுக்கத் துவங்கியது. அவை மரியத்தின் பெண்மைக்கு நேராக எய்துவிட்ட அம்புகள்.

குழந்தைப்பேறு இல்லாதது முஸ்தபாக்கண்ணிற்கு ஒரு கவலையாகவே படவில்லை. வயிறுப் புடைக்க அள்ளிப் போடணும். நிம்மதியாகக் கால் நீட்டி உறங்கணும். குழந்தை களின் அழுகையும் கலபிலாவும் அவருடைய நிம்மதியான உறக்கத்திற்குத் தொந்தரவாகயிருந்தாலோ? தப்பித்தவறி ஒரு குழந்தை பிறக்குமேயானால் அது ஒரு கடுவனாகத்தான் இருக்க வேண்டும். சிலவேளை, சரிந்து கொண்டிருக்கும் குடும்பப் பிரதாபத்தை அவன் காப்பாற்றலாம். சொத்தும் சுகங்களும் ஒன்றன்பின் ஒன்றாக அந்நியப்பட்டு குடும்பத்தின் பொருளா தார நிலை சீர்குலைந்து கொண்டிருக்கும் இந்நிலைமையில் இனி ஒரு ஆண் குழந்தை பிறந்து, வளர்ந்து, குடும்பத்தின் காரணவனாகப் பதவிப் பிரமாணமெடுக்க இங்கு இனி எதாவது எஞ்சுமா? வெள்ளிப் பிடியுள்ள வாளாவது? வெள்ளித் தாம்பாளமாவது? இவை இருந்தால்தானே பதவிப்பிரமாணம். மரியத்தின் வாப்பாவுக்கு ஆண்டவன் கூரைவழியாக அள்ளிச் சொரிந்ததுபோல் அவனுக்கும் சொரிந்து கொடுத்தாலோ? அதற்குள் வாளும் வெள்ளித் தாம்பாளமும் எங்காவது போய்ச் சேர்ந்திருக்கும். வெள்ளித் தாம்பாளம் தட்டானின் உமி உலை யில் உருகி உருமாறியிருக்கும். வாளின் வெள்ளிப்பிடியின் இடம் மரப்பிடியாகவோ கொம்புப் பிடியாகவோ மாறி இருக்கும். மினுக்கமுள்ளவாள், மைதீன்பிச்சை சட்டம்பியின் வீட்டுத் தட்டின் மீது துருவேறிக் கறுத்துப்போய் கிடக்கும். அவனுக்குத்தான் இனி அது தேவைப்படும்.

மரியம் பீவிக்குக் குழந்தை ஓர் அடங்காத தாகம். ஆணானாலும் சரி, பெண்ணானாலும் சரி, பெறவேண்டும். தென்பத்தன் பெண்கள் மத்தியில் தள்ளிய வயிறுடன் நடக்க வேண்டும். நிக்காஹ் நடந்து வருடங்கள் இவ்வளவான பின்னும் ஒரு குழந்தை பெறாததால் ஊர் மக்கள் கண்டபடி பேசித் திரிகின்றனர், மலடியென்று. உடலில் ஏதோ ரூஹானியத் குடிகொண்டு கருவைக் கலைத்து விடுகிறதென்று. இப்படிக் கண்ணும் மூக்கும் வைத்து என்னவெல்லாமோ பேசி வருகின்றனர். ஊர் வாயை மூட உலை மூடியுண்டோ? போதாதற்கு ஆசியா மதினியும் இடையிடையே குத்திக் குத்திப் பேசுவதைத்தான் தாங்க முடியவில்லை.

"கொழந்தெ காலுபடாத உட்டுலெ பரக்கத் எப்படி வரும்?"

ஒரு தோப்பை விற்பனை செய்வதற்காக விரலை உருட்டும் போது ஆசியா மதனி அன்று சொன்னதை எப்படி மறக்க முடியும்?

"பவுரீன்பிள்ளை உப்பாக்கெக் குடும்பத்திலெ மக்க பாக்கியம் இல்லாதெ இருந்ததுண்டா? பணத்துக்கு ஆசப்பட்டு வடுவக் குடும்பத்திலெப் போய் பெண்ணு கெட்டுனதுனாலெ மக்க பாக்கியம் இல்லாத போச்சு."

இப்படிக் கூர்மையான முள் சொற்கள் கேட்கும்போதெல் லாம் மரியம் பீவியின் நெஞ்சிற்குள் கோழிக்குஞ்சு துடிக்கும். ஆதரவற்ற ஒரு சூன்ய உணர்வு அவளைச் சூழும்போது தென்பக்கமுள்ள வாசலில் வருவாள். மேகம் இழையாத தென்பத்தன் ஆகாசத்தில் கண்களை நட்டு நிற்கும்போது மனம் பிரார்த்தனை செய்யும். "படச்சவனே, என்னெ ஒரு உம்மா ஆக்கு. ஒரு பெண்ணால் தாங்க முடியாத குத்துவாக்கு களிலிருந்து என்னெ காப்பாத்து தம்புரானே!"

ஆகாசத்தில் வீற்றிருக்கும் அல்லாஹு, இன்ஸானின் துஆக்களை காதுறுவதற்காக ஜன்னலைத் திறந்திடும் நடு யாமங்களில் மரியம் ஒரு குழந்தைக்காக ஓராயிரம் வட்டம் இரங்கி வேண்டினாள். அப்படி ஓர் இரவில் அவள் கணவ னின் செவியில் ஓதினாள்.

"நமக்கு ஒரு கொளந்தெ வேண்டாமா?"

"ஆண்டவன் தரண்டாமா?"

"நான் ஆத்தங்கர பள்ளிக்கும், நாகூர் பள்ளிக்கும் நேந்திருக்கியேன்."

"என்ன நேந்தா?"

"ஒரு குலையும், வெள்ளியில் ஒரு கொளந்த உருவமும்."

“அப்பபடியா?”

“ஓங்கெ. ஓங்கெ எடத்துலெ வந்து தருவேணு நேந்திருக் கேயன்.”

“அப்பபடியா?”

“ஆத்தங்கர பள்ளிக்கும், நாகூர் பள்ளிக்கும் போய் நேச்சகடம் வீட்டி பாப்போம்.”

முஸ்தபாக்கண்ணு முனகி ஒப்புக் கொண்டார்.

“பெறுவோளானா இதுக்கு முன்னெப் பெறமாட்டாளா? நாங்கெ எல்லாம் நேச்செ நேந்தா புள்ளெப் பெத்தோம்?” முஸ்தபாக்கண்ணும் மரியமும் பள்ளிவாசல்களுக்குப் பயணம் புறப்படும் நேரம் ஆசியா உறக்கப்பாயில் கிடந்து சொல்லி மூக்கைச் சுழித்தாள்.

தென்பத்தனிலிருந்து அதிகாலையில் நாலரைக்குப் புறப் பட்ட முதல் வண்டியில் இருவரும் ஏறி உட்கார்ந்தனர். ஆத்தங்கரைப்பள்ளியில் வண்டியை விட்டு இறங்கும்போது சொரிமணல் ஆவி துப்பியது. அங்கு உறங்கும் தாய் பேருக்கு நேர்ந்தது ஒரு நெடுநீளப் பழக்குலை. யாசீன் ஓதவைத்தனர். யாசீனை முணுமுணுத்த லப்பைக்கு கைமடக்கு. நேமிசம் செய்திருந்தபடி அன்று இரவு அங்குத் தங்கினர், ஒரு வாடகை அறையில்.

தர்காவைக் குளிப்பாட்டிய விளக்குகள் கண்களை மூடின. தர்கா முற்றத்தில் இருள் படர்ந்தது. முற்றத்தைக் கிளறிய கால்ளெல்லாம் தளர்ந்துறங்கிய நேரத்தில் மரியம் கணவனின் காதில் மெதுவாகச் சொன்னாள்.

“பெண்ணானா ஆத்தங்கரை தாயும்மாக்கெ பேரு போடணும். செய்யலி பாத்தும்மா.”

வங்காள விரிகுடாக்கடலின் அலை ஓசைக் கேட்டு இருவரும் கொட்டாவி விட்டனர். பின்னிரவு நிலவொளியில் பள்ளிக் கிணற்றில் குளித்தனர். அங்கிருந்துப் புறப்பட்ட முதல் வண்டியில் புனிதப் பயணத்தைத் தொடர்ந்தனர், நாகூரை நோக்கி.

விலாக்குலுங்க ஓடிக் களைத்து வந்த வண்டியைக் கண்டதும் இரைக்காக வட்டமிட்டு பறந்து திரிந்துகொண் டிருந்த சாபுகள் இறக்கை ஒதுக்கி வண்டியைச் சூழ்ந்தனர். ஏதோ ஓரலகு மரியம் பீவியையும் முஸ்தபாக்கண்ணையும் கொத்தி எடுத்தது.

வானை நோக்கும் மினாராக்களின் நிழல் விழுந்து கிடக்கும் தர்கா முற்றத்தில் பக்த ஜனங்களின் சந்தடியில்

கரைந்தனர் முஸ்தபாக்கண்ணும் மனைவியும்: கூப்பிட்டுக் கூப்பிட்டு தொண்டையைப் புண்ணாக்கும் வியாபாரிகளின் கூச்சல். சொன்ன விலைக்கு வெள்ளியில் ஒரு குழந்தை உருவம் வாங்கினர். பத்தி, சாம்பிராணி. அங்கு வரிசையாக உட்கார்ந்திருக்கும் சாபுகள் அந்தக் கரங்களில், விரல் முனைகளில் நகரும் தஸ்பீஹ் மணிகள். யாசீனும் மௌலூதும் ஓத அடங்கல் தொகை பேசி ரூபாய் நோட்டுகள் எண்ணிக் கொடுத்தார் முஸ்தபாக்கண்ணு. நேமிசம் செய்திருந்தபடி ஓர் இரவு அங்குத் தங்கினர், ஒரு வாடகை அறையில்.

வேர்வையில் ஊறிய சட்டைக்குள் ஊதி ஊதி, சாபுகள் தேய்ந்துபோன மிதியடிகளை காலில் மாட்டிக்கொண்டு இடுங்கிய தெரு இருளில் கரைந்தனர். அரவமற்ற, மனநிறைவான அந்த நிசியில் மரியம் பீவி முஸ்தபாக்கண்ணின் காதில் மெல்லிய குரலில் மொழிந்தாள்.

"ஆணானா நாகூர் ஆண்டவங்கொ பேரு போடணும் – ஷாகுல்ஹமீது." முஸ்தபாக்கண்ணு உடன்பட்டார்.

அந்தப் புனிதப் பயணத்தின் முடிவிலிருந்து துவங்கி முடிந்த இரண்டாண்டு நிராசைக்குப்பின் கனத்துவரும் அடிவயிற்றைக் குனிந்து பார்த்து புளகமடைந்தாள். மரியம் ஈன்றெடுத்தது ஓர் ஆண் குழந்தையை. அன்றைய நிசப்த நிசியின் இனிமை நிமிடத்தில் மரியம் காதில் ஊதிய அந்தப் பெயரை முஸ்தபாக்கண்ணு மறக்கவில்லை.

கொழு கொழுவென இருந்த வெள்ளைநிறக் குழந்தையைக் கையில் ஏந்திக்கொண்டு லெப்பை கேட்டார்.

"என்ன பேரு போடணும்?"

"நாகூர் ஆண்டவங்கொ பேரு."

நாற்பது குளித்து, பின்னும் இரண்டு மூன்று மாதங்கள் உம்மா வீட்டிலேயே தங்கியிருந்தாள் மரியம். குழந்தைக்குப் பொன்னரைஞாணும் தங்க வளையலும் கழுத்தில் தங்க மாலையும் அணிவித்து பட்டுத்துணியால் குழந்தையைச் செல்லமாக மூடி கணவன் வீட்டில் புன்சிரிப்புடன் ஏறினாள். மரியத்தின் வதனத்தில் பதினாலாம் பக்க நிலவு பூத்தது.

"இன்னா, புள்ளயெப் பாருங்கொ மைனி." உடம்பறை மீது சுகசயனம் கொள்ளும் ஆசியாவைத்தட்டி எழுப்பினாள்.

ஆசியாவின் சளுவா ஒட்டிய வாய், பிஞ்சுக் கன்னமருகே சென்றபோது மரியம் முகத்தைத் திருப்பிக் கொண்டாள். வெறுப்புடன் ஒரு முத்தமும், கன்னத்தில் பஞ்சுபோல் ஒரு கிள்ளும், பிறகு ஒரு செல்லம் கொஞ்சலும்.

“மோனே, நீங்களா இனிப் பௌரீன்பிள்ளை உப்பாக்கெ குடும்பத்துக்குக் காரணவன்?”

சாய்வு நாற்காலியில் ஓய்வெடுத்துக் கொண்டிருந்த முஸ்தபாக்கண்ணு தங்கச்சி கொஞ்சுவதைக் கேட்டு புல்லரித்தார். அன்று ஆசியா கேட்டதை மறக்கவே இல்லை. இப்பவும் நல்ல நினைவு.

காரணவர் பதவி ஏற்க வேண்டிய இளைய தலைமுறை இன்று எங்கே? பம்பாயில்தானா? அவன் இனி திரும்பி வருவானா? வருவானேயானால் காரணவர் பதவி ஏற்க இங்கு என்ன எஞ்சியிருக்கும்? கறையான் கரம்பி இற்றுப்போன சுவர் பலகைகளும், கழுக்கோல்களும், ஒடிந்து போன பட்டியலில் தொட்டும் தொடாமல் ஒட்டி நிற்கும் கொஞ்சம் நொறுங்கிய ஓடுகளும். பதவிப்பிரமாணம் செய்யும் நேரம் வந்து கூடும் ஊர் முக்கியஸ்தர்கள் வெற்றிலைப் போட்டு பல தமாஷ்கள் பேசியிருக்கும் கண்ணாடித் திண்ணை ஒரு பெரு மழையில் குப்புற விழுந்து வருடங்கள் பல ஓடிவிட்டன. அதன் அஸ்திவார செம்மணலில் வளர்ந்து நிற்பது பீ நாறி இலையும் பேய் வள்ளிச்செடிகளும்.

துடைத்து பதவிப் பிரமாணமெடுக்க வெள்ளிப் பிடியுள்ள வாள் எங்கே? வெள்ளித் தாம்பாளம் எங்கே?

வெள்ளிப்பிடியுள்ள வாள்.

ஒருபோதும் செந்நிணம் புரளாதத் தூய்மையான வாள். திருவிதாங்கூரின் வீர மகன் மார்த்தாண்டவர்மா திருமனசு கொண்டு திருக்கையால் அருளிய உடைவாள். பனிமலை போல் உயர்ந்தோங்கி நின்ற இந்தக் குடும்பத்தின் பெருமையைப் பறை சாற்றும் ராஜகீயமான வாள். தாய்நாட்டின் மீது படை எடுக்க வரும் எதிரிகளுக்கு நேராக உயர்த்திச் சுழற்றி வீசி எதிரித் தலைகளைக் கொய்தெறிய ஓசியத் செய்து பின்தலைமுறைகளுக்குத் தரப்பட்ட வீரவாள். தலைமுறை தலைமுறைகளாகப் பாதுகாக்கப்பட்ட ஓசியத்.

ஆனால் . . . !

அந்தத் தூய்மையான வாளில் இப்போது புரண்டது யாருடைய செந்நிணம்? இந்த மண்ணின் மைந்தர்களுடையதல்லவா?

கடற்கரைக் குடிசைகள் பட்டினியின் நகமுனைகளில் கிடந்து நெளிந்து துடிப்பதைக் கண்டுகொண்டிருந்த பஞ்சகால நினைவின் குகைவாசலை முஸ்தபாக்கண்ணு மௌனமாக உற்று நோக்கினார். பவுரீன்பிள்ளை உப்பாவின் ஓசியத்தை மீறிய, மனசாட்சிக்கு எதிராகச் செய்த அந்த நீசச் செயல்

நினைவில் ஊர்ந்து ஏறியபோது நிமிர்ந்து உட்கார முடியாமல் நாற்காலியில் சாய்ந்தார். மறக்க முயன்ற அந்த நினைவு அவரை வேட்டையாடியது. தாடி ரோமங்களை இழுத்திழுத்து மறக்க பெரும் பாடுபட்டார். முடியவில்லை. கடற்கரையில் இருவருக் கிடையில் நடந்த சிறுசண்டை ஒரு வகுப்புக் கலவரமாய் பயங்கர உருவமெடுத்த தினத்தில், காசின்றி வெறும் கையோ டிருந்த நிமிடத்தின் தூண்டு சக்தியை நினைத்துப் பார்த்தார்.

மீனவர்கள் ஒன்றுபட்டு தாக்கவரும் செய்தி தென்பத்தன் மக்களைத் திடுக்கிட வைத்தது. தென்பத்தன் மக்களும் கச்சையை இறுக்கினர். ஊரேறி வரும் மீனவர்களைத் தடுப்பதற்காக ஆயுதங்களுக்கு நெட்டோட்டம் ஓடினர். தென்பத்தன் மக்களின் காலடி மிதிப்பில் தூளாகி உயர்ந்த புழுதிமணல் தெருக்களில், சந்துக்களில் தூமபடலமாகக் கட்டி நின்றது. பெண்களும் குழந்தைகளும் தற்காப்புக்காக பாதுகாப்பான இடங்களை நோக்கி விரைந்தனர்.

சவ்தா மன்ஸிலில் முஸ்தபாக்கண்ணு மட்டும் தனிமை யில், அவ்வப்போது வந்துபோகும் சாகுல் ஹமீது. தனிமையை உணர்ந்தபோது முஸ்தபாக்கண்ணின் மனசில் ஒரு பாதுகாப் பற்ற உணர்வு. மீனவர்கள் வீட்டுக்குள்ளே புகுந்துவிட்டாலோ? அச்சம் முஸ்தபாக்கண்ணின் தலைக்கு மேல் பல வளையங் களை ஒன்றோடொன்று பின்னியபோது பல ஆண்டுகளுக்கு முன் ஒரு தடவை பட்டுத்துணியால் துடைத்து சாய்த்து வைத் திருந்த வாளைக் கையில் எடுத்தார். என்ன பளு! உப்பா இது போன்ற வாளைத் தூக்கித் தலைக்கு மேல் சுழற்றி வெட்டியா டச்சுகாரர்களை வீழ்த்தி, தாய்நாட்டைக் காப்பாற் றியது? நினைத்தபோது உப்பாவின் திடகாத்திரமான கைகள் மனசில் தெளிவாயின.

பல நினைவுகளில் சிக்கித் தவித்துக் கொண்டிருக்கும்போது மைதீன்பிச்சை சட்டம்பி ஏறி வந்தது ஆசுவாசமாகயிருந்தது.

“மொதலாளி . . .!” அவருடைய பவ்யமான அழைப்பே அலறுவதுபோல் தோன்றியது முஸ்தபாக்கண்ணுக்கு. அலறலைக் கேட்டு நடுங்கினார்.

“என்னப்பா . . .?”

“வேற எந்த ஆயுதமும் கையிலெ இல்லெ.”

“அதுனாலெ.”

“உங்கெ குடும்ப வாளெ தாருங்கோ . . .”

முஸ்தபாக்கண்ணு எதுவும் பேசவில்லை. தயங்கினார். உப் பாவின் உறுமால் கட்டிய, முகம் தெளிவற்ற பயங்கர உருவம் மனசில் நிமிர்ந்தது. அந்தத் திடகாத்திரமான கைகள் தடுத்தன.

“எடுங்கோ வாளெ ...” மைதீன்பிச்சை சட்டம்பியின் அலறலின் அதிர்வில் தட்டுப்பலகை மேல் அப்பியிருந்த கறையான் புற்று உடைந்து தரையில் வீழ்ந்தது.

“எடேய் இந்த வாள் ...” முஸ்தபாக்கண்ணின் தொண்டை யில் சத்தமிடறியது.

“சும்மா தரண்டாம். இன்னா ...” மடியிலிருந்து உருவி எடுத்த பச்சை ரூபாய் நோட்டுகளில் கண் கூசியது. ரூபாய் நோட்டுகளின் கடுகடுப்பில், அதன் வண்ணத்தில், பார்த்திருக் கும்போது கையில் காசு காலியாயிருந்த கடந்த நாட்களை எண்ணிப் பார்த்தார். சூரை மீனின் ருசி நுகர பல மாதங் களாக ஏங்கிய நாக்கில் ஊரல் அனுபவப்பட்டது. இரண்டு நாட்களுக்கு முன் அந்தி சாய்ந்த நேரம் உறக்க அறையில் மூத்திரம் பெய்யச் சொல்லும்போது ஜன்னல் கம்பிகள் வழி யாக அறையைத் துளாவிய சுறுமாக் கண்களை நினைத்தார்.

“மைதீன்பிச்சே ...” முஸ்தபாக்கண்ணின் கழுகுப் பார்வை பச்சை ரூபாய் நோட்களின் மீது.

“எடுங்கொ வாளெ.”

“வாப்பா!” எதிர்பாராமல் ஏறிவந்த சாகுல்ஹமீது கூப்பிட் டான்.

முஸ்தபாக்கண்ணு மகனைப் பார்த்தார்.

“குடுக்கண்டாம். உப்பாக்கெ வாள்.”

“குடுப்பேன்.”

“குடுக்கப்படாது. பவுரீன்பிள்ளை உப்பாக்கெ வாள்.”

“எக்குத் தெரியுண்டா, ஒனக்கெ அதிகாரம் எக்கெப் பெறவு.”

“இந்த வாளுக்கெ மேலெ எனக்கு அதிகாரம் இல்லியா?” இந்தக் கேள்விக்கு மகன் பதில் எதிர்பார்த்து நிற்கையிலேயே முஸ்தபாக்கண்ணின் கையிலிருந்து வாள் மைதீன்பிச்சை சட்டம்பியின் கைக்கு மாறியது.

சுடு நோட்டுகளை அடிமடியில் இறுக்கக் கட்டிக்கொண்டு சாய்வு நாற்காலியில் மலரும்போது மகன் கேட்டான்.

“சில்லற ரூபாய்க்காக இந்தக் குடும்பத்துப் பெருமையை வெலக்கு வித்துப்போட்டீளே? இனி எதெத்தான் விய்க்க மாட்டியோ?”

“எல்லாத்தெயும் விப்பேன். விய்க்காமயிருந்தா ஊடு பட்டினி, தெரியுமா? பவுரீன்பிள்ளை உப்பாக்கெ குடும்பத் திலெ பட்டினி எண்ணு ஊரு தெரிஞ்சா கேவலமில்லியாடா?”

“பட்டினிகெடக்கூதா கேவலம்? ஊட்டுலெ உள்ள சாமாங்களெப் பெறக்கி விக்கூது கேவலமில்லியா?”

“நா விப்பண்டா. எல்லாத்தெயும் விப்பண்டா. என்னாலெ பட்டினி கெடக்க முடியாது. நா இந்தக் குடும்பத்துக்குக் காரணவன். விப்பேன். உள்ளதெல்லாம் பெறக்கி விப்பேன். சாவூதுவரெ பட்டினிக் கெடக்க மாட்டேன். எக்குத் தின்னணும். வவுறு நெறய தின்னணும். ஒறங்கணும்.”

“வேல சோலிசெய்யாமெ கசேரியிலெ மலந்து கெடந்தா வித்துதான் நக்கணும்.”

“டேய், தல திரிஞ்சிப் பேசாதே. பவுரீன்பிள்ளெ உப்பாக்கெப் பேரன் வேலசோலி செய்து தின்னூக்கு பெறந்தவன் இல்லைடா. கசேரியிலெக் கெடந்துக் காலாட்டி தின்னூக்குப் பெறந்த வண்டா.”

பெருமை பேசி தின்னுத் தின்னு குடும்பத்தெக் குட்டிச் சோராக்கிப் போட்டியோ. ஒங்கெ கூடெ இந்த நாசம் புடிச்ச ஊட்டுலெ வாழ்ந்தா நானும் தொலஞ்சு போவேன். நா எங்கெயாவது போயி வல்ல வேலயும் பாத்து எனக்கெ பாடெ பாக்கேன்.” சாகுல் ஹமீது வெறுப்புடன் வெளியே இறங்கிச் சென்றான்.

தென்பத்தன் சொரிமணலில் அங்குமிங்கும் மண்ணின் மைந்தர்களின் சுடு குருதித் துளிகள் இற்றிற்று வீழ்ந்தன. ஓலைக்கூரைகள் பற்றி எரிந்த சுடு சாம்பல் காற்றில் பறந்தன. தென்பத்தன் சுற்றுச்சூழலில் புகை வாடை, இரத்த வாடை. மக்கள் வெகுண்டு பாய்ந்தனர்.

வீட்டின் தனிமையில் முஸ்தபாக்கண்ணு. செய்தகம்மது மச்சான் பயந்து ஓடியது எங்கு என்று தெரியாது. போய் இரண்டு நாட்களாயின. ஜன்னல்களையும் வாசல்களையும் பத்திரமாக மூடினார் முஸ்தபாக்கண்ணு.

நாலுக்கட்டு முற்றத்தில் அந்திக் கருக்கலின் கால்களைக் கண்டதும் முஸ்தபாக்கண்ணு அரிக்கன் லாம்பை எடுத்துப் பற்ற வைத்து ஸ்டூல் மீது வைத்தார். வேளா வேளைக்கு இஸ்ராயில் கௌப்புக் கடையிலிருந்து கடுகும் கருவேப்பிலையும் தாளிச்ச மணமிகுந்த உணவுப் பொட்டலம் கொண்டு கொடுத்தான். சம்மணம் போட்டு அள்ளிப் போடும் முஸ்தபாக் கண்ணின் வாயை நோக்கி ஊறிய எச்சிலை விழுங்கினான். மிச்சம் சோறு உண்டு அவனும் ஏப்பம்விட்டான். புது நோட்டுகள் இஸ்ராயிலின் கை வழி கரைந்து கொண்டிருந்தன.

பறவைகளின் சலம்பல் நின்று விட்ட மாலை மயங்கிய வேளையில் இருள் விழுங்கிய தெருவின் நீல நரம்புகளைக்

கீச்சம் காட்டும்கொலுசு மணிக்கிலுக்கம் நெருங்கிவரும் நேரத்திற்கான அடங்காத தாக உணர்வுடன் உட்கார்ந்திருந்தார். பின்வாசலில் கேட்ட மென்மையான தட்டுதலுக்குச் செவி கொடுத்தார். மீண்டும் தட்டுவதைச் செவியுற்றபோது அந்தத் தட்டுதலின் பொருளைப் புரிந்துகொண்டார். தட்டுவது மருதாணிச் சிவப்புக் கரம் என்றும் புரிந்துகொண்டார்.

காலில் மர மிதியடி மாட்டாமல் மெல்ல நடந்தார். ஓசை கேட்காதவாறு தாப்ளாவை எடுத்தார். ஈரக் கூந்தலில் புரட்டிய காய்ச்சிய தேங்காய் எண்ணையின் மனம் மயக்கும் மணம். சலவை செய்த துணியின் கார வாடை. அந்தி மயங்கிய மாலையின் சிலிர்ப்பு போல் சுறுமாக் கண்களுடன் ருகியா.

“மச்சான்.” இப்படிப்பட்ட ஏகாந்த நிமிடங்களில் அவள் அப்படித்தான் அவரை அழைப்பாள்.

அரிக்கன்லாம்பின் திரி தாழ்த்தி உருவாக்கிய முனகும் ஒளியில் இருவரும் குழைந்து சிரித்தனர். பல ஆண்டுகளுக்குப் பின் கை கூடிய தனிமைப்பொழுதில் பழைய மதுர நினைவுகளின் விளையாட்டுத் தோணியிலேறி காஷ்மீர் குளிர் தடாகத்தில் துடுப்புத் துழாவி உல்லாசித்தனர். பண்டு, பண்டு கூட்டாஞ்சோறு ஆக்கிய கதை. சேம்பு இலை கொண்டு சிறு குடிசைக்கட்டி பொண்ணு மாப்பிள்ளை விளையாடிய கதை. பூச்செடி இலையில் சுண்ணாம்பு தேய்த்துக் குச்சங்காளி தோடுடன் வாயில் போட்டு வெற்றிலை மென்று துப்பி, இதழைச் சிவக்கச் செய்த கதை. அந்தச் சிவந்த இதழில் முஸ்தபாக்கண்ணின் கூரிய மூக்கு முனை குத்திய போது ஏற்பட்ட மெய்சிலிர்ப்பின் ஓய்யாரக் கதை. அப்படி எத்தனை எத்தனைக் கதைகள். அந்த இரவு விடியாமலிருக்குமேயானால் யுக யுகங்களாய் சொல்லித் தீராத கிண்ணாரக் கதைகள்.

“நிங்கொ குடும்ப வாளெ வித்ததெ அறிஞ்சேன்.”

“ஓ, வித்துப்போட்டேன்.”

“ஏன் வித்தியோ?”

“நின்னெ ஜன்னல் பக்கம் அண்ணு கண்ட நேரமே வித்துப்போடணுமென்னு நெனச்சேன்.”

“எக்கு வேண்டியா?”

“பின்னெ ஆருக்கு வேண்டி?”

இருவரும் சிரித்தனர். குழைந்து குழைந்து சிரித்தனர். வெற்றிலைச் சிவப்பு வாயிலிருந்து சிரிப்பு புறப்பட்டநேரம் அவளுக்கு என்ன அழகு!

முஸ்தபாக்கண்ணு அடிமடியிலிருந்து காகிதப் பொதியை எடுத்தார். கடுகடுப்பான புது ரூபாய் நோட்டுகள். வீடுகள் தோறும் உலக்கை பிடித்து அரிசிமாவு இடித்து காய்த்துப் போன அந்தக் கைகளுக்கு ரூபாய் நோட்டுகள் கைமாறும் போது வாசலில் ஏதோ நாசம் வந்து தட்டியது.

பின் வளாகம் வழி ருகியா வெளியே சென்றபின் முஸ்தபாக்கண்ணு வாசலைத் திறந்தார்.

சாகுல்ஹமீது.

உள்ளே நுழைந்ததும் கைகால்கள் அலம்புவதற்காகக் கிணற்றடியைப் பார்த்துச் சென்றான் சாகுல்ஹமீது. பின்வாசல் திறந்து கிடப்பதைக் கண்டான். வெளியே எட்டிப் பார்த்தான். மங்கல் வெளிச்சத்தில் ஒரு பெண் எருக்கிலை காடுகளுக்கிடையே வேகமாக நடந்து அகலுவதைக் கண்டு திடுக்கிட்டான்.

வாப்பாவின் பக்கம் வந்தான். வாப்பாவின் நெற்றியில் வியர்வை கொட்டுவதைக் கண்டான். மூச்சு வாங்குவதைக் கண்டான். சாய்வு நாற்காலியின் கால்பக்கம் வாப்பா பணம் பொதிந்து வைத்திருந்த காலியானக் காகித மடிப்பைக் கண்டான்.

மகன் வாப்பாவிடம் எதுவும் பேசவில்லை. கேள்விகள் கேட்கவில்லை. எதுவும் தெரிந்து கொண்டதாகக் காட்டிக் கொள்ளவில்லை.

வாப்பாவின் தாடி முகத்தைக் கண்டபோது அருவருப் பாகயிருந்தது அவனுக்கு. கட்டுக்குலைந்த மேற்கூரையின் கீழ் நொறுங்கிய சிமெண்டுத் தரையை வெறுப்புடன் பார்த் தான். மின் ஓட்டம் நின்று ஆங்காங்கெ அறுந்து தொங்கும் மின் வயர்களைப் பார்த்தான். இவற்றிற்கிடையே பேசும் பிரதாபப் பெருமையை வெறுத்தான்.

அன்று இரவு பத்தரைக்குப் புறப்பட்ட கடைசி வண்டியில் கால் தூக்கி வைக்கும்போது மனசில் உருவிட்டான். "குடும்பத் தின் மானமும், தூய்மையும் தொலைந்தது. மேலும் நடக்க விருக்கும் சீரழிவுகளைக் கண்ணால் பார்க்க, காதால் கேட்க இனி இந்த வீட்டில் வாழவேண்டாம்."

அந்த இரவின் முதுகெலும்பு வழி கடைசி வண்டி சீறிப் பாய்ந்தது. வடக்கு நோக்கி.

❖

19

முஸ்தபாக்கண்ணுக்கு இப்போதெல்லாம் இரவு உறக்கம் வருவதில்லை. மனத்தை அலட்டிக்கொண்டிருக்கும் ஏதோ ஒரு சிந்தனை அவரைச் சூழ்ந்து கொண்டிருக்கிறது. படுக்கையில் உருண்டு புரண்டு கொண்டிருந்தார், விடியும் வரை.

பலகை இற்றுப்போன தட்டின் மீது ஓடி நடக்கும் உயிரினங்களின் கிறிச்சு கிறிச்சு சத்தம். ஓடுகையில் அவற்றின் மென்மையான பாதமிதிப்பில் நொறுங்கி விழும் மரப்பொடிகளும், கறையான்புற்றின் மணலும், காய்ந்துபோன எலிப்புழுக்கைகளும் முஸ்தபாக்கண்ணின் முகத்தில் விழுந்து கொண்டிருந்தன. அவ்வப்போது எழும்பி உட்கார்ந்து முகத்தையும், உடம்பையும், மெத்தையையும் துடைத்துக் கொண்டார்.

சவ்தா மன்ஸிலுக்கு வெளியே தென்பத்தன் கிராமத் தெருக்களில் பேச்சுமூச்சு இல்லாத இரவு. அந்த மவுன இரவின் நிம்மதியில் சிந்தனை ஆழங்களைத் தேடிக் கொண்டிருந்த முஸ்தபாக்கண்ணிற்கு மரியத்தின் இருமலும் சளியைக் காறி உமிழும் ஓசையும் நிம்மதியைக் கெடுக்கும் பெரும் தொல்லையாகவே இருந்தன. அடக்கிக் கொண்டிருந்த கோபம் அவருக்குப் பெரும் பளுவாகத் தோன்றியது. அறைக்குள் அவிழ்ந்து கிடந்த இருட்டில் நின்றுகொண்டிருந்த இஸ்ராயிலின் முகத்திற்கு நேராக விரலைச் சுட்டி பற்களை நெரித்தார். “படுவா!” மெத்தையில் படுத்துக்கொண்டே இஸ்ராயிலை எட்டி மிதிக்க காலை உயர்த்தியபோது, அவன் நின்று கொண்டிருந்த இடத்தில் அவனில்லை; இருட்டு. அவன் எப்படி ஓடிப் போய்விட்டான்? சவ்தா மன்ஸிலின் கூரை வழியாக மலக்குகள் இறங்கி வந்து அவனைத் தூக்கிச் சென்றுவிட்டனவோ? “நிண்ணிருந்தானா நெஞ்சாம்பலவயெப் பௌந்திருப்பேன்.” தானாகப் புலம்பினார். இரண்டாவதாக ஒரு திருமணம் செய்து வைப்பதாகச் சொல்லி அவரை ஏமாற்றிக் கொண்டிருக்கும் இஸ்ராயில் மீது அவ்வளவு

கோபம். மரியம் மனைவியாக இருந்து கொண்டிருப்பதி னாலோ என்னவோ, இரண்டாம் தரமாக வேறு ஒன்றை அவனால் பார்த்துத் தரமுடியவில்லை.

மரியத்தை வீட்டை விட்டு வெளியேற்றியாக வேண்டும். வீட்டை விட்டு வெளியேற பலமுறை சொன்ன போதிலும் அவள் வெளியேறுவதாக இல்லை. பவுரீன்பிள்ளையின் தறவாட்டிற்கு ஜாயிசில்லாத மூதேவி! சனியனைப் போல பாயோடு ஒட்டிக்கொண்டு இருமி இருமி தொல்லை தந்து கொண்டிருக்கும் ஓர் உயிர்ப்பிணம். காசநோய் அணுக்கள் கறம்பித் தின்றுகொண்டிருக்கும் அவளது உடலில் எழும்பி காணப்படுவது எலும்பும் தோலும். பார்த்தால் மனம் புரட்டும் ஓர் அசங்கியக் கோலம்.

நட்டப்பாதி ராவிலேயே அதபு பிரம்பால் அடித்துப் பதப்படுத்தி வீட்டைவிட்டு அவளை வெளியேற்றலாமா என்ற சிந்தனை கூட பரபரப்பிற்கிடையில் முஸ்தபாக்கண்ணு எண்ணாமலில்லை. எண்ணத்தை நிறைவேற்ற அந்த இரவில் பலமுறை உருவிய அதபு பிரம்பை வளைத்து திடம் பார்த்த பின் அது இருந்த இடத்திலேயே சொருவினார். தானாகப் போறாளா இல்லியா பாப்போம்.

இஸ்ராயில் தன்னை ஏமாற்றி வருகிறானோ? இப்படி ஒரு சந்தேகம் முஸ்தபாக்கண்ணின் சிந்தனையில் திடீரென ஊடுருவியது. ஒரு நிக்காஹ் ஏற்பாடு செய்து தருவதாகச் சொல்லி தன்னை ஏமாற வைத்து தன்னுடைய மடியைக் காலி செய்கிறானா? எவ்வளவு பணம்தான் கொடுத்தாயிற்று. இறைத்ததற்கு கையும் கணக்குமில்லை. இல்லாவிட்டாலும் அவனை நம்ப முடியாது. பஹுர் இபுறாகீமின் மகன் அவன். எழுபது ஹராத்திலெ பெறந்தவன். திரிச்சறிவு இல்லாத, நாணம் கெட்ட வாப்பாவின் மகன். சதி செய்தாலும் செய்வான். இப்படியே தண்ணியைக் காட்டி கறந்து கொண்டே இருப்பான்போல் தெரிகிறது. இனி வந்தால் நடை ஏற்றக் கூடாது.

ரைஹானத் இப்போது சவ்தா மன்ஸிலில் இரவு உறங்குவ தில்லை. இதற்கான காரணம் என்னவென்று புரியாமல் மனம் குழம்பிப்போய் படுக்கையை விட்டு எழும்பி உட்கார்ந்து. கால் முட்டைத் தடவிக் கொண்டிருந்தார் முஸ்தபாக்கண்ணு. ரைஹானத் காலையில் வருவாள். மதியம் போய்விடுவாள். இப்போது வருவதும் போவதும் உம்மாவின் துணையுடன். வந்ததும் சட்டியும் பானையும் சடபிடானு அலம்பி விட்டு அடுப்பில் உலை ஏற்றிவிடுவாள். மசாலா அரைத்து அடுப்பிலிருந்து மீன் குழம்பை இறக்கி வைத்ததும் லுஹர்

பாங்கு கேட்கும், அப்போது அவளுடைய உம்மா, குலுக்கி ராவியத் மகளைக் கூட்டிச்செல்ல வந்துவிடுவாள். குலுக்கி ராவியத் சில்லரைப்பட்டவளல்ல. ஒரு காலத்தில் ஊரைப் பொடிச்சு அள்ளிக்கட்டிய லங்கிடிச்சி. தென்பத்தன் சூறாவளி. காளையர்களின் மிருது நரம்புகளை கீச்சம் காட்டிக்கொண்டு அவள் தென்பத்தன் தெருக்கள் வழியாக வீடுகளில் நெல் குத்துவதற்கு கை வீசி குலுங்கிக் குலுங்கிப் போவதை சவ்தா மன்ஸிலின் மேல் மாடியிலிருந்து உற்றுபார்த்துக் கொண்டிருந் தது, நேற்று நடந்தது போன்ற அனுபவம்.

அவித்த நெல் முற்றத்தில் முளம்பாயில் காயப்போட் டிருந்ததைக் கண்ட ராவியத், சவ்தா மன்ஸிலின் பின்வளா கத்தில் வந்து உம்மாவிடம் கேட்டாள்.

“தாத்தா நெல்லு குத்தணுமா?”

வெற்றிலை எச்சிலை வாயில் ஒதுக்கிக் கொண்டிருந்த உம்மா திரும்பிப் பார்த்தாள்.

குலுக்கி ராவியத்.

உம்மா நடுங்கும் குரலில் சொன்னாள்.

“வேண்டாம் குட்டி. செல்லம்மெ வந்து குத்தித் தருவா.” உம்மா வாலிப மகனை நினைத்தாள்.

சவ்தா மன்ஸிலின் பின்வளாகம் வழியாக நடந்து கொண்டிருந்த அவளைக் கண்கள் சூறையாடின. அழுக் கடைந்த நாலு முழ சாரம் உடுத்திக்கொண்டு சொல்லும், அடிப்பாவாடை இல்லாத அவளுடைய பின் துடிப்பை கண்கள் துரத்திச் சென்றன.

சேண்டப்பள்ளி ஷேக்கின் பிறையில் நிலவு பெய்யும் பனிரெண்டாம் இரவில், சேண்டப்பள்ளியில் நெய்யப்பம் நேர்ச்சை கொடுக்க உம்மாவும் வாப்பாவும் மற்ற எல்லோரும் பாறைமேல் ஏறிச் சென்றனர். வழக்கமாகக் கொடுக்கும் நேர்ச்சை. சற்று தாமதமாகச் சென்ற தன் காலடியில் தெரிந்த நிழலைக் கண்டு திரும்பிப் பார்த்தபோது, பின்னால் ராவியத். தேடியக் கொடி காலில் சுற்றியது.

“எங்க போறா?”

“நேச்செ வாண்ட...” அந்த வசீகரப் பார்வை தன் நரம்பு மண்டலத்தில் ஒரு பொன்வண்டை ஏவிவிட்டது.

“ஒனக்கு நெறயெ நெய்யப்பம் நான் தருவேன்.”

பாறை ஏறுமிடத்திலிருந்துச் சற்று விலகி நிலவை உள் ளிறங்க விடாமல் படர்ந்து நின்றுகொண்டிருந்த கொல்லமா

மரத்தின் இருட்டில் வைத்து முகர்ந்த அவளுடைய வியர்வையும் அவித்த நெல் மணமும் அன்று நரம்புகளில் மீட்டிய ராக புளகம் இப்போது ரைஹானத்தை நினைக்கும்போதெல்லாம் நினைவுக்கு வருகிறது. அவளுடைய அன்றைய போதையூட்டும் வாடை ரைஹானத்திடம் இன்று இல்லாமலா போகும்?

உம்மாவோடு ரைஹானத் சொல்லும்போது தலையில் முக்காடு போட்டுக்கொள்கிறாள். அவளுக்கு அழகு ஊட்டுவது அவளுடைய சுருண்டமுடியும், மைகண்ணும். அவளுடைய உம்மாவுடையது சுருட்டை முடியல்ல. ரைஹானத்தை கர்ப்பமாகி இருக்கும்போது ராவியத்தை ஊர் மேஞ்ச கழுதை என்று சொல்லி ஊரைவிட்டு ஓடிப்போன அவளுடைய வாப்பாவின் தலை முடியும் சுருட்டையல்ல. அவளுடைய சுருண்ட கூந்தல் யாருடைய செம்மு என்பதைப் பற்றிய கவலையே இல்லை. அவள் இப்போது சவ்தா மன்ஸிலில் ஏன் உறங்குவதில்லை? எப்போது முதல் என்று நினைத்துப் பார்த்தார். கடந்துபோன ஒவ்வொரு இரவுகளுக்கும் தாவி தாவிச் சென்றார்.

பேய் மாரி அள்ளிச் சொரியும் இரவு அது. தாங்க முடியாத கூதல். ஆசியா, தொடை இடுக்கில் கை கொடுத்து சுருண்டு கொண்டிருந்தாள். மரியம் கம்பளிப் போர்வைக்குள் கொடுகிக் கொண்டிருந்தாள். மச்சானின் குறட்டை ஒலி படிப்புரையில் கேட்டுக் கொண்டிருந்தது. முஸ்தபாக்கண்ணின் தூக்கத்தை, மழைக்குளிர் உணர்த்திய கடந்தகால இன்ப லீலைகளின் நினைவு கெடுத்துக் கொண்டிருந்தது. அவரும் குளிரில் கொடுகிப்போனார். அவருடைய குளிர்ந்து போன நரம்புகள் சூட்டைத் தேடின. மெல்லப் படுக்கையை விட்டு எழும்பிக் கட்டிலில் உட்கார்ந்தார். சிகரெட் எடுத்துப் பற்றவைத்தார். அன்று பகல் கிணற்றடியில் குளித்துக் கொண்டிருந்த ரைஹானத்தை ஈர உடையில் கண்ட நினைவுத் திளைப்பு. அவளுடைய பிரித்துப் போட்ட சுருள்முடி நுனிகளில் பனித்துளிகள் போல் ஒளிர்விட்ட நீர் முத்துக்களை கதவு இடுக்கு வழியாகக் கண்டபோது மனத்தை ஆயிரம் கட்டுகளால் கட்டி அடக்கிக் கொண்டார். சூடு தேடும் அந்தக் குளிர் இரவில் அதன் முடிச்சுக்கள் அவிழ்ந்தன.

முஸ்தபாக்கண்ணு கட்டிலை விட்டு எழும்பினார். ரைஹானத் படுத்துக்கொண்டிருந்த இடத்தை நோக்கி மெல்ல அடி வைத்து நடந்தார். மரமிதியடி சத்தம் எழுப்பவில்லை. அவள் அருகில் தயங்கியபடி சிறிது நேரம் நின்று கொண்டிருந்தார். கட்டு அவிழ்ந்துவிட்டது அவர் மனம். அவளை மெதுவாக உசுப்பினார். தாழ்ந்த குரலில் கூப்பிட்டார்.

“ரைய்யானத் . . .”

நடுங்கி விழித்தவள் எழும்பி உட்கார்ந்தாள். முகத்திற் கெதிரே தெரியும் தாடியுள்ள முகத்தைப் பார்த்து பயந்துபோய் அலற முயன்றாள்.

“சத்தம் போடாதெ. நான்தான்.”

ரைஹானத் எழும்பி ஓட முயன்றாள்.

“நீ ஓடாதெ. நான் போறேன்.”

முஸ்தபாக்கண்ணு அந்த முயற்சியில் தோல்வியுற்று பின்வாங்கி நடந்தார். திரும்பி நடக்கும்போதும் மரமிதியடி சத்தம் எழுப்பவில்லை.

ரைஹானத் படபடக்கும் நெஞ்சுடன் விளக்குத் திரியை உயர்த்திக் கொண்டு பாயில் உட்கார்ந்திருந்தாள். தடிமாடன் வந்தாலும் வரலாம்.

“பெரிய பத்தனி பெத்த புள்ள.” முஸ்தபாக்கண்ணு மனசுக்குள்ளே புறுபுறுத்துக் கொண்டு கட்டிலில் வந்து கிடந்தார். ரைஹானத் ஏன் இணங்கவில்லை? தன்னை விரும்பவில்லையா? தனக்குத் திருப்பிக் கிடைத்திருக்கும் இளமையின் மீது அவளுக்கு நம்பிக்கை ஏற்படவில்லையா? எதனால் இணங்கவில்லை? சிந்தித்தே இரவை புலரச் செய்தார்.

அன்றைய இரவுதான் சவ்தா மன்ஸிலில் அவள் உறங்கிய கடைசி இரவு.

மரியத்தின் இருமல் முஸ்தபாக்கண்ணின் சிந்தனையைக் குலைத்தது. குலைத்துவிட்ட சிந்தனையை மீண்டும் ரைஹானத்தின் மீது மையப்படுத்த படாத பாடுபட்டார். முடியாமலானபோது படுக்கையிலிருந்து எழும்பி ஜன்னல் பக்கம் வந்து தொலைவில் இருள் முகத்தைப் பார்த்து நின்றார். பல குடில்களுக்கு அப்பால் ஒரு தோப்பில் உள்ள ரைஹானத்தின் செத்தைக் குடிசைக்கு நேராகக் கண்கள் இருளைத் துளைப் போட்டுப் பாய்ந்தன. செத்தைச் சுவர் ஓரத்தில் சுருண்டு உறங்கிக் கொண்டிருந்த அவளைக் கற்பனையில் கண்டார். திரி தாழ்த்தி வைக்கப்பட்ட குப்பி விளக்கிலிருந்துப் புறப்பட்ட சிவந்த ஒளியில் அவளுடைய உறங்கும் அழகைக் கண்டார். கருந்திரி வாடை நிரம்பி நிற்கும் அந்தச் செத்தைக் குடிசைக் குள் ஒரு பக்கமாகச் சரிந்து படுத்துறங்கும் அவளுடைய மாமிசப் பிடிப்புள்ள உறுப்புகளின் லாவண்யத்தைச் சுவைத்தார். அவற்றை ஏக்கப் பெருமூச்சுடன் நினைத்த லகரியில் அவருடைய கண்கள் சிவந்தன. நரம்புகள் இழுபட்டு முறுக்கேறின.

நரம்புகள் புடைத்துத் திடமேறியபோது ஜன்னல் கம்பிகளை இறுக்கிப் பிடித்தார். அந்த இறுக்கிப் பிடிப்பில் ஜன்னலிலிருந்து துரு பாளம் பாளமாகக் கழன்று வீழ்ந்தது.

"ரைஹானத்தே!" கற்கள் கழன்றுபோன ஆழக்கிணற்றிற் குள்ளிருந்து பொங்கிய கூப்பாட்டில் சவ்தா மன்ஸிலிலுள்ள நைத்துப் போன கழுக்கோலுகளிலிருந்து ஓடுகள் கழன்று விழுந்ததோ என்று அவருக்குத் தோன்றியது. உரக்கக் கூப்பிட்டு விட்ட அபத்தத்தை உணர்ந்து தலைகுனிந்தார். கட்டிலில் வந்து உட்கார்ந்தபோது உடல் தளர்ந்துவிட்டது. உச்சி வேர்த்துக் கொட்டியது. நெற்றியில் துளிர்த்த வியர்வையைப் பின்கையால் துடைத்தார்.

"என்னத்துக்கு ரைய்யானத்தெ விளிச்சியோ?"

மரியம் எழும்பி வந்து கேட்பாள் என்று முஸ்தபாக் கண்ணு எதிர்பார்க்கவே இல்லை.

"நேரம் வெளுத்தாச்சா? ரையானத் வந்தாளா?" மரியம் எதுவும் புரியாமல் பாதி நினைவோடு அறைவாசலில் நின்று விசாரித்தாள்.

"நேரம் வெளுக்கல்ல. நீ போய்க் கெடந்து ஒறங்கு."

"என்னத்துக்கு அந்தப் பெண்ணெ இப்பம் விளிச்சியோ?"

"நீ போறியா இல்லியா?"

"நிங்களுக்கு என்ன வேணும்? தண்ணி வேணுமா?"

"நீ போ பாறுகாலி, நீ இந்த ஊட்டுலெ காலு குத்தினது முதல் தாரித்திரியம் புடிச்சு. என் கண்ணுக்கு முன்னால நிக்காதெ போ."

"என்ன வெரட்டாதிங்கொ. எக்கு உங்ககிட்டெ கொஞ்ச நேரம் நிக்க ஆசயா இருக்கு." மரியம் பணிவாகத் தாழ்ந்த குரலில் வேண்டினாள்.

"போறியா இல்லியா?" அது ஒரு அலர்ச்சையாக பரிணாமம் கொண்டது. வெடித்துப் பிளந்த சவ்தா மன்ஸிலின் சுவர்களில் மோதி எதிரொலித்தது. அந்த எதிரொலிப்பின் தாக்குதலில் ஆசியா நடுங்கி விழித்தாள்.

"என்ன சத்தம்? பவலானாலும் ராவானாலும் இத்திப் போல கண்ணடக்க முடியாதெ." உடம்பறையில் கிடந்து கொண்டு ஆசியா முணுமுணுத்தாள்.

மரியம், பாயில் வந்து படுத்துக் கொண்டாள். நோவேற்ற மனசில் பற்பல நீறும் சிந்தனைகள். இல்லறத்தின் பேரில் வாடிக் கொழிந்து விட்ட வருடங்களின் கரடுமுரடான பாதை

களைப் பற்றிய வெப்பச் சிந்தனைகள். மனிதாபிமானம் தொட்டுத் தீண்டாத ஒரு மனிதருடன் ஒரு வாழ்க்கையை வாழ்ந்து தொலைக்க ஏவப்பட்ட விதியை, நொந்த மனத்தோடு சாபம் போட்டாள். ஆண்மையின் சண்டாளக் காலடிகளில் பெண்மையின் மகோன்னதம் பலி அர்ப்பிக்கப்பட்ட கெட்ட வருடங்களை நடுக்கத்துடன் திரும்பிப் பார்த்தாள். எத்தனை ராக்குளிர்களிலும் வெப்ப பகல்களிலும் அந்தப் புருஷ மனசின் பாலை நிலத்தில் கனிவின் நீரூற்றிற்காக வரண்டத் தொண்டையுடன் ஏங்கித் தவித்து நடந்த நாட்கள். பார்த்ததும் மனதை குத்திக் காயப்படுத்தும் முள்சொற்கள். அபிலாஷைகளை வாட்டிக் கருகச்செய்யும் கொடூரப் பார்வைகள். வாழ்ந்து தொலைத்த இல்லறத்தில் நீண்ட வருடங்களின் சிறைச் சுவர்களுக்குள் ஆயுள் கைதியாக, ஓர் ஒப்பந்தத்தின் அடிமைச் சங்கிலியில் மனைவியாகப் பிணைக்கப்பட்டு விட்டதால் மண்புழுபோல் வாழவேண்டிய துர்பாக்கியம். சேற்றுப் புழு அளவிற்குக் கீழ்த்தரமாக்கப்பட்ட தன் பெண்மையை நினைத்த போது அவளுக்குள்ளிருந்த பெண்ணின் கண்கள் ஜுவாலை விட்டன. படம் விரித்துச் சீறினாள்.

இல்லை. நான் எங்கும் போமாட்டேன். எண்ணி திட்டப் படுத்திய எஞ்சிய நாட்கள் இந்தச் சவ்தா மன்ஸிலிலேயே கடந்து சொல்லும். உதவிக்கு ஆருமில்லை. உம்மா இல்லை, வாப்பா இல்லை, நித்திய வறுமை மென்று துப்பிய ஒரே உடன்பிறப்பு பார்வை எட்டாத ஏதோ தொலைவிடத்தில் கடின உழைப்பு செய்யும் ஒரே மகன் மட்டும். இந்த இரத்த வாடையை நிலைநாட்ட அவன் ஒருவனாவது இருக்கிறானே என்ற ஆறுதல்.

சவ்தா மன்ஸிலில் காலூன்றியது, உடம்பு நிரம்பத் தங்க நகைகள் சூடி, அகலமான ஜரிகை தட்டத்தால் முக்காடு போட்டு, இதயத்தில் இன்பக் கனவுகள் நிரம்பிய கிண்ணம் தாங்கி. எண்ணித் திட்டப்படுத்திய நாட்களின் இறுதியில் சவ்தா மன்ஸிலிலிருந்து படி இறங்குவது, நிரம்பிய வேதனை கட்டிப்பிடித்துப் போன கிண்ணத்தை இதயத்தில் தாங்கி, மாமிசம் பிழிந்து ஊற்றி எடுத்த பின் எஞ்சிய ஒரு எலும்புக் கூடாய்.

தலைமுறைகளாகப் பெண் உயிர்களைக் குடித்து வயிறு ஊதிய அதபு பிரம்பு என் உயிரையும் குடிக்கலாம். ஆனால் கண்ணீரின் ஈரமும், என் விம்மலின் ஓசையும், என் வேதனையின் முனகலும் இந்தச் சவ்தா மன்ஸிலில் நிரம்பி நிற்கும். அதன் நிசப்த எதிரொலிப்புகள் என் பின் தலைமுறை செவியுறாமலிருக்காகாது. அதிலிருந்து ஒரு புது சத்தம் எழாமலிருக்காது.

மரியத்திற்கு எங்கிருந்தோ ஒரு புதிய சக்தி வந்தது போலிருந்தது. பாயில் எழும்பி உட்கார்ந்தாள். கவிணியின் முந்தானையால் முகத்தைத் துடைத்தாள். நாலகத்தின் திறந்த வெளியினூடே ஆகாசத்தைப் பார்த்தாள். இருள் படர்ந்த ஆகாசம். நேரம் புலரவில்லை. அந்தி யாமத்தின் மவுனச்சூழல். சுப்ஹுக்கு முன் அயல் வீட்டு சேவல் கூவுவதுண்டு. கூவல் கேட்கவில்லை. சுப்ஹு நேரம் நெருங்கவில்லை போலிருக்கிறது.

மரியம், பாயை விட்டு எழும்பினாள். புதிதாய் கைகூடிய சக்தியின் ஆவேசத்தில் நடந்தாள். முஸ்தபாக்கண்ணின் அறைக்குள் நுழைந்தாள்.

"ஆரது ...?" கட்டிலில் உட்கார்ந்து கொண்டிருந்த முஸ்தபாக் கண்ணு கேட்டார்.

"நாந்தான், மறியம், உங்கெ பெண்டாட்டி." குரலில் உறுதி இருந்தது.

"இப்பம் ஏன் வந்தா ...?"

"நா உங்கெ பெண்டாட்டி. எப்பவும் எக்கு வரலாம்."

"உன்னெ எக்கு வேண்டாம்."

"உங்களெ எக்கு வேணும்."

"மரியாதெய்க்கு நேரம் வெளுத்த உடனெ குளச்சய்க்குப் போயிரு."

"போவமாட்டேன்."

"ஒன்னெ அடிச்சு வெளியெ தள்ளீட்டு ஒன்னெ தலாக் சொல்லுவேன்."

"எக்கெ மய்யத்தெப் பாத்துதான் தலாக் சொல்லுவியோ."

"போறியா, இல்லியா ...?"

"போவமாட்டேன்னு சொல்லத்தான் வந்தேன்."

"வாரியிலெ என்ன இருக்குது பாத்தியா ...?"

"பாத்தேன். பெண் உயிர்களெக் குடிச்ச கம்பு."

"அதெ எடுத்து அடிச்சே உன்னையும் கொண்ணுப் போடுவேன்."

"கொல்லுவியோ எண்ணுள்ள தைரியத்திலே தான் நா நிக்குதேன்."

"மரியாதைக்குப் போ. ஒன்னெக் கண்டாலே கொமட்டுது. நீ கெளவியாயாச்சு. இப்பம் சய நோயும் புடிச்சாச்சு. ஒனக்கக் கூடெ இனி என்னாலெ ஜீவிக்க முடியாது."

“நா என்ன சக்கைப் பூஞ்சா, தூக்கி வெளியெ எறிய?”

“சக்கைப் பூஞ்சியேதாண்டி நீ.”

“எக்கெ அழகையும் ஆரோக்கியத்தையும் பிச்சுத் தின்னுட்டு, என்னெ எலும்பு கோலமாக்கிட்டு, தெருவிலெ அடிச்செறக்க பாக்கீளா? அது நடக்காது ...”

“அதிகம் பேசாதடி. கட்டுன மாப்பிளக்கிட்டெ அதபோட பேசடீ. ஒரு மாப்பிளக்குப் பெண்டாட்டியெ எப்பம் வேணு மானாலும் தலாக் செய்யலாம். தெரியுமா சைத்தானே?”

“தூ ...” மரியம் காறித் துப்பினாள். எச்சில், அறையில் எங்கோ போய் விழுந்தது.

“பெம்புள்ளியளெ அதோகதியாக்க உங்களுக்கெல்லாம் ஒரு தலாக் சட்டம்.”

“பொத்தடீ வாயெ.” முஸ்தபாக்கண்ணு அலறிக்கொண்டு எழும்பினார். “எறங்கடீ வெளியே ...” கர்ஜனை செய்துகொண்டு அறையை விட்டு வாரிக்கு நேராக நடந்தார். வாரிக்கு நேராகக் கை உயர்ந்தது. அதபு பிரம்பை உருவினார்.

“குட்டீ இபுலீசுக்குப் பெறந்த பொலயாடீ மோளே ...” மரியத்திற்கு நேராக நடந்தார்.

மரியம் அசரவில்லை. வேட்டைப் புலி போல் சீற்ற முகத்தோடு எந்தத் தாக்குதலையும் எதிர்கொள்ளும் துணிச் சலுடன் நின்றபோது இருமல் வந்து அவளைத் தளர்த்தியது. அவள் மீட்ட எல்லாத் துணிச்சலும் அந்த இருமல் வாயிலாக வெளியேறியது.

“நாசம் புடிப்பாளுக்கெ சொமக்கெச் சத்தத்தாலெ மனுச னுக்கு ராப்பகல் இத்திப் போல கண்ணடைக்க வளியில் லையே ...” ஆசியா உறக்கப்பாயில் கிடந்துகொண்டு திட்டி வாரினாள்.

“சவம், இண்ணோ நாளையோ சாவப்போவுது. ஏன் அடிச்சுக் கொல்லணும்.” முஸ்தபாக்கண்ணு அதபு பிரம்பை ஊன்றிக்கொண்டு அறைக்குள் நுழைந்தார்.

❖

20

அரபிக் காற்று சவ்தா மன்ஸிலுக்குள் நுழைவது தென் வாசல் வழியாக. தென்புற வாசலுக்கு நேராக காற்றுக் கொள் ளும்படி சாய்வு நாற்காலியைப் போட்டுக் கொண்டு முஸ்தபாக் கண்ணு சாய்ந்து கொள்வார். அதில் சாய்ந்து கொண்டிருந்தால் அகலம் கூடிய இராஜபாதை அவருக்குத் தெரியும். சின்னநதிக் கடைக்கு மீன் விற்கச் சொல்லும் மீனவப் பெண்களுக்கு இப்போது அதுதான் வழி. முன்பு பவுரீன்பிள்ளை உப்பாவு டைய தறவாட்டின் சுற்றுவட்டாரத்தில் ஈன சாதியினர் நுழைவதே இல்லை. பவுரீன்பிள்ளையின் தறவாட்டிலிருந்து சின்னநதிக்கடை வரை நீண்டு சொல்லும் இராஜபாதை வழியாக அவர்கள் நடப்பதும் இல்லை. நடக்கக் கூடாது. பவுரீன்பிள்ளை உப்பாவிற்கு அரச தூது கொண்டுவரும் கொட்டாரம் குதிரைகளுக்காக வெட்டிய பாதை அது – இராஜபாதை. அன்று சின்னநதிக் கடையில் தொடங்கி உப்பாவின் தறவாட்டு முற்றத்தில் முடிவடைந்திருந்தது. இன்று அது நீண்டு நீண்டு எங்கோ சொல்லுகிறது. யார், யாரெல் லாமோ நடந்து கொண்டிருக்கின்றனர். அனந்தபத்மநாபதாச னாகிய மார்த்தாண்டவர்மா மகாராஜா திருவாய்மொழிந்து அனுப்பும் செய்திகளைத் தென்பத்தனில் அம்மாவனிடம் சொல்ல வரும் குதிரைகளுக்குப் பாதை கரடுமுரடாக இருந்தது அப்போது. அதனால் மார்த்தாண்டவர்மா திருமனசு திடீரென ஓர் இரவில் ஒரு கட்டளைப் போட்டு அருளினார்.

"நாளை நேரம் விடிந்து சாயும் முன் தென்பத்தனுக்கு ஒரு ராஜபாதை வெட்டி முடிக்க வேண்டும்."

சாய்வதற்கு முன் அரச கட்டளைப்படி பாதைப் பணி முடிவடைந்துவிட்டது.

பாதை வெட்டும் நாளன்று பவுரீன்பிள்ளை உப்பா தென்பத்தனில் இல்லாமலிருந்தார். செந்தரை அம்ம வீட்டில்

வலிய அங்ஙத்தைக் கூப்பிட்டு அங்குச் சென்றிருந்தார். வலிய அங்ஙத்தையின் தென்னந்தோப்பு அதிர்வேலியை ஒட்டி நின்று கொண்டிருந்த ஒரு புளிய மரத்தின் பேரில் வலிய அங்ஙத்தைக் கும் கப்பியறை நாடாருக்குமிடையே பெரும் தாவா. வலிய அங்ஙத்தையின் தென்னந்தோப்பை ஒட்டிய பனந்தோப்பை பாஸ்கர குருப்பிடமிருந்து கப்பியறை நாடார் மண்ணடங்க மரமடங்க கிரையப் பத்திரம் செய்து வாங்கியது அங்ஙத்தையைச் சினம் கொள்ள வைத்தது.

“எனக்கெ மூக்குக்குத் தாழெ வந்து இந்த மிலேச்சன் வஸ்து வாங்கினானா? வரட்டு. அதிலெ அனுபவம் எடுக்க உடமாட்டேன்.” அங்ஙத்தைக்கு வைராக்கியம்.

“நான் வேர்த்து உண்டாக்கினப் பணத்தாலெ வாண்டின வஸ்து. நான் அனுபவம் எடுப்பேன். அவன் மிலேச்சனா நான் மிலேச்சனா? ஒரு கை பாப்பம்பிலே.” காதில் தங்கக்கடுக்கன் போட்ட கப்பியறை நாடார் சவால்விட்டார்.

கார்த்திகை மாத ராப் பனியில் புளியங்காய் பழுத்தது. வலிய அங்ஙத்தையின் ஆட்கள் பலவந்தமாகப் புளியை உலுக்கிக்கொண்டு செல்ல சாக்கும் கழையும் தூக்கிக்கொண்டு பனந்தோப்பிற்கு நடந்தார்கள்.

கப்பியறை நாடாரின் ஆட்களுடைய கைகளிலிருந்த கூரிய வெட்டுக் கத்தியின் பளபளப்பைக் கண்டபோது புறங்கால் பிட்டத்தில் அடிக்க ஓடிய வலிய அங்ஙத்தையின் அடியாட்கள், திரும்பிப் பார்த்தது செந்தரை அம்ம வீட்டு முற்றத்தில் நின்று. அன்று இரவோடு இரவாகப் பவுரீன்பிள்ளை உப்பாவைக் கூப்பிட்டு வர வலிய அங்ஙத்தை ஆள் அனுப்பினார்.

விடி வெளிச்சம் தரையில் பரக்கும் முன் அம்ம வீட்டு முற்றத்தில் பவுரீன்பிள்ளை உப்பாவின் உறுமால் செவ்வொளியில் தெரிந்தது.

“வாங்க. வாங்க.” வலிய அங்ஙத்தைக் கண்ணாடித் திண்ணையில் நின்றுகொண்டு வரவேற்றார்.

பவுரீன்பிள்ளை உப்பாவிற்கு உட்காரத் தடுக்கு எடுத்துப் போட்டது வலிய அங்ஙத்தையின் மனைவி மீனாட்சி.

“எடீ மீனாட்சி, இது யாரெண்ணு தெரியுமா?”

“தெரியல்ல.” கை நொடித்துக்கொண்டு நின்றிருந்த மீனாட்சியின் கண்கள் பவுரீன்பிள்ளை உப்பாவின் கருரோம விரிமார்பில் ஊர்ந்ததை அங்ஙத்தைக் கவனிக்கவில்லை.

“தென்பத்தன் பவுரீன்பிள்ளெ அம்மாவனாக்கும். நம்மொ பொன்னு தம்புரானுக்கெ அம்மாவன்!”

“கேட்டிருக்கேன்.” மீனாட்சியின் வெற்றிலைச் செவ்வு தட்டில் ஊறியப் புன்சிரிப்பு, மரத்துப்போயிருந்த அவளுடைய ஏதோ ஒரு நரம்பு திடீரென செயல்பட்டதிலிருந்து ஊறியது போலிருந்தது.

“வெற்றிலைச் செல்லம் எடூடீ!” மனைவியை விரைவு படுத்தினார்.

“கூப்பிட்டது?” வெற்றிலைச் செல்லம் ஒருக்கிக் கொண்டிருந்த மீனாட்சியின் காதில் அந்தக் குரல் முழங்கியது.

“பொன்னுத் திருமேனிக்கெ அச்சி வீடாக்கும் இது தெரியுமா?”

“தெரியும், தெரியும். அதுனாலத்தானே வலிய அங்நத்தைக் கூப்பிட்ட ஒடனெ நான் வந்தேன்.”

“திருவாங்கூருக்கெ மானம் காப்பாத்தின அம்மாவன் இந்தச் செந்தரை அம்ம ஊட்டுக்கெ மானத்தையும் காப்பாத்தணும்.”

“அம்ம ஊட்டுக்கு என்ன மானப் பிரச்சினை?”

“அம்ம ஊட்டு வஸ்துவுக்கெ அதிரிலெ புளி பழுத்துத் தொளியுது. புளி உலுக்கப் போன ஆளுகளெ அங்கெ உள்ள நாடான்மாரு அடிச்சு வெரட்டிப் போட்டானுவொ. ஒண்ணு சகாயிச்சு மானம் காப்பாத்தணும்.” தொழுத கையுடன் அங்நத்தைக் கேட்டுக்கொண்டார்.

“புளி உலுக்கி புளியெ சாக்குலெ கெட்டி அம்ம ஊட்டு முத்தத்திலெ கொண்டு கூட்டணும். அவ்வளவுதானே?”

“ஆமா.”

“சாக்கும், கழையும் கொடுத்து எக்கெப் பின்னாலெ ஆளெ அனுப்புங்கொ, அங்நத்தே.”

பவுரீன்பிள்ளை உப்பா எழும்பினார்.

“வெற்றிலை?” தங்கவளையல் போட்டிருந்த மீனாட்சியின் கையிலிருந்த வெற்றிலைச் செல்லத்தில் அந்தக் கையுடைய பளபளப்பு எதிரொலித்தது.

“புளி உலுக்கியிட்டு வந்து வெற்றிலைப் போடுவோம்.”

பவுரீன்பிள்ளை பனந்தோப்புக்கு நேராக நடந்தார். சாக்கும் கழையும் கொண்டு நாலைந்து சுமை தூக்கிகள் அவரைப் பின் தொடர்ந்தனர்.

வலிய அங்நத்தையின் அடியாட்கள் மீண்டும் புளி உலுக்க வந்துகொண்டிருக்கும் செய்தி கப்பியறை நாடாருக்கு

எட்டியது. வெட்டு கத்திகளை ஓங்கிக்கொண்டு நாடான்மார்கள் பனந்தோப்புக்குள் பாய்ந்தனர்.

“ஆருடா அது?” அந்தப் பீரங்கி கர்ஜனையின் அதிர்வில் பனை மண்டைகள் குலுங்கின.

தாக்க வந்தவர்கள் அந்தக் குரல் முழக்கம் கேட்டு அதிர்ந்து நின்றனர்.

“புளியமரத்துக்கெ கிட்டெ வந்தா...” உப்பா அலறியபடி காலோங்கி புளியமரத்தில் ஒரொற்ற அடி அடித்தார். மழை பெய்வதுபோல் பழுத்த புளிகள் மரத்திலிருந்து துருதுரா உதிர்ந்தன.

வந்தவர்கள் நடுநடுங்கினர். புளியமரத்திலெ காலு கொண்டு அடிச்சு புளி உலுக்கிய மொரட்டு ஆத்மா, புளிய மரத்தையே பிடுங்கிட்டு வந்து அடிச்சு போடுவானோ? வந்தவர்கள் பின்கால் பிடரியில் அடிக்க கதிகலங்கி ஓடிவிட்டார்கள்.

முற்றத்தில் குவிந்து கிடந்த புளிச்சாக்குகளைக் கண்ட போது அங்ஙத்தைச் சொன்னார்: “பேஷ் பேஷ்! அம்ம வீட்டுக்கெ மானம் காப்பாத்தினீங்கொ.”

“வெற்றிலைப் போடுங்கொ.” ஜரிகை நேரியல் கொண்டு மாராப்புக் கட்டியிருந்த மீனாட்சி வெற்றிலைச் செல்லம் நீட்டினாள். அவளுடைய கள்ளக் கண்கள் பவுரீன்பிள்ளை உப்பாவின் வலுவான உடம்பில் மேய்ந்து நடந்தன.

“கொச்சம்மக்கெ கைனாலெ ஒரு வெத்திலெ போடுவோம்.” வெற்றிலைச் செல்லம் வாங்கி வெற்றிலைப் போட்டார். முற்றத்தில் நீட்டித் துப்பிவிட்டு இறங்கி நடந்தார். சுளகு போலுள்ள கைகளை வீசி நடக்கும் பவுரீன்பிள்ளை உப்பாவை மீனாட்சி தலைவாசலில் வந்து எட்டிப்பார்த்து நகம் கடித்தாள்.

பவுரீன்பிள்ளை உப்பா வரும் வழியில் சின்னந்திக் கடையில் மரத்துமீன் வாங்க சொல்லும்போதுதான் ஒரு புதியபாதை வெட்டிய ஈர மணலைக் கண்டார். ஈர்க்கிலில் கோர்த்த மீனைத் தூக்கிக்கொண்டு ஈரம் காயாத புதுமணல் பாதை வழி நடந்தார். பாதை முடிவடைவது தன்னுடைய வீட்டு முற்றத்தில். பெரும் வியப்பு. பொன்னு தம்புரானுக்கு இந்த அம்மாவன்கிட்டெ இவ்வளவு அன்பா!

ராக்காலங்களில் ருகியாவும் சைனபாவும் அப்படிப் பலரும் சவ்தா மன்ஸிலுக்குப் பின்பக்கமும் உள்பக்கமும் நுழைவதற்கு ஏதுவாக இருட்டை பதுக்கிய அந்த ராஜபாதையை முஸ்தபாக்கண்ணு நன்றியுடன் உற்றுநோக்கிக் கொண்டிருந்த

போது பவுரீன்பிள்ளை உப்பா புளி உலுக்கப் போனக் கதையை நினைத்துப் பார்த்தார். அன்று பவுரீன்பிள்ளை உப்பா ஒருவர் மட்டும் இல்லாமலிருந்தால் தென்பத்தனில் இப்படி ஒரு இராஜபாதை வந்திருக்காது என்ற அபிமானத்தில் திளைத்துப்போய் உட்கார்ந்தார்.

இந்த இராஜபாதை வழிதானே உப்பாவின் கட்டிலை ஏற்றிய வண்டிச்சக்கரம் உருண்டது. உப்பாவின் புத்தம் வீட்டிலுள்ள கதவைச் சுமந்து சென்ற இஸ்ராயிலின் பாத தடம் பதிந்ததும் இந்த இராஜபாதையில்தானே? "கசவு இருக்கா, கசவு இருக்கா" என்று செட்டியார் குரல் கொடுத்து நடந்தது இதே வழிதானே? வெள்ளித் தாம்பாளத்தைத் துணியில் சுற்றி அக்குளில் இடுக்கிக்கொண்டு தட்டான் 'ரண்டாம் பேர்' அறியாமல் இறங்கிப்போனதும் இதே வழிதானே? இந்த இராஜபாதை வழியல்லவா ஜின்னின் குழந்தையைக் கர்ப்பத்தில் தாங்கிய சபியாவின் மய்யித்தை அடக்கம் செய்யத் தூக்கிச் சென்றது? மரநாய் பிடிக்கும் செங்கவிளயா னுடைய உம்மா பாத்தும்மாவின் மய்யித்தைக் கடந்த வாரம் தூக்கிச் சென்றதும் இதே வழிதானே? இதே இடத்தில் இப்படியே உட்கார்ந்து இதையெல்லாம் பார்த்துக் கொண் டிருந்தபோது இதயம் உணர்ச்சியற்றிருந்தது. சிந்தனை முனை மழுங்கிப்போயிருந்தது.

சபியாவின் மய்யித்தைக் கொண்டு சொல்லும்போது சாய்வு நாற்காலியில் அமரவில்லை. அன்று அதில் அமர்ந்து கொண்டிருந்தது வாப்பா. சவ்தா மன்ஸிலின் மேல்மாடியி லுள்ள ஜன்னல் வழியாகத்தான் அவளுடைய மய்யித்தைக் கொண்டு சென்றதைக் கண்டது. அவள் இறந்துவிட்ட செய்தி தெரிந்ததும் நெஞ்சிற்குள் ஓர் ஏமாற்றம். மீண்டும் ஒருமுறை அவளைப் பகல் வெளிச்சத்தில் சந்திக்கத் தீட்டிய திட்டம் நிறைவேறாமல் போன கை சேதம். வாப்பாவின் ஏற்பாட்டில் அப்துல்லா முஸலியார் பீங்கானில் கறுப்பு மையால் எழுதிய மந்திரச் சொற்களைத் தண்ணீரில் கரைத்து அவளுக்குக் குடிக்கக் கொடுத்தார். அவள் மறுத்தாள். "வேண்டாம், வேண்டாம்." அப்துல்லா முஸலியாரின் கையிலிருந்த வெள்ளிப் பூணுள்ள ஆஸாகோல் அவளுடைய முதுகுக்கு நேராக உயர்ந்தது. அவள் நடுங்கினாள். அவர் முன் உட்கார்ந்து அந்த மந்திர நீரை அருந்தும்போது அவள் நூர்முகம்மதைப் பார்த்தாள். "குடி. முஸிபத் நீங்கும்." எல்லோரும் பார்த்து நிற்கையிலே, அவளது ஈரல் குலை பற்றி எரிந்தது.

"முஸலியாரே!" கூடி நின்றவர்கள் திகைப்புடன் கூப்பிட்டனர்.

“இதெல்லாம் ஜின்னுக்கே வேலே.” அவர் சொல்லி முடிக்குமுன் அவளுடைய துடிப்பு அடங்கியது.

அப்துல்லா முஸலியார் வெள்ளிப்பூணுள்ள ஆஸாகோலை கையில் பிடித்துக்கொண்டு இதே இராஜபாதை வழியாக தென்பத்தனை விட்டுப் புறப்பட்டார். பிறகு தென்பத்தன் பக்கம் அவர் திரும்பவே இல்லை.

முஸ்தபாக்கண்ணு இராஜபாதையிலிருந்து கண்களை எடுக்கவே இல்லை. தபால்காரன் வருகிறானா? மகனிட மிருந்து தபால் இல்லை. பணமும் வரவில்லை. வந்து மாதங்கள் பல ஆகிவிட்டன. இங்கு வாப்பா உண்டு என்றோ, வாப்பா விற்கு ஒரு வயிறு உண்டு என்றோ உள்ள நினைப்பு அவனுக்கு இல்லையா? ஏன் பணம் அனுப்பாமல் இருந்து கொண்டிருக் கிறான்? அப்புதத்திற்குப் பணம் கொடுக்க வேண்டும். ஒரு போதும் பணம் முண்டி கேட்காத அவள் இப்போது பணத்திற்கு நெருக்கி வருகிறாள்.

“மெய்லாளி, மீன் தந்தவனுக்கு நான் பணம் குடுக் கண்டாமா?” அவள் சொன்ன போது உடம்பிலுள்ள எட்டுத் தோலும் வெந்துவிட்டது. யாரும் இது வரையிலும் இப்படித் தன்னிடம் முகம் சுண்டி பணம் கேட்டதே இல்லை. ஒரு பீக்கிரி மீன்காரி கேட்டுவிட்ட வெட்கமும் கோபமும். அவளுக்குப் பணம் கொடுக்க வேண்டும். பலசரக்கு கடைக்குப் பணம் கொடுக்க வேண்டும். தாடி ஒதுக்கி, நரை முடிகளை வெட்டித் தந்த ஒஸாவிடமும் கடன் சொல்ல வேண்டிய நிலைமை. மேலும், தலைக்கு மேல் பல கடன்கள். சிலவேளை இஸ்ராயில் எங்கிருந்தாவது எதையாவதுச் சரிக்கட்டிக் கொண்டு வந்தால் மாப்பிள்ளையாகப் புறப்பட்டுச் செல்ல ஒரு பட்டு வேட்டி வேண்டும், சட்டை வேண்டும், தலைப் பாகைக் கட்ட ஒரு ஜரிகை நேரியல் வேண்டும். போதாதக் குறைக்கு அற்பசொற்ப வாசனைப் பொருட்களும். எல்லா வற்றிற்கும் தேவை படுவல்.

இராஜபாதையை உற்று நோக்கி சிந்தனையில் அமிழ்ந்து போன முஸ்தபாக்கண்ணின் கவனத்தில் அங்கு உள்ளே நுழைந்த இஸ்ராயில் படவில்லை. உள்ளே வந்த இஸ்ராயில் சாய்வு நாற்காலியை ஒட்டி உட்கார்ந்ததையும் அவர் கவனிக்க வில்லை. சாய்வு நாற்காலியின் கையில் ஆடிக்கொண்டிருந்த முஸ்தபாக்கண்ணின் காலை இஸ்ராயில் ஒரு அமுக்கு அமுக்கினான்.

மின் காந்தம் ஏற்பட்டதுபோல் முஸ்தபாக்கண்ணு திடுக்கிட்டு காலை வெட்டி இழுத்தார். இஸ்ராயில் குலுங்கிக் குலுங்கி சிரித்தான்.

“இதென்ன பேடி . . .!”

“நீயாடா, கிறாத்லெப் பெறந்தப் பயலெ. நீ எங்கடா போய் தொலஞ்சா?”

“அதெ ஏன் கேக்கிதியோ.” இஸ்ராயில் துவர்த்தை எடுத்து அக்குளையும் முகத்தையும் துடைத்தான். “ஒங்கெ விசயமாகத்தான் போயி, நாயா அலஞ்சிட்டு வாறேன்.”

“அலஞ்சு அலஞ்சு என்னடா ஆச்சு.”

“அதெ ஏன் கேக்கிதியோ. ஒரு வளியா ஒண்ணெ சரிக்கட்டி வச்சுட்டு வந்திருக்கேன்.”

“எங்கடா தம்பி . . .?”

“இடிச்சக்கப் பிலாமூட்டுலெ.”

“ஆள் எப்படி . . .?”

“ஆடும் குட்டியும்.”

“எடேய், ஹறவாப் போன தாயோளி, போயும் போயும் தள்ளையும் குட்டியுமாடா புடிச்சுட்டு வந்திருக்கா . . .?”

“வெசனப்படாதங்கொ மோலாளி. குட்டி, கடுவன்தான். தள்ளக்காரியைப் பாத்தா ஒண்ணு பெத்ததெண்ணு சொல்லவே முடியாது கேட்டீளா, கருகருத்தப் பருவம். புது நிறம். சுருண்ட முடி.”

“சுருண்ட முடியாடா மக்களெ? அப்போ கொள்ளாம்.” முஸ்தபாக்கண்ணின் இதய வெளியில் ரைஹானத்தின் சுருட்டை முடி காற்றில் தத்தியதால் அவர் உதடுகள் மலர்ந்தன.

“சரக்கு பந்தயக்குதிரை போல.”

“அப்படிப்பட்டதுதான் வேணும். இஞ்செ ஒரு சவம் கெடக்குதே, அது செத்த ஆடு போல.”

“சீதனம் தர இல்லையாம்.”

“சீதனப் பணம் ஆரு கேட்டா . . .?”

“அப்படியானா வாற பிறை பத்துலெ கல்யாணம் நடத்துலாம்.”

“அப்படியா? எல்லாம் பேசி முடிவாக்கியாச்சா?”

“முடிவாக்கியாச்சு. பிறை பத்துலெ நிங்கொ மாப்பிள உடுப்பு உடுத்து எக்கெப் பின்னாலெ வந்தா போரும்.”

முஸ்தபாக்கண்ணு மவுனமாக உட்கார்ந்தார். கண்கள் தொலைவைத் தேடின. சிந்தனை, ஆழங்களுக்குச் செல்லும் படிகள் நோக்கி இறங்கியது.

“ஏன் உரியாடாமெ இரிக்கியோ?” இஸ்ராயில் நினைவு படுத்தினான்.

“இந்தச் செத்த ஆட்டை என்னடா செய்ய?”

“மரியம் தாத்தாயையா?”

“ஒண்டா.”

“பாவம். அவுங்கொ, அங்கெ ஒரு மூலையிலெ அவுங்கெ பாடேணு கெடப்பாங்கொ.”

“எடேய், அவொ இனி ஊட்டுக்கு ஆவாது. அவளுக்குப் பெரிய சோக்கேடாக்கும். ஒனக்குத் தெரியுமா?”

“தெரியாது.”

“சயரோகம்!”

இஸ்ராயில் திடுக்கிட்டுப் போனான்.

“பாவம் ஒங்கெ அடியும் சவுட்டும் கொண்டு சயரோகம் புடிச்சுப்போச்சு.” இஸ்ராயிலின் முகம் சோர்ந்துவிட்டது. அவனுடைய குரல் தாழ்ந்திருந்தது, கையிலயும் காதிலயும் கழுத்துலயும் நெறய பொன்னாபரணம் போட்டு என்ன அழகாக இருந்த தாத்தாவுக்கா இப்பம் இந்த நோய்? இஸ்ராயில் துண்டை உதறினான். “செ! மரியம் தாத்தாக்கு இந்த நோய் வந்திருக்கப்படாது. சீமாட்டியா இந்தத் தறவாட்டிலெ வந்து காலு குத்தினவங்களுக்கு சே, சே, இப்படி ஒரு நோய் வரப்படாது மோலாளி.” இஸ்ராயில் இதயத்திற்குள் சுரந்த இரக்கத்தை முஸ்தபாக்கண்ணிடமிருந்து மறைக்க முயன்றான்.

“அதெ உடு. அவளெ இப்பம் குளச்சக்கு வெரட்டணும். அதுக்கு ஒரு வளி சொல்லு.”

இஸ்ராயில் பழைய நிலைக்குத் திரும்பினான்.

“அந்தக் காரியம் நான் ஏத்தேன். ஒங்கெ கல்யாணம் ஒண்ணும் மகமூறா நடந்து முடியட்டு.”

“அப்படியா?”

“அதுவரை நிங்கொ தாத்தாயெ அடிக்கப்படாது. சத்தியம் செய்யுங்கோ.”

“நின்னாணெ அடிக்கமாட்டேன்.”

“அப்பொ வாற பிறை பத்துக்கு தயார்தானே?”

“தயார்தாண்டா. பின்னெ . . .”

“என்ன மோலாளி இளுத்துப் பேசிதியோ?”

“கல்யாணமில்லையா ... அஞ்சாறு சக்கரம் கையிலே வேண்டாமா?”

“வேணும்.”

“என்னடா வளி?”

“வேறே என்ன இரிக்கி?”

“ஒண்ணுமே இல்லியேடா?”

“மற்றதெத் தட்டினாலோ?”

“எதெ?”

“அதெ.”

“அதெண்ணா?”

இஸ்ராயில் கண்களால் காட்டிய திசைக்கு நேராக முஸ்தபாக்கண்ணின் கழுகுக் கண்கள் திரும்பின. நான்கு கண்களும் ஒருமித்தது படிப்புரை மூலையில் வைத்திருக்கும் சித்திர வேலைப்பாடுகள் மிகுந்த ஆள் உயரமுள்ள சந்தன மர அலமாரியில்.

“அதெ விய்க்கவா?” முஸ்தபாக்கண்ணு குரல் அடக்கிக் கேட்டார்.

“ஓ ...”

“அதுக்கெ உள்ளே பவுரீன்பிள்ளை உப்பாக்கெ பட்டு உறுமால் இரிக்குது.”

“அதிப்போ பளங்கோடியாய் நய்ஞ்சு போயிருக்கும்.”

“அது உப்பாக்கெக் கிரீடமில்லையாடா? அதெ எங்கெ வைக்க ...?”

“இதெ வித்து அதெ வய்க்கூதுக்கு நா ஓங்களுக்கு ஒரு புது ரங்குப்பெட்டி வாண்டித் தாரேன்.”

“அப்போ ஆளெப்பாரு ...”

“பாத்தாச்சு.”

“டேய், கிளிமானூர் கொட்டாரத்திலெ இருந்த சந்தன அருமாலியாக்கும். எவனுக்காவது வித்துப்போடாதெ. நல்ல குடும்பக்காரனாப் பாத்து விய்க்கணும்.”

“நல்ல தறவாட்டுக்காரனெப் பாத்து வச்சிரிக்கேன்.”

“எங்கடா ...”

“கிட்டத்தான். செந்தரை அம்ம ஊட்டு வமிசா வழியிலெ உள்ள ஒரு தம்பி அங்ஙத்தையெ ...”

செந்தரை அம்மவீட்டு வமிசா வழி என்று கேட்டபோது முஸ்தபாக்கண்ணின் சிந்தனைகள் சிறகு கட்டின. காதுகள் காதுகளில் எழுதிய நூற்றாண்டுகளுக்கு முன்புள்ள ஒரு கதையின் மரக்கொம்பைத் தேடிப் பறந்தன.

கடற்கரை வெண்மணல் விரித்துப்போடப்பட்ட முற்றத்தில் ஈரக்காற்றின் சுகம் நுகர பவுரீன்பிள்ளை உப்பா உட்கார்ந்து கொண்டிருந்தார். உப்பாவைச் சுற்றி எப்போதும்போல் ஊர் முக்கியஸ்தர்கள். தம்பிமார்களும், மாடம்பிகளும், எட்டு வீட்டுப் பிள்ளைகளும், கப்பியறை, அதங்கோடு, விளாப்பட்டி முதலிய நாடார் குடியிருப்புப் பகுதிகளில் அவிழ்த்து விட்டிருக்கும் கலவரங்களைப் பற்றி ஊர் முக்கியஸ்தர்கள் உப்பாவிடம் ஆவலாதிப்பட்டனர்.

"கலவரக்காரங்களைச் சகாயிக்கூது ஆராக்கும்?" உப்பா கேட்டார்.

"வேறெ ஆரு? கப்பியறை நாடார்தான்."

"இல்லை. கப்பியறை நீசத் தறவாடல்ல, கேட்டீளா. மானாபிமானவும், நீதியுமுள்ள ஒரு பரம்பரைத் தறவாடு அது. நீசச் செயல்களுக்கு அந்தத் தறவாட்டுகாரங்கொ ஒடந்தையாக இருக்கமாட்டாங்கொ."

"அப்போ கலவரம் செய்யூது?"

"ஏதோ சதி வேலயாக்கும். கப்பியறை நாடாருக்க மேலுள்ளப் பகைய தீக்க ஆரோ செய்துகொண்டிருக்கித சதி வேலை."

"அப்படியோ?"

"பாருங்கொ. நான் ஆளெ கண்டுபுடிச்சு, கையும் காலும் கெட்டி ஒத்தப்பனையிலெ கெட்டி வக்கேன்."

உப்பா வீர சபதம் செய்யும்போது காரிருள் கவ்விய இராஜபாதையில் சூட்டு வெளிச்சம் தெரிந்தது. சூட்டு கொண்டு வந்தவன் தலைவாசலில் சூட்டைக் குத்தி அணைத்தான். சூட்டுடன் வந்தவன் முற்றத்தில் வந்து நெஞ்சில் கை கட்டிப் பணிவுடன் நின்றான்.

"ஆரப்பா நீ, இந்த நேரம்?"

"செந்தரை அம்மவீட்டு சேவகன்."

"காரியமென்ன?"

"அம்ம ஊடு வரெ வந்திட்டு..."

"நாளெ வாறதாட்டு சொல்லு."

“இப்பம் எனக்கக் கூட வரணுமாம்.”

கூப்பிடுவது செந்தரை அம்மவீட்டுக் காரணவர், வலிய அங்ஙத்தை. உப்பா சுணங்கவில்லை. இடுப்பிலும் தலையிலும் பட்டுக் கச்சையும் பட்டு உறுமாலும் எடுத்துக் கட்டினார். உறையிலிருந்த நெடிய கத்தியை எடுத்து இடுப்பு கச்சையில் சொருகினார்.

“நடடா.” உப்பா இறங்கி நடந்தார். உப்பாவின் காலடியில் சேவகன் காட்டிய வெளிச்சத்தில், உப்பாவின் நீண்ட நிழல் உப்பாவைப் பின் தொடர்ந்தது.

கூப்பியறை நடார், எட்டு வீட்டுப் பிள்ளைகளுக்கு மறை முகமாக உதவி செய்வதாகப் பரந்துள்ள வதந்தியைப் பற்றிப் பேசுவதற்காகவா வலிய அங்ஙத்தை கூப்பிடுவது? அதல்ல, பனந்தோப்பில் மீண்டும் ஏதேனும் சச்சரவா? வழி நெடுகிலும் உப்பா விடை தேடிக்கொண்டிருந்தார்.

அம்ம வீட்டு முற்றத்தில் உப்பா காலூன்றும்போது செந்தரை நித்திரை மவுனத்தில். அம்ம வீட்டுக் கண்ணாடித் திண்ணை மூலையில் தூக்குவிளக்குத்திரி எரிந்துகொண்டிருந் தது. சலசலப்பு ஓய்ந்த நிசப்த கிராமச் சூழலில் சற்றுத் தொலை விலிருந்து தாளக்கிராமத்தில் ஒரு சத்தம் மட்டும் உயர்ந்து கேட்டுக் கொண்டிருந்தது.

“வாங்க, வாங்க.” மெல்லிய குரலில் வரவேற்றது மீனாட்சி.

“உட்காருங்கொ.” தடுக்கு எடுத்துப் போட்டாள்.

“அங்ஙத்தையைக் காணல்லியே?”

“திருவட்டாரில் சேசகாரிக்கெ ஊட்டுக்குப் போயிருக்கு. நாளை சாயங்காலம் தான் வருவாங்கொ.”

“கூப்பிட்டது?”

“நான்தான்.”

மீனாட்சியின் கொண்டையிலிருந்து சாமந்திப்பூ வாசம் வீசியது. மாராப்பு கட்டியிருந்த நேரியலில் மடிப்பு கசங்க வில்லை. புது மாராப்பைத் துளைத்துக் கொண்டு தூக்கு விளக்கின் வெளிச்சத்தைக் காண்பதற்கு வெளியே குதிக்கத் துடிக்கும் கொழுமையான முலை முனைகள். ஜரிகை வேட்டிக் குள் தப்புக் கொட்டும் பின் கதுப்பு. வெற்றிலைச் செவ்விதழில் மலர்ந்த வசீகரமான பூஞ்சிரிப்பு.

“எதுக்கு?”

“உங்களெ பாக்க.” அவள் நாணம் குணுங்கினாள்.

உப்பா அவளுடைய முகத்தை உற்றுப் பார்த்தார். அவளுடைய தள தளத்த முலைகளைப் பார்த்தார். நிர்வாண மாமிச தோள் பட்டையின் வடிவையும் மினுப்பையும் கண் ணால் துளாவினார். தங்கமாலை போட்டிருந்த கழுத்தைக் கண்ணால் கிள்ளி கீச்சம் காட்டினார்.

"ஏன் இப்பிடிப் பாக்கிதியோ? நாணமா இருக்கு."

"தூரெ கேட்குத சத்தம் என்ன?"

"பரமேஸ்வரக் குறுப்புக்கெ ஊட்டுலெ அவல் இடிக்கி தாங்கொ. உள்ளே வாங்கொ."

அவள் நடந்தாள். பின்னால் உப்பா நடந்தார். நடக்கை யில் அவள் கொஞ்சலோடு திரும்பிப் பார்த்தாள். உப்பாவின் துளைக்கும் நோட்டம் அவளுடைய பின்துடிப்பில் என்பதை உணர்ந்து கூசிப்போனாள்.

"எனக்கு நாணமா இருக்கு. இப்பிடிப் பாக்காதெங்கொ." அவள் குழைந்தாள்.

வீட்டிற்குள் திரி தாழ்த்தப்பட்டிருந்த விளக்குகளிலிருந்து அரண்ட ஒளிமட்டும். ஆங்காங்கே சுருண்டு படுத்துறங்குபவர் களின் குறட்டை ஒலிகள். அவள் போய்க் கொண்டிருந்தது நாலுகட்டின் பின்பகுதியிலுள்ள அடிச்சுகூட்டில். வேனிற் காலங்களில் காற்றிற்காக அங்குதான் வலிய அங்ஙத்தை படுத்துறங்கும் கட்டில் போடப்பட்டிருந்தது. அடிச்சுகூட்டு அறை மூலையில் எரிந்துகொண்டிருந்த குத்துவிளக்கொளியில் அவள் வெட்கத்துடன் தலை தாழ்த்தி நின்றாள். கரு நீல நயனங்களில் முற்றிய உள் தாகத்துடன்.

செந்தரை மக்கள் இரண்டு மூன்று அமாவாசிக்குப்பின் குசுகுசுத்தனர். வெகுகாலமாகக் குழந்தைப் பேறு இல்லாம லிருந்த மீனாட்சிக்குக் கர்ப்பம்!

ஒரு விடிந்த பொழுதில் பனந்தோப்பில் பனை ஏறிக்கொண் டிருந்த நாடான் பனந்தோப்பிலுள்ள புளியமரத்தின் கொம்பில் வலிய அங்ஙத்தையின் சடலம் தொங்கியதைக் கண்டு பனையி லிருந்து கீழே குதித்தான். ஒரே ஓட்டம், செந்தரை அம்ம வீட்டை நோக்கி.

புங்கறையில் கோலப்பன் கணியானின் கட்டம் போட்ட பலகைக்கு முன் சம்மணம் போட்டு உட்கார்ந்து கொண்டு முன்பு ஒரு தடவை அங்ஙத்தை ஜோதிடம் கேட்டார்: "மக்க பாக்கியம் உண்டா?"

சிறு சங்குச்சாவிகளை வாரிக் குலுக்கி பலகை கட்டத்தில் போட்டுக்கொண்டு கோலப்பன் கணியான் ஜோதிடம்

சொன்னான்: "அங்ஙத்தைக்குச் சந்தான பாக்கியம் இல்லை. ஆனா, தறவாட்டிலெ ஒரு குட்டி பிறக்கூதுக்குள்ள லட்சணம் காணுது."

அங்ஙத்தை திடுக்கிட்டார் – மீனாட்சி!

கணியானின் கூற்று அங்ஙத்தையின் மனத்தைச் சஞ்சலப்படுத்திக்கொண்டே இருந்தது.

"மீனாட்சி என்னைச் சதிச்சு போடாதெ." கோயில் குளத்தில் குளித்துவிட்டு ஈரத்துணியுடன் தறவாட்டிற்குள் காம சுரூபிணியாக ஏறிவரும் மீனாட்சியின் தளதளப்பான மேனியைப் பார்க்கும்போதெல்லாம் வலிய அங்ஙத்தை எச்சரிப்பார்.

மீனாட்சி வலிய அங்ஙத்தையை அரும் சதிசெய்துவிட்டாள். செந்தரை அம்மவீட்டின் முகப்பில் ஒளிர்விட்டுக் கொண்டிருந்த அணையா விளக்கை ஊதி அணைத்தாள்.

"போயி சேரவேண்டிய இடத்துக்குத் தாம்பிலே அருமாலி போவுது." முஸ்தபாக்கண்ணு உள் பூரிப்புடன் சொன்னார்.

"அதென்ன அப்படி?" இஸ்ராயில் கேட்டான்.

"பவுரீன்பிள்ளை உப்பா விதை தூவின பூமியிலெதான் பிலே அருமாலி போவப் போவுது."

முஸ்தபாக்கண்ணுக்கு மூத்திரம் முட்டியது. எழும்பி அறையில் உள்ள மடையை நோக்கி நடந்தார்.

❖

21

வருகிற மாதம் பிறை பத்தில் நிக்காஹ் என்று சொல்லிச் சென்ற இஸ்ராயில் பிறகு இந்தச் சுற்றுப்புறங்களில் எங்குமே தென்படவில்லை. அலமாரி விற்பனை விசயமாக ஆசாமியுடன் வருவதாகச் சொல்லிவிட்டு வீட்டுப்படி இறங்கிப் போனவன் தான். பிறகு இந்த வாசல்படியை மிதிக்கவே இல்லை. தலையும் தாடியும் காடுபோல் வளர்ந்துவிட்டன. சொறிஞ்சு சொறிஞ்சு ராத்தூக்கமே இல்லை. ஒசாவைக் கூப்பிட்டுத் தர யாரும் இல்லை. கூப்பிட ஒரு வழியும் காணவில்லை. ஒசாவிற்குப் பழைய பாக்கி இன்னும் கொடுக்கவில்லை. இரண்டு மூன்றுதடவை பணம் கேட்டு அவனே வந்தான். வெட்கத் தோடுதான் இல்லவென்று சொல்லவேண்டியதாயிற்று. மூச்சுக் காட்டாமல் போய்விட்டான். குளித்தே நாட்கள் பல ஆயின. தலை தெறிச்சு போன இஸ்ராயில் வந்தால் குளிக்கலாம். தண்ணீர் இறைத்து அழுக்குத் தேய்த்து தந்து தன்னை அவன் குளிப்பாட்டி விடுவதே ஒரு சுகம். அவன் சவரி கொண்டு தேய்த்துத் தருவது ஒரு பரம இன்பம். அன்று வந்திருந்தபோது பிள்ளைகளுக்கு மரச்சீனி கிழங்கு வாங்க வல்லதும் இருக்கா என்று கேட்ட நினைவு. கொடுப்பதற்குக் கையில் காசில்லாம லிருந்தது அப்போது. அந்தக் கோபமா? அப்படியெல்லாம் கோபப்படக்கூடியவனல்ல இஸ்ராயில். கொஞ்சம் மன நிறைவு உடையவன். பிறகு ஏன் வரவில்லை? நிக்காஹை அந்தரத்தில் ஆக்கிவிடுவானோ?

ரைஹானத்திடம் சொன்னால் தொட்டியை நிரப்பிப் போடுவாள். கோரிக் குளிக்கலாம். அழுக்குத் தேய்த்துத் தருவதோ? தருவாளா? வீட்டிற்குள் ஒரு ஷைத்தான் கிடக்குதே, இருமி இருமிட்டு. அதனால் அழுக்குத் தேய்த்துத் தர அவள் தயங்கலாம். கொமரிப் பெண்ணல்லவா? அவளுக்கு விருப்ப மாகத்தான் இருக்கும். முன்பு போலல்ல, இப்போது தன்னு டைய உடம்பு. சிவனப்பிராசம் லேகியம் சாப்பிட்டபின்

உடம்புக்கு மினுமினுப்பு வந்திருக்கிறது. எலும்புகள் நிமிர்ந் திருப்பதுபோல் தெரிகின்றன. முட்டுவலி கொஞ்சம் குறைந் திருக்கிறது. ரைஹானத்தின் மென்மையான கை விரல்கள் குறுக்கில் அழுத்தித் தேய்க்கும்போது, ரகுமானே, எவ்வளவு இன்பம் கிடைக்கும்! பொறுப்பார் பூமி ஆள்வார். இவளல்லா விட்டால் இவளை விட மேலான ஒருத்தி வருவாள். இன்னும் கொஞ்சம் நாட்கள்தான். வருகிற பிறை பத்தில் சவ்தா மன்ஸிலுக்குள் காலூன்றவிருக்கும் பாக்கியவதி தேய்த்துத் தருவாள். அப்போது அனுபவிப்போம், பரமானந்தத்தை.

கட்டிலில் மல்லாந்து படுத்துக்கொண்டிருந்த முஸ்தபாக் கண்ணின் சிந்தனைகள் காக்கைக் கால்போல் தாவித் தாவிச் சென்றன. சிந்தனைக்குத் தடங்கல் விளைவித்த அவருடைய உடம்பில் அனுபவப்பட்ட ஊரல் அடங்கும்வரை பறபறவென்று சொறிந்து கொண்டு கிடந்தார். படுக்க முடியவில்லை. ஏதோ அவரைக் கடித்து தொந்தரவு செய்து கொண்டிருந்தது. எறும்பா? கொசுவா? மூட்டையா? எழும்பிப் பார்த்தார். ஒன்றும் கண்ணுக்குத் தெரியவில்லை, ஜன்னல் கதவைத் திறந்தார். மெத்தை மேல் விழுந்த காலை வெளிச்சத்தில் மெத்தையில் ஊர்ந்து கொண்டிருந்த கடி எறும்புகளைக் கண்டார். எங்கிருந்து வந்தது இந்த எறும்புப் படை? அறைக்குள் அங்குமிங்கும் கண்ணால் துளாவினார். பார்வை சக்தி குறைந்துவிட்டதை நம்ப அவர் தயாராக இல்லை. ஜன்னல் வழியாக வெளி உலகைப் பார்த்தார். வெளியில் மப்பு வெயில். பிரகாசம் போதிய அளவு அறைக்குள் நுழைய வில்லை என்ற நினைப்பில் ராந்தல் விளக்கைப் பற்றினார். கையில் தூக்கிக்கொண்டு ஒவ்வொரு மூலையும் வலை கட்டிய கண்களுடன் துருவினார். மூத்திரம் பெய்வதற்காக அறை மூலையில் கட்டியிருந்த மாடாக்குழி திண்டிற்குள் எறும்புப் புற்று. கூர்ந்து நோக்கிய வினாடிக்குள் அவர் கால்களை எறும்புகள் கவ்வின. ராந்தலுடன் அறைக்கு வெளியே முற்றத்தில் குதித்தார்.

காலில் அப்பிப் படுத்துக்கொண்டிருந்த எறும்புகளைக் குனிந்து கையால் தட்டிக் கொண்டிருந்தபோது தலைவாசலில் கொலுசு குலுக்கம். நிமிர்ந்த முஸ்தபாக்கண்ணு கண்டது கணவனுடன் ஒக்கில் கைக்குழந்தையும் கொண்டு சவ்தா மன்ஸிலுள் நுழைந்த நஸீமாவை! அவளுடைய திடுதிடுவென்ற வருகை முஸ்தபாக்கண்ணின் நெஞ்சிற்குள் கடி எறும்பு கூட்டைக் கலைத்துவிட்டது. இந்த வேளையில் இப்படி திடுதிப் பாக வருவாள் என்று எதிர்பார்க்கவே இல்லை அவர். திகைப்புடன் நின்றார்.

"என்ன மாமா?" கேட்டது நஸீமா.

பதில் சொல்லாமல் இருக்க முடியவில்லை.

"அறெ நெறைய கடி எறும்பு."

"எறும்புப் பொடி போடப்படாதா?"

"இஸ்ராயில் வந்தா வாண்டிப் போடணும்."

முஸ்தபாக்கண்ணு அவளுடைய முகத்தைப் பார்க்க வில்லை. மீண்டும் குனிந்து கால் தொலியைக் கடித்துப் பிடித்துக்கொண்டிருந்த எறும்புகளைத் தட்டிப்போட்டுக் கொண்டு சாய்வு நாற்காலியில் வந்தமர்ந்தார். "படச்சவனே! என்னத்துக்கான் வந்திருக்காளோ?" தலையில் கை வைத்தார்.

உணர்ச்சிவசப்பட்டதால் தொண்டையில் சளி முட்டியது அவருக்கு. தொண்டைச் சுவருக்குள் அங்குமிங்கும் ஒட்டிபிடித் திருந்தச் சளியை இருமி இருமிச் சுரண்டி இழுத்து வாய்க்குள் கூட்டினார். கொஞ்ச நேரம் வாய்க்குள்ளேயே வைத்து உருட்டித் திரட்டி விட்டு சாய்வு நாற்காலியில் கிடந்தபடியே தெற்குவாசல் வழியாக வெளியே நீட்டித் துப்பினார். குறி சற்று தவறிவிட்டது. வெளிமுற்றத்தில் போய் விழவில்லை. வராண்டாவிற்கு மேலே உள்ள இறக்கு வாரியை தாங்கி நின்றிருந்த தூணின் மீது விழுந்தது. தூணிலிருந்து மெல்ல கீழ்நோக்கி நகர்ந்து கொண்டிருந்தது. எங்கிருந்தோ ஓடிக்குழுமிய நூறாயிரம் ஈக்களின் ரோமக்கால்கள் அதில் புதையுண்டு தவித்தன.

சாய்வு நாற்காலியின் கையில் கிடந்தப் போர்வையை எடுத்து முஸ்தபாக்கண்ணு உடம்பைப் போர்த்திக் கொண்டார். மஃப்ளரைக்கொண்டு காதோடுச் சேர்த்து ஒருகட்டும் போட்டார். நஸீமாவைக் கண்ட நேரமே காய்ச்சல் அடிப்பது போலிருந்தது. உள்ளில் நடுக்கமும் குளிரும். கை கால்களில் உளைச்சல். கண்களை மூடிக்கொண்டு சாய்ந்தார். சாய்வு நாற்காலியின் கால்பக்கம் எப்போதும் இருந்து வரும் படிக்கம் கழுத்தளவு நிரம்பிவிட்டது. முனை கருகிய தீக்குச்சியும், பொதுமிய சிகரெட்டுத் துண்டுகளும் நுரைத்த எச்சிலில் மிதந்தன. அதில் கொசு வாடிக் கொண்டிருந்தது. அறைக்குள் கட்டி நின்ற மூத்திர நெடி முஸ்தபாக்கண்ணின் மூக்கைத் துளைக்கவில்லை.

சிறிது நேரம் கண்ணயர்ந்தால் நல்லது எனத் தோன்றியது முஸ்தபாக்கண்ணுக்கு. உடம்பெல்லாம் அசதியாக இருந்தது. கொஞ்சம் தூங்கி எழுந்தால் அசதி விலகிவிடும். உறங்க எடுத்துக்கொண்ட முயற்சிகளெல்லாம் தோற்றன. நஸீமாவின்

திடீர் வருகை அவருடைய மனதை சஞ்சலப்படுத்தியது. அவருடைய மூடிய கண்களுக்குள் நஸீமா ஒரு பயக்கனவாக நின்று கொண்டிருந்தாள். அவளுடைய குழுமிய கன்னத்தில் அம்மைத் தழும்புகள் வந்தது எப்படி? அன்புப் பார்வை சுரத்தும் அவளது நீலக் கண்களில் இரத்தம் கட்டி நிற்பது எதனால்? பார்வையில் இப்படிக் கொடூரம் வந்தது ஏன்? முஸ்தபாக்கண்ணு உள்நடுக்கத்துடன் கண்களை வெட்டித் திறந்தார். நஸீமாவைக் காணவில்லை. அவளுடைய குரல் உடம்பறை பக்கம் கேட்டது. உம்மாவும் மகளும் ஏதோ பேசிக் கொண்டிருக்கின்றனர்.

முஸ்தபாக்கண்ணின் சீர்குலைந்த மனசில் பற்பல கேள்விக் குமிழ்கள். நஸீமா இந்த நேரம் இங்கு வந்தது எதற்காக? ஏன் சொல்லாமல் பறயாமல் வந்திருக்கிறாள்? இதற்கு முன்னால், வரும்முன் தகவல் தருவதுண்டே? அந்தத் தகவல் ஏன் இல்லை? அவளுக்குக் கொடுப்பதாக வாக்களித்ததெல் லாம் கொடுத்தாயிற்றே? நகையில் பாக்கி இல்லை. ஒரு நம்பர் புரயிடம் கொடுப்பதாகச் சொன்னதை அவளுடைய கல்யாணத்திற்கு ஒரு வாரம் முன்னரே இஷ்டதானமாக எழுதிக் கொடுத்தாயிற்று. வருமானமும் அவளே எடுத்து வருகிறாள். தலைப்பேறு பார்த்ததற்கும், குழந்தைக்குத் தங்கக்காப்பு போட்டுக் கொடுப்பதற்கும் வாங்கிய கடனுக்கு விற்பனை செய்தது 56 சென்ட் நிலம். தலைப் பெருநாளுக்கு மாப்பிளைக்கும் பெண்டாட்டிக்கும் கணிசமான முறையில் உடுப்புக்கள். நோம்புக்கும் பெருநாளுக்குமுண்டான வெள்ளக் குடிகள். எதிலும் எந்தக் குறையும் வைக்கவில்லை. பிறகு ஏன் பெட்டியும் தூக்கிட்டு வந்திருக்கிறாள், இங்கு கொஞ்சம் நாட்கள் தங்கவா? முடியாது. கையில் தம்பிடி காசு இல்லாத நேரம். இவங்களுக்குக் கோழி அறுத்து வாய்க்கரிசி போட என்னால் முடியாது. ஏதோ உள்நோக்கத்தோடுதான் அம்மச்சி வந்திருக்கிறாள்போல் தெரிகிறது. இங்கு என்ன வாய்க்கரிசி இருக்கு அள்ளிக்கட்டுவதற்கு?

முஸ்தபாக்கண்ணின் கால்கள் சாய்வு நாற்காலியில் அசைந் தன. நீண்ட ஒல்லி கால்களை எட்டிப் போட்டு நடக்கும் சிலந்திகள். அவை நிர்மாணித்த நூல்பாலங்கள். அங்காங்கே சிதல் புற்றுகள். மச்சுப் பலகைகள் நைத்துப் போய் தூள் விழுந்த துளைகள், கறையான் கறம்பித் துப்பி விட்டு மிச்சம் வைத்த எச்சில் பலகைகள். ஒரு பெரிய துவாரம் வழியாக ஓடு கழன்றுபோன மேல்கூரை பட்டியல் தெரிந்தது. அது வழி ஊர்ந்து இறங்கும் காலை வெளிச்சத்தில் தெரியும் வெள்ளை மங்கிய சுவர்கள். அதிலுள்ள விள்ளல்கள். அதற்குள்

குடிவாழும் நரிச்சீறுகளின் ஓலமிடல். இருள் சூழ்ந்து கொண்டிருக்கும் ஏதோ வன மத்தியில், திசை தெரியாமல் தவித்து நிற்கும் குழப்பம் அவருக்கு.

இந்த நொறுங்கிப்போன ஓடுகளை இனி மாற்றிப் போடுவதும் இற்றுப்போன தட்டுப்பலகைகளை கழற்றிவிட்டு புதுப் பலகை அடிப்பதும், வெடிப்பு விழுந்த சுவர்களைப் புதுச் சாந்தால் பூசுவதும், கதவுகள் இல்லாத ஜன்னல்களுக்குப் புதுக் கதவுகள் மாட்டுவதற்கு மரம் வாங்க வேளிமலைக்குப் போவது யார்? காலம் சுரண்டிச் சுரண்டிக் கொண்டிருக்கும் பேரும் பெருமையுமுள்ள இந்தச் சவ்தா மன்ஸில் நிலைகொள்ளும் இதே இடத்தில் புதுப்பொலிவுடன் மீண்டும் ஒரு கட்டிடம் கட்டி உயர்த்துவது யார்? அதில் சாய்வு நாற்காலியில் உட்கார்ந்து கொண்டிருக்கப் போவது யார்?

சாகுல்ஹமீதானால் கண்கள் எட்டாத் தொலைவில். இந்த மகிமைமிக்க புராதனக் குடும்பத்தின் காரணவருடைய சிம்மாசனமான இந்தச் சாய்வு நாற்காலியில் அமர்ந்து ஆட்சி செய்ய அவன் திரும்பி வருவானா? துடைப்பதற்கு வெள்ளிப் பிடியுள்ள வாள் இல்லை. வாளை வைப்பதற்கான வெள்ளித் தாம்பாளமில்லை. வாளைத் துடைப்பதற்கான பட்டுத்துணி இல்லை. எஞ்சி இருப்பவை இந்தச் சாய்வு நாற்காலியும் ஜரிகை இல்லாத பட்டு உறுமாலும். இரண்டரை நூற்றாண்டு காலம் நிலைத்திருந்த இந்த மேன்மையான குடும்பத்தின் காரணவர் பொறுப்பு என்னுடன் முடிவடைந்துவிடுமா? பவுரீன்பிள்ளை உப்பாவிலிருந்துத் துவங்கி நீண்டு நீண்டு வந்த சங்கிலியின் கடைசிக் கண்ணி தானாக இருப்பேனோ? மாபெரும் ஓர் இதிகாச காவியத்தின் கடைசிப்பக்கம் தன்னுடன் முடிவடைந்துவிடுமோ என்ற எண்ணம் அவர் இதயத்தை இலேசாகக் கீறியபோது மென்மையான ஒரு வலி வாழ்க்கையில் முதன்முதலாக அனுபவப்பட்டது. அந்த வலியை அடக்க கண்களை இறுக மூடிக்கொண்டு சாய்வு நாற்காலியில் சாய்ந்தார். சிந்தனையில் வெப்பத்தாக்குதலில் மூளை உருகி தலையோடு வெடித்துச் சிதறாமலிருக்க உறங்க முயன்றார்.

“காக்கா உறக்கமா?”

ஆசியாவின் கரகரத்தக் குரலைப் புரிந்துகொண்டார் முஸ்தபாக்கண்ணு. கிடந்தபடி கண்களை வெட்டித் திறந்தார். தலைசரித்துப் பார்த்தார். ஆசியா. அருகில் ஒக்கில் குழந்தையுடன் நஸீமா. அவள் கணவன். அவருடைய கண்களில் பயம் நிழலாடியது. எதையோ கண்டு பயந்து பேதலித்தது போல் நஸீமாவை நோக்கினார். அவளைப் பார்க்கப் பார்க்க

நெஞ்சுத் துடிப்பு அதிகரித்துக் கொண்டே இருந்தது. அவளுடைய முகத்திலிருந்து பார்வையைப் பின் இழுத்துக்கொண்டு வேறு எங்கோ பார்வையை ஊன்றினார்.

"மோனே, உப்பாயெப் பாத்தியா . . .?"

நஸீமா மகனுக்கு உப்பாவை அறிமுகப்படுத்தினாள்.

முஸ்தபாக்கண்ணு குழந்தையின் முகத்தைக்கூட ஏறிட்டுப் பார்க்கவில்லை. தலைகுனிந்தபடியே உட்கார்ந்திருந்தார்.

"நஸீமா வந்திருக்கா . . ." ஒரு கொட்டாவியின் முடிவில் ஆசியா மகள் வந்ததை நினைவுபடுத்தினாள்.

முஸ்தபாக்கண்ணு ஆசியாவை மேல்கீழாக நோட்டமிட்டார். அதைத்த கண்ணிமைகள். முசிப்பான சாரமும் சட்டையும், அவளுடைய சட்டையின் மேல் பகுதியிலுள்ள கழுத்துப் பித்தான் அறுந்து போயிருந்தது. முடி பறபறத்து கிடந்திருந்த தலையை இரு கைகளால் இழுத்துச் சொறிந்து கொண்டிருந்தாள். ஆசியாவின் முகத்தோற்றத்திலிருந்து, நஸீமாவிற்காக ஏண்டு பேச வந்திருப்பதாக ஊகித்து முகத்தை இறுக்கிக்கொண்டிருந்தார்.

"நஸீமாயும் மாப்ளையும் வந்திருக்குதுவோ."

"கண்டேன் . . ."

"அவளுக்கு வச்சு பூட்டுதுக்கு அருமாலி இல்லியாம். ஒண்ணு வாண்டி குடுக்கணுமாம்."

முஸ்தபாக்கண்ணு ஆசியாவின் முகத்தை உற்று நோக்கினார்.

கையில் பண வசதி இல்லையென்பது ஆசியாவுக்குத் தெரியும். பிறகு எதற்காக மகளுக்கு அலமாரி வாங்கிக் கொடுப்பதற்கு ஏண்டு பேச வந்திருக்கிறாள்? குடும்ப நிலைமையை நஸீமாவிடம் சொல்லி விளக்க வேண்டியதுதானே?

"ஆசியா, எக்கெ கையிலெ பணமில்லாதது நிக்குத் தெரியாதா?"

"தெரியும் . . ."

"தெரிஞ்சுட்டு பின்னெ ஏன் வாண்டிக் குடுக்கச் சொல்லுதா?"

"அவொ தனிக்குடியா போயிருக்காளாம். வச்சு பூட்டுதுக்கு ஒண்ணுமில்லையாம் . . ."

"அதுக்கு நான் என்ன செய்ய?"

“மாமா, புதியது வாண்டி தரண்டாம். உப்பாக்கெ அருமாலியெ எக்குத் தாருங்கொ.” நஸீமா கேட்டாள்.

முஸ்தபாக்கண்ணின் நெஞ்சிற்குள் காட்டுத் தீ விளாசியது. அவர் அவளை உக்கிரமாகப் பார்த்தார்.

“என்ன கேட்டா நீ ...?”

அவருடைய அதட்டலில் நஸீமா அசந்துவிடவில்லை.

“பவுரீன்பிள்ளெ உப்பா வச்சு பூட்டுன அருமாலியெ ...”

“அது இந்தக் குடும்பத்துக்கெ கவுரவம். அது இந்தத் தறவாட்டிலெதான் இருக்கணும் ...”

“நானும் இந்தக் குடும்பத்திலெ உள்ளவொதானே? அது எக்கெ ஊட்டுலெ இருந்தா கவுரவம் கொறஞ்சா போவும்?”

“நீ அந்நிய குடும்பத்துக்குப் போனவோ. இஞ்செ உள்ள ஸ்தாவர ஜங்கம வஸ்துக்களெ கேக்க ஒனக்கு உரிமெ இல்லெ.”

“ஏன் அவளுக்கு உரிமெ இல்லெ?” ஆசியா கேட்டாள்.

“இந்த அருமாலியிலெ எக்கும் உரிமை உண்டு இல்லியா? இதே அவளுக்குக் கொடுங்கொ.” ஆசியா முன்பு ஒருபோதும் இவ்வளவு நெஞ்சுரத்தோடு காக்காவிடம் பேசியதில்லை.

“இந்த அருமாலி இந்தக் குடும்பக் காரணவனுக்கு வச்சு பூட்டுதுக்குள்ளது. இது இந்ததறவாட்டிலதான் இருக்கணும். கண்ட ஊட்டுக்குத் தூக்கீட்டு போறதுக்குள்ளதல்ல.”

“காரணவருக்கெ வாளு கண்ட ஊட்டுக்குப் போவல்லியா? வெள்ளித் தாம்பாளம் தட்டாக்குடிக்குப் போவல்லியா? காரணவர் கிடந்த கட்டிலெ ராய்க்கு ராமானம் வண்டி ஏத்தி உடல்லியா? இதெல்லாம் அறியாமெயா நான் இந்த ஊட்டுலெ ஒடம்பறமேலெ கெடக்கேன். நான் ஒறங்கல்லெ, முளிச்சிட்டுதான் கெடக்கேன்.” சொல்லும்போது ஆசியா மூச்சு வாங்கினாள்.

“ஆசியா நீ எக்கட்டெ சண்டைக்கா வாறா?”

“நான் சண்டைக்கு வரல்லே. எக்கெப் புள்ளெ வந்து ஒரு அருமாலி கேட்குதாயில்லியா? இதெக் குடுங்கொ. இல்லைங்கி வேறெ ஒரு புது அருமாலி வாண்டிக் குடுங்கோ. இதைத்தான் குடுங்கோ எண்ணா சொல்லுதேன்?”

“புது அருமாலி வாண்டிக் குடுக்க எக்கெக் கையிலெ காய் இல்லை.”

“அப்பம் இதெ குடுங்கொ.”

“குடுக்கமாட்டேன்.”

“ஏன் குடுக்கமாட்டியோ? நீங்கொ சம்பாரிச்ச அருமாலியா?”

முஸ்தபாக்கண்ணு பதில்முட்டித் திணறினார். தன்னிடமிருந்த கடைசி அம்பையும் எய்துவிட்டார்.

“இந்தத் தறவாட்டிலெ ஆரும் காரணவனெ எதிர்த்துப் பேசினதில்லை. கேட்டியா உட்டீ.”

“காரணவன் காரணவனாட்டு இருந்தா ஆரும் எதிர்த்துப் பேசமாட்டாங்கொ.”

“அப்பொ நான் இந்தக் குடும்பக் காரணவனில்லியா?”

“காரணவனா இருந்து ஆளூதுக்கு இஞ்செ என்ன இரிக்கி? எல்லாத்தையும் வித்து வாயிலெ போட்டாச்சில்லியா.”

முஸ்தபாக்கண்ணு தட்டழிந்துத் தடுமாறிப்போனார். என்ன பதில் பேசுவதென்று தெரியாமல் குழம்பி நின்றார். இவள் இப்படியும் பேசுவாளா? இவளுக்குப் பேசத் தெரியுமா? இவள் எப்படிப் பேசக் கற்றுக்கொண்டாள்? கற்றுக்கொடுத்தது யார்? வெளிச்சம் நுழையாமல், புகை மண்டிக் கொண்டிருக்கும் அடுப்பங்கரை ஓரத்தில் உடம்பறையில் படுத்துறங்கி இரவு பகலை நகர்த்திக் கொண்டிருந்த இந்த வீட்டு மிருகத்தின் நாக்கில் இப்படியான வாசகங்களைத் திணித்துவிட்டது யார்? புரியாமையின் முட்புதருக்குள் காலை விட்டுக்கொண்டு உருவ முடியாமல் திணறி நின்றார்.

முஸ்தபாக்கண்ணின் கண்களில் இருட்டேறியது. தலைக்குள் காட்டு வண்டு ரீங்காரமெழுப்பிக் கொண்டிருந்தது.

“மாமா நிங்கட்டெ அதிகம் பேசல்லெ. நிங்கொ அருமாலி தரண்டாம். இனி தந்தாலும் எக்கு வேண்டாம். எக்கெ உம்மாக்குள்ளப் பங்கைப் பாகம் செய்து குடுங்கோ.”

ஓர் அதிரடி கொண்ட அதிர்ச்சியில் முஸ்தபாக்கண்ணு தட்டுத் தடுமாறி நின்றார். சவ்தா மன்ஸில் அவர் கண் முன்னால் பம்பரம்போல் கிறங்கியது. அதில் அவரும் சுழன்றார். சாய்வு நாற்காலியும் சுழன்றது. இந்தத் தறவாட்டைப் பங்கு போடவா? பவுரீன்பிள்ளை உப்பாவின் இந்தக் குடும்பக் கொட்டாரத்திற்குள் குறுக்குச்சுவர் கட்டிக் கூறு போடவா?

“என்னடீ சொன்னா?” நஸீமாவை எட்டி அடிக்க முஸ்தபாக் கண்ணு கை ஓங்கினார். நாக்கைக் கடித்து உறுக்கினார்.

“என்ன கை நீளுது?” நஸீமாவின் கணவன் முஸ்தபாக் கண்ணை எச்சரிக்கை செய்தார். “வாயாலெ என்னவும் பேசுங்கொ.”

இதைக் கேட்ட திடுக்கிடலில் முஸ்தபாக்கண்ணு உக்கிப் போனார். யாரும் இதுவரை தன் முகத்திற்கு நேராக நின்று எச்சரித்ததில்லை. ஆயிரம் தலைகளை கொய்து வீழ்த்திய வாள் இருந்த கை பவுரீன்பிள்ளை உப்பாவுடையது. அந்த வீர சூர உப்பாவின் பேரப்பிள்ளைக்கு நேராக, எங்கிருந்தோ வந்த இவன் இந்தப் பெண்ணைக் கட்டியத் துணிச்சலில் தன்னெ மிரட்டுகிறான். அவனுடைய செவிட்டை நோக்கி ரண்டு வீக்கு வீக்க கைகளுக்கு வலிமை குன்றிப் போனதை நினைத்து ஏமாந்து உட்கார்ந்தார். பனந்தோப்பில் உப்பா புளி உலுக்க, வீர நடைபோட்டுச் சென்றபோது உப்பாவுக்குத் தன்னுடைய இதே பருவம். அந்த உப்பாவின் உடல் வலிமையைக் கண்டுதான் மீனாட்சி உப்பாவுடன் ஒரு இரவு உறங்க ஆசைப் பட்டது. இவனுடைய செவிட்டில் ஒன்று கொடுத்து இவனை இங்கிருந்து இறக்கிவிட இன்று தன் கைகள் வலிமை இழந்து விட்டதே.

“அப்படிச் சொல்லுங்கொ.” ஆசியா மருமகனை ஆமோதித் தாள்.

“இந்தத் தறவாடெ நான் பாகம் வச்சு தரமாட்டேன்.”

“நாங்கொ கோட்டுக்குப்போவோம்.” நஸீமாவின் கணவன் சொன்னான்.

“கோட்டுக்கா? இஞ்செ பாரு. பவுரீன்பிள்ளெக் குடும்பம் கோட்டு நடெ ஏறினதே இல்லை. இனியும் ஏறாது. இந்தத் தறவாடு சொத்துக்களெ விக்கூதுக்கும் வாங்கூதுக்கும் அதிகாரம் தறவாட்டு காரணவனுக்காக்கும் தெரியுமா? பவுரீன்பிள்ளெ உப்பாக்கெ காலம் முதல் இதுவரை இந்தத் தறவாட்டிலெ பாகபத்திரம் நடந்ததில்லை. தலைமறந்து எண்ணெ தேய்க் காதெ வாப்பா.”

“நிங்கொதான் தலை இருக்கிற எடம் மறந்து பேசுதியோ.”

“நீ ஆருடா இந்த மண்ணுமனையிலெ நிண்ணு பேசூ துக்கு?” முஸ்தபாக்கண்ணு அலறினார்.

“எக்கெ மோளெ கெட்டினவன். இந்த மண்ணு மனையிலெ நிண்ணு பேசூதுக்கு உரிமெ இரிக்கி.” ஆசியா துணிச்சலுடன் திருப்பி அடித்தாள்.

“ஒனக்கு இஞ்செ பேச உரிமெ இல்லை. மாப்ளயெ கூட்டிட்டு எறங்கி போயிரு மரியாதைக்கு.” ஆசியாவை நோக்கி கர்ஜித்தார்.

“இறங்கி போயிரு” என்று சொன்னதைக் கேட்டதும் ஆசியா அதிர்ச்சி அடைந்தாள். அவளுக்கு அழுகை பீறிட்டது. கண்களிலிருந்து கண்ணீர் மாளுமாளா ஒழுகியது.

“இவளெ சூலியாட்டு இரிக்கும்பம் இந்த மனையிலெ வந்தேன். எக்குப் பொன்னரைஞாணம் போட்டுத் தரலா மெண்ணு ஆசை காட்டி இஞ்செ புடிச்சிருத்தினது. எக்குப் பொன்னரைஞாணமும் போட்டு தரயில்லெ, ஒரு இடி மண்ணும் தரயில்லெ. வவுத்துக்குச் சோறு தந்து என்னையும் இவளக்கெ வாப்பாவையும் புடிச்சு இஞ்செ ரண்டு தொங்க லிலெ எங்களெக் கட்டிப் போட்டது. நா எக்கெ மாப்ளக்கெ மொகத்தெப் பாத்தே வரிஸம் கொறயெ ஆச்சு. திண்ணயிலெ ஒரு கட்டில் போட்டு அவரெ அங்கெயும், அடுப்பளியிலெ ஒரு உடம்பறையிலெ என்னையும் போட்டு எங்களெ ஒண்ணு சேராதெ பிரிச்சுப் போட்டிருக்கு. நாங்கொ ரண்டும் இஞ்செ ரண்டு ஊட்டு மிருகம். எக்கெ மாப்ளக்குக் கொஞ்சம் தெறமெ இருந்தா எக்கு இந்த நெலமெ வருமா? நா குளிச்சே ஆறுமாச மாச்சு. எக்கு ஒரு குட்டுவம் தண்ணிக் கோரித்தர இஞ்செ ஆளுண்டா? நா அளுக்கும் சிக்குமா இந்த ஒடம்பறையிலே சுருண்டு கெடக்கேன்.”

ஆசியா விம்மி விம்மி அழுதாள்.

“நீ எக்கெ கூடெ வா உம்மா. அங்கெ குளிக்கலாம்.”

நஸீமா உம்மாவை அழைத்தாள்.

“நா இந்த உடம்பறையெ உட்டு வரமாட்டேன். எக்குச் சொன்னபடி பொன்னரைஞாணம் போட்டு தரூது வரைக்கும் இஞ்சதான் கெடப்பேன்.”

“கெடந்துக்கோ. பாகம் வச்சு கேக்காதெ.” முஸ்தபாக் கண்ணு முடிவாகச் சொல்லிவிட்டார்.

“பாகம் வச்சு தரண்டாம், கோட்டிலெ இருந்து அமீன் வந்து பாகம் வச்சு தரும்போ வாண்டுவோம்.” நஸீமாவின் கணவன் சொன்னான்.

“அதெச் செய் பாப்போம்.”

முஸ்தபாக்கண்ணு சாய்வு நாற்காலியில் சாய்ந்தார். முஸ்தபாக்கண்ணின் தலைஓட்டிற்குள் சோறு வெந்து கொண் டிருந்தது. கொதித்து நுரைத்துக் கொண்டிருந்தது. அலமாரியை விற்கப்போகும் செய்தி செய்தகம்மது மச்சானின் காதில் விழுந்ததோ? இஸ்ராயிலுடன் பேசிக் கொண்டிருக்கும்போது அவர் கட்டிலில் திரும்பி படுத்துக் கொண்டிருந்தார். அவர் காதில் அது விழுந்திருக்குமோ? விழ வாய்ப்பில்லை. தாழ்ந்த குரலில்தானே அன்று பேசியது. சிலவேளை இஸ்ராயில் வந்த தையும் இருவரும் குசுகுசுத்துப் பேசியதையும் கண்டுஆசியா ஊகித்திருப்பாளோ? அந்த ஊகத்தின் அடிப்படையில் மகளை

ஆளனுப்பி வரவழைத்திருப்பாளோ? கையில் காசில்லாமல் அப்புதத்துக்குக் கூட மீன் வாங்கிய காசு கொடுக்க முடியாமல் தட்டழிந்து கொண்டிருப்பது ஆசியாவுக்குத் தெரியும். காசு வேண்டுமானால் வீட்டிலுள்ள ஏதேனும் பொருளை விற்க வேண்டும். அப்படி விற்கவேண்டுமானால் இந்த அலமாரியைத் தான் விற்கவேண்டும். இதை ஊகித்து மகளைத் தூண்டி விட்டிருக்கலாம். இல்லை, இஸ்ராயில் இதை அம்பலப்படுத்தி யிருப்பானோ? அவன் அம்பலப்படுத்தமாட்டான். அலமாரியை விற்கும்போது அவனுக்கும் பிரயோசனம் உண்டே! ஒருபோதும் அவன் இந்த விற்பனை விசயம் வெளியே சொல்ல வாய்ப் பில்லை. இப்படித் தனக்கும் அவனுக்குமிடையில் எத்தனையோ விற்பனை இரகசியங்கள் உள்ளன. எதையும் அவன் யாரிடத் திலும் சொன்னதில்லையே? ஆசியா இதெல்லாம் எப்படித் தெரிந்துகொண்டாள்? செய்யதகம்மது மச்சான் இவற்றை எல்லாம் பார்த்துக்கொண்டே படுத்து கிடந்திருப்பாரோ?

முஸ்தபாக்கண்ணு பல ஆயிரம் கேள்விகள் தொகுத்துக் கொண்டு விடைகாண முயன்றார். எட்டிப் பிடிக்க எதிலும் பிடிப்பு கிடைக்காமல் குழம்பிக் கொண்டிருந்தார். தலைக்குள் ஒரே புகை மூட்டம்.

நஸீமாவின் கணவன் கோர்ட்டில் ஏற்றி இறக்குவதாகச் சொல்லி சென்றிருக்கிறான். யானையை விரட்ட தீப்பந்தம் வீசுவதுண்டு. தனக்கு நேராக அவன் வீசியது தீப்பந்தமல்லவா? அவன் கோர்ட்டுக்குப் போனால் தானும் போயாக வேண்டும். விட்டுக்கொடுப்பதா? ஒரு வக்கீல் வேண்டும். வாதாட வேண் டும். எல்லாவற்றிற்கும் கையில் பணம் வேண்டும். ரொக்கப் பணம். ‘நீர்க்கோலி கடிச்சாலும் அத்தாழம் முடங்கும்.’ இன்னும் காலம் தாழ்த்தி விடக்கூடாது. உடன் அலமாரியை விற்கவேண்டும். நிக்காஹூம் உடன் நடத்த வேண்டும். கோர்ட்டுக்குப் போனால் பல செலவுகள் வந்துகொண்டே இருக்கும். குடித்துப் போட்ட சிகரெட்டுத் துண்டுகளும் துப்பலும் சளியும் கொண்டு படிக்கம் நிரம்பி வழிந்ததை முஸ்தபாக்கண்ணு அறியவில்லை. இளைத்து இளைத்துக் கொண்டு மரியம் அருகில் வந்ததை முஸ்தபாக்கண்ணு அறிய வில்லை. ஏதோ சொல்ல வந்தவள் இருமினாள். அவளுடைய இருமலைக் கேட்டு அவருக்குச் சுற்றுப்புற உணர்வு வந்தது. சுற்றுப்புற உணர்வு வந்ததும் அவருடைய வயிற்றுக்குள் குதிரைக் குளம்பொலி உயர்ந்தது. சுவரில் தொங்கிக் கொண்டிருந்த மணியைப் பார்த்தார். மணி இரண்டு. இவ்வளவு நேரமும் நான் எங்கிருந்தேன்? என்ன செய்து கொண்டிருந்தேன்? முன்னால் மரியம்.

தெற்கு மூலையைப் பார்த்தார். செய்தகம்மது மச்சான் துவர்த்தின் முனையைத் திருகி ஊசியாக்கி காதில் போட்டு குடைந்து கொண்டிருந்தார். மச்சான் எப்போது வந்தார்?

"ஊட்டுலெ புள்ளெயும்கொண்டு வந்தமருமோனும் மோளும் பச்சத்தண்ணி குடிக்காதெ எறங்கிப் போயிட்டாங்களே." உடம்பறையிலிருந்து ஆசியாவின் புலம்பல் கேட்டது.

செய்தகம்மது மச்சானின் முகத்தை முஸ்தபாக்கண்ணு கூர்ந்து கவனித்தார். அந்த முகத்தில் எவ்வித பாவனை மாறுதல்களும் இருக்கவில்லை.

காதைக் குடைந்துகொண்டே செய்தகம்மது உட்கார்ந்து கொண்டிருந்தார்.

22

செந்தரை வலிய அங்ஙத்தையின் சேஷகாரிக்குப் புடவை கொடுத்தது, திருவிதாங்கூர் மன்னர்களுடைய குலதெய்வம் குடியிருக்கும் திருவட்டாரிலுள்ள ஏலா வீட்டுக் காரணவருடைய அனந்திரவன். சேஷகாரி வீட்டிற்குச் சில நேரங்களில் செந்தரை வலிய அங்ஙத்தை வில்வண்டியில் போவது வழக்கம். போனால் இரண்டு மூன்று தினங்கள் அங்குத் தங்கியிருந்து, தமது தென்னந்தோப்புகளைச் சுற்றி ஒரு பார்வையிட்ட பிறகே ஊர் திரும்புவார்.

அன்று, திருவட்டாரில் சேஷகாரியின் வீட்டுக்குப் போவதாகச் சொல்லி வில்வண்டியில் புறப்பட்டார், வலிய அங்ஙத்தை.

அந்தி தாழ்ந்த நேரம். வில்வண்டி திருவட்டார் திசையை நோக்கி விர்ரென்று பாய்ந்து கொண்டிருந்தது. மார்த்தாண்டம் மடம் வழியாகத்தான் திருவட்டாருக்குச் செல்லவேண்டும். அந்த வழியிலிருந்து பிரியும் ஒரு கிளைரோட்டில் மார்த்தாண்டம் மடத்துப்பிள்ளையின் இல்லம் இருந்தது. வழக்கத்திற்கு மாறாக நேர்பாதையாகச் சென்றுகொண்டிருந்த வில்வண்டியைத் திடீரென கிளைரோட்டுக்குத் திருப்பச் சொன்னார் வலிய அங்ஙத்தை.

வில்வண்டி திசை திருப்பப்பட்டபோதே வண்டிக்காரனுக்குச் சந்தேகம்.

மார்த்தாண்டம் மடத்துப்பிள்ளையின் இல்லம் நெருங்கியதும் “நிறுத்து” என்றார் வலிய அங்ஙத்தை.

இல்லத்து முற்றத்தில் வில்வண்டி நின்றது.

“மாட்டை அவுத்து மறைச்சுக் கட்டு” என்றார்.

வண்டிக்காரனின் நெஞ்சம் படபடத்தது – எதிரியின் பாளையத்திற்கா?

திருவிதாங்கூர் மன்னராட்சிக்கெதிரான சூழ்ச்சிகளில் ஈடுபட்டிருக்கும் எட்டு வீட்டுப் பிள்ளைகளின் தலைவரான மார்த்தாண்டம் மடத்துப்பிள்ளையின் இல்லத்திற்குள் செந் தரை வலிய அங்ஙத்தை நுழைந்த செயல் வண்டிக்காரனை தூக்கிவாரிப் போட்டது.

செந்தரை வலிய அங்ஙத்தையைக் கண்டதும் மடத்துப் பிள்ளைக்குப் பெரும் வியப்பு. தம் முற்றத்தில் நிற்பது செந்தரை வலிய அங்ஙத்தைதானா? எப்படி வந்தார்? எதற்கு வந்தார்? அரசாட்சி மீது பற்றும் பக்தியுமுள்ள செந்தரை வலிய அங்ஙத்தை, அரசாட்சிக்குச் சவக்குழி தோண்டிக்கொண்டிருக் கும் கிளர்ச்சியாளரின் இல்ல முற்றத்தில் கால் பதித்தப் பின்ன ணியை மடத்துப்பிள்ளையால் ஊகித்துணர முடியாமல் திகைத்தார். அப்படியே நின்று கண்களைக் கசக்கிவிட்டு மீண்டும் பார்த்தார். பார்வைக் குழப்பமில்லை. மாயையுமில்லை. அவரேதான். செந்தரை வலிய அங்ஙத்தையே தான்!

பட்டுவேட்டி உடுத்தி பட்டுநேரியல் கொண்டு உடம்பை மூடியிருந்தார், வலிய அங்ஙத்தை. நெற்றியில் பூசியச் சந்தனத் தின்மேல் குங்குமப் பொட்டும் வைத்திருந்தார்.

இல்லத்தின் முகப்பில் நின்றுகொண்டிருந்த மடத்துப் பிள்ளை வலிய அங்ஙத்தையின் வருகையோடு தமது கைக்கு வலுவேறிவருவதை எண்ணிப்பார்த்த மகிழ்ச்சிப் பெருக்கில் அங்ஙத்தையைப் புன்முறுவலுடன் வரவேற்றார்.

“வாங்க. வாங்க. வழி தப்பிப் போச்சா?”

“வழி தப்பல்ல, பிள்ளை அங்ஙத்தே.”

இருவரும் ஒரே பாயில் சேர்ந்து உட்கார்ந்தனர். குசலம் பேசினர். பலதும் பேசிச் சிரித்துக் கொண்டனர். சிரிப்பில் வெற்றிலைச் செல்லம் காலியானது. இல்ல முற்றம் இரத்தச் சிவப்பானது.

“சாமக்கோழி கூவும் முன்னே தறவாட்டுக்குப் போய்ச் சேரணும். நாளெ வயலறுப்பு. வந்த விஷயம் இன்னும் சொல்லல்லியே.”

செந்தரை வலிய அங்ஙத்தை பேச்சைத் துவங்குமுன் மடத்துப்பிள்ளை இடைமறித்துக் கேட்டார்.

“மார்த்தாண்டவர்மா உங்களுக்கு ஏதாவது தொல்லை தாறாரா?

“அய்யோ அப்படி ஒண்ணும் இல்லை. தீப்பட்ட ராமவர்மா மகாராஜாவுக்கெக் காலத்திலெ மிலேச்சர்கள் அடங்கி ஒதுங்கி இருந்த எடம் தெரியாமெ இருந்தானுவோ. இப்போ,

இளைய ராஜா சிம்மாசனம் ஏறினது முதல் மிலேச்சர்கள் அம்மவீட்டுகாருக்கெ புரயிடத்தெ ஒட்டி திமிரு புடிச்சு சொத்து வாங்கத் தொடங்கியிருக்கானுவோ. ராஜ்யம் குட்டிசோராகுத லக்ஷணம்.”

“சொத்து வாங்கின ஏப்பன் ஆரு அங்ஙத்தெ?”

மார்த்தாண்டவர்மாவுக்கெ ஆட்சியோடெ அனுதாபமுள்ள கப்பியற நாடான்.”

“அவனா?”

“ஆமா.”

“அவன் இந்த ராஜ பரணத்துக்கு அனுதாபியா?”

“ஆமா.”

“அவனெ தொலச்சுக் கட்டணும். அவன் ஊடு இருக்குத இடத்திலெ ஒரு குளம் தோண்டணும்.”

“வேண்டாம். அந்த நீசனெ நம்ம கையாலக் கொல்லண்டாம். கப்பியறெப் பகுதியிலெ நம்மொ ஆளுகளெக் கொண்டு கலகம் உண்டாக்கணும். பழியெ கப்பியற நாடானுக்கெ மேலெப் போடணும். திருவிதாங்கூர் படை அவனெப் புடிச்சுக் கொல்லும். அப்படி அவனெக் கொண்ணா, இந்தப் பகுதியிலெ உள்ள நாடாம் மாரெல்லாம் ராஜாவுக்கு எதிராகக் கலகம் செய்வானுவொ.”

“பேஷ் ராஜ தந்திரம்.”

சாமக்கோழிக் கூவும் முன் ரண்டாம் பேர் அறியாமல் வலிய அங்ஙத்தை செந்தரைக்குக் கிளம்பினார். செந்தரை செம்மணலில் உதய வெளிச்சம் பரவும் நேரம் தறவாட்டுக் கதவைத் தட்டினார்.

“என்னா, உடனெ திரும்பிட்டியோ?”

உடல் சோர்ந்து போயிருந்த மீனாட்சி கேட்டது உறங்கிக் கொண்டிருந்த முஸ்தபாக்கண்ணின் செவியில் ஒலித்தது. ஹா! என்ன இனிமையான குரல்.

“வயிறிளக்கம்.” அங்ஙத்தை வயிற்றைக் கசக்கியதையும் முஸ்தபாக்கண்ணு கண்டார்.

மீனாட்சியை நம்பச்செய்வதற்காக இரண்டு மூன்று தடவை வலிய அங்ஙத்தை கக்கூசுக்குள் சென்று சும்மா குத்தி உட்கார்ந்தார்.

தென்பத்தன் வானில் பாதிரா நிலவு அணையும் நேரம் ராஜபாதையிலிருந்து குதிரைக் குளம்பொலி உயர்வதை

பவுரீன்பிள்ளை உப்பா கேட்டுக்கொண்டு கிடந்தார். நூற்றாண்டுகளுக்கு முன் ஒலித்த குளம்பொலி முஸ்தபாக்கண்ணின் காதிலும் ஒலித்தது.

எதிரியா? நண்பனா?

பவுரீன்பிள்ளை உப்பா எப்போதும் தலைமாட்டில் வைத்துக் கொண்டிருக்கும் பித்தளை வாள்ப் பிடியை இறுக்கப் பிடித்தார்.

கப்பியறையிலும் அதன் சுற்று வட்டாரங்களிலும் எதிர்பாராமல் கலவரம் வெடித்துப் பரவியது. திருவாங்கூர் அரசாட்சியோடு பற்றுடைய பல நாயர் தறவாடுகள் சூறையாடப்பட்டன. எதுவும் தெரியாத பல அப்பாவி நாயர்களை கண்டகண்ட இடங்களில் கொலை செய்து போட்டனர். கலவரக்காரர்கள் நாடார்களின் தோற்றத்தில் காணப்பட்டனர். அவர்களுடைய அதே பேச்சும் "சூத்திரனை வெட்டுங்க வலேய்."

நாடார்கள் திருவிதாங்கூர் மன்னருக்கெதிராகக் கிளர்ச்சியில் ஈடுபட்டுள்ளச் செய்தி மன்னருக்கு எட்டியது. மன்னரின் படை கப்பியறைப் பகுதிக்கு விரைந்தது. மன்னரின் படை வரும் செய்தி தெரிந்ததும் கலவரக்காரர்கள் ஓடி ஒளிந்துவிட்டனர். பிடிபட்டவர்களில் ஒரு நாடார் கூட இல்லாமலிருந்தது பெரும் ஆச்சரியம்.

கிளர்ச்சியாளர்களின் அடுத்த இலக்கு தென்பத்தனாக இருக்குமோ? சிலவேளை தன்னுடைய வீட்டை இலக்காக்கி வருவதாக இருக்குமோ? பாதிரா உறக்கத்தில் ஆழ்ந்திருக்கும் தம்மீது திடீர் தாக்குதல் நடத்திக் கொலை செய்வதற்கான திட்டமாகவுமிருக்கலாம்.

பவுரீன்பிள்ளை உப்பா வாளை உருவினார். வாள் முனையைத் தரையில் ஊன்றியபடி கட்டிலில் உட்கார்ந்திருந்தார்.

நெருங்கி நெருங்கி வந்து கொண்டிருந்த குளம்பொலி சில கணங்களில் ஓய்ந்துவிட்டது.

வாள் பிடியின் மீதான பிடிப்பு இறுகியது.

கதவில் மெல்லத் தட்டும் ஓசை.

பவுரீன்பிள்ளை உப்பா வாளை ஓங்கிக்கொண்டு கதவுப் பக்கமாகப் பாய்வதை முஸ்தபாக்கண்ணு கண்டார். கதவில் தட்டுவதை உப்பா எண்ணிக்கொண்டார். ஐந்து முறை தட்டி ஓய்ந்துவிட்டது. தட்டும் எண்ணிக்கையைக் கொண்டு அரசு தூது என்று உணர்ந்து கொண்டார்.

வாசலைத் திறந்தபோது முன்னால் அரச தூதுவன். வழக்கமாகத் தூது கொண்டு வருபவன்.

"உடனே புறப்பட்டு வரணுமாம், சூரியோதயத்துக்கு முன்னெ அரண்மனையிலெச் செல்லணுமாம்."

பவுரீன்பிள்ளை உப்பாவைக் குதிரையின் பின்னால் உட்கார வைத்து தூதுவன் குதிரையைச் செலுத்தினான். தூசுப்படலம் கிளப்பிக்கொண்டு குதிரை மேற்குத் திசை நோக்கி விரைந்தது.

மகாராஜா திருமனசு பள்ளியறையில் பள்ளி கொள்ளாமல் உட்கார்ந்து கொண்டிருந்தார்.

"அம்மாவா!" பவுரீன்பிள்ளை உப்பாவைக் கண்டதும் மகாராஜா திருமனசு மகிழ்ச்சியாதிக்கத்தால் தன்னையே மறந்துவிட்டார்.

"தூதன் வந்தது?"

"யோகக்காரர்களும் மாடம்பிகளும் எட்டு வீட்டுப் பிள்ளைகளும் சதித்திட்டம் போட்டிருக்காங்கோ. இதெப் பாத்தீங்களா?" மகாராஜா திருமனசு ஒரு பனை ஓலையை எடுத்துக் காண்பித்தார். "எதிரிகளுடைய உளவாளியிடமிருந்து பறித்தது இந்த ரகசியக் கடிதம்."

"கழக்கூட்டத்துப்பிள்ளையும், குடமன்பிள்ளையுமல்லவா ஒப்பம் போட்டிருக்காங்கோ."

"ஆமா."

"கழக்கூட்டத்து பிள்ளையையும் குடமன்பிள்ளையையும் புடிச்சுக் கொண்டு வந்து திருமுன்னால் ஹாஜராக்கட்டா?"

"வேண்டாம் அவங்கெ சூழ்ச்சிகளெ நாம் தெரிஞ்சதாக் காட்ட வேண்டாம். ஆறாட்டுக்கு ரொம்ப எச்சரிக்கையாகச் சொல்லணும். ராஜதானியில் ஆங்காங்கெ ஏராளம் படைகளைத் தயார் நிலையில் நிப்பாட்ட உத்தரவு போட்டுருக்கேன். அம்மாவன் என்னுடைய மெய்க்காப்பாளரா என்னுடன் வரணும்."

"உத்தரவு."

ஆறாட்டுதினம். சாமி சிலைக்குப் பின்னால் பத்மநாப தாசன் ஊர்வலத்தின் முன் நடந்துசென்றார். எட்டுவீட்டுப் பிள்ளைகளும் மாடம்பிகளும் யோகக்காரர்களும் பிராமணர்களாகிய பண்டாரங்களும் ஏதும் தெரியாததுபோல் ஊர்வலத்தோடு இணைந்துகொண்டனர். ஆனால், அவர்கள் அனைவருக்கும் திகைப்பூட்டியது எதிர்பாராதவிதமாக உருவிய

வாளுடன் மன்னரின் மெய்க்காப்பாளனாக நடந்து சொல்லும் பவுரீன்பிள்ளை உப்பா. அவரைக் கண்ட தொடைநடுக்கத்தால் அவர்களது திட்டங்கள் தகர்ந்துபோயின. அந்த ஏமாற்றத் தினால் ஒவ்வொருவராக ஊர்வலத்திலிருந்து மெல்ல நழுவிவிட்டனர்.

ஆறாட்டுக்குப் பிறகு, வழக்கம்போல் மகாராஜா திருமனசு நாகர்கோவில் அரண்மனைக்கு எழுந்தருளினார். அப்பொழு தும் பவுரீன்பிள்ளை உப்பாதான் மெய்க்காப்பாளன்.

நாகர்கோவிலில் வைத்து எதிரிகளான பப்புத் தம்பியை யும் ராமன் தம்பியையும் ஒழித்துக் கட்டவேண்டும் என்பது தான் மகாராஜாவின் அந்தப் புறப்படலின் முக்கிய நோக்கம்.

நாகர்கோவில் அரண்மனையின் திறந்த மாடியில் மார்த் தாண்டவர்மா மகாராஜா திருமனசு உலாவிக் கொண்டிருந் தார். தம்மைச் சந்திப்பதற்காகப் பப்புத் தம்பி வருவதை மன்னர் கண்டுவிட்டார். பப்புத்தம்பியை மாடிக்குவிடாமல் ஏணிப்படி பக்கமே தடுத்து நிப்பாட்ட வேண்டுமென்று பவுரீன்பிள்ளை உப்பாவிற்கு மன்னர் கட்டளையிட்டார். கட்டளையைக் கேட்டதும், பவுரீன்பிள்ளை உப்பா வாளை உருவிப் பிடித்தார். உள்ளே நுழைந்த பப்புத்தம்பி, மாடியில் ஏறிச்செல்ல முற்பட்டார். பவுரீன்பிள்ளை உப்பா அவரை ஊடே தடுத்தார் “உள்ளே போவப்படாது.”

“நான் யார் தெரியுமா?”

“தெரியும்.”

“தீப்பட்ட ராமவர்மா மகாராஜாவுக்கெ மகன், இந்தச் சிம்மாசனத்துக்கு உரிமைப்பட்டவன்.”

“ஆரானாலும் உடமாட்டேன்.”

“உடமாட்டாயா?”

பப்புத்தம்பி வாளுயர்த்தி பவுரீன்பிள்ளை உப்பாவை வெட்டினார். வெட்ட உயர்ந்த வாள் தாழும் முன் பவுரீன் பிள்ளை உப்பாவின் வாள் பப்புத்தம்பியின் தலையைத் தரையில் உருட்டியது. உடன் பிறப்பின் முண்டம் துடிப்பதைக் கண்ட ராமன்தம்பி கொதித்தெழுந்தார். ஆவேசக்கொதிப்பால் ஓங்கிய வாளுடன் ஏணிப்படிகள் ஏறி மாடிக்குச் சென்றார். அவர் பின்னால் பவுரீன்பிள்ளை ஓடி ஏறினார். கட்டிலில் உட்கார்ந்து கொண்டிருந்த மன்னரின் கழுத்துக்கு நேராக வாளை உயர்த்தி ராமன்தம்பி வெட்டினார். வாள், மச்சு துலாக்கட்டையில் மாட்டிக்கொண்டது. அதை உருவிக் கொண்டு மீண்டும் வெட்ட ஓங்கியதும் குத்து வாளுடன்

மன்னர் ராமன்தம்பிக்கு மேல் சாடி விழவும் பவுரீன்பிள்ளை யின் வாள் ராமன்தம்பியின் தலையைத் தரையில் உருட்டியது.

அன்று இரவோடு இரவாக எட்டு வீட்டுப்பிள்ளைகளை யும் பண்டாரங்களையும் கைது செய்ய தலைமையேற்றுச் சென்றவர், பவுரீன்பிள்ளை உப்பா. மகாராஜாவின் முன் கைதிகள் கொண்டு வரப்பட்டனர். குற்றங்களை ஒப்புக் கொண்டனர். குற்றவாளிகளில் சிலரை முகமண்டபத்தில் வைத்து தூக்கிலிடும்போது பவுரீன்பிள்ளை உப்பாவும் அங்கு இருந்தார். பண்டாரங்கள் தூக்கிலிடப்படவில்லை. பிராமணர் கள் ஆனதால் மனுஸ்மிருதி அதற்குத் தடையாகயிருந்தது. பண்டாரங்களின் நெற்றியில் வாள்முனையால் நாய் உருவம் வரையப்பட்டு அவர்கள் நாடு கடத்தப்பட்டனர். வாள் முனையால் நெற்றிகளில் நாய் உருவம் வரைந்தது பவுரீன் பிள்ளை உப்பா.

கலவரக்காரர்களின் வீட்டுப் பெண்களையும் குழந்தை களையும் முக்குவர்களுக்குப் பிடித்துக் கொடுத்து வைரம் தீர்த்துக்கொண்டார் மன்னர். இவர்களது இல்லங்களும் அனைத்துப் பொருட்களும் பறிமுதல் செய்யப்பட்டன. வீடுகள் இருந்த இடங்களில் குளங்கள் தோண்டப்பட்டன. பறிமுதல் செய்த வீட்டுப் பொருட்களில் சந்தன மரத்தால் பணி செய்யப்பட்ட ஓர் அலமாரியும் இருந்தது. கிருஷ்ணன் தம்புரான் தங்கியிருந்த அரண்மனையில் இருந்தது சித்திர வேலைப்பாடுகள் நிறைந்த அந்த அலமாரி.

கலவரக்காரர்களை அடக்கி ஒடுக்கிய பின் ஊர் திரும்ப ஆயத்தம் செய்து கொண்டிருந்த பவுரீன்பிள்ளையை மன்னர் அழைத்தார்.

"அம்மாவா!"

"அடியேன்."

"நாகர்கோவில் அரண்மனையில் நடந்த திடீர்த் தாக்குதல் வேளையில் அம்மாவன் மட்டும் இல்லாதிருந்தால் எதிரியின் வாளுக்கு நான் பலியாயிருப்பேன். நான் இறந்துபோயிருந்தால் மக்காவுக்குப்போன சேரமான் பெருமாள் அம்மாவன் நிலை நாட்டிய இந்தத் திருவாங்கூர் ராஜவம்சத்தில் மருமக்க வழி அஸ்தமிச்சு போயிருக்கும். பிறகு இந்த ராஜ்யம் துஷ்டர்களின் கையில் மாட்டியிருக்கும். அம்மாவன் இந்தத் தர்ம ராஜ்யத்தைக் காப்பாற்றினீங்கெ. அம்மாவனுக்கு நான் என்ன தரணும்?"

"எக்கு ஒண்ணும் வேண்டாம், பொன்னுத் திருமேனி. திருவுள்ளம் கனிந்தருளி செய்ததே ஏராளம். தலைமுறை தலைமுறையாகத் தின்னவும் கிடக்கவும் தந்தது போதும்."

“போதாது. எனக்குத் திருப்தியாக இல்லை. எதிரியின் அரண்மனையிலிருந்து பறிமுதல் செய்த அந்தச் சந்தன அலமாரியை அம்மாவனுக்குக் கொடுத்தனுப்புகிறேன்.”

“திருவாய்க்கு எதிர் வாய் சொல்லலெ, பின்னெ ஒரு பணிவான வேண்டுகோள்.”

“சொல்லுங்கோ.”

“கப்பியறை, செந்திட்டைப் பகுதிகளில் மன்னராட்சிக் கெதிராக கலவரம் உண்டாக்கினது கப்பியறை நாடாரல்ல. நாடான்மாரெல்லாம் மன்னராட்சி மீது பற்றுள்ளவங்கொ. இந்த மண்ணெ நேசிக்கக் கூடியவங்கொ திருமேனி. அவுங் கெல்லாம் இந்த மண்ணுக்கெ மக்களாக்கும்.”

“ஒற்றர்கள் மூலம் எல்லாம் தெரிந்து கொண்டேன். செந்தரை வலிய அங்ஙத்தையின் கை அதன் பின்னணியில் உண்டு.”

பவுரீன்பிள்ளை வியந்துபோனார். பொன்னுத் திருமேனி இதை எப்படித் தெரிந்துகொண்டார்?

மன்னர் தொடர்ந்தார்.

“மார்த்தாண்டம் மடத்துப் பிள்ளையின் வீட்டில் வலிய அங்ஙத்தை போனதையும் ஒற்றர்கள் மூலம் தெரிந்துகொண் டேன். வலிய அங்ஙத்தை ராஜத் துரோகி அல்ல. கப்பியறை நாடானுக்கெ மீதுள்ள பகை போக்க அவர் செய்த சூழ்ச்சி. வலிய அங்ஙத்தை திருவட்டாரில் போன சந்தர்ப்பத்தில், மீனாட்சி அம்மாவனை ராத்திரி கூப்பிட அனுப்பிய சேவகன் எனக்கெ ஒற்றனாக்கும். எல்லாம் எனக்குத் தெரியும். மீனாட்சி கர்ப்பிணியானதும் வலிய அங்ஙத்தை தற்கொலை செய்துக் கொண்டதும் எல்லாம் தெரியும். செந்தரை அம்ம வீட்டை இடிக்காததும் அங்கே உள்ள பெண்களை முக்குவர்களுக்குக் கொடுக்காததும் அம்மாவனைக் கருதியாக்கும். அம்மாவ னுக்கெ பீஜம் மீனாட்சிக்கெ கர்ப்பப்பையில் வளர்ந்து வருவ தினாலெ அந்தத் தறவாடு ஒண்ணெயும் விட்டு வச்சேன்.”

“பொன்னுத் திருமேனி!”

பவுரீன்பிள்ளை நடுநடுங்கியதைக் கண்டு மன்னர் சிரித் தார். “ஒரு வீர சந்ததி அந்தத் தறவாட்டிலெ உண்டாவட்டு.”

பவுரீன்பிள்ளை ஏறி உட்கார்ந்த வெள்ளைக் குதிரையின் குளம்போசையும் குடைமணிக் கிலுக்கவும் செவியுற்றபடியே முஸ்தபாக்கண்ணு படுத்துக்கொண்டிருந்தார். ஓர் இரவில் சிறிது நேர மயக்கத்திற்கிடையில் முஸ்தபாக்கண்ணு நூற்றாண்டு களுக்கு முன் வருடங்களாக நீண்ட இரத்தம் சொரிச்சல்

நிறைந்த ஒரு கலவர பூமியைச் சுற்றி வலம்வந்து கொண்டிருக் கையில் அறை ஜன்னல் கதவில் தட்டும் ஓசை கேட்டு விழித்தார்.

"காக்கா." அடங்கிய குரல்.

பெண்குரலா?

செந்தரைத் தறவாட்டு முகப்பில் அடிவயிறு முன்னால் தள்ளி காணப்பட்ட சதைக்கொழுப்புள்ள மீனாட்சி இந்த நட்டப் பாதிராத்திரி தனியாக இறங்கி வந்து தன்னைக் கூப்பிடுவது எதற்காக? இறந்த கால பயணப்பாதை வழியாகப் பயணித்துக்கொண்டிருந்த முஸ்தபாக்கண்ணிற்கு மீனாட்சியின் மாமிசக் கதுப்பு உடலும் அவளுடைய மைக்கண்ணு தூவும் காமப்பார்வையும் மறைந்துவிட்ட இழப்பு ஏக்கத்தில் ஜன்ன லில் காதுகொடுத்தார்.

"காக்கா!"

ஜன்னலைத் திறக்கும்போது அவருடைய மிருது நரம்பு களில் அந்தப் புல்லரிப்புகள் ஏற்படுத்திய ஆவேசத் திளைப்பில் ஜன்னலைத் தட்டுவது ஒரு பெண்ணாக இருப்பதற்கு ஏங்கினார்.

"நான் தான்." மேற்கு வானில் சாயும் பாதிரா பிறையின் அரண்ட ஒளியில் இஸ்ராயிலின் வட்டத் தலப்பாகையும் வாயில்பாடியையும் கண்டு சோர்ந்துபோனார்.

"என்னடா?"

"வந்தாச்சு."

"எங்கெ?"

"அங்கெ நிப்பாட்டியிருக்கேன்."

"ஆளு?"

"உண்டு."

முஸ்தபாக்கண்ணு எழும்பினார். மர மிதியடியை மாட்ட வில்லை. நொறுங்கிய சிமெண்டு தரையில் அது ஓசை எழுப்பும். பூனைக் காலால் நடந்தார், தெற்கு வாசலை நோக்கி. செய்தகம்மதுமச்சானின் குறட்டைஒலி, ஒருவேளை அவர் முழித்துவிட்டாலோ? பின்வாங்கி மேற்கு வாசலுக்கு நேராகச் சென்றார். பல வருடங்களாகத் திறக்கப்படாத வாசல் அது. தாப்ளா சிக்கியிருக்கலாம். சத்தம் எழாதவாறு தாப்ளாவைத் தள்ளிப் பார்த்தார். என்ன அதிசயமோ? தாப்ளா விலகியது. மேற்கு வராண்டாவில் இறங்கி நின்றார்.

"பணம்?" இஸ்ராயிலிடம் கை நீட்டினார்.

"வாண்டியாச்சு."

"எம்புடு?"

"எம்புடுனு சொல்லயில்லை. மொதலாளி திருப்திபடும்படி வச்சிரிக்கேன் எண்ணு சொல்லி பொதியைத் தந்தாரு." பணப் பொதியை நீட்டினான்.

முஸ்தபாக்கண்ணின் முகமலர்ச்சியைப் பாதிரா ஒளியின் சிக்கனத்தில் கண்டான்.

"சத்தம் கேக்காதெ தூக்குங்கெடேய்."

"அதிலெ இருந்த பட்டு உறுமாலெ எடுத்தீளா?"

"எடுத்துட்டேன்."

உள்ளே நுழைந்த தடிமாடன்கள் அலமாரியை அப்படியே தூக்கினார்கள். மேற்கு வாசல் வழியாக வெளியேற்றினார்கள். இராஜபாதையில் நிப்பாட்டியிருந்த மாட்டு வண்டியில் தூக்கி வைக்கும்போது பாதிராபிறை எங்கோ போய் ஒளிந்தது. சவ்தா மன்ஸிலை இருள் கவ்வியது.

"காலயிலெ பாப்போம்." இஸ்ராயில் விடைபெற்று வண்டியைப் பின்னால் நின்று தள்ளிக்கொடுத்தான்.

தென்பத்தன் இராஜ பாதையிலுள்ள உருண்டைக்கற்களில் வண்டிச் சக்கரங்களிலுள்ள இரும்புப் பட்டைகள் உரைந்தன. உரையும் சத்தம் போகப்போக தேய்ந்து கொண்டே இருந்தது. பிறகு கேட்க முடியாதவாறு மவுனச்சூழல்.

இந்த இராஜபாதை போட்டபின் முதன்முதலாக இது வழியாக வந்த பார வண்டியில் இருந்தது, இதே சந்தன அலமாரிதான். அதே பாதை வழியாக அந்த அலமாரியை திருப்பி அனுப்பிவிட்டதைப் பற்றி முஸ்தபாக்கண்ணு சிந்தித்துப் பார்த்தார். விற்பனை செய்திருக்கவேண்டாமென அப்போது தோன்றியது. ஓர் இராஜ பரம்பரையின் நிலைத்தலுக்காக வாட்கள் சொரிந்த இரத்தத்தின், இராஜ மாதுக்களின் பச்சை மாமிசங்களின், வரலாறுகள் உறங்கிக் கொண்டிருந்தன அந்த அலமாரியில். அதை விற்பனை செய்த ஒரு குற்ற உணர்வு அவருடைய மனசிற்குள் ஏதோ ஒரு பகுதியை அரித்துக் கொண்டிருந்தது. சவ்தா மன்ஸிலை சூழ்ந்துகொண்டிருக்கும் வறுமை நிலையில் இதை விற்பனை செய்யாமலிருந்தால் எப்படி என்ற கேள்வியை அவருக்குள்ளே கேட்டுக்கேட்டு மனதைக் கசக்கிய துக்கத்தை அந்த இரவு கொண்டு கரைத்துவிட முயன்றார்.

மரியத்தின் தொடர் இருமல் சவ்தா மன்ஸிலுக்குள் எழுந்து அங்கேயே முட்டி நின்றது.

தோப்பில் முஹம்மது மீரான்

அறைக்குள் நுழைந்து கட்டிலில் அமர்ந்த முஸ்தபாக் கண்ணு உணர்ச்சிக் கொந்தளிப்பில் மூச்சு வாங்கினார். தாழ்த்தி வைத்திருந்த திரியைத் தூண்டினார். அடிமடியில் வைத்திருந்தப் பொதியை வெளிச்சத்தில் பிரித்துப்பார்த்தார்.

நூறு நூறாக ரூபாய் நோட்டுகள்.

அலமாரிக்கு இவ்வளவு விலையா? இருக்காது. பவுரீன் பிள்ளை உப்பா பண்டு செந்தரை அம்மவீட்டில் வம்ச விருத்திக்காகப் போட்ட விதைக்கான நன்றி. முளைத்த விதை நிலைநாட்டியப் பரம்பரையில் வந்த தம்பியின் மூக்கு தன்னுடைய இரத்த வாடையை முகர்ந்திருக்கக் கூடும். அந்தப் பாச உறவு காரணம் அள்ளித் தந்திருக்கக்கூடும்.

பிறை பத்துக்கே நிக்காஹ், முஸ்தபாக்கண்ணு முடிவு செய்தார். இஸ்ராயில் போனது காலையில் வருவதாகச் சொல்லி. அவன் வந்ததும் கல்யாணத்திற்கான ஏற்பாடுகள் செய்யவேண்டும். பணப்பொதியை முன் போல் மடித்தார். அதை வைப்பதற்காகத் தலையணையை உயர்த்தினார். அங்குப் பவுரீன்பிள்ளை உப்பாவின் உறுமால் இருந்தது. அதை அதில் வைத்திருந்ததை மறந்துவிட்டிருந்தார். பணப் பொதியைப் பட்டு உறுமாலில் சுற்றித் தலையணைக்கடி யிலேயே பழையபடி வைத்தார். இந்தப் பணத்தைப் பாதுகாப் பாக எங்கு வைப்பது என்ற கேள்வி. ஒரு நிமிட சிந்தனையில் ஆழ்ந்தார். அலமாரி இருக்குதே என்று நினைத்துப் பார்த்த அடுத்த நிமிடம் அலமாரி வாசற்படியை விட்டு வெளியேற்றப் பட்டதை நினைவு கூர்ந்தார். கைவிட்டுப் போன அலமாரி அவருடைய நெஞ்சில் ஒரு நினைவுப் புள்ளியாக எஞ்சி உறுத்தியது. அந்த எஞ்சல் அவருடைய நெஞ்சத்தை அழுத்திக் கொண்டிருந்தது. இந்த அழுத்தம் தன்னை உறங்க விடுமா? சற்று கண் அயரவேண்டும். உடல் முழுதும் தளர்கின்றது. சிந்திக்க, சிந்திக்க உணர்ச்சிக் கொளுத்துக்கள் நரம்புகளை இழுத்து முறுக்கேற்றுகின்றன.

திரியைத் தாழ்த்தி வைக்க முஸ்தபாக்கண்ணு எழும்பினார்.

அறைவாசலில் கால் அசைவு.

பார்த்தார்.

மரியம்! சுவரைப்பிடித்துக்கொண்டு இளைக்கிறாள்.

"நீ ஏன் குட்டி இப்பம் இஞ்செ வந்தா?"

"ஏன் அருமாலியெ வித்துப்போட்டியோ? அருமாலியெ தூக்குத நேரம் என்னாலெ எழூப்பி வர கழியல்ல."

முஸ்தபாக்கண்ணு பதில் இல்லாமல் திணறினார்.

"நஸீமா கேட்டா இல்லியா, அவளுக்குக் குடுக்கப்படாதா?"

அதற்கும் பதில் இல்லை. விற்பனை செய்ததும் தப்பு, நஸீமாவுக்குக் கொடுக்காததும் தப்பு என்று அந்நேரம் தோன்றியது.

மரியம் கணவனை உற்று நோக்கினாள். அவளுடைய ஆழப்பார்வையிலிருந்து தெறித்த பொருளை அங்கு நிலவிய மங்கலான ஒளியில் அவரால் புரிய முடியவில்லை.

"நா திடீரெணு மரிச்சு போனா எக்கெ மய்யத்துச் செலவுக்கு இந்த ஊட்டுலெ இனி என்ன இரிக்கி?"

அதற்கும் பதில் இல்லை. சரிதான். யாராவது இறந்து போனால் அடக்கச் செலவிற்கு இங்கு விற்க இனி என்ன எஞ்சியிருக்கிறது? விடைகளுக்குத் தட்டுப்பாடு வந்தபோது ஆனைப்பாறையை யாரோ தூக்கி அவர் தலைமீது வைத்திருப் பதாக உணர்ந்தார். அந்தப் பார அழுத்தத்தில் பூமி பிளந்து உள்ளே சென்று கொண்டிருந்தார். பாதாள இருட்டைக் கண்டு அலறினார்.

"போ, சைத்தானுக்கெ மோளே!"

அலர்ச்சைச் கேட்டு செய்தகம்மது முழித்தார்.

"என்ன!"

"இவொ என்னக் கொல்ல வருதா."

"அங்கெ என்னச் சத்தம்?" உடம்பறையிலிருந்து ஆசியாவின் குரல் கேட்டது.

"என்னெ ஆரோக் கொல்ல வருதுவோ, எக்கெத் தலைக்க மேலே ஆரோ ஆனப்பாறையைத் தூக்கி வச்சிரிக்கிதுவோ." மனசுக்குள் காட்டுத் தீ படர்ந்தாற்போல் அலறினார்.

"நிங்கொ கெடயுங்கொ மச்சான். ஒங்களெ ஆரும் கொல்ல மாட்டாங்கொ. ஒங்கெ தலையிலே ஒண்ணுமே இல்லை."

கையிலிருந்த குப்பிவிளக்கின் வெளிச்சத்தில் மூளியாகி விட்டிருந்த படிப்புரை திண்ணையைப் பார்த்து ஆசியா அசைவற்றாள். மூலையில் கூர்ந்து நோக்கினாள். அலமாரி வைத்திருந்த இடத்தில் தரையில் வெள்ளை அடையாளம் மட்டும் தெரிந்தது.

"பவுரீன்பிள்ளெ தறவாட்டுக்கெக் கிரீடம் எங்கே?" ஆசியா வெடித்தழுதாள். அந்தக் கேள்வியின் உக்கிரகத்தில் முஸ்தபாக்கண்ணு உருகிக் கொண்டிருந்தார்.

❖

23

இளம் காற்றில் தென்னங் குருத்துகள் தாளம் கொட்டிக் கொண்டிருந்த பாதி ராத்திரியில், தொலைவில் இராப்பாடி உடுக்குக் கொட்டுவதை முஸ்தபாக்கண்ணு கேட்டார். சவ்தா மன்ஸிலுக்குள் உறைந்துக் கிடந்த இருட்டில் நின்றுகொண்டு கதவு இல்லாத ஜன்னல் வழி, அலமாரியை ஏற்றிச் சென்ற மாட்டு வண்டியின் சக்கரங்கள் உருண்ட இராஜபாதையை எட்டிப் பார்த்தார். பாதையை மூடியிருந்த கரும் போர்வையைக் கிழித்துக் கொண்டிருந்தது, இராப்பாடியின் கையிலிருந்த ராந்தல் விளக்கு. பாதை ஓரத்திலுள்ள வீட்டு முற்றங்களில் நின்று, மூடப்பட்டிருந்த வாசல்களை நோக்கி உடுக்குக்கொட்டி குறி சொல்லிக்கொண்டிருந்த இராப்பாடியின் குரல் உயர்ந்து கேட்டது.

ஆளிப்படரும் வனநெருப்பில், ஜன்னல் கம்பியை இறுக்கிப் பிடித்துக்கொண்டு இராப்பாடியை உற்றுப் பார்த்துக் கொண்டிருந்தார் முஸ்தபாக்கண்ணு. இராப்பாடியின் கையில் தொங்கிக் கொண்டிருந்த ராந்தல் விளக்கொளியும் வாய் சளைக்காமல் உதிர்த்துக் கொண்டிருந்த குறிசொல்லலும் நெருங்கி வந்தன. ராந்தலின் ஒளி முகத்தில்படாமலிருக்க முஸ்தபாக்கண்ணு ஜன்னலோரச் சுவரில் மறைந்து கொண்டார்.

ஜன்னல் வழி உள்ளே நுழைந்த ராந்தல் வெளிச்சம் வெடிப்பு விழுந்து காவி பிடித்துப்போன சவ்தா மன்ஸிலின் உட்சுவரில் மோதியது. உடுக்கு உயர்ந்து அடங்கியது. இராப் பாடியின் குரல் முஸ்தபாக்கண்ணின் காதினூடே கடந்து மூளையைக் கொதிக்கச் செய்தது.

“வீரன் வாழ்ந்த வீடு, சீமான்கள் வாழ்ந்த வீடு, ராஜ செல்வங்கள் நிறைந்த வீடு. வீட்டிலிருந்த சீதேவி வெளியே போனது முதல் தொத்திய கேடு இந்த வீட்டுக்கு.” உடுக்கு ஒலித்தது.

முஸ்தபாக்கண்ணு நடுங்கினார். பகைப்புடன் நின்றார். இராப்பாடி சொன்னதெல்லாம் உண்மை. அந்த உண்மை, ஒரு பாவ உணர்வால் அவரை வளயம் செய்தது. அந்த உணர்வு அவருடைய தலை ஓட்டை நெரித்தது. தலைஓடு நெரியும் சத்தம் அவருடைய உள்ளில் உயர்ந்து கேட்டது.

மீனாட்சியை நினைத்தார்.

செந்திட்டை வலிய அங்னத்தையின் சடலம் புளிய மரக்கொப்பில் நூற்றாண்டுகளுக்கு முன் ஒரு காலையில் தொங்கிக் கொண்டிருந்தது அவர் கண்ணுக்குத் தெரிந்தது. காற்றில் அசையும் சடலத்தை உற்று நோக்கினார். தலை சுற்றுவதாகத் தோன்றியது.

முஸ்தபாக்கண்ணு கட்டிலில் குப்புற விழுந்தார்.

"யா அல்லா! நீ எக்கெ மனசுக்குச் சொஸ்ததையைத் தா. இல்லேண்ணா எக்கெ ரூஹை எடுத்துப்போடு."

விடியும் வரை புலம்பிக்கொண்டே கிடந்தார்.

சந்தன அலமாரியை விற்பனை செய்த காசில் முகம் மலர்ந்த நேரம், பின்வாசல் வழியாக முஸ்தபாக்கண்ணின் மனசுக்குள் கட்டெறும்புகள் புகுந்தன. அவை எப்போதும் அவரைச் சிந்தனையில் ஆழ்த்திக் கொண்டிருந்தன. மனசின் உட்சுவரில் முட்கொடிகள் வளர்ந்து படர்ந்து ஆங்காங்கே காயப்படுத்துவது போலிருந்தது. நெஞ்சில் தாங்கமுடியாத ஒரு பளு இருப்பதுபோல். தலைக்குள் கருந்தேள்கள் கொடுக்குகள் ஊன்றியிறக்கி ஓடுவதுபோல். சாய்வு நாற்காலியில் வந்தமரும் போதும் கட்டிலில் படுக்கும்போதும் மனசும் தலையும் புகைந்து புகைந்து நீறாகிக்கொண்டிருந்தன. நடந்தால் நடக்க முடிவதில்லை. நெஞ்சிலிருக்கும் பளு அழுத்தியது. கண்களை மூடி குனிந்து உட்கார்ந்தால் மட்டும் சிறிது ஆறுதல். அப்போதெல்லாம் வாப்பா சொல்லிக்கேட்ட, வாப்பும்மா, உம்மும்மா எல்லாரும் சொல்லிக்கேட்ட பழங்கதைகளிலுள்ள நிகழ்வுகளின் நீர்க்கசங்களில் நினைவுகள் மூழ்கி தாழ்ந்து துழாவிக்கொண்டிருந்தன.

இப்போது வேண்டியது சொற்ப மன ஆறுதல், சிந்தனைகள் சிராய்ப்புகள் உண்டுபண்ணாமல், மனம் உழறாமல் கொஞ்சம் நேரம் உட்காரவோ படுக்கவோ வேண்டும்.

மனத்தைப் பீடித்திருக்கும் இந்த நோயை குணப்படுத்த இந்தத் துனியாவிலுள்ள எந்த வைத்தியர்களாலும் முடியவே முடியாது என்ற திட நம்பிக்கை அவருக்கு. பீடித்திருப்பது அப்படிப்பட்ட பெருநோய். கற்புடைய அரச பெண்களின் அலையும் ஆத்மாக்கள் போட்ட சாபத்தால் பீடித்த நோய்.

மீனவர்களிடம் அகப்பட்ட பெண் உடல்களிலிருந்து வெளியேறிய ஆத்மாக்களின் கடந்தகால கற்பின் சாப சரங்கள்.

இதைக் குணப்படுத்த ஒரே வழிதான் முன்னால் தெரிகிறது. காயல்பட்டணத்திற்குப் போவுதல். தனக்குப் பெயர் சூட்டியது குத்தூஸ் தம்பி லெப்பை ஆலிம் ஒலியுல்லாஹ். அவர் இப்போது வாழ்ந்துகொண்டிருக்கமாட்டாரோ? தனக்குப் பெயர் சூட்ட வரும்போதே அவர் கிழவராயிருந்தார் என்று காசீம்பிள்ளைக் கண்ணு உப்பா, தன்னுடைய பெயர் சூட்டு விழாவின் புகலிப்பைச் சொல்லும்போது சொன்ன நினைவு. அவர் இல்லாவிட்டாலும் அவருடைய வாரிசுகள் இல்லாமலிருக்காது. அவர்களிடம் தன்னுடைய குறைகளைச் சொல்லி அவர்களுடைய துஆ பரக்கத்தினால் நோய் குணமடையலாம். முன்பு ஒருபோதும் இப்படி வந்ததே இல்லை. சந்தன அலமாரியை வெளியே எடுத்துச் சென்ற கணத்திலிருந்து துவங்கிய மனசஞ்சலம்.

வெள்ளித் தாம்பாளம் விற்பனை செய்தபோது, வெள்ளிப் பிடியுள்ள வாளை விற்றபோது, பட்டிலுள்ள ஜரிகையைக் கிழித்து விற்றபோது, கதவுகளை விற்றபோது, ஜன்னல் கதவுகளையும் செம்பு கீல்களையும் விற்றபோது – இப்படி எத்தனையோ பொருட்கள் ஒன்றன்பின் ஒன்றாகக் காலம்காலமாக விற்பனை செய்யப்பட்டன – அப்போதெல்லாம் மனசிற்கு இப்படி நீற்றல் இருந்ததில்லை. மகிழ்ச்சியாகவே இருந்தது. சந்தன அலமாரியை விற்பனை செய்த நிமிடம் முதல் தனக்கு இப்படி வரக் காரணம்? காரணம் தேடித்தேடி முஸ்தபாக்கண்ணின் சிந்தனை கொதிப்படைந்தது. அது ஒரு தீச்சுள்ளையாக மாறியது. சுள்ளை பற்றியபோது உறக்கம் இல்லாமலானது. உறக்கம் இல்லாமலானபோது ஓடுகள் கழன்றுபோன சவ்தா மன்ஸிலின் மேற்கூரைக்குக்கீழ் பதுங்கிய இரவுஇருட்டில் அங்குமிங்கும் நடந்துகொண்டிருந்தார். உறக்கமின்மையாலுள்ள அந்த நடையில் வாப்பாவோ, உம்மாவோ, உம்மும்மாவோ, வாப்பும்மாவோ அவருக்குப் பெயர் சூட்ட சின்னமக்காவிலிருந்து வந்த அவுலியாவைப் பற்றி சொன்ன நினைவில் ஆழ்ந்தார்.

அன்று தென்பத்தன் சனங்களை நடுநடுங்க வைத்தவர் குத்தூஸ் லெப்பை ஆலிம் ஒலியுல்லாஹ். பார்த்திராத அந்த வெண்தாடியுள்ள முகம் முஸ்தபாக்கண்ணின் கண்களுக்குத் தெரிந்தது.

பவுரீன்பிள்ளையின் வம்ச பரம்பரை தன்னுடன் முடிவுறுமோ என்று முஸ்தபாக்கண்ணின் வாப்பா நூர்முஹம்மது பயந்த காலம். கண் எட்டா தொலைவு வரை நீண்டு பரந்து கிடக்கும் தறவாட்டுச் சொத்துக்களைப் பாதுகாத்து குடும்ப

ஆட்சி செய்வது யார் என்ற கேள்வி அவரை அன்று துன்புறுத்திக் கொண்டிருந்தது. திருமணம் நடந்து பல வருடங்களாகியும் குடும்பத்தில் குழந்தையின் அழுகைச் சத்தம் கேட்கவில்லையே என்று குடும்பத்தினர் கைசேதப்பட்டுக் கொண்டிருந்தனர். பல பல நேமிசங்கள் செய்தனர். அவருடைய வேண்டுதல்களும் நேமிசங்களும் இறைவனின் அர்ஷில் போய் விழுந்தன. ஆமினா உம்மாவின் அடிவயிறு நாளடைவில் துருத்திக் கொண்டே வந்தது.

குழந்தை பிறந்தால் பெற்ற நாற்பதன்று குழந்தையின் தலைமயிர் எடுப்பதுவும் பெயர் சூட்டுவதும் ஒரு சடங்கு. வெகுகாலத்திற்குப்பின் பிறந்த குழந்தை. தலைக்குழந்தை ஆண் குழந்தையானதினாலும், தனக்குப் பிறகு குடும்பக்காரணவனாக வரவேண்டியவனானதினாலும் பெற்ற "நாற்பது நாள்" சடங்கைக் கம்பீரமாக நடத்துவதென்று நூர்முகம்மது முடிவெடுத்தார். அதற்காகச் சில சர்வே நம்பர் தோப்புக்களை வேண்டுமானால் கிரயம் செய்யவும் தயாரானார். பவுரீன்பிள்ளை தறவாட்டில் பெரும் கல்யாணத்திற்கான தடபுடல். தலைமுடி எடுப்பது தொடர்பாக ஒரு மாட்டைப் பலி கொடுக்கவேண்டும். அதன் இறைச்சி ஊரெங்கும் விளம்பவேண்டும். ஊர் சனங்களுக்குச் சாப்பாடு கொடுக்கவேண்டும். ஒன்றல்ல; இரண்டு கராச்சிக்காளைகள் பலிகொடுக்க முடிவு செய்தார். குழந்தைக்குப் பெயர் சூட்டுவதற்குப் பேரும் புகழுமிக்க ஒரு மவுலவி அல்லது தங்ஙள் வேண்டுமென்றும் முடிவு செய்தார்.

பெயர் சூட்ட தகுதியானவர் யார் என்று பவுரீன்பிள்ளை உப்பாவின் சாய்வு நாற்காலியில் சாய்ந்து கிடந்துகொண்டு காலாட்டினார் நூர்முகம்மது. காசர்கோடு, பொன்னானி, கள்ளிக்கோட்டை, கொடுங்கல்லூர், கொல்லம் இவ்விடங்களிலுள்ள புகழ் வாய்ந்த மவுலவிகள், தங்ஙள் இவர்களுடைய பெயர்கள் சிந்தனையில் பாய்ந்து ஓடிய போதிலும் எந்தப் பெயரும் அவருக்குத் திருப்தியாக இல்லை. இரவு பகலாக பெயர் சூட்டுவதற்குத் தகுதியான ஒருவரை தானாகவே தேடிக் கொண்டேயிருந்தார். ஒரு பிடிப்பும் கிடைக்கவில்லை. நாற்பதாவது நாள் நெருங்கிக் கொண்டிருக்கிறது. மனம் தளர்ந்தது. இரவு படுத்தால் உறக்கம் வருவதே இல்லை. ஒரு நாள் இரவு வெகுநேரம் கடந்த பின் கண் சற்று மயங்கியது தான் உண்டு.

"நூர் முஹம்மது!" பரிச்சயமில்லாத குரல். ஆனால் கூப்பிடும் போது தனக்கு ரொம்பவும் நெருக்கமானவர் போலிருந்தது. குஞ்சரம் உள்ள சிவப்புத் தொப்பி. வெள்ளைத்தாடி. உள்பாடி தெரியும்படியான நேர்த்தியான வெள்ளை வாயில் சட்டை

முட்டிற்குக் கீழ் இறங்கி நிற்கின்றது. சிவப்பில் வெள்ளைக் கோடுகளுள்ள மயில் கண்ணன் லுங்கி, உயரமான மரமிதியடி, ஒரு கையில் கேத்தல், இன்னொரு கையில் வெள்ளிப்பூணுள்ள கறுப்புத் தடி. ஒளிரும் கண்கள். முகத்தில் விளக்க முடியாத ஒருவகையான ஒளி.

"அப்பா!" வந்தவருடைய தோற்றமும் பாவனையும் ஒளிரும் கண்களையும் முக லாவண்யத்தையும் கண்டபோது நூர்முகம்மது பக்திபரவசத்துடன் கூப்பிட்டார்.

"உன் மகனுக்குப் பேருபோட என்னை நினைக்காதது ஏனப்பா?"

"மன்னிப்பு தாருங்கொ அப்பா."

"என்னெ நினைவு வரல்லியாப்பா?"

நூர்முகம்மத்திற்கு ஒரே குழப்பம். என்ன பதில் சொல்வது? தனக்கு முன் நிற்பது ஏதோ ஓர் அவுலியா என்று தெரிந்து கொண்டார்.

"என்னைத் தெரியுதா உனக்கு?"

அந்தக் கண்களிலிருந்துப் புறப்பட்ட ஒளிவீச்சில் நூர்முகம்மது உக்கிப்போனார்.

"மன்னிப்பு தாருங்கொ அப்பா!" நூர்முகம்மதின் கை கால்கள் நடுங்கின. வருகையாளர் சாபம் போட்டுவிட்டாலோ?

"பயப்படாதெ. நான் மக்காவில் கஃபத்துல்லாவிலெ தஹஜ்ஜத் தொழுதிட்டிருந்தேன். உன் மகனுக்குப் பெயர் சூட்டத் தகுதியான ஆள் கிடைக்காம நீ ராப்பகலாத் தூக்க மில்லாம அவதிப்படுவதெப் பாத்தேன். உன் பேரில இரக்கமா இருந்ததப்பா."

"அப்பா நீங்கொ?"

வருகையாளர் ஏளனமாகச் சிரித்தார்.

"தெரியாதா?"

நூர்முகம்மது வந்தவரை உற்று நோக்கினார்.

"யூசுப் லெப்பைத் தம்பி அப்பா என்று கேள்விப்பட்டிருக் கியா?"

"அல்லோ, பெரிய ஒலி."

"அந்த ஒலியுடைய பேரன் நான். குத்தூஸ் தம்பி லப்பை."

"சுபுஹானல்லாஹ்! நிங்கொ இந்தத் தறவாட்டுக்கு எழுந்தருளியிருக்கீளா?"

“எங்களெயெல்லாம் மறந்துட்டாப்பா, மலையாளத்துலெ உள்ள ஆளுகளெ நினைச்சா?”

“தப்புதான். தவ்பா தவ்பா.”

“சூரியோதய நேரம் காயிலானுக்கு வா. நான் இப்பம் மக்காவிலெ உள்ள கஃபத்துல்லாவுக்குப் போறேன். அங்கெப் படுத்திட்டு காலையிலெ சுப்ஹு தொழுதிட்டு சூரியோதய நேரம் காயிலானுக்கு வருவேன்.”

“எக்கெ கண்ணுமணியான அப்பா.” நூர்முகம்மது உரக்கெ கூப்பிட்டார். வருகையாளருடைய காலைக் கட்டிப் பிடித்து முத்தமிட முன்னால் பாய்ந்தார். வந்தவர் நின்று கொண்டிருந்த இடத்தில் தேக்கு மரத் தூண் நிற்பதைக் கண்டு அதிர்ந்து, சோர்ந்து போனார்.

வீட்டு வாசல்கள் எல்லாம் மூடியபடியே உள்ளன. வீட்டை முழுதும் சுற்றி நோக்கினார். எல்லா வாசல்களும் உள்ளே தாப்ளா போடப்பட்டிருப்பதைக் கண்டார். எல்லோ ரும் ஆழ்ந்த நித்திரையில். அறைக்கு வந்தபோது எங்கும் முகராத ஒரு வகையான நறுமணம் அறையெங்கும் முட்டி நிற்பதை முகர்ந்து பிரமித்துப் போனார். எதன் நறுமணம்? ஊதுபத்தியா? குமிஞ்சானா? சந்தனத் தைலமா? அம்பரா? கஸ்தூரியா? எதுவென்றே புரியவில்லை. எல்லாவற்றின் வாசனைகளும் கலந்துவருகின்றன. இவற்றிற்கெல்லாம் மேலாக வேறு ஏதோ ஒருவகையான சுகந்தம் வருகிறதே? சொர்க்கக் கன்னிகளான ஹூரிகள் ஊஞ்சல் ஆடும் பூங்காவில் மலர்ந்து பரிமளம் பரப்பும் சொர்க்க புஷ்பத்தின் வாசனையா?

நூர்முகம்மது பிறகு உறங்கவே இல்லை. மனமெங்கும் அப்பா நிரம்பி நின்றார். சொன்னபடி சூரியோதய வேளை யில் காயிலானுக்குச் சென்றாக வேண்டும். காயிலான்? பாண்டி நாட்டின் கிழக்குக் கடற்கரையில் இருக்கிறது. நாஞ்சிநாட்டைச் சேர்ந்த தென்பத்தனிலிருந்து, ஒரு பிற்பாதி இரவு கொண்டு எப்படிப் போய்ச் சேர முடியும்?

சந்தேகங்கள் மனசைக் கவ்வியபோது, எதிர்பாராத ஒரு துணிச்சல் மனசை உந்தியது. உடன் பயணத்திற்கான ஒருங்கூட்டல்கள்.

வில் வண்டியைப் பூட்டச் சொன்னார்.

வண்டிக்காரன் பஹர் இபுராகீம், பவுரீன்பிள்ளையின் தறவாட்டு முற்றத்தில் சாமநிலாவில் உறக்கச்சடவோடு நின்று கொட்டாவிவிட்டான்.

“இந்த நடுச்சாமத்திலெ தூரமா?” பேற்று அறையில் கிடந்துகொண்டு ஆமினா உம்மா கேட்டாள்.

“காயல்பட்டணத்துக்குப் போவணும். புள்ளய்க்குப் பேருபோட தம்பி அப்பாக்கப் பேரன் குத்தூஸ் தம்பி லெப்பை ஆலிமை கூப்பிடப்போறேன்.”

“தம்பி அப்பா ஒலியுல்லாக்கெ பேரனையா? நம்மொ செல்ல புள்ளய்க்குப் பேருபோடவா?” தொட்டிலில் கால் அசைத்துக்கொண்டு கிடந்த செல்லக்குட்டியின் குருத்துக் கன்னத்தில் முத்தம் கொடுத்தாள் ஆமினா உம்மா. “எக்கெ பொன்னு மோலாளி. நிங்கொ பாக்கியம் பெற்ற புள்ள தான்!”

“பஹுரே?”

“முதலாளி.”

“காயல் பட்டணத்துக்குப் போவணும்டேய்.”

“போலாம்.”

“காளை எப்படிடேய்?”

“நல்ல கறிக்காளதான். வலது காளக்கெ காலுதான் கொஞ்சம் வீங்கியிருக்கு.”

“ஓடுமா?”

“சந்தேகம்தான்.”

“சூரியோதயத்துக்கு முன்னெ போய்ச் சேரணும்டேய்.”

“அதெப்படி முடியும் முதலாளி? காயல்பட்டணம் துனியாவுக்கெ தொங்கல்லெ இல்லியா? ஆருவாமொழிக் களிஞ்சு பாண்டி நாட்டிலெ இல்லியா? கராச்சிக் காள பூட்டி வெரட்டி உட்டாலும் போயச்சேர மூணு நாளாவுமே முதலாளி?”

“எக்குத் தெரியாது. சூரியன் உதிக்கீதுக்கு முன்னெ அங்கெப் போய்ச் சேரணும். தம்பி அப்பாக்கெ பேரனாக்கும் போவச் சொன்னது. அவுங்கொ கஃபத்துல்லாவிலெ சுப்ஹு தொழுதிட்டு அங்கெ வருவாங்கொ.”

பஹுர் இபுராகீமுக்கு எதுவும் புரியவில்லை. ஏதாவது கனவு கண்டு முதலாளி தலைக்குக் கிறுக்கு புடிச்சுபோச்சோ? பஹுருக்கு சந்தேகம்.

“வண்டியெ எப்படித்தான் வெரட்டி உட்டாலும் சூரியன் உதிக்கும்போ கருங்க சந்தைக்குத்தான் போய்ச் சேர முடியும். காயல்பட்டணம் எங்கெ கெடக்குது, நம்மொ தென்பத்தன் எங்கெ கெடக்குது?”

“உடுடா வண்டியை. போவச் சொன்னது தம்பி அப்பாக்கெ பேரனாக்கும்.”

நூர்முகம்மது வண்டியில் ஏறினார். பஹுர் இபுராகீம் கோஸ்பெட்டியில் குதித்து ஏறினான். வண்டியின் பக்கவாட்டில்

சொருவி வைத்திருந்த சாட்டைக் கம்பை உருவி ஓங்கி அடித்தான். "ஞ்சளேய்."

காளைகள் குதித்தன. அதன் கழுத்து மணிக் கிலுக்கம் செம்மண் பாதையிலுள்ள பாதிரா மவுனத்தைக் கலைத்துக் கொண்டிருந்தது. பாதிராக்காற்றில் பறந்து வந்த ஒரு மலரின் சீதள நீவுதலில் நூர்முகம்மது வண்டியில் சாய்ந்தார். வண்டி குதித்தோடிக் கொண்டிருந்தது. வண்டி ஓட்டும்போது ஒருபோதும் தூங்காத பஹறின் கண்களிலும் ஒரு பூவிதழ்த் தழுவல் அனுபவப்பட்டது. முனையில் தோல் வார் கட்டிய சாட்டைக் கம்பு அவன் தளர்ந்த கையில் ஓய்ந்து கிடந்தது. அவனுடைய தலையும் வண்டியின் பக்கவாட்டில் சாய்ந்தது.

குண்டு குழிகளில் விழுந்து வண்டி குலுங்கியதை அவர்கள் இருவரும் அறியவில்லை. எதிரில் வந்துகொண்டிருந்த வண்டிகளின் கடகட சப்தமோ, குடமணிக் கிலுக்கங்களோ, நாய்களின் குரைத்தல்களோ, முப்பந்தல் ஆலமரங்களில் காற்று போட்ட குரவையோ, எதையுமே அவர்கள் கேட்கவில்லை. பாதைகள் நன்கு பரிச்சயமானதுபோல் காளைகள் குதித்தோடின. அந்தப் பாய்ச்சலில் காற்று பின் தங்கியது. சத்தங்கள் அமுங்கின.

கீழ் வானச்சரிவு வெளுத்ததும், பிறகு சிவந்ததும் இருவரும் அறியவில்லை. வங்காளக்கடல் வானத்தில் கிழித்த நீல நேர்க்கோட்டின் மீது ஒரு சிவப்பு வில்லைக் கண்டதும் வில்வண்டி நெடுநீளத்தெரு ஒன்றில் வந்து நின்றது. யாரோ பிடித்து நிப்பாட்டியதுபோல் மாடுகள் நின்றன. காளை மாடுகளால் கால்களை முன்னால் வைக்க முடியவில்லை.

பஹறுக்கு முழிப்பு வந்ததும் மாடுகள் மீது கோபம் பொத்துக்கொண்டு வந்தது. சாட்டைக் கம்பைப் பலமாகப் பிடித்தான். மாட்டை விரட்டி அடிக்க சாட்டைக் கம்பை ஓங்கினான். கை உயரவில்லை. அப்போதுதான் நீண்ட தெருவைக் கண்டான். இரு பக்கங்களிலும் வரிசையாக வீடுகள் பல வண்ணங்களில் புள்ளிச் சேலைகள் கட்டிய பெண்களின் தலைகளில் முக்காடுகள். அவர்களுடைய இடுப்பில் தொங்கிக் கிடக்கும் வலுவங்கள். ஆண்களின் தலைகளின் தொப்பிகள், மணிக்கட்டுவரை கை நீண்ட சட்டைகள், முன்பு ஒருபோதும் பார்த்திராத சனங்கள், உடைகள். ஏதோ ஜின்னுலகத்தில் அகப்பட்டுப்போன பதற்றம், பெண்கள் கடந்து சொல்லும்போது அவர்களுடைய சிவந்த வாய்களிலிருந்து கருப்புக்கட்டியில் வேகவைத்த வேப்பாணம் புகையிலையின் மணம் கமழ்ந்தது. ருசி மிகுந்த மணம். பஹர் அந்த வாசனையை

ரசித்து முகர்ந்தான். இந்தப் புகையிலை சேர்த்து ஒரு வெற்றிலை போட்டாலோ?

"அப்பா ஊட்டுக்கு முன்னால வண்டி நிப்பாட்டப் படாது, வாப்பா." ஒரு வயோதிகர் ஓடி வந்து விலக்கினார்.

"முதலாளி."

பஹர் ஆச்சரிய மிகுதியால் உரக்க கூப்பிட்டான்.

நூர்முகம்மது படக்கென்று கண் விழித்தார்.

"வந்தாச்சு."

நான்கு நாட்களாக வண்டியில் உறங்கிக் கொண்டிருந் தோமா? நூர்முகம்மதுக்குப் பெருத்த சந்தேகங்கள். காலில் நீர் வந்து வீங்கிய மாடு எங்கு வந்து சேர்ந்திருக்கிறது? எந்த நாட்டில், எந்த ஊரில், நின்று கொண்டிருக்கிறோம்?

அப்பா சொன்ன நேரத்தில் போய்ச்சேர முடியாத அங்கலாய்ப்பு நூர்முகம்மதிற்கு. அப்பா சாபம் போட்டு விடுவாரோ?

"வாங்க." குரல் கேட்ட திசைக்குத் திரும்பினார்.

வண்டி நின்று கொண்டிருந்த இடத்தை ஒட்டிய வீட்டின் முகப்புப் பகுதியில் அப்பா நின்று கொண்டிருந்தார். அன்று இரவு பார்த்த அதே உருவம். கண்களில் அதே ஒளி. அந்த ஒளிச்சுடர் ஏதோ அதல பாதாளத்திலிருந்து சுரப்பது போல் தோன்றியது. முகத்தில் அதே களை, அதே ஒளி மயம்.

"ஏய் வண்டிக்காரா, வண்டிக்கெ வலது சக்கரத்திலெ உள்ள அச்சாணியெ உருவி எடு." தம்பி அப்பாவின் பேரன் குத்தூஸ் லெப்பை அப்பா சுட்டிச் சொல்லும்போது அவருடைய சுட்டு விரல் துண்டிக்கப்பட்டிருந்தது. துண்டித்த இடத்தில் இரத்தம் கனிந்திருப்பதை பஹர் பார்த்தான்.

பஹர் ஓடிச் சென்று அச்சாணியை உருவினான்.

"அப்பா விரல்!" அச்சாணி ஓட்டையிலிருந்து உருவிய அச்சாணியைப் பார்த்து கத்தினான்.

"கொண்டா."

பஹர் கொடுத்த சுட்டு விரல் துண்டை குத்தூஸ் லெப்பை அப்பா துண்டுபட்ட தன்னுடைய சுட்டுவிரலில் ஒட்ட வைத்தார். கோரம்பாயில் உட்கார்ந்து நூர்முகம்மதோடு பேசி வெற்றிலை போடும்போது ஒட்ட வைத்த விரலைக் கொண்டு சுண்ணாம்பு தோண்டி வெற்றிலையில் தேய்த்தார்.

"அப்பா விரல்?"

“ஆமப்பா, வண்டி ஓடி வாற வேகம் கண்டு நீங்கெ பயந்து போவீங்கெண்ணு ஒரு பூ இதழ் எறிஞ்சு உங்களை உறங்க வச்சேன். வள்ளியூர் தாண்டி வரும்போது வண்டி ஒரு குழியிலெ விழுந்தது. அந்த நேரம்தான் நா மக்காவிலெ கஃபத்துல்லாவிலெ சுப்ஹு தொழுதிட்டு வெளியே வந்தேன். வண்டிச் சக்கரத்திலெ உள்ள அச்சாணி ஒடிஞ்சு வலது சக்கரம் கழன்று ஓடப்போவதெ பாத்தேன். உடன் எனக்கெ சுட்டு விரலெ முறிச்சி எறிஞ்சேன். விரல் போய் அந்த அச்சாணி ஓட்டயிலெ அச்சாணியாக இருந்தது. இல்லேண்ணா நீங்கெ ரண்டு பேரும் விழுந்து மௌத்தாயிருப்பீங்கப்பா.” அப்பா அலட்சியமாகச் சிரித்தார்.

நூர்முகம்மது திகிலடைந்து உட்கார்ந்தார். வெளியே வராண்டாவில் முட்டுக்கட்டி உட்கார்ந்து கொண்டிருந்த பஹர் அப்பா சொன்னதைக் கேட்டான். அவனுடைய ஈரல் குலை நடுநடுங்கியது.

“அப்பா, ஒரு ராத்திரி கொண்டா நாங்கொ வந்தோம்?”

“ஆமா.”

“எப்படி வந்தோம்?”

“அதெல்லாம் கேக்க வேண்டாம். நா சொன்னபடி நீங்கெ புறப்பட்டு வந்தீங்கெ.”

“என் புள்ளைக்கு அப்பா வந்து பேரு போடணும்.”

“வாரேன்.”

“நாங்கெ.”

“புறப்படுங்கொ.”

அங்கிருந்து புறப்பட்ட மூன்றாவது நாள் மாலையில் பாங்கு சொல்லும் நேரத்தில் தென்பத்தனை அடைந்தனர் இருவரும்.

தென்பத்தன் சனம் பஹருக்குப் பசுமார்க் சுருட்டு வாங்கிக் கொடுத்துச் சின்னமக்காவிலுள்ள மதுஹுகள் கேட்டு மயிர்ச் சிலிர்ப்போடு உட்கார்ந்தனர். பகல் நேரங்களில் புளிய மரத்தின் நிழலில் உட்கார்ந்தும் இரவு நேரங்களில் நிலவு பரந்த மணல் திட்டுகளில் உட்கார்ந்தும் பஹர் சின்ன மக்கா விற்குப் போன மதுஹுகள் சொல்லிக்கொண்டேயிருந்தான்.

அற்புதக் கதைகள் கேட்டு சனங்கள் திளைத்துப்போயினர். இன்னும் பற்பல அற்புதக் கதைகளின் கட்டுகள் அவிழ்ந்துக் கொண்டேயிருந்தன.

அப்பேறுபட்ட தம்பி அப்பாவின் பேரன் குத்தூஸ் தம்பி லப்பை ஆலிம் ஒலியுல்லாஹ் தென்பத்தனில் பவுரீன் பிள்ளை தறவாட்டில் குழந்தைக்குப் பெயர் சூட்ட எழுந் தருளுவதைக் கேள்விப்பட்ட தென்பத்தன் மக்கள் குதூகலமடைந் தனர். தலைமயிர் வளர்த்திருந்தவர்கள் மொட்டையடித்தனர். தாடி இல்லாதவர்கள் தாடி வைத்தனர். மொட்டை தலையைத் துண்டாலும் தொப்பியாலும் மறைத்தனர்.

அப்பாவின் வருகையை ஒட்டி தென்பத்தன் தெருக்களில் குவிந்து வீச்சமெழுப்பிக் கொண்டிருந்த கோழிக்குடலும் மீன் தலையும் மீன்குடலும் அப்புறப்படுத்தி பாதைகள் சுத்தம் செய்யப்பட்டன. பெண்கள் கக்கூசாகப் பயன்படுத்திக் கொண்டிருந்த பிலாவிளைக்குப் பெண்கள் போவதை, அப்பா வந்து போவதுவரை நிறுத்திக் கொண்டனர். வீடுகளில் அகர் பத்திக் கொளுத்தி தலையில் முக்காடிட்டு பெண்கள் பைத்துகள் பாடினர். அப்பாவின் பாட்டனார் இயற்றிய 'யா குத்துபா' அரபி பாடலையும் பக்தியுடன் பாடினர்.

குழந்தைக்குப் பெயர் சூட்டுவிழா நாளன்று இப்படி ஒருபெரும் மழை அள்ளிச்சொரியுமென்று எதிர்பார்க்கவில்லை. மழை மட்டுமா? தென்பத்தன் வானம் இடிந்து தகரும் இடியோசை. கண்களைச் சூழ்ந்து எடுக்கும் மின்னல் வாட் களின் சுழற்றல்கள்.

பெயர் சூட்டும் நேரம் நெருங்கிவிட்டது. மழை நின்ற பாடில்லை. இருண்டு கூடிய வானம் பற்களை நெரித்துக் கோபத்தைக் கொட்டிக் கொண்டிருந்தது.

அப்பா வந்து சேரவில்லை.

குழந்தையின் கால்களில் தங்கத்தண்டைகள், கைகளில் தங்க வளையல்கள், கழுத்தில் தங்க மாலை, கைவிரல்களில் மோதிரங்கள், இடுப்பில் தங்க அரைஞாண், கண்ணில் சுருமா. புருவம் மையால் கருமையாக்கப்பட்டிருந்தது. பட்டு உடைகள் அணிவித்து குழந்தையைப் பட்டுத் துணியில் வைத்து தாலாட்டு பாடிக் கொண்டிருந்தார்கள்.

சுவர் மணியை நூர்முகம்மது பார்த்தார். சில வினாடி களே உள்ளன. அப்பா வரவில்லை. அள்ளிக்கொட்டும் பேமாரியில் அப்பா எப்படி வருவார் என்று நூர்முகம்மது மனசில் எண்ணினார்.

வீடொட்டாகச் சந்தன வாசம் பரவியதைக் கூடியிருந்த வர்கள் முகர்ந்தனர். சொர்க்கப் புஷ்பத்தின் நறுமணமும் ஊடே வீசியது. எல்லோரும் குளம் கட்டிய இராஜபாதையைப்

பார்த்துக் கொண்டிருந்தனர். திறந்திருந்த அனைத்து விழிகளிலும் பார்வைக் கெட்டுப்போன அற்புத நொடிகள்.

"நேரமாச்சுதே." குரல் கேட்டபோதுதான் பார்வையை மீட்டனர்.

பவுரீன்பிள்ளை உப்பா உட்கார்ந்திருந்த சாய்வு நாற்காலியில் குத்தூஸ் தம்பி லெப்பை அப்பா சாய்ந்து கொண்டிருப்பதைக் கூடிய மக்கள் கண்டு திகைத்துப் போயினர்.

எப்படி வந்தார்? எந்தப் பாதை வழியாக நுழைந்தார்? எப்போது வந்தமர்ந்தார்? சொரியும் மழையில் வந்தவருடைய உடையில் ஒரு துளி மழை நீர் கூட படாத அதிசயக் காட்சியில் அவர்கள் தங்களை மறந்து நின்ற பக்தி நிரம்பிய நிமிடங்கள்.

"குழந்தை?" அப்பாவின் குரல்.

நூர்முகம்மது பட்டுத்துணியில் குழந்தையை ஏந்தி வந்தார்.

"என்ன பெயர்?"

"அப்பாவுக்கு இஷ்டமான பெயர்."

அப்பா தேன் தொட்டு குழந்தையின் நாவில் புரட்டினார்.

"ரசூலுல்லாவுடைய பெயர் போடுகிறேன்."

"ஓ" எல்லாக் குரல்களும் ஒருமித்து உயர்ந்தன.

"முஹம்மது முஸ்தபா, முஹம்மது முஸ்தபா, முஹம்மது முஸ்தபா." அப்பா மூன்று முறை பெயரை எல்லோரும் கேட்க உரக்கக் கூப்பிட்டார்.

மழை துவராமல் பெய்து கொண்டேயிருந்தது. ஆகாசத்தை மூடிய கருமேகங்கள், நகர்ந்து கொண்டிருந்த பகல் நேரத்தைக் கைச்சுருட்டுக்குள்ளே மறைத்து வைத்தது.

சாய்வு நாற்காலியில் கிடந்து தூங்கிக் கொண்டிருந்த குத்தூஸ் லெப்பை அப்பா திடீரென்று வந்த நினைவில் திடுக்கிட்டு விழித்துவிட்டார்.

"எனக்குச் சூரியன் அடையுமுன்னே காயிலானுக்குப் போவணும்."

"அப்பா, ரண்டு நாள் எங்க ஊட்டுலெ தங்கிட்டுப் போலாமே?"

"இல்லெ உடனெ புறப்படணும். இண்ணு ராத்திரி என் வாப்பாவுக்கு ஆண்டு அடியந்திரம். நான் போய்த்தான் ஓதணும்."

"மழை பெய்திட்டே இருக்கே!"

"பரவாயில்லப்பா."

நூர்முகம்மது பிறகு நிர்பந்தம் செலுத்தவில்லை.

குடும்பக் கவுரமாகப் பாதுகாத்து வந்த பூப்போட்ட கொழும்பு பீங்கான்கள் ஒரு ஆள் சுமக்கும் அளவிற்கு மூட்டையாகக் கட்டப்பட்டன.

"இது எதுக்கு?"

"அப்பாக்கு."

"எனக்கு எதுக்கு?"

"எங்கெ சந்தோஷத்துக்கு. சுமந்து கொண்டு வர ஆள் அனுப்புதேன்."

அப்பா புறப்படத் தயாரானார். வெள்ளிப் பூணுள்ள கறுப்பு கைத் தடியை எடுத்துக் கொண்டார். மர மிதியடியை அப்பா, காலில் மாட்டும்போது நூர்முகம்மது பணிவுடன் சொன்னார்.

"வில்வண்டி நிக்குது."

"வேண்டாம்."

"மழை இல்லியா?"

"இப்பம் நிற்கும்."

சின்ன லெப்பை மூட்டையைத் தலையில் தூக்கினார். குத்தூஸ் லெப்பை அப்பா பவுரீன்பிள்ளை உப்பாவின் தறவாட்டிலிருந்து முற்றத்தில் கால் எடுத்து வைத்ததும் பிடித்து நிப்பாட்டியதுபோல் மழை சடாரென்று நின்றுவிட்டது. மேற்கு ஆகாசத்தில் குழுமியிருந்த கருமேகங்கள் எங்கோ போய் மறைந்தன. தெளிந்த மேற்கு ஆகாச மூலையில் சிவந்திருந்த சூரியன் கடலின் கருப்பையை நோக்கி நழுவிக் கொண்டிருந்தது.

"ஏய் எலப்பே, அங்குமிங்கும் திரும்பி பாக்கக்கூடாது. எனக்கெ உப்புக்குற்றிக் காலையே பாக்கணும். கண்ணெடுக்கவே கூடாது. என்னா?" சின்ன லெப்பையை எச்சரித்தார்.

"ஓம், அப்பா."

குத்தூஸ் தம்பி லெப்பை ஆலிம் சூரியனைப் பார்த்தார். சூரியன் கடலில் தஞ்சமடைய நழுவி விழுவதற்கு இன்னும் ஒரே ஒரு அடிதான் வானச்சரிவில் எஞ்சியிருந்தது. அப்பா சாயும் சூரியனுக்கு நேர் கையை உயர்த்திக் கட்டளையிட்டார்.

"நில்."

சூரியன் அப்படியே நின்றுவிட்டது. தாழவில்லை.

"உப்புக்குற்றியைப் பாத்துக்கோ. கண்ணெடுத்துடாதே."

"இல்லெ. பாத்துக்கிடுதேன்." சின்ன லெப்பை உறுதியளித்தார்.

அங்குக் கூடிநின்றவர்களின் கண்களில் திடீரென இருட்டு புகுந்தது. அடுத்த வினாடியில் கண்களிலிருந்து இருட்டு அகன்றது. பார்த்தபோது அப்பாவையும் சின்ன லெப்பையையும் காணவில்லை. அவர்கள் மறைந்துவிட்ட மர்மம் புரியவில்லை. வாயுவில் நீந்துவதுபோல் சின்ன லெப்பைக்கு அனுபவப்பட்டபோது அப்பாவின் உப்புக்குற்றியிலிருந்து கண்ணை மெல்ல விலக்கினார் சின்ன லெப்பை. வேகமாகப் பறந்து செல்லும் பாறையை இடைக்கண்ணால் பார்த்த அதிர்ச்சியில் "அப்பா பாறை" என்று கத்தினார். கத்தியதும் சின்ன லெப்பை சுமையுடன் பாறைமீது காலிடறி விழுந்தார். விழுந்தவர் நிமிர்ந்து பார்த்தார். அப்பாவைக் காணவில்லை. மூட்டையில் பீங்கான்கள் நொறுங்கி தூளாயிருந்ததை உணர்ந்தார். சின்னலெப்பை எழும்பினார். நிமிர முடியவில்லை. குறுக்கு கூனாகிவிட்டது. பீங்கான் பொடிகளுடன் சின்னலெப்பை கூனிக்கூனி பவுரீன்பிள்ளை உப்பாவின் தறவாட்டிற்கு வரும் போது சூரியன் மறைந்துவிட்டது.

நொறுங்கிய பீங்கான் துண்டுகளை வெளியே கொட்ட மூட்டையை அவிழ்த்தபோது சுபுஹானல்லாஹ்! பீங்கான்கள் அடுக்கிவைத்தபடி அப்படியே இருக்கின்றன. நூர்முகம்மது மலைத்து நின்றுவிட்டார். "அப்பா!"

"அப்பாக்குக் கொடுத்த வஹ்தாப்பாட்டுக்கு மாறு செய்ததினாலேயாக்கும் கூனி லெப்பை ஊட்டுக்கு இன்னும் வெளக்கமில்லாமப் போச்சிது." புகழ்பெற்ற ஒலியான குத்தூஸ் லெப்பை ஆலிம் வலியுல்லாஹ்வின் திருப்பாதம் தென்பத்தன் மணலில் பதிந்ததும், அவுங்கெ வருகையால் அல்லாஹுூவின் ரஹ்மத் ஆன மழை கொட்டி வறண்டிருந்தக் குளங்கள் நிரம்பியதும், ஊருக்குள் வரவிருந்த வைசூரி நோய் வராமல் ஏழு தீவுகள் கடந்து பயந்து ஓடிப் போனதும் வாப்பும்மா பேரக்குட்டிக்குச் சொல்லித் தந்த நினைவு.

"குத்தூஸ் தம்பி அப்பா என்னெ காப்பாத்துங்கொ." விடியும்வரை மனவேதனைக் குறைய அப்பாவைக் கூப்பிட்டுக் கொண்டே நடந்தார் முஸ்தபாக்கண்ணு.

❖

24

சவ்தா மன்ஸிலுக்குள் எப்போதும் இல்லாத மவுனம் இப்போது. யாரும் யாரோடும் எதுவும் பேசுவதில்லை. பேசுவதற்கும் எதுவுமில்லை. அவரவர்கள் தங்கள் ஆசைகளை, வேதனைகளை, வீறாப்புகளை அலகுகளில் ஒதுக்கிக் கொண்டிருந்தனர். வெள்ளிக்கொலுசு அணிந்திருந்த மரியத்தின் பாத சலனமில்லாததனால் அடுக்களை உயிரற்றுக் காணப்பட்டது. சட்டிப் பெட்டிகள் மோதியெழும் ஓசைகள் இப்போது கேட்பதில்லை. ரைஹானத்தோ அவளுடைய உம்மாவோ வந்து இருப்பதைக் காய்ச்சிக் கலக்கி வைத்துவிட்டு தரை சூடேறும் முன் சென்றுவிடுவார்கள். சமைப்பதற்கே அங்குப் பெரும் பாலும் எதுவும் இருப்பதில்லை. கைக்குத்தரிசியும் நெல்லும் சேமித்து வைத்திருந்த பெரிய மண்பானைகள் கவிழ்த்தியிருந்த வராண்டாவில் வெடிப்பு விழுந்து சிமெண்டு பெயர்ந்து போன இடங்களில் காட்டுச்செடிகள் கிளிர்த்து வளர்ந்தன. கவிழ்த்திய பானை இடுக்குகளில் பூனைகளும் எலிகளும் குட்டிப் போட்டபோது பாக்கு வியாபாரி சுந்தரம் கோறப் பாக்கு பழுத்த நாளில் பாக்கு ஊறப் போடுவதற்காகச் சவ்தா மன்ஸில் முற்றத்தில் கை கட்டி நின்று பானைகளுக்குக் கிரயம் பேசினார். பானைகளை ஏற்றிய சுந்தரத்தின் சக்கடா வண்டி இராஜபாதையில் கடகடா அரவம் எழுப்பிக் கொண்டு போனது.

    பீர்சாவுடைய மளிகைக் கடையிலிருந்து கடன் வாங்கிய உளுத்துப்போன சாக்கரிசிதான் இருந்தது வேகவைக்க. மீன்காரி அற்புதம் முன்போல் இப்போது மீன் கொண்டுவருவதில்லை. மீன் வாடை இல்லாததால் முஸ்தபாக்கண்ணுக்கு எந்நேரமும் முணுமுணுப்பு. நாலைந்துக் கறவை மாடுகள் கட்டிப்போடப் பட்டிருந்த தொழுவத்தில் இன்று மாடுகளில்லை. சாண வீச்சமில்லை. மாட்டு மூத்திரம் கட்டி நிற்காததால் கொசு பறப்பது ஓய்ந்தது. சாணி அள்ளிக் கொண்டிருந்த காளி, போன இடம் தெரியவில்லை. கால்களை கறையான் அரித்து

தொழுவம் குப்புற வீழ்ந்த இடத்தில் முட்காடு வளர்ந்தது. ராசய்யன் கொண்டு வரும் பசும் பாலை இளைத்திளைத்துச் சென்று மரியம் சாயா போட்டுக் கொடுத்தாலும் ஆசியாவுக்கு எப்பவும் ஆவலாதிதான். சீனி போதாது, கடுப்பம் இல்லை, ஆறிக் குளுந்து போச்சு. குறித்த நேரத்தில் தரவில்லை என்று முஸ்தபாக்கண்ணுக்குக் கோபம்.

மரியம், பாயோடு ஒட்டிவிட்டாள். நடக்க முடியவில்லை. எழும்பி உட்காரவும் முடியவில்லை. சவ்தா மன்ஸிலுக்குள் நிலவியிருந்த மவுனத்தை மீறிக் கொண்டு இருமல் எழும் போது மட்டும் மரியத்தின் உடலில் உயிர்த்துடிப்பு இன்னும் ஓய்ந்தபாடில்லையே என்று முஸ்தபாக்கண்ணுக்கு ஏமாற்றம். அவள் உடலில் எஞ்சிக் கிடக்கும் உயிர்த்துடிப்பு அவருக்கு நிரந்தர தொல்லையாகவே இருந்தது. எழும்பவோ, நடக்கவோ கணவனின் தாடி ரோம முகத்தை எதிர்கொள்வதற்கோ அவளால் முடியவில்லை. அவளுக்குள்ளிருந்த அவள் என்றோ இறந்து விட்டாள். இறந்த அவளைப் பொதிந்திருந்த மேலங்கிதான் இப்போது அவள். கணவனிடம் சிலவற்றை கூற வேண்டு மென்றிருந்தது அவளுக்கு. நாக்கெடுத்துச் சொல்வதற்கான சக்தி சோர்ந்து போய்விட்டது.

வருடங்களுக்கு முன் முக்குவர்கள் ஊருக்குள் புகுந்து ரகளை செய்த வேளையில் வாப்பாவோடு சண்டை போட்டுக் கொண்டு ஊரைவிட்டுப் போன மகன் சாகுல் ஹமீதை ஒரு கண் பார்க்க வேண்டுமென்ற ஆசை உள்ளூர மேலெழுந்தது மரியத்திற்கு. நாட்கள் எண்ணப்பட்டு மீதமிருக்கும் அவள் வாழ்க்கை முனையில் அவளது அந்திம அபிலாசையாக ஒட்டியிருந்தது அது.

நாற்பது ஆண்டுகால நஷ்ட மண வாழ்க்கையில் பெற்ற ஒரே ஒரு நேட்டம் அவன்.

மகனைப் பற்றிய நினைப்புகளில் நிறையும் கண்ணீரில் தலையணை பொதுமியிருந்தது. தறவாட்டை குளம் தோண்டித் தொலைக்க வாப்பா குடும்பக் காரணவராக நேர்ந்த துர்ச்சூழலின் கேவலம் தாங்காமல் எங்கோ ஓடிப் போனான். என்னை ஏன் அவன் வெறுக்க வேண்டும்? அவன் எங்கே? ஒரே ஒரு கடிதம் தம் பேருக்கு வந்திருந்தால் அதில் அவனுடைய முகத்தையாவது பார்க்கலாம். பள்ளியான பள்ளிகளுக்கெல் லாம் நேர்ந்து பெற்றது இதுக்கா?

ஒரு மானிடப் பிறவி இந்தக் கிழிந்த கோரம்பாயில் கிடந்து பதைப்பதை இரக்கத்தோடுப் பார்க்கக்கூட இவ்வானக் கூரையின் கீழ் யாருமே இல்லையே? மறக்க முடியாத

முந்தையக் கருப்பு இரவை அசைபோடாமலும் இருக்க முடியவில்லை அவளால். பீடித்திருக்கும் பிணி குணமடையப் போவதில்லை என்ற உண்மையைப் புரிந்து வருடங்களாகிவிட்டன. காலில் கயிறு கட்டி மரணத்தின் அதலப் பாதாள இருட்டுக்குத் தன்னை இழுத்துக்கொண்டுச் செல்கிறது இந்தப் பிணி. மரணத்தை நோக்கியுள்ளப் போக்கிற்கு எடுக்கும் சுருங்கிய தினங்களில், அல்லது மணித்துளிகளில் இப்படிப் பார்ப்பாரற்றுக் கேட்பாரற்று கிடந்து அவதிப்பட வேண்டுமா என்ற சிந்தனைச் சுழி அவள் மனத்தை இறுக்கிக் கட்டியது. அந்தக் கட்டு இறுக்கலில் அவள் எல்லாவற்றையும் வெறுத்தாள். கணவனை வெறுத்தாள். உறவுகளை வெறுத்தாள். வீட்டையும் வீட்டிலுள்ள ஒவ்வொரு துரும்பையும் வெறுத்தாள். மகனையும் வெறுத்தாள். வெறுப்பும் நிராசையும் அவளைச் சூழ்ந்தபோது அவளுடைய ஆயுளில் சில்லறை நாட்களை மிச்சம் வைத்து சோதிக்கும் அல்லாஹ்வையும் வெறுத்தாள். நாற்பதாண்டு கால மணவாழ்க்கையின் ஓட்டுமொத்தம், அல்லாஹ்விடம் கேட்கப்படவேண்டிய இரு கேள்விகளாகக் குறுகின.

மரியத்தின் நிசப்த நாவு அசைந்தபோது மேல்நோக்கி உயர்ந்த அந்தக் கண்களுக்குள் இருட்டு புகுந்திருந்தது.

இந்தக் கணவனின் மனைவியாக வாழ்ந்தது, நான் செய்த பாவமா?

இந்த வீட்டினுள் நான் அனுபவித்தத் துயரங்கள், நான் செய்த பாவமா?

திசைகளிலிருந்து ஓர் அசரீரி மூலம் இக்கேள்விகளுக்கு விடை கிடைக்குமென்ற எதிர்பார்ப்பிருந்தது அவளுக்கு. பலதடவை திருப்பித் திருப்பி எழுப்பிய போதிலும் எந்த அசரீரியும் அவள் கேட்கவில்லை. நடுநிசி மவுனத்தில் அனைத்தும் ஆழ்ந்த நித்திரையிலிருக்கும்போது அல்லாஹ்வின் காதுகள் திறந்திருக்கும் என்று கேள்விப்பட்டதுண்டு. அந்நேரம் எழுப்பும் கூப்பிடுதல்களுக்கு அவன் விடை கொடுப்பான் என்றும் சொல்லிக் கேட்டதுண்டு. இப்போது தன்னுடைய கூப்பிடுதலுக்கு அவன் ஏன் விடை பகரவில்லை? பாபக்கறைகள் படிந்த இந்தச் சவ்தா மன்ஸிலைச் சார்ந்தவள் என்பதாலா? தென்பத்தனின் மேலுள்ள ஆகாசப் பரப்பில் அலையும், நீசத்தனமான முறையில் பலி செய்யப்பட்ட அப்பாவிப் பெண் குட்டிகளின் ஆத்மாக்கள் இடைமறித்து தடுப்பதால் அல்லாஹ்வின் செவியில் இவை எட்டவில்லையா?

எல்லாவற்றின் மீதும் அவளுக்கு வெறுப்பு அதிகரித்தது. நெஞ்சில் சளி முட்டியது. இருமுவதற்குச் சக்தியில்லை. இருமினால் இதயத்தை வேரோடு பிடுங்கி எடுப்பதுபோலிருந்தது.

மூச்சுத்திணறி, நெளியும் மரணத்துடிப்பு. அந்நேரம் எழுந்த முனகல்கள் சவ்தா மன்ஸிலின் முகட்டைத் துளைத்துக் கொண்டு காற்றில் கரைந்தன. இருந்தும் ஒரு சகமனிதனின் அந்திய முனகல்கள் யார் காதிலும் விழவில்லையே என்ற துக்கத் தீவிரம்.

முஸ்தபாக்கண்ணு தூங்கும் அறையில் கால்நடமாட்டம் கேட்டது. சிகரெட்டின் காரமான நெடி புறப்பட்டது. அதைச் சுவாசித்தாள்.

அவர் தூங்கவில்லை.

"துஷ்டா!" கூப்பிடவேண்டுமென்றுத் தோன்றியது அவளுக்கு. நா எழவில்லை. ஆசியாவின் குறட்டை ஒலி உடம்பறையிலிருந்து கேட்டது. உறங்கப் பிறந்த ஜன்மங்கள். மிக சிரமப்பட்டு மரியம் பாயிலிருந்து எழும்பினாள். சுவரைப் பற்றிக் கொண்டாள். கால்கள் தடுமாறின. ஓடுவதற்கு இரத்தம் இல்லாத உடலில் தளர்ச்சி. தலை கிறங்கியது. விழாமலிருக்க உட்கார்ந்து விட்டாள். மீண்டும் எழும்பி சுவரைப் பற்றிக் கொண்டு இருட்டைத் துளாவினாள். அடுக்களையிலிருந்து கிணற்றிற்குச் சொல்லும் வாசல் தாப்ளாவை மெல்ல விலக்கி னாள். கிணற்றின் சுற்றுச்சுவர் ஆகாச ஒளியில் தெரிந்தது. கிணற்றிற்குள் பார்த்தாள்.

கும்மிருட்டு.

கிணற்றின் ஆழத்தையே பார்த்து நின்றாள். எத்தனையோ குமரிப் பிரேதங்கள் மிதந்த அதல ஆழம்! வாழ்ந்து முடித்த வாழ்க்கை, விடை பெறப்போகும் கடைசி நிமிடத் துடிப்போடு பார்த்தாள்.

கால்களை மேலே தூக்க முயன்றாள்.

முடியவில்லை.

சுவர் மீது கவிழ்ந்தாள்.

"உம்மா!"

சாகுல்ஹமீதின் கூப்பிடு குரல் கேட்டது. அந்தக் குரலில் பதற்றமிருந்தது. அவளைத் தடுப்பது போலிருந்தது.

மரியத்திற்கு மகனை ஒரு கண் பார்க்கவேண்டுமென்று தோன்றிய பலவீன நிமிடம். அப்படியே நிமிர்ந்து நின்றுவிட் டாள். கண்கள் நிறைந்து கவிந்தன.

"மோனே . . .!" உரக்கக் கூப்பிட நா எழவில்லை. மகன் அழைப்பதைக் கேட்டு ஓடிச்செல்ல முடியாமல் அங்கேயே தேம்பித்தேம்பி நின்றாள்.

குரல் கொடுத்த மகனைக் காணாததால் வெளுக்கும்வரை பாயில் கிடந்து அழுதாள்.

அந்த முயற்சியிலிருந்துத் தன்னை விலக்கியக் குரல் யாருடையது?

ஒரு துப்பும் கிடைக்காதபோது ஏமாந்து புலம்பினாள் “இந்தக் கிணறுக்கும் என்னை வேண்டாமா?”

தொடிகள் இல்லாத ஆழமானக் கிணற்றில் மிதந்த பெண் பிரேதங்களை நினைவுகூர்ந்தாள். அவற்றின் வெளிறிய முகங்களை. இரவோடு இரவாகப் பள்ளி வளாகத்தில் அவர்களைப் புதைத்த இடங்களில் தெரிந்த புது மணலை கருவேப்பிலைக் காட்டுப் பகல் இருட்டு மறைத்தது. தாய் தந்தையர்கள் பெண்மக்களின் பெயர்களைச் சொல்லிக் கூப்பிட்டு தென்பத்தனை வலம் வந்து தேடினார்கள். தங்ஙள்களும், லெப்பைகளும் சவ்தா மன்ஸிலில் மதிய உணவு உண்டு, ஏப்பம்விட்டுச் செல்லும்போது தென்பத்தன் மக்களை ஆறுதல் படுத்தினார்கள்.

“வருவாங்கொ, கண்டிப்பாகத் திரும்பி வருவாங்கொ. வராம எங்கப் போவாங்கொ. எல்லாச் செல்வங்களோட வருவாங்கொ.”

“தங்ஙளே ...?” சொன்னதின் அகப்பொருள் புரியாமல் கையை நொடித்து பவ்யமாக நின்றனர் பெண் மக்களை இழந்தவர்கள். தங்ஙளும், லெப்பையும் விளக்கம் சொன்னார்கள்.

“ஏழாம் கடலுக்கெ அக்கரெ ஜின்னுக்கெ ராச்சியத்திலெ ஊட்டு வேலைக்கு ஜின்னுவொ புடிச்சுக்கொண்டு போயிருக்கு. அங்கெ சுகமா நிக்குதுவோ. வாப்பாயெயும் உம்மாயெயும் பாக்க சீரும் சிறப்போடும் வருவாங்கொ.”

சனங்கள் ஆறுதல் அடைந்தனர். எங்கிருந்தாலும் உயிருடன் இருக்கிறார்களே? பெண்மக்கள் ஜின்னுடைய ராஜ்ஜியத்திலிருந்து கொண்டுவரும் முத்துக்களையும் பவளங்களையும் எதிர்நோக்கி, எதிர்நோக்கி, வருடக்கணக்கில் இருந்தனர். உருண்டுபோன சங்கிலி வருடங்களின் முடிவில் எதிர்பார்ப்புகளின் நொறுங்கல் கிளப்பிய தூள் படலத்தில் பெண்மக்களை மறந்தனர்.

வீட்டில் அடுக்களை வேலைக்கு நின்றிருந்த முனீராவின் சடலம் சவ்தா மன்ஸில் கிணற்றில் மிதந்ததை முதலில் கண்டது மரியம்தான்.

“இன்னா நம்மொ கெணத்திலெ ஒரு பிரேதம்!” மரியம் பயந்து, பதறிப்போய்ச் சொன்னாள்.

“வெளியே சொன்னா கொண்ணு போடுவேன்.” முஸ்தபாக் கண்ணு வாரியிலிருந்து அதபுபிரம்பை உருவி மரியத்திற்கு நேராக முதல்முறை ஓங்கியது அன்றுதான்.

பிறகு அவள் வாய் திறக்கவே இல்லை.

வெற்றிலைக் கொடி ஏணியைக் கிணற்றில் இறக்கி பிரேதத்தை வெளியே எடுத்தது, முன்பு எல்லாப் பிரேதங்களையும் வெளியேற்றிய பொன்னனேதான். அவன் மூக்கு முட்ட குடித்திருந்தான். அதை ஒரு பனை ஓலைப்பாயில் சுருட்டிக் கட்டிக் கொண்டு இருளில் மறைந்ததை மரியம் ஜன்னல் வழியாகப் பார்த்துக் கொண்டிருந்தபோது அவள் கல்பு ஏங்கியது.

“முஸ்லிம் மய்யித்தில்லியோ, எலப்பயெ விளிச்சு கஃபன் பொதிஞ்சு பள்ளியிலெ அடக்கம் செய்யப்படாதா . . .?”

“பொத்தடி வாயெ!” வீறோடு உயர்ந்த அதபு பிரம்பின் காற்றைப் பிளக்கும் ஓசையில் மரியம் குலை நடுங்கி நின்றாள்.

சவ்தா மன்ஸிலில் அடுக்களை வேலைக்குச் சென்ற முனீராவைக் காணாத பேதலிப்பில் அவளுடைய வாப்பாவும் உம்மாவும் தென்பத்தன் குளங்களிலும், கிணறுகளிலும், ஓடும் வாய்க்கால்களிலும் கடற்கரை நீளத்திலும் தேடித் திரிந்தனர். ராந்தலைப் பற்றவைத்துக்கொண்டுப் புலரும்வரை வீடு வீடாக ஏறி இறங்கினர்.

“எக்கெ மோளெக் கண்டுபிடிச்சுத் தாருங்கொ. பொன்னு நாயனே.” முனீராவின் வாப்பா சவ்தா மன்ஸில் முற்றத்தில் குத்தி உட்கார்ந்து தலையில் கைவைத்து அழுதார்.

“கடலிலெ பாய் விரிச்சுத் தொழுத மடாயிபாவாயெக் கூப்பிட ஆள் போயிருக்கு. பாவா வந்து கணக்குப் போட்டு, பெண்ணு எங்கெ ஓடிப்போனாணு சொல்லுவாரு. வேணு மானா ஜின்னெ ஏவி புடிச்சுத் தருவாரு. பயப்படாதையும் ஓய். ஊட்டுக்கு போவும். இன்னா அரி வாண்டி கஞ்சி காச்சிக் குடியும்.” முஸ்தபாக்கண்ணு அடிமடியிலிருந்து எடுத்த காகிதப் பொதியைப் பிரித்து ரண்டுரூவா சக்கரம் கொடுத்தார்.

இதயத்தில் நெருப்பை வளர்த்துக்கொண்டு முனீராவின் வாப்பா போனபோது, பிளேயர்ஸ் சிகரெட் டப்பாவைத் திறந்து ஒரு சிகரெட்டை எடுத்து முனீராவின் வாப்பாவின் நெஞ்சிலிருந்து எடுத்த நெருப்பில் பற்றவைத்து முஸ்தபாக் கண்ணு புகை ஊதிவிட்டார். வந்திருக்கான் மோளெத் தேடி!

மடாயிபாவா ஜட்காவில் வந்து இறங்கியது சூரிய வெளிச்சத்திலானதால் தென்பத்தன் சனங்கள், கடல் மீது

பாய் விரித்துத் தொழுத பாவாவைக் காண சவ்தா மன்ஸிலுக்கு முன் முண்டியடித்தனர்.

திரண்டிருந்த சனங்களைப் பாவா அற்புதம் காட்டி வசீகரம் செய்தார்.

திரளிலிருந்து ஒருவரை கைச்சுட்டி அழைத்தார்.

“வா.”

பக்தி மரியாதையுடன் பாவாவின் முன் வந்து கை கட்டி நின்றார் அவர்.

“நீ உறங்குத அறையில் கட்டிலுக்கடியில் ஒரு பச்சப் பாம்பு சுருண்டுக் கெடக்குது. அதெ அடிச்சுக் கொண்ணு போடாதெ. வடக்குப் பக்கமுள்ள கதவெத் தொறந்துபோடு. அது அதுக்கெ பாட்டுக்குப் போவும்.”

நெஞ்சிடிப்போடு ஓடினார். பச்சை நிறப் பாம்பைப் பார்க்க மக்கள் அவர் பின்னால் பெயர்ந்தனர்.

அறைக் கதவைத் திறந்த வெளிச்சத்தில் கட்டிலுக்கடியில், பாவா சொன்னபடி பச்சைப் பாம்பு சுருண்டு கிடந்தது. வட பக்கமுள்ள அறைக் கதவை திறந்தபோது பச்சைப் பாம்பு அது பாட்டுக்கு ஊர்ந்து வெளியே சென்றது. அறை நிலைப் படி ஏறி இறங்கியதை மட்டும் மக்கள் கண்டனர். பிறகு அந்த மாயப் பாம்பு மக்கள் கண்களுக்குத் தென்படவில்லை.

மக்கள் மீண்டும் சவ்தா மன்ஸிலுக்கு முன் முண்டியடித் தனர். “பாவா பச்சப் பாம்பு எங்களெக் கொத்துமா?” சனங்களின் நெஞ்சங்கள் படபடத்தன.

“பயப்படண்டாம்.” பாவா அவருடைய சட்டை ஜேப்பிற் குள் கையைத் திணித்தார். திக்ர் செய்ய தஸ்பீஹ் எடுக்கப் போவதாக மக்கள் நினைத்தனர். எடுத்தது தஸ்பீஹாயிருக்க வில்லை.

ஒரு பச்சைப் பாம்பு!

அவருடைய கலிமா விரலில் தஸ்பீஹ்போல் பச்சைப் பாம்பு வளைந்து தொங்கிக் கொண்டிருந்தது. படம் விரித்து தென்பத்தன் மக்களைப் பார்த்தது. மக்கள் திகிலடைந்து நின்றனர்.

மரியத்தின் உடம்பு புல்லரித்துப் போனது.

குள்ளமான மடாயிபாவா மக்கள் முன்னால் சேண்ட பள்ளிப் பாறையைப் போல் உயர்ந்து காணப்பட்டார். பச்சைப்பாம்பைப் பதனமாக ஜேப்பில் போட்டார்.

பாவா, முனீராவின் வாப்பாவை அருகில் அழைத்தார்.

பெண்ணின் பெயரையும், வாப்பா, உம்மாவின் பெயரையும் கேட்டார்.

மீண்டும் கையை சட்டை ஜேப்பிற்குள் திணித்தார். சனங்கள் அதிர்ந்து விலகிப் போயினர். ஆனால் வெளியே எடுத்தது ஒரு தஸ்பீஹ்! அதை இரு கைப்படங்களுக்குள் வைத்து தேய்த்துக் கொண்டு கண்மூடி உட்கார்ந்தார்.

“பெண்ணு உயிரோடெ இருக்கா, கண்ணெத்தா தூரத்திலெ. ராத்திரி ஒண்ணுக்குப் போவ எளும்பினாள், தன்னை அறியாம நடந்து நடந்து போயிட்டா. சூரியனுக்கெச் சூடு ஒடம்பிலெ தட்டினப்போதான் அவளுக்கு ஓர்ம வந்தது. பாத்தா, ஒரு வலிய மூணு நிலெ கட்டிடத்துக்கெ முன்னெ நிக்குதா. அந்த ஊட்டுலெ உள்ள அழகான சிறுப்பக்காரன் ஸீனத்தான இவளைக் கண்டு இஷ்டப்பட்டான். இவளுக்கு அவனையும் இஷ்டப்பட்டது. நேற்று ராத்திரிதான் அவங்களுக்குள்ளெ நிக்காஹ் நடந்தது.”

சனங்கள் வாயடக்கி இமை மூடாமல் காதை அசைக்காமல் கேட்டுக் கொண்டிருந்தனர்.

பாவா தொடர்ந்தார்.

“அவெ வருவா. எல்லாச் செல்வத்தோடையும் வந்து உம்மாயையும் வாப்பாயையும் விளிச்சிட்டு போவா.”

சிறிது மவுனத்திற்குப் பின் முனீராவின் வாப்பாவிடம் கேட்டார்:

“ஜின்னெ ஏவி வேணுமானா இப்பம் இந்தச் செக்கண்டுலெ இங்கெ வருத்தலாம். ஆனா, வந்தா அவெ உயிரோடெ இருக்கமாட்டா. ஜின்னை அனுப்பட்டா?”

“வேண்டாம் பாவா. எங்கெ இருந்தாலும் உயிரோடெ, சீரும் சிறப்போடெ இருக்கட்டும். வந்து எங்களெக் கொண்டு போவும்பம் கொண்டு போட்டு.” முனீராவுடைய வாப்பா சொன்னபோது மரியத்தின் உள் நெஞ்சம் பொறுமியது. அவளது கண்களிலிருந்து வடிந்த நீரை இரண்டாம்பேர் தெரியாமல் துடைத்துக் கொண்டாள். அவளுடைய பொருமிய நெஞ்சிலிருந்து சொற்கள் குமிழாக உயர்ந்தது. “பாவம் மனுசன்!”

முஸ்தபாக்கண்ணு கொடுத்த பணப்பொதியைச் சட்டை ஜேப்பில் திணித்துக்கொண்டு மடாயிபாவா ஏறிய ஜட்கா தென்பத்தன் இராஜபாதையில் குளம்பொலி எழுப்பிக்

கொண்டு போனபின் மரியத்தால் முஸ்தபாக்கண்ணிடம் கேள்வி கேட்காமல் இருக்க முடியவில்லை.

"ஒரு பெண்ணை நொந்து பெத்தவங்களெ இப்படியா ஏமாற்றுது? இந்தப் பாதகச் செயலுக்கு எக்கெ கழுத்திலெக் கெடந்த தாலியெ அறுத்து வித்தா அந்தக் கள்ளப் பயலுக்குப் பணம் குடுத்தியோ?"

மரியம் சொல்லி, வாயை மூடும் முன் சவ்தா மன்ஸிலின் ஓடுகள் கழன்று தெறிக்கவும் அதபு பிரம்பு ஓங்கி உயர்ந்து தாழவும் செய்தன.

"இந்தத் தறவாட்டிலெ இருந்தா மருவாதய்க்கு இருக்கணும். எதுத்துப் பேசுவியாக்கும் நீ? அப்படியானா இப்பளே கொளச் சக்குப் போயிரு."

மரியத்தின் குப்பாயத்திற்கடியில் முதுகில் நெடு நீளத்தில் தெரியும் வடு, அன்று முதுகுத்தோல் உரிந்து அதபு பிரம்பில் ஒட்டிப்போன பிறகு அந்த இடம் புண்பட்டுக் காய்ந்தது.

மடாயிபாவா ஏறிய ஜட்காவின் சக்கரங்கள் தென்பத்தன் இராஜபாதையில் செம்மண்ணில் ஆழமாகப் பதித்தத் தடம் மறையும் முன் தென்பத்தனுக்குள் ஒரு புள்ளிப் புலி புகுந்து ஊரையே ஒரு கலக்கு கலக்கியது.

தேய்வு பிறை இரவில் எல்லோரும் உறக்கத்தில் ஆழ்ந்த பின் வெள்ளை யானையைக் கொண்டு கல் தூக்கி வைத்துக் கட்டிய ஜும்ஆ பள்ளியின் மாடியிலிருந்து இனிய குரலில் ஒலித்த பைத்து கேட்டுப் பள்ளிப் பிடாகை சனங்கள் விழித்து அதைக் கேட்டுக் கொண்டு கிடந்தனர். புண்ணாக்குப் புலவர் கூட இவ்வளவு இனிமையாகவும் சொற்தெளிவோடும் பாடமாட்டார். நடுச்சாமத்தில் கேட்ட பைத்து பள்ளி வளாகத் திலுள்ள கபரிலிருந்து எழுந்து வந்து ஏதாவது ரூஹானியத்து பாடியதாகயிருக்குமோ?

காலை பரபரவென்று வெளுக்கு முன், பாட்டுக் கேட்ட வர்கள் பள்ளிக்கு முன் திரண்டனர். பள்ளி முகப்பில் முன் பின் கண்டிராத ஒருவர் உட்கார்ந்திருப்பதைக் கண்டு கூர்ந்து நோக்கினார்கள். கேட்பதற்கு மட்டும் பதில் கூறும் அவர், அதிகம் பேசாத மௌனி.

"பேரு . . .?"

"சைனுத்தீன் ஹாஜி."

"ஊரு . . .?"

"பொன்னானி."

அவ்வளவுதான். வேறுஎதுவும் தெரிந்துகொள்ள வேண்டியத் தேவை இல்லை. பள்ளி மாடியிலிருந்து, கருவேப் பிலைக் காட்டு நிழலிலிருந்து புதுசு புதுசான பைத்துக்கள் பாடினார். யாரையாவதுப் பார்த்துவிட்டால் உடன் பாட்டை நிறுத்திவிடுவார். அதனால், இடைஞ்சல் ஏதும் இல்லாமலிருப் பதற்காக நடுச்சாமத்தில் பாடுவதுதான் அவருக்கு விருப்பம். பைத்தில் லயித்துப் போன மக்கள் அவரைப் புகழ்ந்தனர். புல்லரித்துப் போய்ச் சாமத்தில் விழித்திருந்து "சைத்தூன் கிஸ்ஸா" கேட்டனர். "காசிம் படைப்போர்" கேட்டனர். சுப்ஹு பாங்கு சொல்லும் வரை அலுப்பு சலிப்பு இல்லாமல் பாடிக் கொண்டேயிருப்பார் அவர்.

பொன்னானி ஹாஜி யாரையும் ஏறிட்டு பார்த்ததில்லை. பார்வை எப்போதும் தரையில், அல்லது ஏதேனும் மர உச்சியில். யாரிடத்திலும் எதுவும் கேட்டு வாங்குவதில்லை. சாயா குடிக்க வேண்டுமென்றோ, பசியாற வேண்டுமென்றோ யாரிடத்திலும் வேண்டினதில்லை. கூப்பிட்டால் பின்னால் செல்வார். கொடுத்தால் வாங்கி உண்பார். கூப்பிட்டுப் போன பின் இல்லையென்று சொன்னாலும் பேசாமல் திரும்பிவிடு வார். கோபப்பட்டதே இல்லை.

பள்ளிக்கு முன் பகுதியிலுள்ள மணல் பாதையில் காலை யில் இளம் வெயில் காய்ந்து கொண்டிருக்கும்போது மூஸா மொய்லியாரின் மதரசாவில் ஓதிக் கொண்டிருந்த நசீர் தினமும் வீட்டிலிருந்து அவருக்குச் சுடு சாயா கொண்டு கொடுப்பதுண்டு. சிலவேளை காலைப்பசியாற்றச் சிற்றுண்டியும்.

நல்ல துளுதுளுப்பான சிறுவன் நசீரைப் பார்க்கும்போது மட்டும் பொன்னானி ஹாஜி நிலவுபோல் சிரிப்பார். அவர் சிரித்ததை வேறு யாரும் பார்த்ததே இல்லை. ஆட்கள் இல்லாத நேரங்களில் சிறுவனைத் தன்னோடுச் சேர்த்து அணைத்துக் கொண்டு அவனுடைய மாமிசக் கதுப்பான இடங்களை அவனுக்கு நோவாமல் மெல்ல அமுக்கிவிடும்போது அவர் கண்களில் வெறியிருந்ததைக் கண்டவர் யாருமில்லை.

வெகுநேரமாக மூத்திரம் வராமல் முக்கிக் கொண்டிருந்த மோதினார், பொன்னானி ஹாஜி சிறுவனை அணைப்பதை தொலைவிலிருந்து ஒருதடவைக் கண்டுவிட்டார். அவர் அணைத்த முறையை மோதினார் சிலரிடம் போகிறபோக்கில் சொல்லி பார்வையால் விளக்கம் கேட்டார். சனங்கள் முரண்பாடான இரு விளக்கங்கள் அந்த அணைப்பிற்குக் கொடுத்தனர். பொன்னானி ஹாஜி கிடப்பதும் இருப்பதும் பள்ளியிலாக்கிக்கொண்டாலும் சில உச்சி நேரங்களில் பாம்பு சட்டை உருவிப்போடும் கருவேப்பிலை காட்டுக்குள் அவர்

இருப்பதையும் துண்டு விரித்து சுருண்டு படுத்திருப்பதையும் மக்கள் பார்த்து வியந்திருக்கிறார்கள்.

இந்த மனுசனெ பாம்பு கொத்திக் கொல்லாதா? மக்களுக்கு பெரும் அற்புதம்.

காலை நேர மதரசா நடக்கும் வேளையில் நசீர் கலிமா விரலை உயர்த்தி உஸ்தாதிடம் காண்பித்தான். ஒண்ணுக்குச் செல்ல உஸ்தாது உத்தரவு கொடுத்தார். பள்ளிவாசலை ஒட்டிய குளக்கரைக்குப் பாய்ந்தான்.

சிறிது நேரம் கடந்தபின் வேறு ஒரு தில்மீதும் சுட்டுவிரலை உயர்த்திக் காண்பித்தான். "உஸ்தாதே."

"போனவன் வந்திட்டு போலெ ஷைத்தானே."

வெகுநேரமான பிறகும் போன நசீர் திரும்பி வந்தபாடில்லை.

சிறுவன் மூத்திரம் முட்டி தொடைகளைப் பிணைத்து இறுக்கினான். அவனுடைய முகபாவனையைக் கண்டு அவனுக்கும் உத்தரவு கொடுத்தார். "போ . . . போ . . . இஞ்செ மோண்டு வச்சிராதே."

போனவன் அலறி அடித்துக்கொண்டு ஓடிவந்தான்.

"உஸ்தாதே வாருங்கொ. நசீர் குளத்துக்கெ கரையிலெ ரத்தமாட்டு கெடக்குதான்."

மூஸா மொய்லியார் இறங்கி ஓடினார். பின்னால் மாணவர்களும். இரத்தம் கொட்டி இறந்து கிடக்கும் நசீரைக் கண்டு எல்லோரும் திகைத்துப் போயினர். குழந்தைகள் அலறி அடித்துக்கொண்டு ஓடினர்.

ஊர் சனங்கள் ஓடிக் கூடினார்கள்.

நசீரின் சங்குப் பகுதி வட்டமாகச் சூழ்ந்தெடுக்கப்பட்டிருப் பதைக் கண்டு பள்ளிவாசல் கத்தீப் சொன்னார்:

"புலி கடிச்சு ஈரக்குலையை உறிஞ்செடுத்திருக்கு. இந்தக் காட்டுக்குள்ளே ஒரு புள்ளிப் புலி ஒருக்கா போனதெ நான் பாத்தேன்." கத்தீப் உச்சியில் அடித்து சத்தியம் செய்து சொன்னதை சனங்கள் நம்பினார்கள்.

"அப்பொ நீங்கொ ஏன் அந்த நேரம் சொல்லயில்லெ."

"நா சொன்னா ஊர் சனங்கொ நம்புவாங்களா? புலி மனுசனெ இப்படிக் கடிச்சுக் குதறுமெணு எக்குத் தெரியுமா?"

தென்பத்தனுக்குள் புள்ளிப் புலி புகுந்த செய்தி சுற்றுவட் டாரங்களில் பரவியது. புள்ளிப் புலியை சுட்டெடுக்க குழித் துறையிலிருந்து ரிசர்வ் போலீசார் வேனில் வந்து சடசடவென

இறங்கி ஊரை நடுக்கினார்கள். துப்பாக்கியும் பூட்ஸின் சரசர சத்தமும் கேட்டு மக்கள் பயந்துப் பதுங்கினர். பூட்ஸ் காலுடன் காஃபிர் போலீசார் பள்ளிக்குள் குப்பென்றுப் புகுந்ததில் சில பக்திமான்களுக்குச் சினம். சினவெறியைப் பயந்து வெளியே காட்டிக் கொள்ளவில்லை. பள்ளிவாசலின் மொட்டை மாடியில் நின்று போலீசார் துப்பாக்கியைச் சுட்டினார்கள். கருவேப்பிலையும் முட்செடிகளும் அடர்ந்த காட்டுக்குள் புள்ளிப் புலியின் உடல் பகுதி தெரிந்ததும் படா ரென்று துப்பாக்கி முழங்கியது. உடலில் சூடு கொண்டபோதும் புள்ளிப் புலி அசையவில்லை. மீண்டும் மீண்டும் துப்பாக்கி, குண்டுகளை உதிர்த்தது, புள்ளிப் புலி அதேபடி நின்றுக்கொண் டிருந்தது. இறந்து மடியாத அதிசயப் புலியை நெருங்கிச் சென்றனர். சுட்டது புலியை அல்ல; கொழும்பு தங்களுடைய கபரின் தலைப்பகுதியில் குத்தி நாட்டப்பட்டிருந்த பாசிப்படிந்த மீசான் கல்லை.

துப்பாக்கிச் சத்தம் கேட்டு காட்டுக்குள் எங்கோ ஒளிந்துக் கொண்ட புலியைப் சுட்டெடுக்க காட்டை வெட்டினார்கள். முட்காடுகளையும் பூச்செடிக் காடுகளையும் வெட்டி வெட்டை யாக்கினார்கள். கருவேப்பிலைக் காட்டை வெட்டி அப்புறப் படுத்திய தொழிலாளிகள் கூட்டதில் முனீராவின் வாப்பாவு மொருவர். கருவேப்பிலைக் காடு வெட்டவெளியானபோது காட்டுக்குள் மீசான் கற்களோ மீசான் பலகைகளோ இல்லாத வெறும் மண் கூனைகளைக் கண்டார்கள். கூட்டத்தில் ஒரு புது மணல் கூனையையும் கண்டார்கள். பாட்டன்மார்களின் காலம் முதல் காடு மூடிக்கிடந்த பள்ளிவளாகத்தின் மழித்த முகத்தைத் தென்பத்தனிலுள்ள வாழும் தலைமுறைப் பார்த்த போது இந்த அடர்ந்த காட்டுக்குள் அந்தக் கபருகள் தோண்டப் பட்ட கைகளையும் அதற்குள் புதையுண்டு கிடக்கும் உடல் களைப் பற்றியும் ஒருவருக்கொருவர் முணுமுணுத்தனர். கேள்வி களும் சந்தேகங்களும் புள்ளிப் புலி உண்டுபண்ணிய பரபரப்பில் பதில் கிட்டாமலும், நிவர்த்தி கிடைக்காமலும் எஞ்சின.

பள்ளி வளாகத்து கல்மதிலுக்கு மேலிருந்து மீண்டும் துப்பாக்கிகள் காட்டைக் குறி வைத்துக் கொண்டிருக்கையில், காடுகளை வெட்டி மொட்டையாக்கிக் கொண்டிருப்பதற் கிடையில் புலி போய் பதுங்கிய குகை வாயிலை அவர்கள் யாரும் பார்க்கவில்லை.

சுடுவதற்குப் புலி கிடைக்கவில்லை என்று கேள்விப்பட்ட தோடு பொன்னானி ஹாஜியின் உடல் நடுங்கியது. உடல் நடுங்கி, அழுதழுது கண்களில் இரத்தம் கட்டிவிட்ட பொன் னானி ஹாஜி மீது இரக்கப்பட்டு ஒருவர் கடற்கரையிலுள்ள

செத்தை ஹோட்டலிலிருந்து புட்டு பயறு பப்படம் வாங்கிக் கொடுத்தார். எப்போதும் போல் துண்டால் முகம் மறைய தலையை மூடிக்கொண்டு புட்டு பயறு பப்படம் விரவி தின்னும் போது அவர் கண்களுக்குள் காட்டில் தேடிய புள்ளிப் புலி பதுங்கிக் கொண்டிருந்ததை யாராலும் பார்க்க முடியவில்லை.

இடிந்து குழியாய்க் கிடக்கும் கபருகளுக்குள்ளும், பள்ளி வாசலுக்கு மேற்குத் திசையிலுள்ள பாறை இடுக்குகளிலும் வங்குகளிலும் துப்பாக்கியை நீட்டிச் சென்ற போலீசார் செத்தை ஹோட்டலில் புட்டு பயறு பப்படம் தின்றுகொண் டிருந்த பொன்னானி ஹாஜியின் அழுக்கடைந்த சட்டையில் சுடு இரத்தத்தின் வாடையை முகர்ந்தனர். பொன்னானி ஹாஜியின் கண்களுக்குள் நாட்டுப் புலி பதுங்கிக் கொண்டிருப் பதைக் கண்டு துப்பாக்கியை தாழ்த்திவிட்டனர்.

பூட்டப்பட்ட கைகளுடன் பொன்னானி ஹாஜி ஏறிய போலீஸ் வாகனம் தென்பத்தனிலிருந்து புறப்பட்ட மாலையில், வெயில் ஆறிய கடற்கரை மணலில் வட்டமாக உட்கார்ந்து புலி உண்டுபண்ணிய பரபரப்பைப்பற்றி மக்கள் பேசிக்கொண் டிருந்தனர். அந்நேரம் அங்கு வந்த புண்ணாக்குப் புலவர், மோயின் குட்டி வைத்தியருடைய கவிதை மெட்டில் புலி வந்ததைப் பற்றி அவர் கட்டிய ஒரு பைத்தைப் பாடிக் காட்டினார்.

மதரசாவில் சாகுல் ஹமீது ஓதச்சென்றபோது, அவன் பள்ளிவாசல் குளக்கரையில் விளையாடியதாக மரியம் கேள்விப் பட்டு உடனே அவனைப் பிடித்து அவன் தலையில் கை வைத்து பலாய்முசிபத்துக்கள் விலகிச் செல்ல ஏதோ ஓதி அவன் தலையில் ஊதிக்கொண்டு, தென்பத்தனின் கடந்தகால சரித்திரக் கதையை அவனுக்குச் சொல்லிக் கொடுத்தாள். பளளிக் குளத்தாங்கரையில் விளையாடச் சொல்லும் பிள்ளை களுக்கெல்லாம் அவர்களுடைய உம்மாமார்களும், கண்ணும்மா மார்களும் தென்பத்தனில் புலி புகுந்த கடந்தகால சரித்தி ரத்தைச் சொல்லிக் கொடுத்து எச்சரிக்கைப்படுத்தினார்கள்.

"மக்களே போவாதெங்கோ... அந்த நசீருக்கெ ரூஹானியத் குளத்தங்கரையிலெ உண்டு."

இப்படியெல்லாம் செல்லமாக வளர்த்த மகன் தன்னருகில் இல்லை. தனக்கு யாருமே உறவாக இல்லை. தான் தனிமை யாக்கப்பட்டவள். வெறுக்கப்பட்டவள். தன்னை விரும்பும் ஒரே உறவு மரணம்.

மரியத்திற்கு இப்போதிருக்கும் ஒரே ஆசை, விரைவாக மரிக்க வேண்டும். இனி ஒரு வினாடி கூட இந்த ஆயுள் நீடிக்கக்

கூடாது என்றிருந்தது. அதற்குள் ஒரே ஒருமுறை மகனைப் பார்க்கவேண்டும். அவன் ஒரு மறை "உம்மா" என்று கூப்பிடு வதுதான் தாம் கேட்கும் கடைசி வார்த்தையாகயிருக்க வேண்டும். "மோனே" என்று அவனைத் திருப்பிக் கூப்பிடும் சத்தம் தன்னிடமிருந்து புறப்படும் கடைசி சத்தமாகவே இருக்க வேண்டும். அவன் வருவானா? வராவிட்டால் இவ்வாழ்க்கையை இனி வாழ வேண்டியதில்லை.

எப்படி இறப்பது?

தெரிந்தது, கிணற்றில் குதிப்பது ஒன்று மட்டுமே. பல பிரேதங்கள் இந்தக் கிணற்றில் மிதந்ததைக் கண்டதால் கிடைத்த அறிவு இது. கிணற்றங்கரை வரை நடந்து செல்வது, காலைத் தூக்கி கிணற்றுச் சுவர்மீது போடுவது, இதற்கான சக்தியின்மை. சிலவேளை அவனுடைய கூப்பிடுகுரல் காதுக் குள் ரீங்காரம் செய்யும்போது இந்த முயற்சியிலிருந்து பின் வாங்கும் கோழை மனம். யாராவது தன்னைத் தூக்கிக் கிணற்றிற்குள் போட்டு தந்திருந்தார்களேயானால். தூங்கி கொண்டிருக்கையில் ஏதாவது ஜின்னு வந்துத் தூக்கிக் கடலில் மூழ்கடித்துத் தருமேயானால். அவள் மரணத்தை விரும்பிக் கொண்டிருந்தாள். அதற்காக ஏங்கிக் கொண்டிருந்தாள். அதற் காக துஆ செய்தாள்.

ஒரு பெண்ணின் வாழ்க்கையில் துயரங்களும் சோதனை களும் துவங்குவதும் முடிவதும் முன்பின் தெரியாத ஓர் ஆடவனுடைய கையிலிருக்கும் தாலிக்கயிற்றுக்குக் கழுத்தை நீட்டிக்காட்டும் நிமிடம் முதல். தன்னுடைய துயரம் துவங்கிய தும் இந்த நீசக்கரத்திலிருந்த தாலி, கழுத்தில் பூட்டப்பட்ட வினாடி முதற்கொண்டுதான். அது புனிதமான மாங்கல்யமாக இருக்கவில்லை. அது கொலைக்கயிறின் கண்ணியென்று நாட் களின் நகர்தலில் தெரியவந்தபோது கழுத்தை உருவ முடியாமல் தவித்தது நாற்பதாண்டுகால நரக நெருப்பில். செய்த பாதகத்தை மறைக்க மடாயி பாவாவிற்கு கைமடக்குக் கொடுப்பதற்காக அதைக் கழற்றி விற்ற போதிலும், இப்பவும் அது கழுத்தில் மாட்டப்பட்ட கொலைக்கயிறாகவே கழுத்தை இறுக்கிக் கொண்டிருக்கிறது. இந்த வாழ்க்கை முடிவு வரை துக்கங்கள், துயரங்கள், வேதனைகள் இவற்றின் கால்களுக்கிடையில் ஒரு கால்பந்தாக மிதி வாங்கிக் கிடக்க வேண்டிய துர்விதி. இனி வாழக்கூடிய ஒவ்வொரு வினாடியிலும் சுற்றும் வளரும் நரக நெருப்பின் வெக்கையில் தோல் கருகி, எலும்புருகி துடிதுடித்து, வினாடிகளை நகர்த்த வேண்டிய நிலை. ஈரலைக் கறம்பிக் கொண்டிருக்கிறது நோய் அணுக்கள். ஈரல் முழுவதை யும் ஒரே வீச்சில் தின்று விடுமேயானால் கண்ணை மூடிவிட

லாம். அவையும் தன்னை இந்நிலையில் போட்டு சோதித்துக் கொண்டிருக்கின்றனவே?

பவுரீன்பிள்ளை உப்பாவின் தறவாட்டுப் பிரதாபச் சின்னங்களில் எஞ்சிக் கிடக்கும் இந்த ஒரே ஒரு சாய்வு நாற்காலியும் இந்தத் தறவாட்டிலிருந்து வெளியேற்றப்படுமுன் இந்தச் சூழலிருந்து. நெருப்பு கக்கும் பார்வைகளிலிருந்து தப்பித்து மகிழ்ந்துறங்கலாம். வாழ்க்கையில் கிடைக்காத இன்ப சுகம் அந்த நித்திய நித்திரையிலாவது கிடைக்கக்கூடும்.

அவள் ஈரலை மென்றுகொண்டிருக்கும் நோய்க் கிருமிகளிடம் வேண்டுவதற்கான மொழிக்கு தடுமாற்றம் ஏற்பட்ட போது மெல்ல எழும்ப முயன்றாள்.

ஆசியாவின் குறட்டை மூச்சில் எலி செத்துக் கிடந்தது. அதன் வாடையை முகராமலிருக்க சிரமப்பட்டாள். கணவனின் படுக்கை அறையிலிருந்து வந்த சிகரெட்டின் அருவருப்பான வாடையில் அவளுக்கு மூச்சுத் திணறியது.

முஸ்தபாக்கண்ணுக்கு தூக்கம் வராததற்கானக் காரணம் என்னவென்று மரியத்துக்குப் புரியவில்லை. அறியவும் விரும்பவில்லை. அவளுக்கு ஒன்று மட்டும் தெளிவாகத் தெரியும். இனி வரும் இரவுகள் அவருக்கு உறக்கமற்ற இரவுகளாகவேயிருக்கும். பாதகச் செயல்புரிந்து பெரும் பாபத்தின் பெருங் கடலுக்குள் மூழ்கித் தத்தளிக்கிறாரென்று.

மரியம், சுவரைப்பற்றிக் கொண்டு அவருடைய அறை வாசலை அடைந்தாள். அறைக்குள்ளிருந்து மூத்திரத்தின் வாடை, சிகரெட் புகையில் கலந்துவந்தது. அது நாசிக்குழாயை துரந்தேறியபோது அவளுக்குக் குமட்டியது. மூச்சுத்திணறித் திகைத்துப்போனாள்.

மரியம் அறைவாசலை பிடித்துக்கொண்டு நின்றாள். அவர் அங்குமிங்குமாக நடந்துகொண்டிருந்தார்.

அவளுடைய மூச்சிரைத்தலைக் கேட்டுத் திரும்பினார்.

“ஏன் வந்தா?” அது ஒரு அதட்டலாகவேயிருந்தது. அவள் அஞ்சிவிடவில்லை.

“ஓங்களோடெ பத்து நாப்பது வருசம் வாழ்ந்தாச்சு. ஓங்களுக்கும் நான் வேண்டாம்.” அவளுடைய குரலில் தாழ்மையிருந்தது.

“அதுக்கு நா என்ன செய்ய?”

“எக்கு மரிக்கணும்.”

“போய் மரிச்சோ.”

“எக்கு மரிக்கத் தெரியாது.”

“கெணத்திலெ போய் விளு. அல்லேண்ணா கடல்லெ போய் சாடு.”

“கெணத்துலெ குதிக்கூக்கும் கடல் வரை நடக்கூக்கும் எக்கு சக்தியில்லை.” ,

“நீ எப்படியும் மரிச்சுத் தொலை. அப்போதான் எக்கு நிம்மதி.”

“ஒரு ஒபகாரம் செய்வீளா?”

“என்ன ஒபகாரம் செய்யணும்?”

“வேறெ ஒண்ணுமில்லை, எக்கு முன்னெ இந்தத் தறவாட்டிலெ உள்ள பெம்புள்ளியளெ அடிச்சடிச்சுக் கொண்ண அந்த அதபு பெரம்பு கொண்டு ஒரே ஒரு அடி அடிச்சு என்னெக் கொண்ணு தருவீளா? அல்லேண்ணா என்னை தூக்கிக் கெணத்திலெ போட்டு தருவீளா?”

“மரியம்!” அது அலர்ச்சையாகவேயிருந்தது.

“சத்தம்போட்டு ஊட்டுலெ உள்ளவங்களெ எளுப்பாதெங்கொ. ஒறக்கம்தான் அவுங்கொ வாழ்க்கை. அவுங்கொ ஒறங்கட்டு. அவுங்கொ எழும்பூதுக்கு முன்னெ என்னைக் கொண்ணு தாருங்கொ. அடிச்சடிச்சு என்னை இக்கோலத்திலெ ஆக்கினியோ. எக்கெ வாழ்க்கையும் முடியப்போவுது. மிச்சமுள்ள ஒரே அடியையும் அடிச்சு எக்கெ வாழ்க்கையை ஒங்கெ கையாலெ முடிச்சு தாருங்கொ. வாப்பா, ஒங்களுக்கு ஆண்டவன் கொணம் தருவான். பொன்னு வாப்பா.” மரியம் விம்மி விம்மி அழுதாள்.

“போறியா, பெரம்பெ உருவட்டா?”

“அதுக்குத்தானே நான் நிக்குதேன்.”

“நானே மனவேதனையாலெ உறக்கமில்லாமெக் கஷ்டப் படுதேன். நீ வேறெ தொல்லை தர வந்தியாக்கும்.”

முஸ்தபாக்கண்ணு அவளைத் தள்ளி மாற்றிக் கொண்டு அறைக்கு வெளியே குதித்தார். வாரியிலிருந்து அதபு பிரம்பை உருவியபோது அவள் புன்னகைத்து மரணத்தை வரவேற்று நின்றாள். சுக மரணத்திற்கு முன்புள்ள முக ஒளி. மரணத்தை முகத்துக்கு நேராக கண்ட உள் பூரிப்பு.

“போறியா இல்லியா?” பிரம்பை வளைத்துவிட்டார்.

“போறதுக்கல்ல நா வந்தது. இஞ்ச மரிச்சு உளூதுக்கு.”

“போவமாட்டியா?” அதபு பிரம்பு உயர்ந்தபோது அவளுடைய மனசுக்குள் மகிழ்ச்சி துடி கொட்டியது. அவள் விரும்பிய மரணம் அவளை நெருங்கும் மானசீக ஆனந்தத்தில் கண் மூடியபடியே நின்றாள்.

“அடியுங்கொ ஒங்கெ கையாலெ மரிக்கட்டு.” கண் மூடியே இருந்தது.

“திமிரு புடிச்ச பொலயாடி மோளே.”

❖

25

சந்தன அலமாரி சவ்தா மன்ஸிலிருந்து வெளியேற்றப் பட்ட மறுநாளே ஆசியா தறவாட்டுக் காரணவர்க்கெதிராகப் போர்க்கொடி தூக்கினாள். யானைத் தந்தங்களால் பூக்கள் பின்னப்பட்ட, பளிங்குக் கைப்பிடிகள் உள்ள சந்தன அலமாரி குடும்பத்தின் கவுரவமாக தறவாட்டை அலங்கரித்துக்கொண் டிருந்தது. அதையும் முஸ்தபாக்கண்ணு கண்டவனுக்கு விற்று விடுவாரென்று ஆசியா எதிர்பார்க்கவேயில்லை. எதிர்பாராத அந்த விற்பனை அவளுக்கு அதிர்ச்சியாகவேயிருந்தது. அதை விற்பனை செய்த காசில் மகள் நஸீமாவுக்கு வச்சு பூட்ட வேறொரு சாதாரண மர அலமாரியாவது வாங்கிக் கொடுத் திருப்பாரேயானால் அவள் ஆறுதலடைந்து வாயை மூடியிருப் பாள். ஆவலாதிகளை, வீறாப்புகளை உள்ளே ஒதுக்கிக்கொண்டு, இருக்கும் அன்னத்தை உண்டுவிட்டு, ஆண்டவனே என்று உடம்பறையில் சுருண்டு கிடந்திருப்பாள்.

நஸீமா விரும்பியபடி அவளுக்கு ஒரு அலமாரி வாங்கிக் கொடுக்காதது ஒருபுறமிருக்க, தறவாட்டின் முக முத்திரையான சந்தன அலமாரியை அவள் கேட்ட உடனேயே கண்டவ னுக்குக் கள்ள விலைக்கு விற்று பணம் பற்றிய அநியாயத்தை ஆசியாவால் தாங்கிக்கொள்ள முடியவில்லை. இடிக்கப்பட்ட புத்தம் வீட்டிலிருந்து, புதிதாகக் கட்டப்பட்ட சவ்தா மன்ஸிலின் படிப்புரை முகப்பில் வாப்பா அன்று வைத்திருந்த இடத்தி லிருந்து அது அப்புறப்படுத்தப்பட்டதைக் கண்டதும் அவளு டைய கல்பு பற்றியது. அந்த நெருப்பிலிருந்து ஒரு போர்க் கொடி சவ்தா மன்ஸிலுக்குள் பறந்தது.

"நான் பெண்ணாப் பெறந்தவோளானா தறவாடெ பங்கு வச்சு வாண்டாமெ அடங்கமாட்டேன்!"

மல மூத்திரம் கழிக்கவேண்டுமென்றுத் தோன்றியபோது உறக்கத்திலிருந்து விழித்து உடம்பறை மேலிருந்து போட்ட

தோப்பில் முஹம்மது மீரான்

சங்கிலிக் கொட்டாவியின் முடிவில் எடுத்துக்கொண்ட உறுதியான சபதம்.

ஆசியாவின் சபதம் முஸ்தபாக்கண்ணின் செவியைச் சென்றடையவில்லை. அவளுடைய மனசுக்குள் நடக்கும் கொந்தளிப்பின் ஆரவாரத்தில் வெளி சத்தங்கள் அவர் செவியில் போய்விழுவதில்லை. உள்ளே ஆனி ஆடிக் கடல் கொந்தளித்துக்கொண்டிருந்தது.

தறவாடு வெண்தரையானதோடு ஆசியாவின் நிலைமை மிகவும் மோசமானது. பல் துலக்குவதற்கோ மலமூத்திரம் கழிப்பதற்கோ அவளுக்குத் தேவைப்படுமளவிற்குத் தண்ணீர் இறைத்துக் கொடுப்பதற்குத் தறவாட்டில் பணியாட்கள் இல்லாதத் திண்டாட்டம். தேவைக்கேற்றபடி ஆழ்கிணற்றி லிருந்து தண்ணீர் இறைத்து தொட்டிகளையும் அண்டாக் களையும் நிரப்ப முன்புபோல் வலிமை படைத்தவர்கள் இப்போது உயிருடன் இருக்கவில்லை. அதனால் பல மாதங் களாக அவள் குளிக்கவில்லை.

“குளிச்சா துப்புரவாக் குளிக்கணும். இல்லேன்னா என்ன குளி?” குளிக்கவில்லையா என்று யாராவது கேட்டால் ஆசியாவிடமுள்ள ஒரே பதில்.

ஆசியா குளிப்பதற்குக் கிணற்றங்கரைக்குச் சென்றுவிட்டால் அரபிக் கடலே வற்றிப்போகுமென்று தென்பத்தன் பெண்கள் சொல்லிச் சிரிப்பதுண்டு. அவள் குளிக்கும் தண்ணீர் கிணற்றடி மடை வழியாக ஓடிவந்து இராஜபாதையில் தேங்கும். பிறகு தேங்கித் திகைமுட்டியத் தண்ணீர் அங்கிருந்து பாய்ந்து சற்று தொலைவிலுள்ள தோப்பில் தாழ்வான இடத்தில் குளம் கட்டிக் கிடக்கும். சில நேரங்களில் எட்டும் பொட்டும் தெரியாத சிறுசுகள் அதில் தென்னங்கொதும்பால் விளையாட்டு வள்ளம் ஓட்டுவார்கள். சிலர் காகிதக் கப்பல் விட்டு குதூகலிப்பார்கள்.

பெரியவர்கள் பார்த்தால் சிறுசுகளை கம்பெடுத்துத் துரத்திவிடுவார்கள். “ஓடுங்கடா. நாத்தம் புடிச்ச தண்ணி. சிரங்கு வரும்பிலே.”

வேனிற் காலத்திலும் குளம் வற்றுவதில்லை. அதன் நீர்ப் பிடிப்பில் குளத்தைச் சுற்றியுள்ள நாலைந்து தென்னைகள் குலைகுலையாகக் காய்த்தன. சவ்தா மன்ஸில் கிணற்றுமடையி லிருந்து ‘வெள்ளம்’ பாயாததால் குளம் வற்றியது. வறண்ட குளத்தில் சப்பைக்கள்ளி வளர்ந்து, பூப்பூத்தது. வெட்டிய பீடி இலைகளும், பழந்துணிகளும், குப்பைகளும், அம்மை நோயாளி கள் படுத்திருந்த தலையணைகளும் நிறைந்து குளம் குப்பை மேடானது. இருந்தும், தென்பத்தன் மக்கள் அன்று குளத்துக்குக்குச்

சூட்டிய அம்மச்சிக்குளம் என்ற பெயரிலேயே இப்பவும் அந்தக் குப்பைமேடு அறியப்படுகிறது.

முஸ்தபாக்கண்ணு தறவாட்டுக் காரணவரான பிறகு, அவருடைய வாப்பா காலத்தில் தறவாட்டுக் கிணற்றிலிருந்துத் தண்ணீர் இறைக்க குமரிகளாக வந்தவர்களுக்கு முதுமைத் தட்டியதும் முஸ்தபாக்கண்ணு அவர்களை வேலையிலிருந்து நிப்பாட்டியதுதான் முதல் சீர்திருத்தமாகயிருந்தது.

"எளும்பி நடக்கச் சீவனில்லாத்த இந்தச் சவங்களுக்குக் கொடுக்குத காய் பாழ்" என்றார் இஸ்ராயிலிடம்.

"அதுக்கென்ன? நான் வேறெ ஆளெ பாத்துத் தாறேன் மொதலாளி."

அப்படி இஸ்ராயில் தேடிக் கண்டுபிடித்துக் கொண்டு வந்ததுதான் முத்தமக்காவும் வேலம்மையும்.

"எப்படி?" இஸ்ராயில் கருத்தாராய்ந்தான்.

"ஒண்ணுக்கு மூப்பு கூடுதலில்லியாடா? பன்னிக்கெக் கோலத்திலெ காணுது."

"அப்படியும் ஒண்ணு கெடக்கட்டு என்னுதான். இல்லேண்ணா மரியம் தாத்தாக்குச் சந்தேகம் வரும்."

"அதும் சரிதான்."

"மற்றது எப்படி? குதிர ஜாதி."

முஸ்தபாக்கண்ணு சிரித்தார்.

முத்தமக்காவும், வேலம்மையும் விடிந்து சாயும்வரை ஆழ்கிணற்றை இறைத்து அண்டாக்களையும் தொட்டிகளை யும் நிரப்பிக் கொண்டிருந்தார்கள். தொட்டிகளும் அண்டாக் களும் காலியாகிக் கொண்டேயிருந்தன. அவர்கள் நிரப்பிக் கொண்டேயிருந்தார்கள். கைகள் ஓய்ந்தபாடில்லை.

ஆசியாவைக் குளிப்பாட்டி விடுவது இவர்களுடைய முக்கியப்பணி. மூட்டிய சாரத்தை மார்பு மறையக் கட்டிக் கொண்டு தலைமுடியைப் பிரித்துவிட்டு ஒரு ஸ்டூல் மேல் ஆசியா உட்காரவேண்டியதுதான். முத்தம்மக்கா தொட்டியை நிரப்புவாள். தொடை தெரியும்படி சேலையை இடுப்பில் சொருவிக் கொண்டு வேலம்மை செம்பில் தண்ணீர் கோரி ஆசியாவின் தலையில் ஊற்றுவாள். முத்தமக்காவுக்குக் கை வலியெடுக்கும்போது வேலம்மை தண்ணீர் இறைப்பாள். ஆசியா வின் ஈரும் பேனும் பிடித்தத் தலைமுடியில் அரைத்த சீயக்காய் தேய்ப்பதும் உடல் பகுதிகளையெல்லாம் சவரியால் தேய்த்து விடுவதும் கதகதக்கும் இளமை துள்ளித் தளும்பும் வேலம்மை

தோப்பில் முஹம்மது மீரான்

இராஜபாதையில் தண்ணீர் பெருக்கெடுக்கும்போது அன்று ஆசியாத்தாவின் குளி தினம் என்பது தென்பத்தன் சனங்களுக்குத் தெரிந்த விசயம். உதய நேரம் நீராட இறங்கியவள் தலைமயிர் காய வைப்பது சாயும் சூரியனின் செங்கதிரில்.

முத்தமக்காவும் வேலம்மையும் சவ்தா மன்ஸில் கிணற்றடியில் பணிசெய்துகொண்டிருந்த காலம் வரை ஆசியாவுக்குத் தண்ணி பஞ்சமே இல்லை. முத்தமக்கா திடீரென்று இறந்து போவாளென்று யாரும் எதிர்பார்க்கவே இல்லை. பன்னி போல துளுதுளுவென்றிருந்த முத்தம்மக்கா சவ்தா மன்ஸில் கிணற்றில் வாளியைப் போட்டாள். போட்ட வாளியை மேலே தூக்கவில்லை. அந்த இடத்திலேயே இரத்தவாந்தி எடுத்தாள். வீட்டுக்குப் போன பிறகும் வாந்தி எடுத்தாள்.

“இனி என்னாலெ தண்ணி கோர முடியாதும்மா” என்று முத்தம்மக்கா சொல்லும்போது சக்தியை இழந்துவிட்ட நினைப்பில் அவள் கண்களில் நீர் முற்றியது.

மண்டைக்காட்டுக் கொடைக்குப்போன வேலம்மை மாதங்களாகியும் திரும்பாதது புதிராகவே இருந்தது. அவள் ஒரு குறுகுறுத்தவள். சிலரிடம் அவள் குழைந்து பேசியதை, கட்டியப் புருஷன் பார்த்திருக்கிறான். அவன் வேலம்மையிடம் அதைப்பற்றி கேட்கவில்லை. கோபப்படவுமில்லை. பேசாமல் வீட்டைவிட்டு இறங்கியவன்தான். வருடங்களாகியும் கணவன் திரும்பாத கவலை அவளுக்கு. தன்னந்தனியாக விட்டுவிட்டு போய்விட்டாரே என்ற ஏக்கம் வேறு. பசி தாங்காமல்தான் சவ்தா மன்ஸிலில் முத்தமக்காவுடன் வேலைக்குச் சேர்ந்தாள்.

மண்டைக்காட்டுக் கொடைக்குப் போவதற்கு முன்னரே வேலம்மையின் முகம் வாடியிருந்ததையும் அவள் யாரிடமும் அதிகம் பேசாமல் கவலையுற்று இருந்ததைப் பற்றியும் முத்தம்மக்கா இறப்பதற்குச் சில நாட்கள் முன்பு சவ்தா மன்ஸிலில் ஆசியாவின் தலையில் ஈரோலி கொண்டு சிக்கு அறுக்கும் போது சொன்னாள்.

“ஏன் முகம் வாடியிருந்தது?” முத்தம்மக்கா கொண்டு வரும் ஊர்ப்பேச்சைக் கேட்க கூடிய அக்கம்பக்கத்துப் பெண்கள் முத்தம்மக்காவின் குடலைக் கிளறத் துவங்கினர். முத்தம்மக்கா மறைக்க முயன்ற போதிலும் பெண்கள் தோண்டி கேட்ட கேள்விகளில் உண்மை வெளியாகிவிட்டது.

“அவொ குளிக்காம இருந்தா. கெடுத்துப்போட்டாரே, கெடுத்துப்போட்டாரே எண்ணுப் புலம்பிக் கரஞ்சிக்கிட்டே இருந்தா. ஆருட்டீ எண்ணு கேட்டேன். பாவிப் புள்ளே

சொன்னாளில்லையே. சொன்னாளெங்கி அஞ்சோ பத்தோ வாண்டிக் குடுத்து நானே கூட்டீட்டு போயி ரண்டாம்பேர் அறியாமெ புள்ளயெ அளிக்கலாமாயிருந்தது. வாய் தொறந்தா தானே? மண்டக்காட்டுலெ புள்ள அளிக்குத ஒருத்தி உண்டாம். கொடய சாக்குப் போட்டுப் போனா. போனபாவி ஒடுக்கத்தப் போக்கும், ஒருப்போக்குமாப் போனாளே."

கூட்டத்திலிருந்த மரியத்தின் முகம் குறாவியதை யாரும் காணவில்லை. அதன்பிறகு நடந்த ஊர்ப்பேச்சுக் கேட்க அவள் அங்கு நின்றுகொண்டிருக்கவில்லை. மறுநாள் காலையில் உடல் தளர்ந்த நிலையில் கஞ்சி போட்டுக் குடிக்க உழக்கு அரிசி வாங்க முத்தம்மக்கா சவ்தா மன்ஸிலுக்கு வந்தாள்.

"நீ தானா கூட்டிக் குடுத்தா?" மரியம் கேட்ட கேள்வி முத்தம்மக்காவின் நெஞ்சில் குத்தித் தறைத்தது. அதற்குப் பிறகு அவள் சவ்தா மன்ஸிலுக்குள் கால் ஊன்றவே இல்லை. போன நாலுக்குப் பலாமூட்டில் இரத்த வாந்தி எடுத்து அங்கேயே சுருண்டுவிட்டாள். சவ்தா மன்ஸில் கிணற்றில் குடிகொண்டிருந்த மலைவாதையின் பலத்த அடி என்று வதந்தி கிளம்பியது.

போன வேலம்மை திரும்பி வராதது, முத்தம்மக்காவின் மரணம் எல்லாம் நிகழ்ந்தது தறவாட்டின் அஸ்திவாரக்கல் ஆட்டம் காணத்துவங்கிய நாளில். மூன்றுவேளை உணவு, வயல் அறுவடை காலத்தில் நெல், தேங்காய் வெட்டும்போது தேங்காய், மாத ஊதியம் இவையெல்லாம் கொடுப்பதற்கான வருவாய் தந்து கொண்டிருந்த தாவர வஸ்துக்களின் எல்லைகள் சுருங்கிவிட்டதால் தறவாட்டில் தண்ணீர் இறைக்க ஆட்களை நியமிக்காதக் கோபத்தை ஆசியா வெளிக்காட்டவில்லை.

"காக்கா, ஊட்டுலெ வெள்ளம் கோரித்தர ஆளில்லையே?"

சாய்வு நாற்காலியில் காலாட்டிக்கொண்டு கிடந்த முஸ்தபாக்கண்ணு பதில் பேசவில்லை. உணர்ச்சியற்றவராக அவளைப் பார்க்க மட்டும் செய்தார்.

"காக்கா நா சொன்னது ஒங்களுக்குக் கேட்டுதா?"

"கேட்டுது. இந்த ஊட்டுச் செலவுக்கு ஒரு கடல் தண்ணி வேணுமேவுள்ளே. இப்பம் உள்ள சனங்களுக்கு அப்படித் தண்ணி கோரி இறைக்கச் சீவனில்லை. வேலைக்கு ஆளை உடும் அளவுக்கா தறவாட்டு வருமானம் வருது?"

"அதுனாலே குளிக்காமெ அளுக்கும் சிக்குமா நா உடம்பறையிலெ கெடக்கூக்கா சொல்லிதியோ?"

"போய் குளி."

“எப்படிக் குளிக்க?”

“கோரிக் குளி.”

“கிணத்திலெயிருந்து தண்ணி கோரி குளிக்குத சாதியாட்டா நம்மொ வளந்தோம் காக்கா. எக்கு வெள்ளம் கோரி தருக்கு ஒருத்தியெ நிறுத்துங்கொ.”

“அது நடக்காது!” முடிவாகச் சொன்னார்.

உடம்பறையில் கவிழ்ந்துக் கிடந்து ஆசியா புலம்பினாள்.

“எக்கெ மாப்ளக்கு மதி உண்டானா எக்கு இந்த நெல வருமா?” அவள் கணவனைத் திட்டினாள். “ஒரே தீவனமும், கடப்புறத்திலெ இருந்து ஒடுக்கத்தெ நாயும் புலியும் வெளயாடட்டும்.”

எப்படியோ நஸீமாவின் கல்யாணம் நடந்துவிட்டது. இன்றளவும் ஆசியா மகளுடைய அடுக்களையைப் பார்த்ததே இல்லை. பார்க்கச் செல்லாததில் சம்பந்தாருக்கு ஆவலாதி யில்லை. ஆசியா வீட்டுக்கு வெளியே முற்றத்தில் கால்வைக்க வேண்டுமேயானால் முந்தைய நாள் ஊருக்குத் தென்பக்க முள்ளக் கடலை வற்ற வைக்கவேண்டும். அணிவதற்கு ஒரு நார்ப்பெட்டி நிறைய பொன் நகைகள் வேண்டும். வேட்டி போல் மடித்து உடுத்திக்கொள்ள ஒரு சாண் அகலத்தில் கசவு காஞ்சிபுரம் பட்டு. அதைப்போல் ஒரு சாண் அகலத்தில் கசவுபோட்ட மதுரைக் கவிணி. கையில் கசவு வைத்த பட்டுக்குப்பாயம். பின்னெ, பொன்னரைஞாணம். இவற்றிற் கெல்லாம் எங்கே போவது? வால்மூட்டை அரித்த கல்யாணத் தலைப்பட்டைத் தவிர வேறு எதுவும் இருப்பு இல்லை. ஒரு மஞ்சாடி தங்க நகை கூட உடம்பில் இல்லை. தறவாட்டின் தகர்ச்சை சம்மந்தாருக்குத் தெரிந்ததுதான். பவுரீன்பிள்ளை யின் வம்சா வழியிலிருந்து ஒரு பெண்ணை எடுத்துக்கொண்ட பெருமை அவர்களுக்கு.

இதையெல்லாம் நினைக்க நினைக்க ஆசியாவின் இதயம் பற்றியது. “அண்ணக்கே இந்தத் தறவாட்டைப் பங்கு வச்சு வாண்டியிருந்தா எக்கு இக்கேடு வந்திருக்குமா?” பழைய செழுமையும் பிரதாபக் குதூகலிப்பும் சில விழிப்பு நேர நினைவு நாடாவில் நிழலாடும்போது ஆசியாவின் உள்ளம் குமுறிக் கொண்டேயிருக்கும். கர்ப்பவதியாக இருந்த நேரம் நல்ல பண்டம் பணியாரம் செய்து மகளுக்குக் கொடுத்தனுப்பு வதற்கான அவளுடைய இயலாமை முஸ்தபாக்கண்ணின் மீது கோபமாகப் பெருக்கெடுக்கும் போது, தனக்குள்ளே அடக்கிக் கொண்டது, குடும்ப நாற்றம் வெளியே தெரிய வேண்டாமென்று.

கடற்கரையில் மீன்பட்டுச் சொரியும்போது சூசம்மா துண்டு போட்டுக் கொடுக்கும் பெரிய சூரை மீனையோ நெய் மீனையோ செய்தகம்மது நஸீமா வீட்டுக்குக் கொண்டு கொடுத்திருந்தது, ஆசியாவுக்கோ முஸ்தபாக்கண்ணுக்கோ தெரியாது. நஸீமாவும் சொல்லவில்லை. தெரிந்தால் செய்தகம் மதை நின்ற நிலையில் இரண்டாகக் கிழித்திருப்பார்கள். பவுரீன்பிள்ளை குடும்பத்தில் வந்து பெண்ணெடுத்த ஒரு புதியாப்பிளை கடற்கரைக்குச் சென்று மீன் வாங்குவதும் சம்மந்தார் வீட்டுக்கு அதை எடுத்துச் செல்வதும் மானக்கேடு.

செய்தகம்மதிற்கும் முதலில் தயக்கமாகத்தானிருந்தது. பவுரீன்பிள்ளை குடும்பத்தில் பெண்ணெடுத்த புதியாப்பிளை என்ற நினைப்பு அவருக்கு இல்லாமலில்லை. மனித இயல் பான சில பலவீனங்களின் சங்கிலிக் கட்டில் அடிமையாகக் கிடக்க வேண்டியச் சூழலில் பெருமைகளை இட்டுடைக்க வேண்டியதாயிற்று.

ஏராளம் மீன் பாடுள்ள நேரம். கடற்கரையில் ஏகப்பட்ட பரபரப்பும் கூப்பாடும். மீன் குட்டைக்காரர்களும் சைக்கிள் லோடுகாரர்களும் அங்குமிங்கும் ஓடித்திரிந்தனர். மீன் பண்டக சாலைகளுக்கு முன் சூரை மீன் குவிக்கப்பட்டிருந்தது. ஈர மணலில் கட்டம் போட்டு நாயும் புலியும் விளையாடிக் கொண்டிருந்த செய்தகம்மது, சூசம்மா ஒரு பெரிய சூரை மீனை தூக்கி வருவதைக் கண்டார்.

“ஏய், இஞ்செ வரிங்கெ.” அவள், அவரை அதிகாரக் குரலில் கூப்பிட்டாள். அவள் கையிலிருந்த சூரைமீனை அவர் பார்த்தார்.

“புள்ளைய்க்க ஊட்டுக்கு கொண்டு குடுங்கெ.”

“சீ, சம்மந்தக் குடிக்கு மீனா கொண்டு போவூது.”

அவர் தயங்கினார்.

“பின்னெ, தங்கத்தையா கொண்டு போவப் போறீரும்?”

“கொண்டுபோறது கேவலம் குட்டீ.”

“நா இல்லியா தாறேன்.” அந்தப் பார்வை அவரைத் தளர வைத்தது. அது ஒரு பொல்லாத, கவர்ச்சியானப் பார்வையாகவே இருந்தது.

இதய நரம்புகளை வீணைக்கம்பிகளாக்கும் கொஞ்சல் பார்வை.

“இப்படியாக் கொண்டு போவ?”

“துண்டு போட்டுத் தாறேன்.”

அவள் துண்டம் போட்டுக் கொடுத்த மீனைக் கொண்டு மகள் வீட்டுக்குச் சொல்லும்போது அவருக்குக் கேவலமாகவே யிருந்தது. நடக்கையில் கால்கள் அஞ்சின. நஸீமா தலைவாசலில் நின்றுகொண்டிருந்ததைக் கண்டபோது மூச்சுவிட்டார். வாப்பாவின் கையிலிருக்கும் பொட்டலத்தைக் கண்டதும் அவளுக்கு எங்குமில்லாத ஆனந்தம். ஏதாவது பொரிப்பு பண்டமாகயிருக்கலாமென்று நினைத்தாள்.

"என்ன வாப்பா?"

"மீன்." அவளுக்குக் கேவலமாக இருக்குமென்று எண்ணி னார்.

"இந்த ஊரிலெ மீன் வாண்டக் கெடக்கிதில்லை வாப்பா. கொண்டு வந்தா கொள்ள வெலை சொல்லுதாளுவோ."

"இண்ணு நல்ல மீன் பாடு."

"இது போல கெடச்சா இனி வாண்டிட்டு வாருங்கொ."

"மீன் கொண்டு வந்ததை உம்மாக்கிட்ட சொல்லாதே மக்கா. என்னைக் கொண்ணு போடுவா."

"உம்மாக்கு இதெல்லாம் கேவலம். அவெ பழைய குடும்பப் பெருமையிலே கெடக்குதா."

செய்தகம்மது புறப்படும்போது நஸீமா கேட்டாள்.

"உம்மா குளிச்சாளா?"

"அவெ எந்த ஸமான்லெ குளிக்க? ஆத்துலெ நெறையத் தண்ணி கெடக்குது. ராத்திரி நல்ல நெலவு. ஆத்துலெ குளிக்க வாறியான்னு கேட்டேன். சைத்தான் உடனே கொணத்தை காட்டீட்டா..."

"ராத்திரி நேரம் ஆத்துலெ போய் முங்கி நேரம் வெளுக் கூதுவரை குளிக்கலாமே?" நஸீமா சொன்னாள்.

"சீ. பவுரீன்பிள்ளை உப்பாக்கெ வமிசா வழில உள்ள நான், எரப்பியும் பறப்பியும் குளிச்சு துப்புரவுக் கெட்டத் தண்ணீலெ போயி குளிக்கூதுக்காச் சொல்லியோ. ஒங்கெ தலையிலை மூளை இரிக்கிதா எண்ணு கேட்டா மக்கா. அவெ நாசமா போட்டுணு நான் பேச்சை உட்டுட்டேன்."

நடக்கும்போது நஸீமா சொன்னதை நினைவு கூர்ந்தார். "இது போல் கெடச்சா இனி வாண்டீட்டு வாருங்கொ." விலை கொடுத்து வாங்கியதாக அவள் நினைப்பு. வாப்பாவுக்கு ஒரு கிளை உறவு இருக்கும் அந்தரங்கம் அவளுக்குத் தெரிந்திருக்காது.

முலகடிச்சா என்று சூசம்மாவை எல்லோரும் அழைப்ப தும், அதை காதால் கேட்பதும் அவருக்கு அருவருப்பாகயிருந்தது.

அப்படிக் கூப்பிடுவதில் அவளுக்கு ஆவலாதியில்லை. எல்லா ரும் அப்படித்தான் அவளை அழைப்பது. அவளுடைய உண்மை யான பெயர் வேறு யாருக்கும் தெரியாது. ஒருவேளை அவளே அவளுடைய பெயரை மறந்திருக்கக்கூடும். ஒருதடவை உண்மை யான பெயரை அவள் சொன்னாள் – "சூசம்மா."

கடற்கரை சத்தமயமான பகல்பொழுதுகளில் அரயன் தோப்பு தென்னம் நிழலில் நாயும் புலியும் விளையாடிக் கொண்டிருக்கையில் அவள் அது வழி வருவதுண்டு. அந்நேரம் கண்ணால் ஒரு சிறு சாடை காட்டினால் போதும். இரவு பாங்கு சொல்லும் நேரம் பழைய மீன் பண்டகசாலைக்குப் பின்புறம், அவள் மாலையில் குளித்த சந்தன சோப்பின் வாசம் வீசும். அப்படி ஓர் இரவு சந்திப்பின்போது கேட்டதற்கு அவள் சொன்னாள்.

"அது கேட்டீளா." அவளுடைய பெயருக்குப் பின்னணி யிலுள்ள பழைய கதையை அவள் சொல்லத் துவங்கியபோது செய்தகம்மதின் கர வட்டத்திற்குள் அவள் திமிறினாள்.

"உடுங்கொ சொல்லுதேன். நா கொமரா இரிச்சும்பம் அந்தக் கடியப்பட்டணத்தாளுக்கெ மோளே, அந்த நாறவாரு வனி எக்கெக் கொண்டப்பூவ களவாண்டா. கேட்டப்போ என்னைக் கள்ளத் தேவுடியா எண்ணு உளிச்சு, கண்ட மேனியா தானக்கேடு பறஞ்சிட்டு எக்கெ முடிக்கொண்டையெப் புடிச்சு இழுத்து என்னை தாள உருட்டிப் போட்டுட்டாளே. கல்லுலெ இடிச்சு முட்டு ஒடஞ்சு போச்சு. இன்னாப் பாருங்கோ." இருட்டில் அவர் அவளுடைய நிர்வாண கால் முட்டின் தழும்பைத் தடவிக் கண்டுபிடித்தார். "எக்குத் தேச்சியம் வந்துட்டுது. நா உடாட்டேன். ஓடிப்போயி அவளுக்கெ மெலயெ எத்தி ஒரு கடி கடிச்சுட்டேன். போட்டாளே சத்தம். ரத்தம் வடிய வடிய ஓடித் தப்புட்டா. அதுனாலெத்தான் எக்கு இந்த வட்டப்பேரு. மெலகடிச்சா எண்ணு சொன்னாத் தான் தொறய சனங்களுக்கு என்னெத் தெரியும்."

"நான் அதுபோல ஒரு கடி கடிக்கட்டா?"

"செத்துப் போவேன்." அவருடைய கன்னத்தில் அவள் அழுத்திக் கிள்ளியது அந்தச் சந்தர்ப்பத்தில் பூவிதழ் முனை கன்னத்தைத்தொட்டது போலிருந்தது அவருக்கு.

சவ்தா மன்ஸில் படிப்புரை மூலையில் கிடந்திருந்தக் கட்டிலில் உட்கார்ந்துகொண்டு துவர்த்து முனை திருகி காது குடைந்து கொண்டிருக்கும்போது, அரயன் தோப்பு தென்னை நிழலில் நாயும் புலியும் விளையாட துணையில்லாமல் தனிமைப் பட்டிருந்த அன்றைய சாதகமான சந்தர்ப்பத்தையும், அவளோடு

நெருக்கம் ஏற்பட சவ்தா மன்ஸில் சூழல் தன்னை எவ்வாறு தூண்டியது என்பதையும் அடிக்கடி ஒரு குற்ற உணர்வோ டாவது செய்தகம்மது நினைக்காமலில்லை. சிலநேரம் அது ஒரு ஆசீர்வாதமாகவும் வேறு சிலநேரம் அது ஒரு தவறாகவும் அவருக்குத் தோன்றுவதுண்டு.

அரயன் தோப்பில் நாயும் புலியும் விளையாடிக்கொண்டி ருந்தபோது, அது வழி மீன் சுமந்துகொண்டு அவள் வந்தாள். உடன் விளையாடிக் கொண்டிருந்த மைதீன், மீன் வாங்க அவளைக் கூப்பிட்டான்.

“புள்ளேய், என்ன மீனு? எறக்குப் பாக்கட்டு.”

அவள் சுமையை இறக்கினாள். சுளவில் அயிலை மீன் பொறுக்கி வைக்கையில் கண்ணோரத்தால் இங்கே பார்த்துக் கொண்டு மைதீனிடம் கேட்டாள்.

“இந்தப் புள்ள ஆரு?”

“தெரியாதா, சவ்தா மன்ஸில் மோலாளிக்கெ மச்சினன்.”

“ஆசியா உம்மாக்கெ மாப்ளையா?” என்று இங்கே பார்த்துக் கேட்கும்போது அவள் உதட்டில் கள்ளப் புன்னகையும் கண்ணோரத்தில் மயக்கத்துடிப்புமிருந்தன.

“ஆமா.” பதில் சொல்லும்போது, அவளுடைய கொழுத்துத் துடித்த மார்பைக் கூர்ந்து துளைப்பதை அவள் புரிந்து வெட்கித் தாள். சேலைமுனையால் மறைத்தபோது ஏமாற்றமாகவே இருந்தது அவருக்கு.

“அப்படி வரட்டு.” அவள் தலையை அசைத்தாள். அந்த அசைப்பில் ஏதோ பொருள் பொதிந்திருப்பதாகத் தோன்றியது.

மைதீனிடம் மீனுக்கு விலை சொல்லிவிட்டுச் சொன்னாள்.

“அந்தப் புள்ள பாயை உட்டு எழும்பாதே.”

“அவள் உனக்குப் பொருத்தமானவளல்ல” என்ற கருத்து உள்ளடங்கி இருந்தது அவளுடைய பேச்சில்.

“ஆமா” என்று சொல்லிச் சிரித்தபோது, அந்தச் சிரிப்பு ஒரு தோல்வியின் அடித்தரையிலிருந்து எழுப்பியதாக அவள் புரிந்திருக்கக்கூடும்.

அவள் இங்கேயே பார்த்தாள். பீடிக்கறை படிந்த உதட்டை, மீசையை, கண்களை, மேல்பகுதியில் பித்தான் இல்லாத சட்டைக்குள் தெரிந்த ரோமம் சூழ்ந்த மார்பிடத்தை.

“ஒவ்வொருத்தருக்கும் ஆண்டவரு விதிச்சதுதான் கெடெக்கும்!”

மைதீனுக்கு மீன் கொடுத்துவிட்டு சுமையைத் தலையில் தூக்கி வைக்கும்போது அந்தக் குரல், ஒரு படு தோல்வியின் குரலாகவேயிருந்தது.

கை வீசி, காலால் சொரி மணலைக் கிளறிக்கொண்டு அவள் நடந்து விலகும்போது அவளிலிருந்து பார்வை பின்வாங்க முடியாத திகைப்பிருந்தது. மைதீன் அங்கிருந்து போனதுகூட தெரியாதவாறு பார்வை இறுகியிருந்தது.

வீட்டை நோக்கி நடக்கும்போதும், கட்டிலில் வந்து உட்காரும்போதும், மதிய உணவுக்குப்பின் கட்டிலில் சாயும் போதும் அவள் செய்தகம்மதின் மனசில் நிரம்பி நின்றாள். நரம்புகளில் படர்ந்து ஏறினாள். அவளுடைய உருண்டு திரண்ட குசங்கள், கதுகதுப்புக் கன்னத்தடம். காந்த ஈர்ப்புக் கண்முனை, மீன் செதிள் ஒட்டிய, அழுக்கடைந்த சேலைக்குள் நெருங்கித் திணறிய துடைகள், பேற்றுக் கோடுகள் இல்லாத வழுவழுப்பு வயிறு.

இரவு கட்டிலில் உருண்டு புரண்டார் செய்தகம்மது. உறக்கம் வரவில்லை. வருடங்களாக ஆறிக்கிடந்த நரம்புகளுக்கு அவள் சூடேற்றிவிட்டாள். மறந்துவிட்ட உணர்ச்சியைக் கிண்டிக்கிளறிவிட்டாள். நரம்பு உட்பிரிகளேறி முறுகின. வறண்ட நரம்புகள் தாகம்கொண்டன. தாகமடக்காமல் இனி உறக்கம் வரவே வராது என்ற நிலை. கண்முன் அவள் நின்றாள். கண்ணுக்குப் பளிச்சிடும்படி நிர்வாண உறுப்புகளைக் காட்டி நடந்தாள். சட்டையைக் கழற்றினாள். சேலையை உரிந்துவிட்டாள். முழு நிர்வாணமேனியில் நின்றுகொண்டிருந் தாள். மீன்மொச்சை வீசிய அவளுடைய உடலில் பூ வாசமிருந் தது. அவளை அப்படியே அள்ளி எடுத்து கடிக்கத்தோன்றியது. தூக்கி விழுங்க வேண்டும் போலிருந்தது. அவளை அப்படியே கட்டி அணைத்து இறுக்கி, மிருது எலும்புகளை நெருநெரா ஒடிக்கவேண்டும் போலிருந்தது. அவள் உடலிலிருந்து கிளம்பும் மீன்மொச்சையை முகரத் தோன்றியது. அந்த மொச்சை ஒரு சொர்க்க மயக்கத்தைத் தந்தது. அதில் ஒருவகையான ஈர்ப்புத் தன்மை அடங்கியிருந்தது. அந்த ஈர்ப்பில் அவளை நெஞ்சோடு அணைத்தார். அவள் மனசுக்குள் வள்ளிக்கொடி போல் படர்ந்தாள். நரம்புக்குள் கீச்சம் காட்டி ஊர்ந்தாள். அவள் உடல் வாடை சுற்றுச் சூழலில் திக்கித் திரண்டது. அந்த வாடை கவர்ச்சிமிக்க ஒரு மதன கன்னியின் நறும் வாசமாக மூக்கைத் துரந்தேறியது. அது ஒரு காமவாசமாகவே மாறியது.

சூசம்மா உடம்பறை மீது கவர்ச்சியாகப் படுத்துக்கொண் டிருந்தாள். செய்தகம்மதால் இருப்புக் கொள்ள முடியவில்லை.

கட்டிலை விட்டு எழும்பினார். சவ்தா மன்ஸிலுக்குள் நிசப்தம் நிலவியிருந்தது. கறையான் புற்றுகள் அப்பியிருந்த தட்டின் மீது ஒதோ ஓடித்திரிந்து அந்த நிசப்தத்தை மீறிக்கொண்டிருந்தது. மரியம் முஸ்தபாக்கண்ணின் அறையில். வேலைக்காரி எங்கோ சுருண்டு கொண்டிருந்தாள்.

செய்தகம்மது பாதஓசை எழுப்பாமல் அவள் படுத்திருக்கும் உடம்பறைக்கு நேராக நடந்தார். பல வருடங்களுக்குப் பின் செய்தகம்மது உடம்பறை கிடந்து கொண்டிருந்த இடத்தைப் பார்த்தார். ஆசியாவின் குறட்டை ஒலி அந்தச் சூழலை சத்தமயமாக்கியது. சற்று விலகி ஒரு சிம்னி விளக்கு திரி தாழ்த்தி வைக்கப்பட்டிருந்தது. அதிலிருந்து எழுந்த கருந்திரி வாடை அங்கு முற்றி நின்றது. நாலாப்பக்கமும் நோட்டமிட்டார். அந்தத் தளத்தில் வேறு யாரும் உறங்கிக் கொண்டிருக்கவில்லை.

உடம்பறையில் மல்லாந்துப் படுத்திருந்த சூசம்மாவின் காலை மெல்லத் தொடும் போது நெஞ்சிடிப்பு அதிகரித்தது.

“எளும்பு.” குரலடங்கிக் கூப்பிட்டார்.

“இத்திப்போல கண்ணடைக்க உடாதுங்களே.”

அவள் சரிந்து கிடந்தாள்.

செய்தகம்மது உள் நடுக்கத்துடன் அவள் காதில் கூப்பிட்டார்.

“எளும்பு, நாந்தான்” என்று சொன்னதும் முகத்தைப் படக்கென்று எடுத்துவிட்டார். துவர்த்துத் தும்பால் மூக்கைப் பொத்தினார்.

அவள் முழித்தாள்.

“ஆரு?”

“நாந்தான் செய்தகம்மது.”

“என்னவேணும்?” அவள் மோப்பம் பிடித்தாள். “மீன் மொசு அடிக்குதே.”

அவர் திடுக்கிட்டார்.

“இல்லை. எனக்கெ மேலெ இல்லை.”

“இல்லை. இஞ்செ மீன் மொசு அடிக்குது. ஏதோ மீன்காரி வந்ததுபோல மொசு அடிக்குது.”

“ஒனக்கு அப்படித் தோணுது.”

“இல்லெ. இல்லெ. மீன் மொசுவேதான். என்னத்துக்கு வந்தியோ?”

“நம்மொ வருசக் கணக்காட்டு அங்கையும் இங்கையு மாட்டுக் கெடக்குதோம். என்னவோ எக்கு உறக்கம் வரல்லெ.”

“ஒங்கெ மேலே ஏதோ மீன்காரி கூடியிருக்கா. ஒங்கெ மேலதான் மீன் மொசு அடிக்குது. கிட்டெ நிக்காதங்கொ போங்கோ.”

“என்னெ வெரட்டாதெ. ஒன்னோடெ இப்பம் சேந்து கெடக்க ஆசயாயிருக்கு.”

“எக்கு எல்லாம் மொறண்டுப் போச்சு.”

“எக்கு மொறளல்லெ.”

“எக்கெ கிட்டெ சேராதிங்கொ. தூரெ போங்கோ.”

“போவமாட்டேன்.”

“நான் சத்தம் போடுவேன். போறீளா இல்லியா?”

செய்தகம்மது திரும்பி நடந்தார். மன இடிவுடன் உடம் பறைக் கிடந்திருந்த இடத்திலிருந்து படிப்புரைக் கட்டிலை நோக்கிச் சொல்லும்போது மனசில் ஒரு சிந்தனை மின்னியது. ஒருவனை நல்லவனாக்குவதும் தீயவனாக்குவதும் அவனுடைய வீட்டுச்சூழல், இரு முனைகளில் ஒன்றோடொன்று நெருங்க முடியாதவாறு கட்டப்பட்டுக் கிடக்கும் இரு வீட்டு மிருகங் களாக இவ்வளவு காலம் இந்த வீட்டுச் சூழலில் வாழவேண் டிய துர்நிலை. ஆசியாவின் உடல் ஆரோக்கியத்தை, உடம்பறை பலகை கரண்டு மென்று இல்லாமலாக்கிவிட்டது. மனக்கட்டு கள் உலைந்த ஒரு பலவீன நிமிடத்தில் சங்கிலியை இழுத்து அறுத்துக்கொண்டு இணையைத்தேடி ஓடியபோதிலும், மனித இயல்பான உணர்ச்சிகள் நரம்புகளில் காய்ந்து கருகிப்போனதால் அந்த இணையைக்கண்டு மிரண்டோடி அகலும் மற்ற இணை.

ஒரு வீட்டு வட்டத்திற்குள் அவர்களுக்குள் ஏற்பட்ட பிரிவு. கால அகலத்தில் அவர்களுடைய உணர்ச்சிகளை மரக்கச் செய்த விதியின் கொடூரத்தை நினைத்து நொந்து கொண்டார்.

சூசம்மாவின் அன்றையப் பார்வைக் கவர்ச்சி செய்தகம் மதை அவளோடு நெருக்கியது. ஒரு பெண்ணின் பார்வைக்கு இப்படி ஒரு ஈர்ப்பு சக்தி இருப்பதை அவர் வாழ்க்கையில் முதன்முறையாகப் புரிந்துகொண்டது அப்போதுதான். நடு வயதுப் பருவத்தில், எங்குப் பிறந்தாலும் எந்தச் சூழலில் வாழ்ந்தாலும் எந்த இனத்தைச் சார்ந்தவளானாலும் பெண் களை இயற்கை, அழகைக்கொண்டு ஆசீர்வதிக்க இவை எதுவும் தடையாக இருக்காது என்ற நியதியை நிஜத்தை அவர் தெரிந்துகொண்டார்.

செய்தகம்மது அவளுக்காக அரையன் தோப்பில் தனித்திருந்து தொலைவில் கண்களை நாட்டினார். மீன் சுமையுடன் அதுவழி வந்த அவளை அவர் கூப்பிட்டது மீன் வாங்குவதற்கல்ல என்பதை அவள் புரிந்துகொண்டு பொழிந்த சிரிப்பில் அவருக்குப் புல்லரித்தது.

சுமையை இறக்கினாள். சுளவில் மீன் எடுத்து வைக்கவில்லை. விலையும் சொல்லவில்லை.

"என்னா?" அவள் கேட்டாள்.

அன்று பார்த்ததை விடவும் அதிகம் மதன வெறியூட்டு பவளாகவே தோற்றமளித்தாள்.

"ஒவ்வொருத்தருக்கும் விதிச்சதுதான் கெடக்குமென்னு அண்ணு சொன்னாயில்லியா?"

"ஓ."

"அதுக்கெ அர்த்தம் என்னா?"

"எக்குக் கல்யாணமாச்சு. ஆனா, நான் அவருக்குப் பெண்டாட்டியாட்டு இல்லை. அவருக்குச் சோறு கறி ஆக்கிக் குடுக்குவளாட்டுதான் இரிக்கேன். இதுதான் எக்கெ சீவிதம்." கசிந்த விழிநீரை சட்டைக் கையில் துடைத்தாள்.

"நானும் ஒருத்திக்கெ மாப்ளெ. பேருக்குத்தான்."

இருவரும் கண்களைப் பார்த்தனர். கண்கள் பேசிய சத்தமயமான மவுன கணங்கள்.

"ராத்திரி."

அவள் வெட்கித்துத் தலை குனிந்தாள்.

பழைய மீன் பண்டக சாலையில் பின்புறம் அவர்கள் சந்தித்தபோது லேசாக தூறலும் ஆடிமாதக் குளிருமிருந்தன.

"நம்மொ இனி எப்பவும் இந்த எடத்திலெ..." அவர் சொல்லி முடிக்குமுன் அவருடைய நெஞ்சில் அவள் தலைசாய்த்து நெஞ்சு ரோமக்காட்டில் விரல் முனைகளைப் புகுத்தி உடல் சிலிர்த்துப் போய் நின்றாள்.

சூசம்மாவின் அந்தக் கன்னி உடல் சிலிர்ப்பிற்குபின் சவ்தா மன்ஸிலுக்குள் அடிக்கடி இரவு நேரங்களில் மீன் மொச்சையை ஆசியா முகர்ந்தாள்.

"புள்ளேய் ஏதோ தொறயிலுள்ள எச்சிப்பேய் ஊட்டிலெ வந்திரிக்கி. மீன் மொசு அடிக்குதுள்ளே. சந்தனத்திரி கொளுத்தி வையுங்கொ. சைத்தான் போட்டு." தானாகக் கிடந்து புலம்பினாள்.

பிறர் யாரும் அப்படி ஒரு வாடையை முகராததால் ஆசியாவுக்கு ஏதோ மனக்கோளாறு என்று அதை யாருமே வகைக்கு எடுக்கவில்லை.

சந்தன அலமாரி விற்றது முதல் விழிப்புக்கும் உறக்கத் திற்கும் இடையே கிடைக்கும் சொற்ப நிமிடங்களில் சில சிந்தனைகள் ஆசியாவின் மனவெளியில் கடந்துபோயின.

வீட்டிற்குள் இந்த மீன் வாடை வீசத் துவங்கியது என்று முதல் என்பதை நினைவுகூர்ந்து பார்த்த அந்த நினைவு, கணவன் அவள் முன்னால் காமவெறியோடு யாசித்து நின்ற இரவில் சென்று நின்றது. அன்று அவரை நிராசைப்படுத்திய துக்கம் அவளுக்கு இப்பவும் இல்லாமலில்லை. கணவன் மீது கோபமோ வெறுப்போ அவளுக்கு இல்லை. அவளுக்கும் சில இரவுகளில் கணவனின் அருகாமை தேவைப்பட்டதுண்டு. அப்போதெல் லாம் அடக்கிக்கொண்டாள், ஒரு வைராக்கியத்தின் பேரில். அடக்கி அடக்கி, இப்போது எல்லாம் மரத்தே போய்விட்டது. முஸ்தபாக்கண்ணின் காம கேளிக்கைகளை அவள் அறியாம லில்லை. சகோதரியும் அவளுடைய கணவனும் மனிதர் களென்றும், அவர்களுக்கும் சில அடிப்படை உணர்ச்சிகளும் ஆசைகளும் மோகங்களும் உள்ளனவென்றும் புரியாததுபோல் இருவரையும் வேறுபடுத்தி இரு திசைகளில் ஒவ்வொரு குற்றியிலும் தளைத்துபோட்டுவிட்ட கோபத்தீயிலிருந்து உருவான வைராக்கியம். இந்த வாழ்க்கை இந்த வீட்டுக் கூரை யின் கீழ் வேறுபடுத்தப்பட்டபடியே நசித்துப் போகட்டும்.

கிணற்றில் பிணங்கள் மிதந்ததைக் கண்டபோதும், குடும்பத்தின் மேன்மைக்கு சிராய்ப்புகள் ஏற்படாமலிருக்க எல்லாவற்றையும் பொறுமையுடன் தாங்கி ஊமையானாள். வஞ்சனையால் கர்ப்பவதிகளானப் பெண்கள் வாழ்ந்து கேவலப்படாமல் தங்கள் உயிர்களை மாய்த்து மானத்தைக் காப்பாற்றிக் கொண்டார்கள். அவர்களது தாய் தந்தையர் களை ஏமாற்றுவதற்காக வரவழைத்த மந்திரவாதிகளுக்கும் தங்ஙள்களுக்கும் அள்ளிக் கொடுத்தப் பணத்திற்கான கடன் மீட்டுவதற்கு அவளுக்கும் உரிமைப்பட்ட சொத்துக்களைக் கைமாறியபோதும் அவள் தறவாட்டு மானத்தைக் கருதி ஊமையாகவேயிருந்துவிட்டாள்.

ரைஹானத் பெண்ணை அவர் வட்டமிட்டுத் திரிவதை யும் ஆசியா தெரியாமலில்லை. அவள் இப்பொழுது வந்து விட்டு உடன் செல்வது முஸ்தபாக்கண்ணின் தொல்லை தாங்காமலென்பதும் ஆசியாவுக்குத் தெரியும். இஸ்ராயில் வருவதும் அவர்களுக்குள்ளே குசுகுசுப்பதும் என்னவென்று தெரியும். எல்லாவற்றையும் தெரிந்துகொண்டு, தெரியாதமட்டில்

தறியில் கட்டிப்போட்ட பூனைக்குட்டியாக அந்த உடம்பறை மேல் படுத்துக்கொண்டிருந்தாள்.

இந்தத் தறவாடு தரை தொடுவதற்கும், தறவாட்டின் பெயருக்குக் களங்கம் ஏற்படவும் காரணம் முஸ்தபாக்கண்ணின் சுயநலமும் கொடூர மனோபாவமும் என்பதை ஆசியா புரியாமலில்லை. கூட்டுச் சொத்துக்களைக் கண்டபடிக் கிரயம் செய்து தின்றும், வேசிகளுக்கு அள்ளிக்கொடுத்தும் தறவாட்டைக் கிளறி முடித்து குளம் தோண்டினார். தறவாட்டின் மகிமைச் சின்னங்களாகத் துலங்கிய விலை மதிப்பு வாய்ந்த அரியப் பொருட்களையும் விற்று நக்கித் துடைத்தார். எஞ்சியது, பவுரீன்பிள்ளை உப்பாவின் பட்டு உறுமாலை பாதுகாப்பாக வைத்திருந்த சந்தன அலமாரி மட்டும். அடுத்தத் தலைமுறைக்குக் கைமாற்றம் செய்ய, அதாவது தறவாட்டு படிப்புரை முகப்பில் அலங்காரமாக இருக்குமென்று எண்ணினாள்.

அதையும் விற்று நக்கிவிட்டார்.

இப்போது இரவுபகலாக உறக்கமின்றி வெப்புராளம் பிடித்து அங்குமிங்கும் நடக்கிறார். நடக்கட்டு. மனம்வெந்து நீறி நீறிச் சாவட்டு. செத்து விழுமுன் தறவாட்டைப் பிரித்து பங்குபோட்டு எடுப்பது என்று உறுதிபூண்டாள்.

“நான் பெண்ணாப் பெறந்தவொ தானெங்கி, இந்தத் தறவாட்டை ஒடப்பேன். என் பங்கைக் கணக்கு தீத்து வாண்டுவேன். எக்கெ ஒரே ஒரு புள்ளைக்கு அருமாலி வாண்டிக் குடுக்காத நீசனெ உடமாட்டேன்.”

ஆசியா மனம் குமுறி சபதமெடுத்தாள்.

❖

26

திருவிதாங்கூரில் உள்நாட்டுக் கலவரம் நடந்து கொண்டிருந்தது. மார்த்தாண்டவர்மா இளையராஜாவின் அம்மாவன் இராம வர்மாவுடைய மகன்களான குஞ்சுத்தம்பி என்றழைக்கப்படும் பப்புத் தம்பியும் அவர் சகோதரர் இராமன் தம்பியும் கலவரத்திற்குத் தலைமை ஏற்றிருந்தனர். சேரமான் பெருமாள் மக்காவிற்கு புறப்படும்போது சேரநாட்டை மருமக்களுக்குப் பங்கு போட்டுக் கொடுத்து தன்னாட்சி செய்ய அதிகாரம் வழங்கியதோடு ஆரம்பமானது மருமக்கத் தாயம். மருமக்கத் தாய முறைப்படி நாட்டை ஆளும் உரிமையைக் கோலத்து நாட்டிலிருந்து தத்தெடுத்த இராணியில் பிறந்த மார்த்தாண்டவர்மாவுக்குக் கொடுத்ததால் ஏற்பட்ட பகை. மார்த்தாண்டவர்மாவுக்கு அளித்த இந்தக் கிரீட வாரிசுரிமையை இராமவர்மாவின் மகன்களான பப்புத்தம்பியும் இராமன்தம்பியும் எதிர்த்தனர். தங்கள் தாயாருக்கு அளித்த வாக்குறுதிப்படி தந்தைக்குப் பின் கிரீட வாரிசுரிமை தங்களுக்கே சேர வேண்டுமென்ற நியாயவாதத்தை அவர்கள் முன்வைத்துப் போராடினார்கள்.

எட்டு வீட்டுப் பிள்ளைகளும், மாடம்பிகளும், பண்டாரங்களும் இராமவர்மாவின் பிள்ளைகளுக்குப் பக்க பலமாக நின்று மக்கத்தாயத்தைத் திரும்பவும் திருவாங்கூரில் நிலைநாட்டி ஒரு மறுமலர்ச்சியை ஏற்படுத்த அறப்போர் செய்தனர். அது மூலம் மருமக்கத் தாயத்தின் வேரறுத்து, இராமவர்மாவின் பிள்ளைகளைச் சிம்மாசனத்தில் வாழ வைத்து மக்கத் தாயத்திற்குப் புத்துயிர்ப்பு கொடுப்பதற்காகச் சிம்மாசனபதியான மார்த்தாண்டவர்மாவைக் கொன்று முடிவு கட்ட நாடெங்கும் கலவரம் செய்துவந்தனர்.

அரண்மனையில் கிரீட வாரிசாக வளர்ந்து வந்த மார்த்தாண்டவர்மாவை கொலை செய்ய பல சூழ்ச்சிகள் நடந்தன. அரண்மனையில் தங்கி வந்தால் எப்படியும் எதிரிகள்

கொலை செய்துவிடுவார்கள் என்று அஞ்சிய இளையராஜா, மாறுவேடத்தில் பல இடங்களில் மறைந்து வாழ்ந்து வந்தார்.

எதிரிகளைக் கண்டு பயந்து மறைந்து திரிந்த இளைய ராஜாவை, கர்ப்பிணியான நீலி கொலை செய்யப்பட்ட கள்ளியன்காட்டில் வைத்து எதிரிகள் உருவிய வாளுடன் பின் தொடர்ந்தனர். எதிரி மணம் முகர்ந்தறிந்த இளையராஜா அங்குள்ள சிவன் கோயிலுக்குள் நுழைந்து ஒளிந்துவிட்டார். அவர் நுழைந்ததைக் கண்டதும் எதிரிகள் கோயிலை முற்றுகையிட்டனர்.

தஞ்சம் புகுந்திருப்பது இளையராஜா என்பதை அங்குள்ள சாந்திக்காரன் போற்றி புரிந்து கொண்டார். போற்றி அன்றைய தினம் பாயசம் காய்ச்சி விளம்பிய உருளியை அலம்பி சுத்தம் செய்து தலையில் கவிழ்த்துக் கொண்டு கோயில் கதவைப் பூட்டி விட்டு உடன் வெளியேறி விட்டார். போற்றி வெளியேறியதை எதிரிகள் கண்டனர்.

இளையராஜா கோயிலுக்குள் இருக்கிறாரா என்று போற்றியை வழி தடை செய்து விசாரித்தனர். உண்டென்று ஊமையன் போற்றி செய்கை மூலம் தெரிவித்துவிட்டு நடந்து மறைந்துவிட்டார். எதிரிகள் கோயில் கதவை உடைத்து உள்ளே புகுந்தனர். இளையராஜா உலாத்திக் கொண்டிருப் பதைக் கண்டு வாளோங்கிச் சென்று எட்டிப்பிடித்தது இளைய ராஜாவையல்ல; அவருடைய உடையில் தோன்றிய சாந்திக் காரன் போற்றியை. கோபம் கொண்டு ஜொலித்தனர் எதிரிகள். தம்முடைய உடையையும் முகம் மறைத்துச் செல்ல உருளியை யும் கொடுத்து இளையராஜாவைத் தப்பவைத்த போற்றியை அந்த இடத்திலேயே துண்டித்தனர்.

இப்படி இளையராஜாவிற்குத் தஞ்சமளித்தவர்களையும் காப்பாற்றியவர்களையும் கலவரக்காரர்கள் கொலை செய்து சினம் தீர்த்தனர்.

எதிரிகள் கையிலகப்படாமல் பல வருடங்கள்மறைந்து வாழ்ந்து வந்த இளையராஜா, அம்மாவன் தீப்பட்ட பின் தமது இருபத்தி மூன்றாவது வயதில் திருவிதாங்கூரின் செங்கோல் ஏந்தி நாட்டை ஆளத்துவங்கினார். நாட்டில் குழப்பங்கள் விளைவித்த கலவரக்காரர்களை ஒழித்துக்கட்டு வது அவருடைய முதல் பணியாகயிருந்தது. ஆனால், கலவரக் காரர்கள் ஓயவில்லை. எப்படியாவது மார்த்தாண்டவர்மாவை கொலை செய்து அரசு அதிகாரம் கைப்பற்றியாக வேண்டும் என்ற திடமான முடிவில் முன்னைவிட அவர்களுடைய கிளர்ச்சி வலுப்பெற்றது. ஆறாட்டு விழாவின்போது உடைவாள் உயர்த்திப்பிடித்து ஊர்வலத்தில் நடந்துவரும் அரசரைச்

சூழ்ச்சியில் கொலை செய்யத்தீட்டிய திட்டம் தவிடு பொடி யானது. பிறகு, நாகர்கோவில் அரண்மனைக்குள் புகுந்து திடீர்த் தாக்குதல் நடத்தி அரசரைக் கொலை செய்ய வகுத்திருந்த திட்டமும் பவுரீன்பிள்ளையின் வாள் முனையில் தோல்விகண்டது. அங்கேயே பப்புத்தம்பியும் இராமன்தம்பியும் பவுரீன்பிள்ளையின் வாளுக்கிரையாயினர். இரு தலைவர் களையும் தீர்த்துக்கட்டிய வெற்றியில், எட்டு வீட்டுப்பிள்ளை களையும் மாடம்பிகளையும் பிடித்து தூக்கில் தொங்கவிட அரசகட்டளை பறந்தது. பிராமணர்களான பண்டாரங்களை, இறைபாபத்தை எண்ணி கொலைசெய்யாமல் நெற்றியில் வாள்முனையால் நாய்க்கோலம் வரைந்துவிடவும் கட்டளைப் பிறந்தது. இவற்றோடும் சினம் தணியாத அரசர் எதிரிகள் வம்சத்தைக் கூண்டோடு அழிப்பதற்காக எதிரிகளின் மனைவி களையும் பெண் குழந்தைகளையும் மீனவர்களான முக்குவர்கள் கையில் பிடித்துக் கொடுத்து வம்ச நாசம் செய்ய முடிவு கட்டினார்.

அரண்மனைகளின், தறவாடுகளின், சுற்றுச்சுவருக்குள் வாழ்ந்து, அந்தச் சூழலை மட்டுமே தெரிந்து கொண்ட அந்தப்புர அப்பாவிப் பெண்கள், தங்களை ஆட்டுமந்தையைப் போல் தெரு வழியாக நடத்தி மாற்று மதத்தைச் சார்ந்த ஈன சாதியினரிடம் பிடித்துக் கொடுக்கப் போவதறிந்து மனம் வெடித்து மாண்டனர். சிலர் தற்கொலை செய்து கொண்டனர். இன்னும் சில பெண்களும் கன்னியர்களும் ஊரையும் நாட்டை யும் விட்டோடி எங்கெல்லாமோ நிராதரவாளர்களாக வாழ்ந்து பட்டினியால் வாடிச்செத்தனர். பெரும்பான்மை யினர் பிடிபட்டனர். பிடிபட்டவர்களைப் பொது இடத்தில் வைத்து முக்குவர்களுக்குக் கொடுத்தனர்.

பப்புத்தம்பியோடு சேர்ந்து கிளர்ச்சி செய்த, தூக்கிலேற்றப் பட்ட கிருஷ்ணன் தம்புரானின் மனைவியாகக் கிளிமானூர் இராஜ குடும்பத்திலிருந்து திருவிதாங்கூர் இராஜ குடும்பத்திற்கு வந்த கார்த்திகை தம்புராட்டியை இராஜ சேவகர்கள் கைது செய்தபோது தம்புராட்டி மனசு பதறி அழவில்லை. கைது செய்த இராஜ சேவகர்களோடு இராஜ கம்பீரத்துடன் குலமாதுக்களை வாங்கிச் செல்ல முக்குவர்கள் குழுமியிருந்த பொது இடத்தை நோக்கி கால் இடறாமல் நடக்கையில் தம்புராட்டி சேவகரிடம் வேண்டினார்.

“ஒரு முக்குவனின் மனைவியாவதற்கு முன், ராஜ குடும்பத் தில் பட்ட விதவையான எனக்கு மகாராஜாவிடம் முகம் காட்ட வேண்டும்” என்றார். அரசர் முன் அவர் கொண்டு வரப்பட்டார்.

“தங்கச்சிக்கு என்ன வேணும்?”

“பெண்களான நாங்கள் செய்த குற்றம் என்னவென்று திருவாய் கனிந்தருள பணிவாக வேண்டுகிறேன், பொன்னுத் திருமேனி.”

“நீங்கள் ராஜ்ய துரோகிகளின் மனைவியும், பிள்ளை களும், தாய்களும் ஆனதுதான் உங்கள் மீதான குற்றம்.”

“எங்கள் ஆண்கள் ராஜ்ய துரோகிகள் அல்ல. அவர்கள் ராஜ்ய ஸ்நேகிகள். தந்தையின் வாரிசு உரிமைக்காக அவர்கள் போராடினார்கள். அதில் என்ன தவறு?”

“திருவிதாங்கூரின் சிம்மாசனம் அனந்திரவனுக்கு உரிமைப்பட்டது. எனக்கு உரிமைப்பட்ட இந்தச் சிம்மாச னத்தைச் சூழ்ச்சி மூலம் கைப்பற்ற நாட்டில்க் குழப்பங்கள் உண்டாக்கினார்கள். நாட்டில் அமைதியைக் குலைத்தனர். என்னை கொல்ல சதித்திட்டங்கள் தீட்டினார்கள்.”

“தந்தையின் சிம்மாசனத்தைப் பெற மகன்கள் போராடி யது தவறா? அவர்களுக்கு உரிமைப்பட்ட சிம்மாசனத்தில் அமர்ந்து கொண்டல்லவா திருமனசு அவர்களைத் தூக்கிக் கொல்ல கட்டளையிட்டது?”

“ராஜ்ய துரோகிகளைக் கொல்வது ராஜதர்மம். அவர் களுடைய மனைவியும், பிள்ளைகளும், சகோதரிகளும், தாய் மார்களும், உறவினர்களும் ராஜ்ய துரோகிகள்.”

“இந்த அநியாய சிம்மாசனத்தின் மீது பற்று இல்லாத அடியேன் ராஜ்ய துரோகிகள் என்று திருவுள்ளம் விதித்ததை அடியேன் ஏற்றுக் கொள்கிறேன். இந்தக் குற்றத்திற்கு கிருஷ்ணன் தம்புரானின் சக தர்மிணியான அடியேனைப் பொது இடத்தில் வைத்து பல்லாயிரக்கணக்கான மக்கள் முன்னிலையில் தூக்கில் தொங்கவிட்டு துடிக்க வைத்துக் கொல்ல வேண்டுகிறேன். ஆனால் திருவுள்ளம் கனிந்து பிற பெண்களையாவது அந்நிய மதத்தைச் சார்ந்த ஈன சாதியினரிடம் கொடுக்காமல் அவர் களுக்கு மன்னிப்பருளி அவர்களை இந்துக்களாக வாழ அருள் புரிய வேண்டும்.”

“முடியாது. அந்த நயவஞ்சகர்களுடைய குலவேரறுத்து, அவர்கள் குடியிருக்கும் இடங்களில் பறயரும் புலயரும் குளிக்க குளம் தோண்டுவேன், இனி தங்கச்சிக்கு ஏதாவது சொல்ல வேண்டுமா?”

“வேண்டும். இந்த அநியாயமான மருமக்கத்தாயம் வரும் தலைமுறையில் திருவிதாங்கூரில் நிலைத்திருக்கப் போவதில்லை.

இந்த மருமக்கத்தாயத்தை ஒழித்துக் கட்டும் போராட்டத்தைத் துவக்கி வைத்த குஞ்சுதம்பியையும் இராமன்தம்பியையும் அவர்களுக்கு உதவியவர்களையும் நாளைய தலைமுறை நன்றியுடன் நினைவு கூரும். அந்த நினைவில் அவர்கள் வாழ்ந்து கொண்டிருப்பார்கள். ஆனால் சமுதாய பொறுப்புணர்வு மிக்க இந்தத் தீர தேச பக்தர்களின் பெண்களில் அந்நிய மதஸ்தர்களுக்குப் பிறக்கும் குழந்தைகள் பிறகாலத்தில் அவர் களுடைய முப்பாட்டன்களை அடையாளம் தெரியாமல் போய்விடுவார்களே, பொன்னுத்திருமேனி."

"இந்த அகங்காரி, பெட்டை நாயை முக்குவரின் நாவிதரில் ஒரு கிழவன் கையில் பிடித்துக்கொடுக்கக் கட்டளையிடுகிறேன்." மார்த்தாண்டவர்மா கோபம் கொண்டு உடல் நடுங்கினார்.

"பணிவுடன் ஒரு வேண்டுகோள். அடியேனை நாவிதக் கிழவன் கையில் கொடுக்குமுன் இன்றுவரை நான் வணங்கி வந்த அனந்த பத்மநாபனை கடைசியாக ஒருமுறை தரிசனம் செய்து தொழவும், அந்தக் கோயில் குளத்தில் ஸ்நானம் செய்யவும் சிறிது நேர கால அவகாசம் அனுமதிக்க திருவுள்ளம் கனிய வேண்டும்."

"அப்படியேயாகட்டும்."

தம்புராட்டி கோயில் குளக்கரைக்கு அழைத்து வரப்பட்டார்.

ஸ்ரீ அனந்தன்மீது பள்ளி கொண்டிருந்த பிரதிஷ்டா மூர்த்தியிருக்கும் திசையை நோக்கி தம்புராட்டி கண்மூடிக் கைகூப்பி நின்றார்.

"திருவிதாங்கூரை பாதுகாத்துவரும் ஸ்ரீ அனந்தனில் பள்ளி கொள்ளும் தேவா, நாங்கள் கற்பிழக்காதவர்கள். பதிபத்தினி கள். அந்நிய புருஷமுகம் பார்க்காத அந்தப்புரவாசிகள். மற்றெல்லாப் பெண்களையும் தேவன் பாதுகாத்தருள வேண்டும். தேவனின் திருப்பாதத்தில் என் குல மகிமை பாதுகாக்க என்னை அர்ப்பிக்கிறேன். என் கடைசி பிரணாமம் இது. தரிசனமருளி, தேவா என்னை ஆசீர்வதிக்கவும்."

தம்புராட்டியைச் சேவகர்கள் சூழ்ந்து நின்றனர்.

"நான் ராஜ்ய குற்றவாளியானாலும் ராஜ வம்சத்தைச் சார்ந்தவள். என் கரண்டைப் பகுதிக்கு மேல் அந்நிய புருஷர் கள் பார்த்ததில்லை. நான் ஒரு பெண்ணானதால் குளித்துக் கரையேறும் வரை நீங்கள் மறைந்து நிற்கக் கேட்டுக்கொள் கிறேன்." தம்புராட்டி தாழ்மையுடன் சேவகரை வேண்டினார்.

சேவகர்கள் விலகிச் சென்றனர். சற்றுத் தொலைவில் ஆலமரத்தைச் சுற்றியுள்ள தரையில் உட்கார்ந்து வெற்றிலைப்

போட்டனர். சிலர் புகை பிடித்தனர். சிலர் கட்டையைச் சாய்த்தனர்.

தம்புராட்டி, முலைக் கச்சையை அவிழ்த்து முலைகளை நெஞ்சோடு இறுக்கிக் கட்டி அதன் துருத்தலைத் தணியச் செய்தார். கச்சையின் ஜரிகை விளிம்பைக் கிழித்து உடுதுணி அவிழ்ந்து போகாமலிருக்க இடுப்பில் இறுக்கி ஒரு கட்டுப் போட்டார். உடுதுணியின் கீழ்ப்பகுதி விலகி துடையும் அதன் மேற்பகுதியும் தெரியாதவாறு இரு ஜரிகை முனைகளையும் பிணைத்துக் கட்டினார்.

ஸ்ரீ அனந்த பத்மநாபன் பள்ளிகொள்ளும் திசையை நோக்கி குளக்கரையில் நின்றவாறே தலைக்குமேல் கை கூப்பி அந்திய வந்தனம் செய்துகொண்டு சாபமிட்டார்.

“ராஜ உத்தரவு மூலம் பறிமுதல் செய்யப்படும் என்னுடைய பொருட்களும் என் பொன் நகைகளைப் பாதுகாத்து வந்த என்னுடைய சந்தன அலமாரியும் தலைமுறை தலைமுறையாகக் கற்புடையவர்கள் வாழும் இல்லத்தில் நீண்டநாள் இருக்கட்டும். அங்கு ஐசுவரியம் உண்டாகட்டும். கற்பு இழந்தவர்களுடைய இல்லத்திற்கோ, அவர்களுடைய பின் தலைமுறை வாழும் இல்லத்திற்கோ என் பொருட்களைக் கைமாறுவோரின் மனமும் கற்பிழந்தோருடைய பொருட்களை அதில் பாதுகாப்போரின் மனமும் வெந்து அவர்கள் வாழும் இல்லம் பாழடைந்து போகட்டும்.”

தம்புராட்டி குளத்தில் ஆழமானப் பகுதியில் குதித்தார். சேவர்கள் பற்றிய பீடியைக் குடித்து முடிக்கவில்லை. உறங்கியவர்கள் உணரவில்லை.

“அந்தத் தம்புராட்டி சாடின எடத்திலெ அதுக்குப் பிறவு ஆரும் குளிக்கீதே இல்லை. குளிச்சவங்கொ ஆரும் கரையேறவுமில்லை.” புத்தம் வீட்டுத் திண்ணையில் கால் நீட்டி உட்கார்ந்துகொண்டு வாப்பும்மா, வாப்பாவோடு சந்தன அலமாரியின் கதை சொன்னதை முஸ்தபாக்கண்ணு சிறுவயசில் கேட்டுக் கொண்டிருந்தார்.

ஒருநாள் வாப்பா புத்தம் வீட்டு படிப்புரையில் சாய்வு நாற்காலியில் கிடந்து கொண்டிருக்கையில் கிணற்றுவிளை கைஜா, கக்கத்தில் ஏதோ இடுக்கி, கவிணியால் மறைத்துக் கொண்டு அங்கு வந்தாள். தென்பத்தனில் பல வீடுகளில் பாண்டி திருடர்கள் புகுந்து கைவரிசை காட்டிய காலம். கூரை ஓடுகளையும் ஓலைகளையும் கழற்றி வீட்டுக்குள் புகுந்து பெண்கள், குழந்தைகளின் பொன் நகைகளை, வெளியே

கிடந்திருந்த செம்பு, பித்தளைப் பாத்திரங்களைக் களவாடிச் சென்றிருந்த காலம். கிணற்றுவிளை கைஜா, அவளுடைய நகைகள் வைத்திருந்த சிறு சிவப்போலைப் பெட்டியுடன் புத்தம் வீட்டிற்கு வந்திருந்தாள். அவளுடைய வீடு மண்வீடாக யிருந்தது. எளிதில் திருடன் ஏற வாய்ப்பானது. அதனால், திருடனால் உடைக்க முடியாத புத்தம் வீட்டு சந்தன அலமாரி யில் பாதுகாப்பாக வைக்கக் கொண்டு வந்தது. சுத்த மனசுள்ள வாப்பா அவளிடமிருந்து சிவப்போலைப் பெட்டியை வாங்கு வதை வாப்பும்மா கண்டுவிட்டார்.

"என்ன மக்கா அது?"

கைஜா சென்றதும் வாப்பும்மா கேட்டார்.

"கொஞ்சம் உருப்படி. நம்மொ அருமாலியிலெ வச்சு பூட்டத் தந்திருக்கா."

"சந்தன அருமாலியிலெ வச்சுப் பூட்டாதெ மக்கா."

"ஏன்?"

"பவுரீன்பிள்ளை உப்பாக்கெக் காலத்திலெ உள்ள அந்த அலமாரிக்கெக் கதெ ஒனக்கு தெரியாதுடா" என்றார். பிறகு இந்தக் கதை நீண்டது. கதை முடிவில் வாப்பும்மா சொன்னார்.

"கைஜா மோசமானவளாக்கும். பத்தினிச்சிகளுக்கெ சாமான் தான் சந்தன அருமாலியிலெ வச்சுப் பூட்டலாம். அவளுக்கதெ அதிலெ வச்சுப் பூட்டாதெடா."

வாப்பும்மா வாப்பாவிடமிருந்து நகைப்பெட்டியை வாங்கினார். வாப்பும்மாவின் கால் பெட்டிக்குள் அதை வைத்துப் பூட்டினார். சாவியை அரைஞாணில் கட்டி கவிடுக்குள் திணித்துக் கொண்டு கால்பெட்டியை ஒட்டி இராக்காலங்களில் சுருண்டு கொண்டார்.

சூடாறிய அந்திவெயிலில் வாப்பா கடற்கரையில் குதிரை சவாரிக்குப் போனபின் உடம்பறையில் கால் நீட்டி வெற்றிலை போட்டுக் கொண்டிருந்த வாப்பும்மா, உம்மாவைக் கூப்பிட்டு சொன்னதும் காதில் விழுந்தது.

"கேட்டியா மோளே, நிய்க்கெ மாப்ளெ ஒரு பொல்லாப்லெப் போய் சாடப் போனான். ஆண்டவனாட்டு எக்கெக் கண் ணிலெக் காட்டித் தந்துட்டான். அந்தப் புள்ள அளிச்சா, கைஜா பெண்ணு இரிக்கியாளே அவொ கள்ளனெக் கண்டு பேடிச்சு அவளுக்கெ பொன் உருப்படியெ நம்மொ சந்தன அருமாலியிலெ வச்சுப் பூட்டுதுக்குக் கொண்டு வந்தா. நல்ல நேரம் நான் கண்டு வெலக்கிப் போட்டேன் கேட்டியா!"

வாப்பும்மா உம்மாவின் காதில் மெல்லக் கூறினார்.

"அந்தப் புள்ள அளிச்சாக்கெ மாப்ளெ, கொளும்புலெ ஒருப்போக்காப் போனவன் தானே? வந்தானா? அங்கேயே நிண்ணுட்டான் பாத்துக்கோ. ஏன் தெரியுமா?"

"தெரியாதே."

"அவொ, வண்டி அடிக்கியானே செலயான். அவனுக்கெ கூடயிருந்து வவுத்திலெ ஆனா. ரண்டாம்பேர் அறியாமெ புள்ள பெத்து, பெத்த ராவே பச்சக் குழந்தையெ ஊட்டு மனவேலியிலெ நிண்ண செந்துளுவன் வாள மூட்டிலெ உயிரோடு பூத்தி போட்டாளே பாவி. இந்த விசயத்தை ஆரோ அறிஞ்சு கொளும்புக்குக் காயிதம் போட்டாங்கொ. அதெ அறிஞ்சதோடெ அவன் செலவுக்கும் குடுத்து உடயில்ல, ஊருக்கும் வரயில்லெ. அங்கேயே நிண்ணுட்டான். அதுக்குப் பெறவும் புள்ள உண்டாயி அளிச்சுப்போட்டா பாத்துக்கோ. இந்த ஊருமேஞ்ச களுதய்க்கெ உருப்படியே பத்தினிச்சியெ வச்சிப்பூட்டுத அருமாலியிலெ வச்சுப் பூட்டலாமா?"

"பூட்டுனா அருமாலி தேஞ்சா போவும்?"

"நிக்கு இந்தச் சந்தன அருமாலிக்கெக் கதெ தெரியாது மக்கா. அதொரு வலிய கதெ. வச்சுப்பூட்டினா, ஊடு தீ புடிக்கும். அப்பிடிப் பத்திமையுள்ள அருமாலியாக்கும் இது தெரிஞ்சுக்கோ."

செலவிற்குப் பணத்தட்டுப்பாடு. சிகரெட் குடிக்க, ஹார்லிக்ஸ் வாங்க. சிவனப்பிராசம் வாங்கி உடலைத் தேற்ற, ரைஹானத்தையாவது வேறு ஒருத்தியையாவது நிக்காஹ் செய்ய, எல்லாவற்றிக்கும் பணத் திண்டாட்டம் வந்தபோது வாப்பும்மா சொன்னக் கதை நினைவிலிருந்து நீங்கிவிட்டது.

அந்தச் சந்தன அலமாரியின் பின்ணியில் ஒரு கற்பின் கதை மறைந்து கொண்டிருந்தது நினைவை உசுப்பவில்லை. இதயச் சுவருக்குள் அவ்விப் படர்ந்த நீற்றலை எண்ணும்போது கற்பிற்கு இம்மட்டு வலிமையுண்டோவென்று புரிந்து கொள்ள முடிந்தது. தன்னுடைய அறிவு காலத்திற்கு முன் ஏதோ ஒரு நூற்றாண்டு வரலாற்றில் வாழ்ந்த கற்புடையத் தம்புராட்டி ஒருத்தியின் அலமாரி, முப்பாட்டனுடைய வீரவாள் வாயி லிருந்த சொட்டுப் போட்ட குருதிக்குக் கிடைத்த சன்மானம். தம்புராட்டியின் சாபமேற்காது மலை உச்சிகள் தாண்டி வந்த நூற்றாண்டுகளில் முப்பாட்டனுடைய புத்தம் வீட்டுப் படிப்புரையையும் வாப்பா கட்டிய சவ்தா மன்ஸில் படிப் புரையையும் அலங்கரித்து வந்தது. வறுமை சவ்தா மன்ஸிலுக்

குள் கொக்கி இறுக்கியச் சூழலில் அறிவுக்கு முன்பு ஒரு காலத்தில் வாழ்ந்திருந்த இந்தத் தறவாட்டின் அடிக்கல்லான முப்பாட்டனின் வடிவமைந்த உடல் அழகில் கற்பு இழக்க நேர்ந்த மீனாட்சியின் வம்சாவழிக்கு அந்த அலமாரியை கைமாற வேண்டியதாயிற்று. தம்புராட்டியின் குமுறல் பெரு மூச்சு ஏக்கங்கள் விதும்பல்கள் எல்லாம் அதன் ஒவ்வொரு துகளிலும் நிரம்பியிருந்தனவென்று இப்போதுதான் தெரிந்தது. கடந்துபோன காலங்களின் நீர்த்தலில்கூட அந்தக் கற்பின் சாப சக்தி சோர்ந்து போகவில்லை. அந்தச் சாப அனல் மென்மேலும் வலிமையடைந்து கொண்டிருக்கிறது, தன்னு டைய இதயத்தில்.

இந்தத் தறவாட்டின் சுற்றுப்புறங்களில் வைத்து எத்தனையோ கற்புடைய கன்னிகளைச் சூறையாடியதுண்டு. அவர்களது இதய வேதனைகளின் எதிரொலிப்புக்கள் இப்பவும் காதுக்குள் முழங்குகின்றன. மணமான பெண்கள், விதவைகள். அழகான நடுத்தர வயதுடையவர்கள். இப்படி எத்தனையெத்தனைப் பெண்கள். புத்தம் வீட்டு வளாகத்திற்குள் கிடந்த குளத்தங்கரை யில் கொப்பு பரப்பி நிலாவொளி கீழ் இறங்காத மரத்தடிகளில் இரவு நேரங்களில். வீட்டுக்குப் பின் பக்கம் காடுபிடித்துக் கிடந்த கடலாமணக்கின் அடர்த்தியான இலைகள் பின்னிய அறைகளில் பகல் நேரங்களில். ஆளோய்ந்த நேரம் தறவாட்டி னுள் தனிமையான உச்சிவேளைகளில். சவ்தா மன்ஸிலில் மரியம் இல்லாதபோது அவள் கிடக்கும் மெத்தையில் வேலம்மை யுடன். அந்த மெத்தையில் பதிந்த அந்நியப் பெண்களின் மோகமூட்டும் வேர்ப்பு வாடையில் காம தாங்கியாக விருப்ப மில்லாமல் அழுதவர்கள். மோகம் மூத்து நெளிந்தவர்கள். காசுக்காகச் சிரித்துக் குழைந்தவர்கள். முதலாளியை வெறுப் படைய செய்யக் கூடாது என்பதற்காக இணக்கமானவர்கள்.

இவர்களில் யாருடைய கற்பு உடைந்துபோன கோபத்தின் குண்டு உதிர்ப்பில் இந்தத் தறவாடு நொடிந்தது? இல்லை, ஜடமாகக் கிணற்றுக் குடிநீரில் மிதந்த எந்தக் கன்னியின் கடைசி சாப மூச்செறிதலின் முனை துளைத்து தகர்ந்தது? மை பார்க்கும்போது, கேட்பதற்கெல்லாம் ஆமாவென்று கூறவேண்டுமென்று சொல்லித் தந்த அப்துல்லா முஸ்லியார் விஷம் கலக்கிய மை கொண்டு எழுதிய பீங்கானிலுள்ள அரபி சொற்களை மாய்த்தத் தண்ணீரைக் குடிக்க வைத்துக் கொலை செய்த சபியாவின் இதயம் வெடித்த அந்திம சாபக் குரலின் அக்கினியினாலா? தளர்வாத நோயால் பாதிக்கப்பட்டு இறந்த பாத்தும்மாவின் நித்தியக் கண்ணீரின் வேகப் பாய்ச்சலி னாலா? மண்டைக்காட்டில் கருக்கலைக்கும் நேரம் துடிதுடித்த வேலம்மையின் அந்திய மூச்சின் தாக்குதலினாலா?

தன் மனம் பற்றி எரிவதும் தறவாடு பாழடைவதும் எதனால்?

தறவாட்டின் காரணவர் பதவி ஏற்கையில் வாப்பா தன்னை ஆள வைத்து விட்டுப்போன சொத்துக்கள், பண்டங்கள் போதுமானதாகயிருந்தன, எதிர்வரும் நாலைந்துத் தலைமுறைக்கு உண்பதற்கு. அதைப் போல் வீட்டுபயோகப் பொருட்களும். பல வண்ணங்களில் பூக்கள் வரையப்பட்ட கொழும்பு பீங்கான்கள், வார்ப்புகள், உருளிகள், அண்டாக்கள், வெள்ளிப் பாத்திரங்கள், பித்தளை, செம்புப் பாத்திரங்கள். ஏழு ஊர் கல்யாணங்கள் ஒரே நேரத்தில் நடத்துவதற்குத் தேவையான சமையல் பாத்திரங்கள். பெருச்சாளிகள் துரந்து, சிதல் அரித்து மழையில் பொதுமி இடிந்து தரைப் பற்றிய பகுதிகளைத் தாங்கிக் கொண்டிருந்த சித்திர வேலைப்பாடுகள் உள்ள தேக்குத்தூண்கள் இருந்தன. கதவுகள், ஜன்னல் பலகைகள், கட்டளைகள், செம்பு விஜாவரிகள், தும்பிக்கை உயர்த்தி ஒன்றோடொன்று முத்தமிட்டு நிற்கும் ஜோடி யானைகளின் சித்திரம் கொத்திய உப்பரிகை முகட்டுக் கோடிப் பலகைகளும் இருந்தன. இவை எல்லாம் போய்ச் சேர்ந்தது எங்கே? எப்படிப் போயின? எதற்காகப் போயின? தறவாட்டில் இப்போது எஞ்சியிருப்பது பெண் உயிர்களைப் பதம் பார்த்த அதபு பிரம்பும், சோம்பல் உண்டு பண்ணும் சாய்வு நாற்காலியும், உப்பாவின் நைந்துபோன உறுமாலும், பவுரீன்பிள்ளை உப்பா தொண்ணூறாவது வயதில் ஊன்றி நடக்க பனங்கம்பில் உருட்டிச் செய்த செம்புப் பிடியும் கீழ் முனை கூர்மையுள்ள வழுவழுப்பான ஊன்றுக்கம்பும். யாருக்கும் தேவைப்படாத தால் இவை மட்டும் எஞ்சிப்போயின. அப்பவும் அதபு பிரம்பை மட்டும் விற்க நினைக்கவில்லை. மரியம் போனாலும் போகாவிட்டாலும் வரப் போகும் வேறொருத்திக்காக அது வாரியில் வால் நீட்டிக் கொண்டிருப்பது ஒரு தேவை.

வெள்ளிக்கிழமை நாட்களிலும், இரு பெருநாள் நாட்களிலும் பள்ளி வாசலுக்குச் சொல்லும்போதும், திருமண வீடுகளுக்குச் சொல்லும்போதும் உப்பா கோட்டு மாட்டி தலையில் தொப்பி யும் வைத்துக் கொள்வார். தொப்பியைச் சுற்றி உறுமால் கட்டி கையில் பிரம்பைப் பிடித்துக்கொண்டு செல்வது உப்பாவைப் பொறுத்த வரையில் ஒரு கவுரவமாகயிருந்தது. உப்பாவின் கையில் அந்தப் பிரம்பு வீரத்தின் அடையாளச் சின்னமாகவே அன்று இருந்தது. பின் தலைமுறையில் அது கொலைக்கம்பாக மாறுமென்று உப்பா நினைத்துக்கூட பார்த் திருக்க மாட்டார். ஆனால் யார் காரணவப்பதவி ஏற்றபிறகு அது கொலை ஆயுதமாக மாறியது என்பது தெரியவில்லை. இதன் அடி கொண்டுதான் பல பெண்கள் உயிரிழந்தனர். அவர்களுடைய மரண ஓலத்தின் அதிர்வில் புத்தம் வீட்டின்

சுவர்கள் வெடிக்கவும் ஓடுகள் உடைந்து வீழவும் கழுக்கோல்கள் ஒடிந்து தொங்கவும் செய்தன. இருந்தும் அவர்களெல்லாம் கற்பு சுத்தியுடையர்களாகவே வாழ்ந்தனர். கணவர்களுக்கெதிராக வாய் திறக்காதவர்கள். காரணவர்களை எதிர்க்காதவர்கள். வாய்பேசாத உயிர்ப் பிராணிகள். அந்த உயிர்ப் பிராணிகளின் கற்பு சுத்தத்தின் வலிமையிலா வாப்பாவின் காலம் வரை தறவாட்டுச் சொத்துக்கள் நிலைத்திருந்தன? இந்தச் சந்தன அலமாரியா அவர்களுடைய கற்பைப் பாதுகாத்திருந்தது? இல்லை. அவர்களது தூய்மையான கற்பின் ஏதுவாக தலைமுறைகளின் குன்று குழிகள் தாண்டி சவ்தா மன்ஸில் படிப்புரையை அது அலங்கரித்திருந்தது. அந்த அலமாரியைத் தொட்டுக் கொண்டிருக்கும் தம்புராட்டியின் கை இங்குள்ள பெண்களின் தொண்டையையும் தொட்டுக் கொண்டிருந்தது. கணவர்களுக்கெதிராகக் குரல் உருவவிடாமல் அந்தக் கை தடுத்துக்கொண்டிருந்தது.

இப்போது ஆசியா எதிர்ப்புக் குரல் எழுப்பிவிட்டாள். அது கொந்தளிக்கும் கடலாகக் காதில் அலைமோதிக் கொண்டிருக்கிறது. மரியத்திற்கு இப்படித் துணிச்சல் கிடைத்தது எப்படியென்று புரியவில்லை. இறப்பதற்குத் துணிவுடன் தன் முன்னால் நின்று கொண்டிருந்த மரியம். ஒரே அடியில் சுருண்டு மடியவேண்டியவள். அன்று இரவு அந்தக் கொலை அடி அடித்தபோதும் இறக்காதது ஏன் என்று புரியவில்லை. இறக்க வேண்டிய மரியம் இறக்காததும் எதிர்க்கத் துணியாத ஆசியா எதிர்க்கத் துணிந்ததும் சந்தன அலமாரி தறவாட்டை விட்டு வெளியேற்றப்பட்ட பிறகுதானே?

நினைவதிர்ச்சியில் நெஞ்சில் உண்டான நீற்றலைத் தணிக்கக் குனிந்தபடி முஸ்தபாக்கண்ணு நெஞ்சைத் தடவிக் கொண்டிருக்கையில் சந்தன அலமாரி படிப்புரையில் முன்பு அது இருந்து கொண்டிருந்த இடத்தில் இருந்தது. திகைப்புடன் பார்த்தார், எப்படி இங்கு வந்தது? உடனே அவர் கண் எதிரில் அது முலைக் கச்சையணிந்த ஒரு பெண்ணாக உருமாறியது. அவள் தலைமுடி பிரித்திட்டாள். அவள் கண்களில் கனல் எரிவதைக் கண்டார். அந்த நெருப்பில் தன்னையும் தறவாட்டையும் கொளுத்தி விடுவாளோ என்று உயிருக்காக நடுநடுங்கினார். கை நீட்டி சாபச் சொற்கள் உதிர்த்தவளைக் காணவில்லை. அந்த இடத்தில் அலமாரியும் இல்லை. என்ன மாயக் காட்சியோ?

"ஆண்டவனே என்னை ஏன் இப்படிச் சோதிக்கிதா?" நெஞ்சை அழுத்தித் தேய்த்தார். எல்லாவற்றையும் கொஞ்ச நேரமாவது மறக்க முயன்றார். எப்படி மறப்பது? மறப்பதற்கு

தோப்பில் முஹம்மது மீரான்

என்ன வழி? ஆராய்வதற்காகச் சிகரெட்டைத் தேடினார். சாய்வு நாற்காலியின் காலடியில் சிதறிக்கிடந்த காலிக் கூடுகளை ஆவலுடன் பொறுக்கிக் குலுக்கிப் பார்த்தார்.

கூட்டுக்குள் சிகரெட் துகள்கள் குலுங்கின.

உச்சிசாய்ந்த நேரமானதால் படிப்புரை மூலையில் பார்வை சென்றது. கட்டிலில் செய்தகம்மது உட்கார்ந்து கொண்டிருந்தார். உறங்கவில்லை. எங்கோ அவருடைய பார்வை இருந்தது. அந்தப் பார்வை ஏதோ ஒரு புள்ளியில் ஊன்றியிருப்பதாக ஊகித்துக் கொண்ட முஸ்தபாக்கண் ணுக்கு, செய்தகம்மதின் சிந்தனையும் நீறுவதாகத் தோன்றியது.

"மச்சான் வீடி இருக்கியா?"

செய்தகம்மது பிரிக்காத ஒரு கட்டு பீடியை நாற்காலிக் கையில் வைத்துவிட்டு கட்டிலில் போய் உட்கார்ந்துகொண்டார்.

"இதிலெ மீன் மொசு அடிக்குதே?" என்றார் முஸ்தபாக் கண்ணு.

செய்தகம்மதுக்கு அதிர்ச்சியாகிவிட்டது. முஸ்தபாக்கண்ணு இது மட்டிலும் தெரிந்திராத இரகசிய உறவின் மணம் அது.

"வீடி இப்படித்தான் மணக்குமோ?" முஸ்தபாக்கண்ணு அதற்கு முன் பீடியைத் தொட்டதே இல்லை.

"இல்லை. ஒரு தொறயக்காரியிட்டெ குடுத்து வாண்டினேன்."

"ஓ அதுதான் இந்த மீன் மொசுவோ."

செய்தகம்மதின் குறாவிய முகத்தில், சவ்தா மன்ஸில் அடுப்பில் பூனை உறங்கிக் கொண்டிருந்ததை ஆசம்மா பார்ப்பதுண்டு. அந்நேரங்களில் சாயா குடிக்க அவள் கொடுக் கும் காசில் மீன் சிலாம்புகள் ஒட்டிக் கொண்டிருக்கும். முகர்ந்து முகர்ந்து செய்தகம்மதுடைய மூக்கு மரத்துவிட்டது. இப்போது பழகிப்போன வாடையாகவே அது மாறிவிட்டது. தினமும் அவருக்கு இரண்டு கட்டு பீடி வாங்கிக்கொடுக்கும் பொறுப்பு அவளுடையது.

பீடி குடித்தபோது பரவாயில்லையென்று தோன்றியது முஸ்தபாக்கண்ணுக்கு.

"கெட்டு என்ன வெல மச்சான்?"

"முக்கா ரூவா."

சிகரெட்டின் விலையுடன் ஒப்பிட்டுப் பார்த்தார். ஐந்து கட்டு பீடி வாங்கலாம் போலிருந்தது. நரம்புகளில் ஓடிக்

கொண்டிருந்த வெப்ப நீரிலும் தலைக்குள்ளிருந்த நெருப்புச் சட்டியிலும் அந்த ஒரு கெட்டு பீடியும் ஒரே வீச்சில் கருகின. சாய்வு நாற்காலியைச் சுற்றி பீடித்துண்டுகள் சிதறிக்கிடந்தன. கடைசி பீடி குடித்துவிட்டு வீசிய துண்டு போய் விழுந்தது அப்போது அங்கு ஏறிவந்த இஸ்ராயிலின் காலில்.

"ஆ காலு சுட்டுட்டே."

இஸ்ராயிலின் குரல் கேட்டு நிமிர்ந்தார். அவன் தோளில் தொங்கிக் கொண்டிருந்த தோல் பையில் பார்வை ஊன்றியது.

"ஏதுடா?"

"புள்ள வருது, சாகுல் ஹமீதுக் கண்ணு புள்ள. நம்மொ இளைய மோலாளி. அடுத்தத் தறவாட்டுக் காரணவன்."

முஸ்தபாக்கண்ணு தலைகுனிந்துகொண்டு விலக்கினார்.

"அப்படிச் சொல்லாதடா. காரணவன் ஸ்தானம் என்னோட முடியட்டு."

நாகரிக உடையில் முகமலர்ச்சியுடன் வீட்டிற்குள் நுழைந்த சாகுல் ஹமீது, கருமேகமிழைந்துக் கொண்டிருந்த ஆகாசத்தை சவ்தா மன்ஸிலின் திறந்த மேற்கூரை வழியாகப் பார்த்தான். அந்த மேகங்கள் நழுவி அவன் முகத்தில் இழைந்தது, சவ்தா மன்ஸில் மவுனத்தைக் கண்டதும்.

அவனுக்கு எதுவும் பேசத் தோன்றவில்லை. நின்றபடியே அவன் பார்வை வீட்டை வலம் வந்தது. சுவர் வெடிப்புகள். அதில் ஓடும் தண்டியான கரும் பல்லிகள். நரம்புகள் போல் வீடெங்கும் வியாபித்திருந்த கறையான் மண். ஆங்காங்கே குப்பைகள். தரை உடைந்த குழிகளில் கட்டிக் கிடந்த அழுக்கு நீருக்குமேல் வட்டமிட்டுக் கொண்டிருந்த கொசுக்கள். மூத்திரத்தின் எரிவு வாடை. மனம் குமட்டுவது போலிருந்தது. பழைய சலசலப்பு இல்லாதக் கல்லறைத் தோட்ட அமைதி. அவனுடைய பார்வை சந்தன அலமாரி இருந்த இடத்தைத் தொட்டது. திடுக்கிட்டுப்போனான். உடைந்த சிமெண்டு தரையில் அலமாரி இருந்த இடம் மட்டும் உடையாமல் ஒரு வெள்ளை தடயமாகத் தெரிந்தது. அவனுடைய முகம் கூம்பியது. பார்வையைப் பின்வாங்கினான். எதிர்பார்த்ததும் எதிர்பார்க்காததுமான பல நடந்துவிட்டிருக்கின்றன. இனி இழப்பதற்கும் நிகழ்வதற்கும் ஒன்றுமே இருப்பதாகத் தெரிய வில்லை. வீட்டைவிட்டு வெளியேறும்போது சவ்தா மன்ஸிலுக் குள் இவ்வளவு வெறுமை இல்லாமலிருந்தது. அடுக்களையில் சமையல் பாத்திரங்கள் மோதிக்கொண்டிருந்தன. புகையோட் டின் வழியாக அடுக்களையிலிருந்து பகலிரவாகப் புகை

உயர்ந்துகொண்டிருந்தது. உம்மாவின் மணிக் கொலுசுச் சத்தம் கேட்டுக்கொண்டிருந்தது, வீடெங்கும்.

வீடு இந்த அளவுக்குக் கட்டந்தரையாகிவிட்டிருக்குமென்று எதிர்பார்க்கவில்லை.

சாகுல் ஹமீதின் வெறித்தப் பார்வையையும் மன அதிர்ச்சியையும் ஊகித்தறிந்து கொண்ட முஸ்தபாக்கண்ணு குனிந்தத் தலையை நிமிர்த்தாமலேயே உட்கார்ந்து கொண்டிருந்தார்.

"அருமாலி?" அவன் குரலில் அதிர்வு இருந்தது.

பதில் சொல்ல துணிச்சல் இல்லாமல் திகைத்தார்.

"வாப்பா அருமாலி?" வீட்டுச்சுவரில் அலர்ச்சையாக எதிரொலித்தது அவன் குரல்.

இஸ்ராயில் இடைமறித்தான்.

"அதெ உடுங்கொ புள்ளே. தின்னு செளிச்ச வவுறு இல்லியா? பட்டினியும் கடமும் வந்தப்போ அதெ அந்தத் தம்பி அங்ஙத்தைக்கு வித்துப் போட்டுது. நாந்தான் வித்து ரண்டு காய் வாண்டி குடுத்தேன்."

உடன் முஸ்தபாக்கண்ணு அலறினார்!

"பொத்தடாத் தாயோளி, வாயெ. அதெ ஓர்ம காட்டாதே. எக்கெ நெஞ்சு வெடிக்கப்போவுது."

முஸ்தபாக்கண்ணு சாய்வு நாற்காலியில் சாய்ந்தார். "அல்லாஹு!"

விழுந்து விடாமல் படிப்புரையைத் தாங்கிகொண்டிருந்தது மிஞ்சிய ஒரே ஒரு தேக்குத்தூண்.அதை ஒட்டி இஸ்ராயில் சாகுல் ஹமீதுடைய தோல் பையை இறக்கி வைத்தான்.

"உம்மா?"

"அவெொ மரிக்கல்லை."

முஸ்தபாக்கண்ணின் கண்கள் மூடியிருந்தன.

சாகுல்ஹமீது வீட்டிற்குள் சென்ற தக்கத்தில் இஸ்ராயில் கூப்பிட்டான்.

"மோலாளி?"

அவர் முனகினார்.

"நான் ரண்டு நாளுக்கு முன்னே ஒரு மனாபியத் கண்டேன். இளைய மோலாளி குதிரேலெ வந்து எறங்கூதாட்டு. எக்கெ மனாபியத் பலிச்சிது பாத்தீளா."

முஸ்தபாக்கண்ணு மவுனம் சாதித்துக்கொண்டிருந்தார். அவர் எதையெல்லாம் மறக்கவேண்டுமென்று முயன்று கொண்டிருந்தாரோ அதையெல்லாம் நினைவுத் தீவிரமடைய செய்தது சாகுல் ஹமீதின் திடீர் வருகை.

"நான் சொன்னது ஒங்கெ காதுலெ கேட்டுதா."

"உம்."

"ஒரு கோளு அடிச்சிரிக்கி."

"உம்."

அவன் பேச்சைக் காதில் வாங்கிக் கொள்ளாமல் முனகினார்.

"கண்ணெத் தொறயுங்கொ."

"என்னடா. கிறாத்திலெ பெறந்த பன்னிக்குப் பெறந்தவலெ என்ன ?"

கோபம் வந்துவிட்டது அவருக்கு.

"ஒங்களுக்கு ஒரு கோளு அடிச்சிருக்கு."

மெல்லக் கண்களைத் திறந்து இஸ்ராயிலைப் பார்த்தார்.

"நம்மொ அபூ ஆஜியாருக்குச் செல்லக்கிளிபோல ஒரு புள்ள இரிக்கியா. நாலாபக்கமும் சம்மந்தம் பாக்குதுவோ. தோதாட்டு ஒண்ணும் அமையல்லெ. நெறெயச் சொத்துண்டு. நூறு பவனுக்குத் தங்கம். ஒரு லச்சம் கையிலெ ரொக்கம். பின்னெ வஸ்து வகைகள் கேக்கணுமா?"

திருமண விஷயமானதால் அவர் நிமிர்ந்து உட்கார்ந்து கொண்டார்.

"எனக்காடா?" ஆவல் பொங்கி வடிந்தது.

"சேய்! புள்ளயை வச்சிட்டு ஒங்களுக்கா?"

சோர்ந்து சாய்ந்துவிட்டார்.

"நம்மொ இளைய மோலாளிக்கு நான் சரிப்படுத்தித் தாரேன். சாலாமாலாட்டு கல்யாணத்தை நடத்திட்டு மிச்சம் பணத்தை வச்சு ஒங்கெ கல்யாணத்தையும் நடத்திப் போடுவோம். எப்படி?"

உதட்டில் புன்னகை மலர்ந்தது.

"எடேய் அவன், கல்யாணத்துக்கான தயாரோடு வந்ததா தெரியல்லயே."

"ஏன் அப்படிச் சொல்லுதியோ?"

தோப்பில் முஹம்மது மீரான்

“கொண்டு வந்த பையைப் பாத்தாயாடா? சின்னப் பை. அதிலெ பைசா உள்ளதாட்டு தெரியல்லியேடா? உண்டானா பையை ஒனக்கட்டெ தந்து உடுவானா? தூணு மூட்டுலெ போட்டுட்டு உள்ளே போவானா?”

“இப்பளத்தெ துனியாவைப்பற்றி ஒங்களுக்கு ஒண்ணும் தெரியாது. துபாய்க்காரங்கொ ரூவாயிட்டல்ல கொண்டு வருது. தங்கக் கட்டியாக்கும். பூட்டீசுக்கெ உள்ளே வெச்சு. இடுப்புலெக் கட்டி. ஜட்டிக்கெ உள்ள வச்சு.”

“அவனுட்டெ துபாய் மணத்தைக் காணல்லியேடா.”

“இப்படியே அதுமிதும் பேசிட்டு இருந்தா நேரம் போவும். நான் போயி அபு ஆஜியாருட்டெ பேசிப் பாக்கட்டா?”

“பாரு.”

இஸ்ராயில் புறப்பட்டுச்சென்றதும் முஸ்தபாக்கண்ணின் இதயத்தைக் கவ்விக் குத்தியிருந்த கருந்தேள் கொடுக்குகளை உருவியது. சாய்ந்துகொண்டார். கால்களைத் தூக்கி நாற்காலிக் கையில் நீட்டிவைத்தார். படிப்புரை மூலையைப் பார்த்தார். கட்டில் காலியாகயிருந்தது. பீடியும் தீர்ந்துவிட்டது.

பல கேள்விகள் நீர்க்குமிழ்கள் போல் உருவாயின.

இவன் எங்கிருந்து வருகிறான்? இவ்வளவு காலம் எங்கு நின்று கொண்டிருந்தான்? கொஞ்சம் காலமாக கடிதம் எழுது வதே இல்லையே. துபாயில் என்றால் துபாய்க்காரர்களின் சட்டையிலிருந்து கமழும் வாசனை இல்லையே. சட்டைக்கு மினுமினுப்பு இல்லையே. பெரிய பெட்டிகள் தூக்கி வரவில் லையே. கண்ணில் கருப்பு கண்ணாடி மாட்டிக் கொள்ள வில்லையே. இப்போதெல்லாம் தென்பத்தனில் சுற்றித்திரியும் துந்திரிக் காற்றை துபாயிலிருந்து அவிழ்த்து விட்டிருக்கிறார் கள். அதில் கமகமவாசம். துபாயில் வேலை பார்ப்போரின் தாய்தந்தையர்கள் அணியும் உடைகளை அலம்பினாலும் மடிப்பு குலைவதில்லை, ஏனோ?

சாகுல்ஹமீதின் பைக்குள் ஸ்ப்ரே சென்ட் இருக்குமா? வாசமுள்ள சவுக்காரங்கள் இருக்குமா? அவனுடைய பூட்டீசுக் குள்ளும், இடுப்பிலும் தங்கக்கட்டிகள் வைத்திருப்பானா? சவ்தா மன்ஸிலுக்கு இனி இவனால் புத்துயிர் கிடைக்குமா?

அவன் கொண்டு வந்திருக்கும் வேட்டியை உடுத்தி மினுமினுக்கும் சட்டை அணிந்து அதில் ஸ்ப்ரே சென்டும் அடித்து ரைஹானத்தின் முன் தோன்றினால் அவள் மயங்கி விடுவாள். சாகுல் ஹமீதின் கல்யாணத்தை அபூ ஆஜியாரின் மகளைக்கொண்டு நடத்திவிட்டால் எல்லோரையும்போல்

அவன் அவளையும் துபாய்க்குக் கொண்டு போய்விடுவான். மீதமிருக்கும் காசையும் பொருட்களையும் கொண்டு ரைஹானத்தை. அவனுடைய திருமணம் நிச்சயமானதும் ரைஹானத்தின் உம்மாவைக் கூப்பிட்டுப் பேசவேண்டும். அவள் இசைவாள். துபாய் மகனுடைய வாப்பாவுக்கு வாக்கப் படாமலிருப்பாளா? அவளுக்குத் தம்மைப்போல் ஒரு புதுமாப்பிள்ளை வேறு கிடைக்குமா? துபாய் பணம். துபாய் உடைகள். அங்குள்ள ஸ்ப்ரே சென்ட். பாரம்பரியமிக்க பவுரீன்பிள்ளை குடும்பம். பேரும் பெருமையுமுள்ள தறவாடு.

முஸ்தபாக்கண்ணு எல்லா வேதனைகளையும் மறந்து கனவுத் தடாகத்தில் நீந்திக் கொண்டிருந்தார். சிந்தனைகளெல் லாம் எதிர்காலத்தைப் பற்றியதாகவே இருந்தன. ரைஹானத் நாணம் குணுங்கி அவர் முன்னால் நின்றாள். அவளுடைய சுருண்ட முடி, கனவு நெய்யும் ஈரமான கண்கள், மாமிச திரட்டிசியான உடல்.

கிழிந்த கோரைப்புல் பாயில் உக்கிச் சுருங்கி முகமிழந்து நனைத்துப்போட்ட குற்றாலம் துவர்த்துப்போல் துவண்டுக் கிடந்து கொண்டிருந்த உம்மாவைப் பார்த்து நின்றான்.

சாகுல்ஹமீது பம்பாயில் இடுக்கமான அறையில் சகவாசி களுடன் படுத்துறங்கும்போது கனவில் கண்ட அதே உருவத்தில் உம்மா கிடப்பதைக் கண்டபோது கனவுக்கும் நிஜத்திற்கும் இடையிலுள்ள நுட்பமான மயிரிழைப் பாலத்தைப் பற்றி எண்ணிப் பார்த்தான். தலைமுடி உதிர்ந்துபோய்க் குற்றாலம் துண்டை நனைத்துப்போட்டதுபோல் தரையோடு ஒட்டிப் போய் உம்மா. அவனுடைய கண்கள் நிரம்பியிருந்தன.

உம்மா ஏதோ சொல்ல பெரும் சிரமப்படுவதாகத் தோன்றியது. நா எழவில்லை. குழிக்குள் உம்மாவின் கண்கள் விழுந்து உருண்டு கொண்டிருந்தன. அந்தக் கண்களில் மட்டும் உயிர்த்துளி எஞ்சிகிடப்பதுபோல் தோன்றியது, அவனுக்கு. அவன் மீது கண்களை ஊன்றி, அவனுடைய முழுவடிவத்தை அந்தக் கண்களுக்குள் அப்பி எடுக்க சிரமப்படுவதாகத் தோன்றியது. பார்வையை ஒரு மையத்தில் ஊன்றி நிறுத்த முடியாத வாறு உம்மாவின் கண் நரம்புகளும் வலுவற்றுப் போயிருந்தன.

"திரும்பி வர நெனக்கல்லெ. ஒரு கனவு கண்டேன். நோய்க் கொடுமை தாங்க முடியாமெ அவதிப்பட்டதினால் கெணத்துலெ சாடி மரிக்கப் போனதாட்டு, 'உம்மா' எண்ணு நா விளிச்சப்போ உம்மா சாடாமெ வீட்டுக்குள்ளே போனதாட்டு, என்னெக் கொண்ணுதாருங்கொ நா மரிக்கட்டு எண்ணு வாப்பாட்டெ சொன்னதாட்டு, அதபு பிரம்பெடுத்து வாப்பா சாவு சாவு எண்ணு உம்மாயெ அடிச்சதாட்டு, அப்பொளும்

மரிக்காத உம்மா என்னை பாத்துட்டு தான் மரிப்பேன்னு எனக்காகக் காத்து கிடக்கூதாட்டு ...”

அவன் சொன்னதை மரியம் கேட்டாள்.

மெல்ல தலை அசைத்தாள்.

“உள்ளதுதானா உம்மா?”

மீண்டும் தலை அசைத்தாள். அப்பொழுதும் கண்கள் குண்டில் உருண்டு கொண்டிருந்தன. குண்டுக்குள் நிரம்பிய கண்ணீர், கண்ணோரமாக அழுக்குத் தலையணையில் வடிந்துகொண்டிருந்தது.

உம்மாவின் கண்கள் எவ்வளவு துலக்கமாக இருந்தன. பார்வையிலேயே ஒரு கனிவு இருந்தது. நடக்கும்போது உம்மாவின் மணிக்கொலுசு எழுப்பும் கிலுகிலாச் சத்தம் சவுதாமன்ஸிலின் உயிர் சத்தமாகவே இருந்தது. வீடெங்கும் நிரம்பி நின்றிருந்த உம்மா ஒருபோதும் கோபப்பட்டதே இல்லை. பலதடவை உம்மா வின் கதுகதுப்புக் கன்னம் வழியாக நீர், சால் தோண்டிப் பாய்ந்ததைக் கண்டதுண்டு. எதற்கென்று அப்போது புரியவில்லை. அந்த நேரங்களில் தனக்கும் அழவேண்டுமென்றிருந்தது.

சாயா கொடுக்கச் சற்று தாமதம் ஏற்பட்டதால் சூடு சாயாவை உம்மாவின் முகத்தில் வீசிக் கொட்டினார் வாப்பா. அத்துடன் அடங்கவில்லை. அதபு பிரம்பை உருவி உம்மாவை அடித்து வாங்கிய பிசாசு ஆட்டத்தைக் கண்டபோது குலை நடுங்கி வீட்டை விட்டே இறங்கி ஓட வேண்டியதாயிற்று. திகில் அடங்கியபின் வீட்டிற்குத் திரும்புகையில் உம்மா இறந்திருப்பாள் என்ற நினைப்பில் கண் கலங்கி சிவந்தது. சுவர் மணியின் ஊசி நகர்வதைப் பார்த்துக் கொண்டிருந்த வாப்பாவிற்குச் சோறு பரிமாறும் உம்மாவின் முக மலர்ச் சியைக் கண்டபோது உம்மா ஒரு புதிர் கதையின் நாயகியோ என்று தோன்றியது.

ஒருதடவை உம்மாவின் அடிவயிற்றில் வாப்பா மிதித்தது எதற்கென்று தெரியவில்லை. முற்றத்தில் நினைவிழந்து பனை மரம் போல் விழுந்து கிடந்த உம்மாவைக் கண்டபோது வாப்பா ஒரு காட்டு மிருகமாக அன்று மனதில் பதிவானதுதான். இப்படி ஆயிரங்கள் நிகழ்ந்த போதிலும் உம்மா வாப்பாவைத் திட்டவில்லை. கோபத்தோடு பார்க்கவில்லை. எதிர்க்கவில்லை.

அது ஏனென்று இன்னும் புரியவில்லை.

நேசிக்க மட்டும் தெரிந்த உம்மா. எல்லாவற்றையும் தாங்கி அடக்கிக் கொண்டதற்குக் கிடைத்த ஊதியம் மரணத்தை எதிர்நோக்கிய இந்தக் கிடப்பு மட்டும்.

“என்னை எதிர்பார்த்து உம்மா கிடக்கக்கூடிய ஒவ்வொரு நிமிஷமும் உம்மா நரகவேதனை அனுபவிக்குதாட்டுத் தெரியும். இனி என்னை எதிர்பார்த்து உம்மா இந்தத் துனியாவிலெ உயிரோடெ இருக்கண்டாம் என்னு நெனச்சுதான் கனவு கண்ட ராவு விடிஞ்சதும் ஓடி வந்தேன்.”

மரியம் மகனைப் பார்த்தாள். பார்க்க மட்டும்தான் அவளால் இயன்றது. அந்தப் பார்வையில் ஒரு முழு திருப்தி இருந்ததாக அவனுக்குத் தோன்றியது.

“மாமி!” உடம்பறையில் உறங்கிக் கொண்டிருந்த ஆசியாவைக் கூப்பிட்டான்.

ஆசியா கண்களைத் திறந்தாள். சாகுல்ஹமீது என்று தெரிந்ததும் திரும்பி படுத்துக் கொண்டாள்.

“மாமி ஏன் திரும்பி கெடந்திட்டியோ?”

புரியாமையால் குழம்பி நின்றான்.

“ஒனக்கெ வாப்பாட்டெ போய் கேளுடா.”

ஆசியா சொன்னது எட்டி மிதித்தது போலிருந்தது. அதிர்ச்சியுற்றுப் போய்விட்டான். மாமி இப்படி நடந்து கொள்வாள் என்று அவன் எதிர்பார்க்கவே இல்லை. உம்மா நெருங்கி வரும் மரணத்தின் காலோசைக்குக் காதுற்றுக் கொண்டிருக்கிறாள். உள்ளே நுழைய மறந்தோ அச்சப்பட்டோ என்னவோ மரணம் நெருங்கி வராத துக்கம் உம்மாவின் முகத்தில் தெரிந்தது.

மரணம் கூட நுழையத் தயங்கும் பாழடைந்த பேய் வீடு போல் காட்சி அளித்தது சவ்தா மன்ஸில்.

வந்து ஏறியபோது வாப்பா பேசாமல் சாய்ந்து கொண்டிருந்தார். கட்டிலில் உட்கார்ந்து கொண்டிருந்த செய்தகம்மது மாமா தன்னைக் கண்டதும் வெளியே இறங்கிப்போய்விட்டது, ஏனென்று புரியவில்லை. மாமியாவது முன்புபோல் “வாடா சோர குடிச்சான்” என்று செல்லமாக அழைப்பார் என்ற எண்ணமிருந்தது. எல்லாம் அபத்த எண்ணங்களாகி விட்டன.

மரணம் நுழையாத இந்தச் சவ்தா மன்ஸிலுக்குள் ஏதேதெல்லாமோ பின்னிப்பிணைந்து கிடக்கின்றன. உருவ முடியாத சிக்கல்கள். எதுவும் புரியவில்லை. அதற்குள் நின்று கொண்டிருந்தாலே பைத்தியம் பிடித்துப்போகும் போலிருந்தது அவனுக்கு.

படிப்புரையில் வாப்பா சாய்வு நாற்காலியில் பழைய கம்பீரத்திற்கு மீண்டு கிடப்பதைக்கண்டபோது ஆச்சரியம்

மேலிட்டது. வந்து ஏறும்போது முகத்தைத் தொங்கவிட்டுக் கொண்டிருந்த வாப்பாவின் உதட்டில் சிறு புன்முறுவல். கண்களில் கனவு. இப்படி ஒரு திடீர் மாற்றம் ஏன்?

“வாப்பா.”

“வா. மோனே.” நல்ல வரவேற்பாகயிருந்தது. “உம்மாயெப் பாத்தியா? பாவம். எத்திரையோ டாக்கிட்டர்களை. வைத்தியர் களை விளிச்சு சிகில்சை செய்துப் பாத்தேன். ஒரு குறவும் இல்லை. ஒன்னை ஒரு கண்ணு பாக்கணுமென்னு ஆசைப் பட்டிட்டே கெடக்குதா. இண்ணோ நாளையோ. அவொ கெடப்பிலெ ஆனதோடெ ஊட்டுக்கெ ஐசரியம் போச்சு மோனே.”

முஸ்தபாக்கண்ணின் பேச்சில் எங்கிருந்தோ பலவந்தமாக இழுத்துக்கொண்டு வந்திருந்த ஒரு சோகம் தென்பட்டது. கேட்டபோது வெடித்து சிதறவேண்டுமென அவனுக்குத் தோன்றி யது. திரண்டெழுந்தக் கோபத்தை அடக்கிக் கொண்டான்.

‘சீ! நீ ஒரு மனுசனா?’ என்று கேட்கத் தோன்றியது. கேட்காதது, புரிய முடியாத ஒரு சக்தி தடுத்ததால்.

“உம்மா நடமாடிக்கொண்டிருந்தப்பம் இந்த ஊட்டுலெ ஐசுவரியம் இருந்துதா?” என்று கேட்டான்.

“பின்னெ இல்லியா?”

“நீங்கொ இந்தச் சாரு கசேரியிலெ இருந்ததோடெ இந்தத் தறவாடே அழியத் தொடங்கியாச்சே. உம்மாயெ அடிச்சடிச்சுக் கொண்ணாச்சே. கொஞ்சம்கூட இரக்கமில்லாத மனசா ஒங்கது? போயிப்பாருங்கொ, ஒரு நாய் குட்டியெப்போலெ பதச்சு பதச்சு கெடக்கூதெ.”

“நானா அவளெ நோயாளியாக்கினேன்?”

“நீங்களெல்லாமில்லெ. பவுரீன்பிள்ளெ உப்பா ஒங்களுக்கு வச்சிட்டுப் போச்சுதே, அந்த வாரிலெ இருக்கித மாட்டுப் பெரம்பு, அதுதான் அந்தக் கொலப்பிரம்பு. இந்தத் தறவாட்டுப் பெம்புள்ளியளைக் கொலைசெய்யூக்கு வச்சுருக்கிதக் கொலகத்தி அதுதான்.”

ஓடிப்போய் வாரியிலிருந்துக் கொலைப்பிரம்பை உருவி னான். கால் முட்டில் கொடுத்து ஒடித்தெறிய பெரும்பாடு பட்டான். ஒடியவில்லை.

“அது ஒடியாதுலே, பவுரீன்பிள்ளை உப்பா கொண்டு நடந்த பெரம்புலெ. மந்திர சக்தியுள்ள அற்புதப் பிரம்புலே.”

“ஒங்கெ பவுரீன்பிள்ளை உப்பாயும் வாய்க்கரிசி யத்தத் தறவாடும்” கோபம் தாளாமல் ஒடியாத அதபு பிரம்பைக் கொண்டுத் தறவாடை தாங்கிக் கொண்டிருந்த தேக்குத் தூணில் பைத்தியம் பிடித்தது போல் ஓங்கி ஓங்கி அடித்துக் கொண்டிருந் தான். அடியின் அதிர்வில் தட்டின் மீது அப்பியிருந்த கறையான் புற்றுக்கள் பெயர்ந்து பாளம்பாளமாக விழுந்தன. பிரம்பின் முனையிலுள்ள செம்புப் பூண் கழன்று தெறிக்குமென்றும், பெரம்பு இரண்டாகப் பிளந்து துண்டாகுமென்றும் எதிர் பார்த்தான். பூண் கழன்று தெறிக்கவில்லை. பிரம்பு பிளந்து துண்டு துண்டாக ஒடிந்து போகவுமில்லை.

“டேய் நீ இந்தத் தறவாட்டுக்கெ முகத்திலேயாக்கும் அடிக்குதா?”

“நிங்கொ என்னைப் பெத்திட்டியோ. இந்தத் தறவாட்டிலெப் பெறந்த பாவம் தீக்க அதுக்கெ மொகத்திலெதான் அடிக்க வேண்டியிருக்கு.”

கோபம் கொண்டு உடல் நடுங்கிய சாகுல்ஹமீது கொலைப் பிரம்பைச் சவ்தா மன்ஸிலுக்கு வெளியே வளர்ந்து கிடந்த காட்டுப் புதருக்குள் வீசினான்.

முஸ்தபாக்கண்ணு பயந்து நடுநடுங்கி சாய்வு நாற்காலியில் குனிந்து உட்கார்ந்து கொண்டார். அவருடைய மனசில் லட்சோப லட்சம் கார முள்ளுகள் குத்தி ஏறும் வலி எடுத்தது.

“அல்லா! அல்லா! என்னெ காப்பத்தல்லா!” குனிந்து உட்கார்ந்தபடி நெஞ்சை அழுத்தித் தடவிக் கொண்டிருந்தார்.

மனசுக்குள் ஆவேறிப்படர்ந்த நெருப்பில் சுற்றுப்புறத்தைப் பற்றிய அவருடைய நினைவின்மையின் குகைவாயிலாக சாகுல்ஹமீது இறங்கிப்போனதை முஸ்தபாக்கண்ணு அறிய வில்லை. வெகுநேரமாக கொழுந்துவிட்டெரிந்த அந்த நெருப் பில் வெந்து கொண்டிருந்தார். நெருப்படங்கியதும் சுற்றுப்புற நினைவு திரும்பியது. சாகுல்ஹமீது அடித்து நொறுக்க முயன்ற தறவாட்டு முகத்தைப் பார்த்தார். தேக்குத் தூணருகில் அவன் கொண்டு வந்த தோல் பை அப்படியே இருந்தது. பையைக் கண்டபோது மனசுக்குள்ளிருந்த அழற்சி சற்றடங்கிவிட்டது போலிருந்தது. ஆவலோடு பையைத் திறந்துத் துழாவினார்.

அதற்குள் பதினெட்டு முழ வெள்ளைக் கோடித் துணியும், கற்பூரம், ஊதுபத்தி, அத்தர், பஞ்சு ஆகியவை இருப்பதைக் கண்ட அதிர்ச்சியில் மனசிற்குள் மீண்டும் நெருப்பு வளர்ந்தது.

இவை யாருடைய ஈமச்சடங்கிற்காக?

சாய்வு நாற்காலியில் அண்ணாந்துக் கிடந்த அவர் கண்களுக்குச் சவ்தா மன்ஸிலின் முகடு வழியாக ஆகாசம் தெரிந்தது. அது வழியாக யாரோ பறந்து சவ்தா மன்ஸிலுக்குள் நுழையப் போவதாக தெரிந்தது.

"அல்லா! என்னெ காப்பாத்துங்கோ!" பயந்துபோய் அலறினார்.

❖

27

'முகம்மதன் லா' படி ஆசியாஉம்மாவுக்குச் சேர வேண்டிய பங்கை வழங்க கோர்ட்டில் தீர்ப்பானது.

முன்பு பலமுறை ஆசியாவின் இடது கைப் பெருவிரலைப் பிடித்து, கறுப்பு மை தேய்த்த பலகையில் அழுத்திவிட்டு விலைப் பத்திரங்களில் உருட்டி பதிவு செய்த நாராயணன் நாயர் அளவு சங்கிலி பிடித்து சவ்தா மன்ஸிலை அளந்து கூறு போட்டார். ஆசியா உறங்கிக் கொண்டிருந்த உடம் பறையை ஒட்டியுள்ள வட பகுதி தன்பங்காகக் கிடைத்ததில் ஆசியாவுக்குப் பெரும் மகிழ்ச்சி. முஸ்தபாக்கண்ணு காக்கா வின் முகம் வீங்கிக் கருமையாகயிருந்ததைக் கண்டு சிரிப்பு வந்தது அவளுக்கு.

நஸீமாவின் கணவன் முன்னிலையில் பங்கு போடப்பட் டது. பாகப் பத்திரம் எழுதும்போது எதிர்பாராத ஒரு சிக்கல். முஸ்தபாக்கண்ணு உயிரோடு இருக்கையில், ஆசியா இறந்துவிட்டால் ஆசியாவின் சொத்தில் முஸ்தபாக்கண்ணிற்கு உரிமை வந்துவிடும். இதை யாரோ நினைவுப்படுத்தியபோது ஆசியா பிடிவாதமாகச் சொன்னாள்.

"எக்குப் பிறவு ஒரு துரும்புகூட அந்த நீசனுக்குக் கெடக்கப் படாது."

இன்னும் வேறு ஒரு சிக்கல். கணவன் செய்தகம்மது பிள்ளை ஹயாத்தோடு இருந்தால் அவருக்கும், அவர் மௌத் திற்குப்பின், நஸீமா பெண் சந்ததியானதால் தகப்பனார் செய்தகம்மதின் பங்கிற்குக் கிடைத்தச் சொத்தில் அவருடைய அண்ணன் தம்பிகளுக்கும் உரிமை வந்துவிடும். தறவாட்டை அளக்கும்போது மத்தியஸ்தர்களில் ஒருவராக நின்றுகொண் டிருந்த அபு ஹாஜியார் ஷரீயத் சட்டப்படியான வாரிசு உரிமையை விளக்கினார். கேட்டுக்கொண்டிருந்த வேறு

தோப்பில் முஹம்மது மீரான்

ஒரு மத்தியஸ்தர் செய்த எச்சரிக்கை எல்லோரையும் திடுக்கிட வைப்பதாகயிருந்தது.

“செய்தகம்மதுக்கெ அண்ணன் தம்பிக்குச் சொத்து போனாலும் பரவாயில்லை. நம்மொ சாதி சனமெண்ணாவது சமாதானப் படலாம் கேட்டீளா, ரண்டு புள்ளயெ பெத்து வச்சிட்டிரிக்கிய சூசம்மா, சொத்துலெ பங்கு எடுக்க வந்திரப்படாது.”

சவ்தா மன்ஸிலுக்குள் மீன் வாடையை முகர்ந்ததன் உதய இட இரகசியம் அம்பலமானதும் ஆசியாவுக்கு அழுகை வந்துவிட்டது. எங்குமில்லாத வேசாடை. முஸ்தபாக்கண்ணு காக்காவோடு கொண்டிருந்த வைராக்கியமும் உடம்பறை விட்டெழும்பாத தன்னுடைய உறக்கமும்தான் இதற்கெல்லாம் மூலகாரணம் என்றுணர்ந்தாள். அதனால்தான் கணவன் வழி தவறி அவருடைய இச்சையைத் தீர்த்துக் கொண்டார். அது மனைவிக்குச் செய்த பெரும் துரோகமாக எண்ணினாள். இந்த அப்பாவி மனுசன் இப்படி நடந்துகொள்வார் என்று எதிர்பார்க்கவேயில்லை. அவள், அவருடைய அப்பாவித்தனத்தைக் கண்டு அவரைக் கூப்பிடுவது “மஞ்ச பைத்தியாறன்” என்று. இந்த மஞ்ச பைத்தியாறன் அவளுக்குச் செய்த வஞ்சனையை அவளால் தாங்க முடியவில்லை.

“எக்குப் பெறவு இந்தத் தறவாட்டிலெ கண்டவொ சொந்தம் கொண்டாடி வரப்படாது. அதுக்கு என்ன வழி?” என்று கேட்டாள்.

“அதுக்கு வழி இருக்கும்மா. ஆசியா உம்மா, தனக்கு ஆண் சந்ததி இல்லாத காரணத்தால் முகம்மதன் லா படி தனக்கு உரிமைப்பட்ட தன்னுடையப் பாகத்தை, வயோதிகப் பருவத்தில் தன்னைக் காப்பாற்றித் தனக்குப் பணிவிடை செய்யும் வகைக்காக ஆசியா உம்மா தனது ஒரே பெண் சந்ததியான நஸீமா பானுவுக்கு வீடும் மனையும் அதிலுள்ள அசையும் அசையா பொருட்களையும் மண்ணடங்க மரமடங்க இஷ்டதானம் கொடுக்கிறேன் என்று. இதே பாகப்பத்திரத்தில் கணவன் செய்தகம்மதுபிள்ளை சாட்சி கையெழுத்துப் போட்டு எழுதினால் போதும்.”

நாராயணன் நாயர் ஜிப்பா கையை சுருட்டிக் கொண்டார். வாயில் நிரம்பி வழியப்போன வெற்றிலை எச்சிலை விரல் இடுக்கு வழியாகத் துப்பினார்.

பாகப் பத்திரத்தில் செய்தகம்மது சாட்சிக் கையொப்பம் போட்டபோது அவர் உதட்டில் சொக்கலால் பீடி புகை சிந்திக் கொண்டிருந்தது. அதில் மீன் மொச்சை கலந்திருந்தது.

அதை முகர்ந்து ஆசியா மூக்கைப் பொத்திக்கொண்டு பத்திரத்தில் விரல் உருட்டினாள்.

"வா பொலையாடி, பங்கு எடுக்க வா பளந் தொறப்பா கெடக்குது."

தறவாட்டில் உம்மாவுக்கு உரிமைப்பட்ட சொத்து அப்படியே தனக்குக் கிடைத்துவிட்ட குதூகலிப்பில் நஸீமா அவளுடைய பங்கிற்கு வந்த பகுதியை இடித்துத் தரைமட்டமாக்கினாள். பழைய அஸ்திவாரக் கல்லை அலவாங்கால் குத்திக் கிளறி எறியும்போது அதற்குள் பம்மியிருந்த நல்ல பாம்புகள் சீறிப்படம் விரித்தாடின. பொந்துக்களில் ஒளிந்திருந்த பெருச்சாளிகள் வெளியே குதித்தோடின. அதே இடத்தில் புதிய அஸ்திவாரம் தோண்டப்பட்டது. சிமெண்டும் சுட்ட செங்கல்லும் கொண்டு புதியதொரு கான்கிரீட் கட்டிடம் உயர்ந்தது. பளபளப்பான தரை. மினுமினுப்பானச் சுவர்களில் வண்ணம் பூசப்பட்டிருந்தது. கண்ணைப் பிடுங்கும் மின் விளக்குகள் எம்பாடும். ஒவ்வொரு அறையோடும் சேர்த்து குளியலறையும் கக்கூசும். திருகினால் தண்ணீர்க் கொப்பளிக்கும் குழாய்கள். நின்று குளிக்க, மழைபெய்யும் அரிப்புக் குழாய்கள் தலைக்கு மீது. ஒவ்வொரு அறையிலும் கட்டில். அதில் ரப்பர் மெத்தைகள், ரேடியோ, டேப்ரிக்கார்டர், டி.வி. மட்டுமா, தலைக்கு மேல் சுழலும் பங்கா. இனி வேர்க்கவே வேர்க்காது. இந்தத் துனியாவிலுள்ள எல்லா அலங்கார வஸ்துக்களும் நிறைந்த ஓர் அழகான செல்லக்கட்டிடம்.

ஆசியா நிவாஸ்.

உம்மா மீது மகளுக்கு அவ்வளவு பிரியம்.

வாப்பாவுக்கும் உம்மாவுக்கும் படுத்துறங்க தனி அறை. ஒட்டிப் படுக்க அகலமான கட்டில். அறையோடு சேர்ந்த குளியலறை, கக்கூசு. எப்பவும் எவ்வளவு தண்ணி வேண்டுமானாலும் கொட்டித்தரும் குழாய். நின்று குளிக்க, காட்டு வெள்ளம் போல் சொரியும் வற்றாத குழாய் ஒன்று உசரத்தில். ஆசியா காலையில் குழாய்க்குக் கீழ் நின்று மாலை வரை நீராடினாள், வெகுகாலத்திற்குப்பின். தலைமயிர் உலர மட்டுப்பாவில் ஏறி நின்றாள்.

சொர்ணக் கதிர்கள் சொரிந்து பரவிக் கிடக்கும் கடலையும் அதற்கு சில்லைக் காற்று கொசுவம் போட்டு உடுத்திக் கொடுத்த நீலப் புடவையையும் பார்த்து புளகமடைந்தாள். மாலைத் தென்றல் அவள் தலைமுடிக்குள், சட்டைக்குள் புகுந்து காட்டிய துந்திரியில் கன்னிப்பருவக் கிறுகிறுப்பின் நினைவு வந்துவிட்டது. முதல் இரவை நினைத்தாள். செய்தகம்மதின் துளைக்கும்

பார்வைகளை நினைத்தாள். அந்தப் பார்வையில் மயிர்ச் சிலிர்ப்புண்டானது. அவளைப் பின்தொடர்ந்து திருடனைப் போல் அவர் மாடி ஏறினார். பின்னால் வந்து கண்ணைப் பொத்திய போது இளமை கொழிந்து போய்விடவில்லை என்று உறுதி கொண்டாள். இப்படியெல்லாம் கொஞ்சி விளையாட வேண்டிய காளைப் பருவத்தில் இணைகளைப் பிரித்து அங்குமிங்குமாக இரு இடங்களில் சங்கிலியில் கட்டி சிறையிலிட்ட முஸ்தபாக்கண்ணை பார்வையால் சுட்டாள். கண்ணைப் பொத்தி விளையாடும் நேரம் நஸீமா மட்டுப்பா வில் ஏறி வந்தது எதுக்கு? அவள் கண்டுவிட்ட வெட்கத் திகிலில் விழித்து விட்ட ஆசியாஉம்மா பரக்கப்பரக்க முழித்துப் பார்த்தாள்.

சவ்தா மன்ஸிலில் எலிகள் பாய்ந்த, பூனைகள் ஓடிய, மர நாய்கள் பிராண்டிய சிறு ஓசைகள் மட்டும் கேட்டுக் கொண்டிருந்தன.

அன்று பகல் நஸீமா கணவனுடன் சவ்தா மன்ஸிலுக்குள் வந்தது, பின்வாசல் வழியாக. முஸ்தபாக்கண்ணின் மூஞ்சியில் முழிக்கக்கூடாதென்று அங்குச் சுணங்கவில்லை. போய் ஏறியதும் எடுத்துச் சென்றிருந்த காகிதத்தை நீட்டினாள். அதில் விரலடையாளம் புரட்டி வாங்கினாள்.

“என்னத்துக்கு மோளே?”

“தறவாட்டைப் பங்குபோட்டு வாண்ட. கேஸ் குடுக்க.”

“வேறெ ஒப்பு போடணுமா? நிக்கெ மாமாக்கெ நெஞ்சாம் பலவையைப் பௌக்கணும். பௌந்து வாண்டாதெ உடப்படாது.”

நஸீமா கணவனுடன் வந்ததும் ஆசியாவிடமிருந்து வக்காலத்து பாமில் விரல் உருட்டி வாங்கியதும் தறவாட்டுக் காரணவர் அறியவில்லை. அந்நேரம் அவருடைய நெஞ்சை ஏதோ ஒரு பாரம் அமுக்கிக் கொண்டிருந்தால் குனிந்திருந்து நெஞ்சைத் தடவிக் கொண்டிருந்தார்.

முஸ்தபாக்கண்ணுக்கு அறவே உறக்கமில்லை. படுக்கவோ, உட்காரவோ, நடக்கவோ முடியாதவாறு உடல் பூராவும் வலித்துக் கொண்டிருந்தது. ஆனால் வலிப்பதாக உணரும் இடங்களை அமுக்கினால் வலி தெரியவில்லை. நெஞ்சிற்குள் குன்று கூட்டி போடப்பட்ட உமியை யாரோ நெருப்பு மூட்டி, நீறிக் கொண்டிருந்தது. மூச்சுவிட முடியாத சுவாசமுட்டல். தாங்குதலுக்காக எதையாவதுப் பற்றிப் பிடித்துக் கொண்டால் சிறிது ஆசுவாசம். ஆனால் நிற்க முடிவதில்லை. நின்றுகொண் டிருந்தால் கால் பெருவிரலிலிருந்து ஏறும் வலி கால் நரம்பைக் குடைந்து சிரசு மண்டலத்திற்குச் செல்கிறது. மூளையை

உருக்கிக் கொண்டிருந்த சுள்ளையுடன் அது இணையும்போது தலையிலிருந்து உடல் அறுந்து விழுந்து விட்ட உள்ளுணர்வு. தன்னுடைய இருத்தலின் மையைப்பற்றிய துயர நினைப்பில் துடித்தார். அதைத் தாங்கிக்கொள்ள இயலாத திகைப்பு. தன்னுடைய இருத்தலை உறுதிப்படுத்த கட்டிலில் வந்து படுத்துக் கொண்டால் முதுகுத்தண்டு வழியாக ஏதோ ஊர்ந்து ஏறி இதயத்தைக் கூரிய உளிபற்களால் கொத்திப் பறிப்பதுபோலி ருந்தது. சுருண்டு படுக்கவும் இயலவில்லை. விலா எலும்புகள் ஒடிந்துவிட்ட சத்தம். அதன் கூரிய முனைகள் விலாத்தோலில் குத்தியேறும் வலிக்கடுமை.

அல்லா! அல்லா!

இரவு நேரங்களில் பட்ட அவதிகளால் கூப்பிட்டார்.

காலைச் சூரியன் வானக்கூரையில் பற்றிப்பிடித்து ஏறும் போது இஸ்ராயில் அழைத்து வந்த அதங்கோட்டு வைத்தியர் நாடி பார்த்தார்.

"சொல்லதக்கதாயிட்டு எந்த நோயும் இல்லை மோலாளி."

"நாடி?"

பலமான நாடிதான். மனக்கவலை."

"கவல தீர மருந்துண்டா வைச்சியரே?"

"மனக்கட்டுப்பாடுதான் அதுக்கு மருந்து."

"அப்படீண்ணா?"

"சிரிச்சிக் களிச்சு சந்தோஷமா இருந்தா கவலை நீங்கும்."

திறக்காத மாத்திரைச் செப்பை மடியில் கட்டி, ஜெயக் கொடித் துண்டைத் தோளில் போட்டுக்கொண்டு வைத்தியர் கிளம்பினார். அவர் கட்டியிருந்த மெல்லிதான நாலுமுழ வேட்டிக்குள் கோவணத்தின் வால் நீண்டு தெரிந்தது.

"இவனுக்கு நாடி பாக்கத் தெரியாதுடா."

இஸ்ராயிலைக் கடிந்து கொண்டார். அதங்கோட்டு வைத்தி யருக்கு நாடி பார்க்கத் தெரியாது என்று முஸ்தபாக்கண்ணு சொன்னதைக் கேட்டு இஸ்ராயிலுக்கு அதிர்ச்சியாகிவிட்டது.

"ஆரெச் சொல்லுதியோ? அவரையா? அவரு ஆருண்ணு தெரியுதா?" அதங்கோட்டு வைத்திய பரம்பரையைப் பற்றிச் சுற்று வட்டாரங்களில் நிலவியிருந்தக் கதையை இஸ்ராயில் சொல்லத் துவங்கினான்.

களியல் சிவசங்கரப்பணிக்கருடைய கூப்பிலுள்ள அவரு டைய கொம்பானை, முன் கால் தூக்க முடியாமல் பெரும்

அவதிப்பட்டது. கட்டிலே கிடந்து மதமிளகியது போல் கர்ஜித்துக் கொண்டிருந்தது. தடி விழுந்து முன் கால் எலும்பு ஒடிந்து போயிருக்குமென்று சந்தேகம். ஊரான ஊரிலிருந்தெல் லாம் மிருக வைத்தியர்களும் வர்மாணிகளும் வந்து வைத்தியம் செய்தனர். கோட்டக்கல் மூசது கூட வந்து வைத்தியம் செய்தார். யாருக்கும் நோய் என்னவென்று அடைபடவில்லை. வேதனை தாங்கமுடியாமல், யானை கர்ஜித்தது. களியல் காட்டை உலுக்கிக் கொண்டிருந்தது அதன் கர்ஜனை.

பச்சிலை மருந்து பறிக்க அதங்கோட்டு வைத்தியர் வேளிமலைக்குப் போறவழி. யானையின் கர்ஜனையைக் கேட்டதும் முன் வைத்த காலை எடுக்காமல் அங்கேயே நின்றுவிட்டார். காட்டுயானை அல்லவென்று அதன் கர்ஜனை சுட்டியது. நாட்டு யானையேதான். கர்ஜனையிலிருந்து யானை நோய்வாய்ப்பட்டிருப்பதை செவி ஈர்த்து அறிவித்தது. யானை யாருடையதென்று விசாரித்தார். களியல் சிவசங்கரப் பணிக் கருடைய வீட்டு முற்றத்தில் நின்று வெற்றிலைக் குதப்பினார்.

வைத்தியருடைய கை வடியைக் கண்டதும் பணிக்கர் மடியை அவிழ்த்தார்.

“நான் பிச்சைக்கு வரல்ல பணிக்கரே. அதங்கோட்டு செல்லக்கண்ணு வைச்சியருக்க பேரன் முத்தய்யன் வைச்சிய ராக்கும் நான்.”

“ஒம்மெக் கூப்பிட நான் ஆள் அனுப்பல்லியே, என்ன வேணும் ஒமக்கு?”

“வைத்தியம் எங்கெ குலத்தொழில் பணிக்கரே. ஈச்சைக்கும் எறும்புக்கும் ஆனைக்கும் நாடி பாத்துச் சிகிச்சை செய்யக் கூடிய வைத்திய பரம்பரை.”

“அதுக்கென்ன?”

“பொதிச்சோறு கட்டீட்டு பச்சிலை மருந்து பறிக்கப் போற வழியிலெ. பணிக்கருக்க ஆனைக்க கரைச்சல் கேட்டேன். கர்ஜனையையும் கரைச்சிலையும் எங்களுக்கு அடையாளம் தெரியும். ஏதோ நோயால் அந்த வாயில்லாப் பிராணி அவதிப்படுவதைப் பாத்துட்டுப் பேசாமபோவ மனசுவரல்ல பணிக்கரே. அதுதான் வந்தேன்.”

“ஆனைக்குச் சிகிச்சை செய்யவா வந்தீரு.”

ஆமாவென்று சொன்னார்.

“ஓய், இந்த ராஜ்யத்திலெ உள்ள கொம்பன்மாரெல்லாம் படிச்ச வித்தை பதினெட்டையும் பாத்தாச்சு. இனி நீர் என்ன ஓய் செய்யப்போறீரும்? அதுக்கெ கதெ அம்புடுதான்.

இனி அதாலெ தடி இழுக்க முடியாது கேட்டுவா. கொம்பை அறுத்து எடுத்துட்டு காட்டிலெ தள்ளி உடப்போறேன்.”

“உடண்டாம். நான் கொணப்படுத்தி விடுதேன்.”

“வந்தவங்கொ எல்லாம் இப்படித்தான் சொன்னாங்கொ. ஆரெயும் கிட்ட நெருங்க உடல்லை. ஒரு வைச்சியரைச் சவுட்டிக் கொண்ணுது. ஒரு வர்மாணியைத் தூக்கி எறிஞ்சுது. ஓம்மெ சாக்காலையும் அடுத்தாச்சு. போய்ப்பாரும். கொணப் படுத்தி உட்டா நல்ல தம்மானம் தருவேன். முடிஞ்சா பாரும்.”

“பணிக்கரே எனக்கு ஒரு தம்மானவும் தரண்டாம். காசுக் காகச் சிகிச்சை செய்யல்லெ. உயிர்ப் பிராணிகளோடெ எரக்கம் கொண்டுதான் எங்க சிகிச்சை. ஆனையைக் காட்டுங்கொ பணிக்கரே.”

வைத்தியரைக் கண்டதும் யானை உடல் குலுக்கி முன்னைவிட பயங்கரமாகக் கர்ஜித்தது. காலை உயர்த்திக் காட்டியது. “நெருங்கினால் மிதித்துக் கொன்று போடுவேன் நெருங்காதே.”

சிரித்துக்கொண்டு வைத்தியர் திரும்பிப் பார்த்தார். அவரை அங்கு அழைத்து வந்தவர்கள் தலைதெறிக்க ஓடியது எதற்கென்று அவருக்குப் புரியவில்லை.

காலை தூக்கி உயர்த்தியதன் அகப்பொருள் வைத்தியருக்கு மட்டும்தான் புரிந்தது. வைத்தியர் யானையை அணுகினார். அது உயர்த்திக் காட்டிக் கொண்டிருந்த முன் காலைத் தடவிப்பார்த்தார்.

காலை தரையில் பதிய வைக்கச்சொன்னார்.

வைத்தது.

முன்பக்கமுள்ள கால் நரம்பைத் தொட்டுப் பார்த்தார். நோய் என்னவென்று இனம் கண்டார்.

“அய்யப்பா, பொறு. ஒனக்குள்ள மருந்து வேளிமலை யிலெ கெடக்குது. எடுத்துட்டு வாறேனப்பா. கரையாதே.”

வைத்தியர் பேசாமல் வேளிமலைக்குப் புறப்பட்டார்.

இருபத்தொரு கூட்டம் பச்சிலை மருந்து பறித்து துண்டால் கிழிகட்டி தலையில் சுமந்து வந்த வைத்தியர் வாசலை மிதித்ததும் பணிக்கர் கேட்டார்.

“என்ன ஓய் பேடிச்சு ஓடிவிட்டதாட்டு ஓம்ம கூட வந்தவங்கொ சொன்னாங்களே?”

“நான் ஏன் பேடிச்சு ஓடணும். அதுக்குள்ள மருந்து புடுங்கத்தானே போனேன். ஆனையை நடக்கவச்சு, ஒங்கெ முன்னாலெ தடி இழுக்க வச்சிட்டுதான் போவேன் பணிக்கரே.”

பச்சிலை மருந்துகளையும் சில அங்காடிக்கடை மருந்து களையும் மர உரலில் போட்டு இடித்துச் சாறுபிழிந்து எடுத்தார். பெரிய உருளியில் சுத்தமான பசு நெய் உருக்கி அதில் பச்சிலைச் சாறை விட்டு காய்ச்சி லேகியம் கிண்டி எடுத்தார். யானைக்கு லேகியம் கிண்டியது ஊரெங்கும் பொதுபொதா மணத்தது. யாரும் இதுவரை முகர்ந்திராத மணம்.

வைத்தியர் மருந்துடன் யானையை நெருங்குவதை பணிக்கர் விலகி நின்று பார்த்தார்.

யானை வாய் பிளந்தது.

வைத்தியர் லேகியத்தை உருட்டி யானை வாயில் கொடுத் தார். தனியாகக் காய்ச்சி வடித்த எண்ணையை அதன் முன்கால் களிலும் காதிடுக்குகளிலும் அழுத்தி தேய்த்துவிட்டார்.

இரண்டுநாள் ஆறுவேளை, மூன்றாவதுநாள் யானை கால் ஊன்றி நடந்ததைப் பணிக்கர் பார்த்தார்.

“அய்யப்பா!” வைத்தியர் கூப்பிட்டார்.

யானை துதிக்கை உயர்த்தி என்னவென்று கேட்டது.

“போய்த் தடி இழப்பா.”

ஜம்மென்று நடந்து போய் ஒரு பெரிய தடியைத் தும்பிக் கையால் தூக்கிக் கொண்டுவந்ததைப் பணிக்கர் பார்த்து அதிர்ந்து நின்றார்.

“வைச்சியரே! மன்னிக்கணும்.”

“நானா மன்னிக்கக் கூடியவன்?”

“தப்பா எண்ணிப்போட்டேன்.”

“எல்லாரும் எங்களைத் தப்பாத்தான் எண்ணியிருக்காங்கோ.”

“நான் தருத தம்மானத்தை மனசு பொருந்தி வாண்ட ணும் வைத்தியரே.” பணிக்கர் சொல்லி முடிக்குமுன் வைத்தியர் ஒரே நடை விறுவிறென்று.

“அப்படிப்பட்ட கெட்டிக்கார வைத்தியரெயாக்கும் உங்கெ நாடி பாக்க நான் கூட்டீட்டு வந்தது. அவரைப் பாத்தா இவனுக்கு நாடி பாக்கத் தெரியாதுணு சொன்னியோ?” இஸ்ராயில் சற்றுக் கோபமாகவே கேட்டான்.

“அவன் எப்பேர்ப்பட்டவனானா எக்கென்னடா? எக்கெ நோயைக் கண்டுபிடிச்சு மருந்து தராமெ போயிட்டானே.”

“அவன் இவனுண்ணு சொல்லாதிங்கோ. பேருகேட்ட வைச்சியராக்கும். அவர் சொன்னதுக்கெ மஅனா ஓங்களுக்கு மனசிலாவல்லெ. பலமான நாடி. அப்படியெண்ணா ஓங்களுக்கு வயசாவல்லெ எண்ணாக்கும் அர்த்தம். சிரிச்சுக் களிச்சுச் சந்தோஷமா இருந்தா கவலை நீங்குமெண்ணு சொன்னாரே. அப்படியெண்ணா ஒரு எளசை நிக்காஹ் செய்து அந்தப் புள்ளையோடெ கொஞ்சிக் குலாவியிருந்தா கவலை நீங்கும் எண்ணாக்கும் அர்த்தம்.”

முஸ்தபாக்கண்ணுக்குச் சிரிப்பு வந்துவிட்டது. குலுங்கிக் குலுங்கிச் சிரித்தார். அடக்க முடியாத சிரிப்பு.

“அப்படியாடா?”

“ஓ.”

“வைச்சியர் கெட்டிக்காரர்தாண்டா. எக்கெ மனசுக்குள்ளே உள்ளதை நாடி பாத்து அப்படியே சொல்லிப்போட்டாரே. வலிய கெட்டிக்காரன்.”

“மடியிலெ வல்லதும் இரிக்கியா? அதங்கோட்டுக்குக் காறு கெடக்காதெ நடந்து நடந்து ஊப்பாடு வெந்து போச்சு. போய் ஒரு சுடு தண்ணியும் குடிச்சிட்டு புள்ளியளுக்கு ரண்டு துண்டு கெழங்கும் வாண்டி குடுக்கட்டு. பைச்சி கெடக்குதுவோ பொல்லா முறுவக்குட்டியோ.”

“கைலெ காய் ஒண்ணும் இல்லியேடா, பெறவு பாப்போம். அப்போ ஒரு எளசை?”

“எளசை சுளுவிலெ கெட்டமுடியுமா? கைலெ காய் வாண்டாமா? பட்டுச்சேலை, சோப்பு, பூசறமாவு எல்லாம் வாண்டண்டாமா? அதுக்குக் காய் இரிக்கியா?”

“உண்டாக்கணும்.”

“எப்படி?”

“எப்படியாவது உண்டாக்காமெ முடியுமா?”

“உண்டாக்கீட்டு சொல்லுங்கொ.”

“எப்படி உண்டாக்கடா?”

“வல்லதும் இரிக்கியா தட்டுக்கு?”

“அதபு பெரம்பும் உப்பாக்கெ உறுமாலும் இந்தக் கசேரியும் உப்பாக்கெ ஊணு கம்பும்தான் மிச்சம்.”

“மாடெ அடிக்குத கம்பும் கெழவனுக்குள்ள ஊணு கம்பும் இப்பம் ஆரு வாண்டுவா?”

“உறுமாலோ?”

“இந்தக் காலத்திலெ ஆரு கேட்டீளா உறுமால் கட்டீட்டு நடக்குதா?”

“பின்னெ உள்ளது நான் சாரி கெடக்குத இந்தக் கசேரி தாண்டா.”

“அதெப் பாப்போம்.”

“ஆரு வாண்டுவா? சீலாந்திகாதல்.”

“துபாயிலிருந்து ஒரு கிறிஸ்தியானி செறுக்கன் தங்கம் தங்கமா கொண்டு வந்திருக்கான். அவனுக்கெ அப்பன் கொளை ஒடிக்க மரத்திலெ ஏறினாக்கிலெ விளுந்து குறுக்கு ஒடிஞ்சுக் கெடக்குதான். அப்பனுக்குச் சாஞ்சுக்கெடக்க ஒரு சாருகசேரி வேணும்னு செறுக்கன் சொன்னான். நான் பாப்போம்ணு சொன்னேன். தட்டுவோமா?”

“ஜாதி?”

“என்ன ஜாதியானா என்ன? அவன் தாற பணத்துலெ ஜாதிமணம் அடிக்குமா?”

“இருந்தாலும் பவுரீன்பிள்ளை உப்பா கெடந்த கசேரியிலெ கெடக்கப் போறவனுக்கெ ஜாதி தெரியாண்டாமாடா?”

“பிராமணன் தோத்துப்போவான்.”

“அப்படியாடா?”

“என்ன ஜாதியானா என்னவாம்? படிச்ச மொவன், ஒண்ணாந்தரம் ஊடு, ராஜகுணம், பிராமணன் வெலவி நிப்பான். ரைஹானத் பெண்ணுக்கெ ஊட்டுக்குப் போற வளீலெ இப்போம் ஒரு புதிய ஊடுவச்சு தங்குதான்.”

“அப்போ குடும்பக்காரன்தான்.”

“பின்னல்லாதெ.”

“விலை பேசு.”

“நாளை ராத்திரியே தட்டிப்போடுவோம்.”

“எடேய் அந்தப் பெண்ணு எப்படி?”

“ஜாவா சரக்கு.”

“பேசிப்பாரு.”

“பேசூக்கு என்ன இருக்கி? குடிக்கக் கஞ்சியில்லாதெ கெடக்குதுவோ. இண்ணானா இண்ணைக்கு. கையிலெ காய் வரட்டு.”

“நாளை ஆளோடெ வா.”

இஸ்ராயில் போனபிறகு சாய்வு நாற்காலியில் சாய்ந்து நாற்காலி கையில் காலாட்டிக் கிடந்தார்.

நூற்றாண்டு காலமாகத் தறவாட்டின் படிப்புரை முகப்பில் தேக்குத் தூணருகில் கிடந்துகொண்டிருந்த சாய்வு நாற்காலி இன்று இரவு வெளியேறப்போவதைப் பெரும் இழப்பென்று எண்ணிக்கொண்டிருந்தார். இருந்தாலும் ரைஹானத்தை மணக்கப்போகும் இன்ப நினைப்பில் அதை இழப்பாகக் கருதவில்லை. அந்த இழப்பு மூலம் கிடைக்கும் நேட்டம் ரைஹானத் என்ற மன ஆறுதல்.

எப்படியும் அவளைச் சொந்தமாக்க வேண்டும். இன்றைய நிலையில் அவள் தனக்கான ஓர் அரும் மருந்து. அவளுடைய உடல் வாசனையை முகர எப்பேர்ப்பட்ட இந்தத் தறவாட்டையே வேண்டுமானாலும் விலை பேசத் தயார்!

அவள் ஒரு தாகம். ஒரு மருந்து.

தறவாட்டில் அந்தச் சாய்வு நாற்காலி வந்த கதையின் நினைவுச் சிலிர்ப்பில் அன்றைய இரவைப் புலர வைத்தார்.

எப்போதும் போல் காலையில் சாய்வு நாற்காலியில் வந்தமர்ந்தபோது இன்றைய இதே இருப்புதான் தன்னுடைய கடைசி இருப்பு என்று எண்ணி வருந்தினார். நாளை சாய்ந்து கிடப்பது எதில்? இன்று இரவோடு இரவாகச் சாய்வு நாற்காலி வெளியேறிவிடும். நாளை இதில் அமரப்போவது எவனோ ஒருவன். ஏதோ ஒரு ஜாதிக்காரன். எவன் உட்கார்ந்தால் என்ன? தனக்குத் தேவை மன அமைதி. நிம்மதியானத் தூக்கம். ஒரு திடீர் நினைப்பில் தலைக்குமேல் தெரிந்த இற்றுபோன தட்டைப் பார்த்துக் கொண்டிருந்தார். இனி விலைபோவதற்கு இங்கு என்ன இருக்கிறது? எதிர் வரும் நாட்களில் பளுவை எப்படி உந்தித் தள்ளி நகர்த்துவது? மரியத்தின் இறுதி மூச்சு இன்று அல்லது நாளை நின்று விடும். அவளுடைய மரணத்தை யொட்டி பெரும் செலவொன்றிருக்கிறது. இனி எஞ்சியிருப்பது மூன்று உயிர்கள். தாம் உறங்கும் கட்டில். ஆசியா படுத்துறங்கிக் கொண்டிருக்கும் உடம்பறை. மச்சான் உறங்கிக்கொண்டிருக்கும் புன்னை மரக்கட்டில். அவர்களுடைய கட்டில்களைத் தூக்கவே முடியாது, இருவரும் செத்தொழிந்தாலொழிய. தான் படுத்துறங்கிக் கொண்டிருக்கும் மூட்டைக் குடிகொண்டுள்ள கட்டிலின் கால்கள் ஆட்டம் கண்டு வெகுகாலமாகிவிட்டன. இடிந்து

நொறுங்கிய தரையானதால் கட்டிலின் கால்கள் நேராக இல்லை. அடைகொடுத்திருக்கின்ற கருங்கல் துண்டுகளின் மேல் அவை நின்றுகொண்டிருக்கின்றன.

படுத்துறங்கிக்கொண்டிருக்கும் அறை பூராவும் எலிகளும் பெருச்சாளிகளும், பொந்துகள் தோண்டிப்போட்ட மணல் கூம்பாரங்கள். பூரான், தேள் ஆகியவற்றின் தடங்கலற்ற நடமாட்ட அதிகரிப்பு. வயிறு தள்ளி, கிந்திகிந்தி நடக்கும் தவளைகள். கண்டால் மனம் குமட்டும் இப்படிப்பட்ட தரையில் பாய்விரித்து எப்படிப் படுப்பது? படுத்தால் விஷ ஜந்துகள் தீண்டிவிடும். எலிகள் பிராண்டும். தவளைகள் உடம்பில் ஏறி இறங்கும். உடலெல்லாம் சளுவா வடித்துவிடும். எக்காரணத் தாலும் தூக்கி விற்பனை செய்யமுடியாத மனிதர்கள். இம்மூன்று கட்டில்களும். இவை எல்லா அர்த்தத்திலும் மூன்று மனிதர்கள் அல்லாமல் வேறென்ன? மூவருடைய நித்திய வாழ்க்கை யோடு ஒன்றிப்போய். மூவராக. மூவருடைய உயிர்களாக.

“நூர்முகம்மது, முஸ்தபாக்கண்ணு. சவ்தா மன்ஸில், தென்பத்தன். நீங்கெ தானா?”

முகவரி விசாரித்துக்கொண்டு உள்ளே நுழைந்தவரை முஸ்தபாக்கண்ணு வெறித்துப் பார்த்தார்.

“ஆரப்பா நீ . . .?”

“முன்சிப் கோர்ட் சிப்பாய். சமன் இருக்கு.”

“சமனா? எனக்கா?”

“ஆமா . . .”

பேரதிர்ச்சியால் முஸ்தபாக்கண்ணின் மனம் துடித்தது. பேரும் பெருமையும் வாய்ந்த எனக்கெதிராக வழக்கு தொடுத் திருப்பவன் எவன்டா? எதற்காக? இதுநாள் வரையிலும் பவுரீன்பிள்ளை குடும்பத்தைச் சார்ந்த எந்தக் காரணவனும் முன்சிப் கோர்ட் வாசலை மிதித்ததில்லை. எந்த நீதிமன்றமும் இந்தத் தறவாட்டு விவகாரத்தில் தலையிட்டதுமில்லை.

“யாரப்பா வாதி?”

“ஆமினா உம்மாள், ஆசியா உம்மாள்.”

“ஆசியாவா?”

நிலம் வெடித்து, உள்ளே தாழ்ந்துகொண்டிருந்தார். காரிருள் சூழ்ந்து கொண்டிருந்த அதலப் பாதாளத்தை நோக்கி. ஒரு துளி வெளிச்சத்திற்காக ஆவேறித் துழாவினார். தலைக்குள், நெஞ்சிற்குள் என்னவெல்லாமோ ஏறி உட்கார்ந்து கொண்டி ருந்தன. முகத்திலிருந்து கண்கள் தோண்டி வீசப்பட்டது போல.

நெஞ்சில் தாங்க இயலாத மலை அழுத்தம். அடிப்பாதத்தில் முட்கள் நிரப்பிய கால் ஒன்று உச்சியில் ஓங்கி மிதித்து உள்ளே . . . உள்ளே . . . அமுக்குகிறது. போவது எங்கே?

"ஒப்பு போட்டுத் தாருங்கோ."

சுற்றுப்புற உணர்வு திரும்பியபோது உலையில் காய வைத்த இரு கம்பி முனைகளால் சிப்பாயியைக் குத்தினார்.

"எறங்கடா வெளியே." இடிமுழக்கமாயிருந்தது.

சிப்பாய் அசரவில்லை.

"எனக்கட்டெ கோபப்படாதீங்கோ. கோர்ட் உத்தரவு."

"தந்தவனுக்கெ அம்மைட்டெபோய் ஒப்பு வாண்டுடா."

"நான் கதவிலெ ஒட்டீட்டு போவேன்."

"ஒட்டு. நான் பிச்செறிவேண்டா."

"ஆசி . . ." கர்ஜித்துக்கொண்டு உடம்பறையை நோக்கி நடந்த வழியில் சுவரோரமாக மரியம் வளைந்த சுள்ளிக் கம்புபோல் சுருங்கி, சுருண்டுக் கிடந்துகொண்டிருந்தாள். தலைமயிர் உதிர்ந்துபோய் மண்டைத்தோலில் சுருக்கங்கள் விழுந்திருந்தன. கனைத்துக் கனைத்து இருமலை அடக்கிக் கொண்டு மூச்சு இழுத்துக் கொண்டிருந்தாள். மூச்சு இழுப்பதற் கொப்ப தலை மேலும் கீழுமாக அசைந்து கொண்டிருந்தது. உடனடியாகவோ, சற்றுதாமதமாகவோ உயிர் பிரிந்துவிடும் போலிருந்தது, அவள் நிலை. சவம் இன்னும் செத்தொழியாம கெடக்குதே.

முஸ்தபாக்கண்ணு அந்த அவலத்தை ஏறிட்டுக்கூட பார்க்காமல் உடம்பறையை நெருங்கினார்.

உறங்கிக் கொண்டிருந்த ஆசியாவின் உறக்க நரம்புகள் முஸ்தபாக்கண்ணின் கர்ஜனையில் அறுபட்டன. சவ்தா மன்ஸிலை நடுங்கச் செய்த அந்தக் கர்ஜிப்பின் பொருள் ஆசியாவுக்குப் புரிந்துவிட்டது. அவரை எதிர்கொள்வதற்காக அவள் தன்னைத் தயார் செய்துகொண்டாள். எழும்பி உட்கார்ந்து குலைந்துவிட்டிருந்த கூந்தலைச் சுருட்டிக் கொண்டை கட்டினாள். சட்டையின் மேல் பகுதியில் கழன்று கிடந்தப் பித்தானை மாட்டிக்கொண்டு ஒரு போர் புரிவதற்காக ஆயத்தமானாள்.

"மருவாதய்க்கு ஒனக்கெ மாப்ளக்கெ ஊட்டுக்கு எறங்கிப் போ. இந்தத் தறவாட்டுலெ ஒனக்கு எந்த உரிமையும் இல்லை."

"எக்கே அப்பன் வச்ச ஊடு. நீங்கொ வச்ச ஊடா?"

“நான் இந்தத் தறவாட்டுக்குக் காரணவன். நான் ஹயாத்தோடு இரிக்கிதுவரை இந்தத் தரவாடெ பங்கு வைக்க முடியாது.”

“ஏன் முடியாது? எனக்குள்ள பங்கை சலம்பாதெ அளந்து போடுங்கோ.”

“முடியாது.”

“நான் வாண்டேண்டிய எடத்துலெ வாண்டுவேன். இனி இந்த ஊட்டுலெயிருந்து ஒரு துரும்புகூட தொட உடமாட்டேன்.”

“ஒனக்கு என்ன காரியம்? விக்கூக்கும் வாண்டூக்கும் உரிமைப்பட்ட காரணவன் நான்.”

“தறவாடெ கட்டமண்ணாக்கின வாய்க்கரி அத்த காரணவன். வந்திருக்காரு ஒரு சுடுகாட்டுக் காரணவன்.”

“என்ன சொன்னா? எனக்கெதிராட்டு கேஸ் குடுத்திட்டு இப்போ எக்கெ மொகத்தெப் பாத்து என்னை சுடுகாட்டுக் காரணவன் எண்ணு சொல்லுதா, இல்லியா? நின்னெ என்ன செய்வேன் பாரு. இந்தத் தறவாட்டுலெயிருந்து ஒரு நுள்ளு மண்ணுகூட தரமாட்டேன். நான் தறவாட்டை விப்பேன். நின்னெத் தெருவிலெயாக்குவேன்.”

“கொம்பு முளைச்ச ஆம்புள்ளயானா என்னைத் தெருவிலெ ஆக்குங்கொ பாப்போம். எக்கெ தேகத்திலெயும் பவுரீன்பிள்ளை உப்பாக்கெ ரத்தம்தான் ஓடுது. நான் பவுரீன் பிள்ளை உப்பாக்கெப் பேத்தியானா, பெண்ணாப் பெறந்தவளானா இந்தத் தறவாட்டைப் பங்கு வச்சு வாண்டத்தான் போறேன். நீங்கொதான் தெருவிலெ கெடக்கப் போறியோ.”

“பாப்போமா?”

“பாப்போம்.”

முஸ்தபாக்கண்ணு வீறாப்போடுத் திரும்பி வந்து சாய்வு நாற்காலியில் உட்கார்ந்தபோதுதான், இரவு சாய்வு நாற்காலியை வாங்கிச் செல்ல இஸ்ராயில் ஆளுடன் வரவிருந்ததை நினைத்துப் பார்த்தார்.

சாய்வு நாற்காலி விற்பனை செய்யப்போகும் விஷயம் ஆசியா தெரிந்திருப்பாளா? எல்லாம் தெரிந்துகொண்டுதான் கிடக்கிறாள் போல் தெரிகிறது. இவளுக்கு இவ்வளவு துணிவு வந்தது எப்படி? அந்த நஸீமா பெண்ணுடைய கணவன்தான் இவள் பின்னால் செயல்பட்டுக்கொண்டிருக்கும் சக்தி. அந்த எத்துவாளிக் குடும்பத்தில் அவளைக் கட்டிக் கொடுத்திருக்கக் கூடாதென்று இப்போதுதான் தோன்றுகிறது. வாயும் கையுமில்லாத எவனாவது ஒரு கோணப் பயலுடைய கையில் பிடித்துக்

கொடுத்திருந்தால் இப்படியான வினைகள் வந்திருக்காது. எவ்வளவுத் திமிரு பிடித்தவளாக இருக்கவேண்டும், தன்னைச் சுடுகாட்டுக் காரணவன் என்று சொல்ல. ஒரு மணல் தூசிகூட இந்தத் தறவாட்டிலிருந்து நுள்ளிக் கொண்டு செல்ல உடப் போவதில்லை.

அந்நேரம் அப்புதம் வாசலுக்கு நேர் வந்து நிப்பாள் என்று எதிர்பார்க்கவில்லை.

"என்னவுட்டி."

"காய்."

"நாளைத் தாரேன் குட்டி. நீ போற வழிலெ இஸ்ராயில் நிண்ணா வரச்சொல்லு."

முகம் குறாவி முணுமுணுத்துக்கொண்டு அவள் போன போது அவருக்குள்ளேயே ஒரு குற்ற உணர்வு தோன்றியது.

"பாவம்! அன்றாட மீன் சுமந்து விற்று துனியாவைக் கழிக்கக் கூடியவள். இந்தக் காசுகொண்டுதான் மக்கோ குட்டியளைப் பட்டினியில்லாமல் காப்பாற்ற வேண்டும். சாய்வு நாற்காலி விற்றுக் கிடைக்கும் காசில் அவளுக்கும் கொஞ்சம் கொடுத்து கடன் சுமையைக் குறைக்க வேண்டும்."

ஆசியாவின் பேச்சினால் நொந்துபோய்விட்டார் முஸ்தபாக் கண்ணு. அவர் மனசை அது உறுத்திக் கொண்டேயிருந்தது. புகழ்மிக்க தறவாட்டைக் குறுக்குச் சுவர் வளர்த்து பங்குபோடு வதை அவரால் நினைத்துப் பார்க்கவே முடியவில்லை. தறவாட்டை உடைத்தால் வெட்ட வெளியாகிவிடும். ரைஹானத் துடன் சேர்ந்து படுக்க ஒரு மறைவிடம் கூட இருக்காது. எந்த நேரமென்றில்லாமல் குப்புற விழுந்துவிடும் நிலையில் தறவாடு. ஓரிரு தேக்குத் தூண்களின் தாங்குதலில்தான் உள்ளன. ஈரம் தட்டி அவற்றின் அடிபாகங்களும் உழுத்துப்போய்விட்டன. தறவாட்டின் அற்றக்குற்றப் பணிகளைச் சரிசெய்ய சாகுல்ஹமீது இனி திரும்பி வந்து, குடும்பப் பொறுப்பை எடுக்கப் போவ தாகத் தெரியவில்லை. அவனே வெறுத்துவிட்டான். தறவாடே அநாதையாகிவிட்டது.

தனக்குப் பின்? இதை உடைப்பதா?

முடியாது. மரணம்வரை பங்குபோடாத தறவாட்டில் கிடக்கவேண்டும். இதிலிருந்துதான் தம்முடைய மய்யித்து வெளியே இறக்கப்பட வேண்டும். இங்கிருந்து நேராகச் செல்வது பள்ளி வளாகத்திற்கு.

"ராத்திரி ரெடி."

தோப்பில் முஹம்மது மீரான்

குரல் கேட்டு சுற்றுப்புற உணர்வு ஏற்பட்டது. முன்னால் இஸ்ராயில் நின்று கொண்டிருந்தான்.

"நீ போயி எழுத்துக்காரன் நாராயணன் நாயரை விளிச்சிட்டு வாடா."

"எதுக்கோ?"

"விளிச்சிட்டு வாடா."

முஸ்தபாக்கண்ணு சீறியதைக் கண்டு இஸ்ராயில் ஓடினான்.

முஸ்தபாக்கண்ணுக்குப் பத்திரம் எழுதும் நாராயணன் நாயர் ஒருவரைத்தான் தெரியும். அவருடைய உலகமே நாராயணன் நாயர்தான். தறவாடு பங்கு வைப்பதை தடுக்க நாராயணன் நாயர் ஏதேனும் குறுக்கு வழி சொல்லித் தருவாரென்று நம்பினார். பத்திரங்களில் பல பல வாசகங்கள் குறிக்கும் அவருக்கு 'லா பாயிண்டுகள்' தெரியாமலிருக்காது. அவருடைய ஒரே ஒரு 'லா பாயிண்டில்' ஆசியாவை மடக்கிவிடலாம். நஸீமாவின் கணவன் முகத்தில் கரி பூசிவிடலாம்.

இஸ்ராயிலின் பின்னால் வந்த நாராயணன் நாயர் உள்ளே வருமுன் முஸ்தபாக்கண்ணு நிமிர்ந்து உட்கார்ந்து முந்திக்கொண்டார்.

"ஓய் நாராயணன் நாயரே, இந்தத் தறவாடெ பங்கு போட ஆருக்காவது அதிகாரம் உண்டா ஓய்?"

நாராயணன் நாயருடைய பார்வையில் புரியாமை.

"சொல்லும் ஓய், அதிகாரம் உண்டா?"

"எனக்கு ஒண்ணும் மனஸிலாவல்ல முதலாளி."

"எக்கு ஒரு தங்கச்சி, ஒரு பேநாய் கெடக்குதே, அவொ தறவாடெ பங்கு வைக்கணுமெண்ணு முன்சிப் கோட்டிலெ கேஸ் குடுத்திருக்கியா ஓய்."

"நம்மொ பவுரீன்பிள்ளை உப்பாக்கெ தறவாடெ ஓடைக்கவா? படச்சவனே!" இஸ்ராயிலுக்கு மலைப்பாகயிருந்தது.

"ஓண்டா, நாய்க்குபெறந்த பயலே ஒடைக்கத்தான். காலம் காலமாக இந்தத் தறவாட்டிலெ உள்ள ஆரும் கோட்டுக்குப் போனதில்லை. காரணவன் சொல்படி நடக்கூதுதான் வழக்கம். இப்பம் ஆத்தியமாட்டு, அதும் ஒரு பெண்ணாப்பெறந்தவோ தறவாடெ ஓடச்சு பங்கு போட கோட்டுக்குப் போயிருக்காடா. ஆண்டவன் இவளெ உடுவானா?"

"முதலாளி, காலம் மாறிப்போச்சு. பழைய காலமல்ல. கோடும் கச்சேரியும் ஏறி இறங்கினால் தறவாடு கட்ட

மண்ணாயிப்போவும். முஹம்மதன் லா படி ஆசியா உம்மாக்குச் சேரவேண்டிய மூணில் ஒரு பங்கை அளந்து திரிச்சு ஒரு குறுக்குச் சுவர் கட்டினாப்போதுமே."

"அளந்து திரிச்சுக் கொடுக்க அவளுக்கு ஏது ஓய் சொத்து?"

"இல்லேணு சொன்னா சட்டப்படிச் சொல்லுமா? தகப்பன் சொத்திலெ முகம்மதன் லா படி பெண் சந்ததிக்கு மூணில் ஒரு பங்கு சேருமே? குடுக்காமெ முடியுமா முதலாளி?"

"நீயும் அவளுக்கு வக்காலத்து வாண்டியா பேசுதா ஓய். குடுக்கமாட்டேன். நான் உயிரோட இருக்கூதுவரை இந்தத் தறவாட்டை பங்கு போடூக்கும், இடைச்சுவர் கட்டூக்கும் உடமாட்டேன். நீ அவளுட்டே போய்ச் சொல்லு."

"ஓங்க வாதம் கோட்டுலெ செல்லாது முதலாளி."

"சொல்லும். நான் கேஸ் பேசுவேன். தறவாட்டையே விப்பேன். நீ எறங்கிப் போடா. இந்த வஸ்துவான வஸ்துவெல் லாம் விய்க்க எக்கெ வெரலெ உருட்டி வாண்டின நீ, எக்கு வேண்டி பேசாமெ அந்தப் பேநாய்க்கு வேண்டியா பேசுதா. எறங்கிப் போடா வெளியே."

கோபம் கொண்டு உடல் நடுங்கி சாய்வு நாற்காலியி லிருந்து குதித்தெழும்பினார். ஓடிப்போய் வாரியிலிருந்து அதபு பிரம்பை உருவினார்.

"எறங்குடா வெளியே." அலறினார்.

"நான் வக்கீலெ வச்சு வாதிப்பேன். பவுரீன்பிள்ளை குடும்பத்திலெ உள்ள காரணவனுக்குச் சொத்து விக்கூதுக் குள்ள அதிகாரத்தை எந்தக் கோட்டுக்கும் கேள்வி கேட்க முடியாதுடா. போடா."

அதபு பிரம்பை ஓங்கிக் கொண்டு நெருங்கினார்.

பயந்து இறங்கிப்போன நாராயணன் நாயருக்கு முன்னா லேயே இஸ்ராயில் இறங்கி ஓடிவிட்டான்.

"வந்திருக்கான். இந்தப் பேநாய்க்கு தறவாட்டிலெ பங்கு வாண்டிக் குடுக்க." மூச்சிரைப்புடன் சாய்வு நாற்காலியில் வந்து உட்கார்ந்தார்.

முஸ்தபாக்கண்ணுக்கு ஒரே குழப்பம். தம்முடைய அபிலாசைகளையும் கனவுகளையும் தகர்க்கும்படி தறவாட்டைப் பங்குபோட ஆசியா துணிந்து நிற்பது. ஒரு துரும்பு கூட இனி தொடவிடமாட்டேன் என்று அவள் சபதம் மேற்கொண் டது. இவ்வளவு காலமாக நம்பியிருந்த நாராயணன் நாயர் ஆசியாவுக்காக ஏண்டு பேசியது. பவுரீன்பிள்ளை உப்பா

சாய்ந்துப் படுத்திருந்தபோது உப்பாவின் மொட்டைத்தலை, மேலுள்ள குறுக்குக் கம்பில் பட்ட இடத்தில் பதிந்திருந்த அடையாளம் மாய்ந்து போகாத சாய்வு நாற்காலி இரவு வெளியேற்றப்படுவது.

பயந்து ஓடிய இஸ்ராயில் ஆட்களுடன் இனி இரவு திரும்பி வருவானோ?

முதல் சாமமானது. கட்டிலோரத்திலுள்ள ஜன்னல் கதவில் தட்டுவது கேட்கவில்லை. அந்தக் கவலை முஸ்தபாக் கண்ணை பின்னி வரிந்தது.

இஸ்ராயில் ஏமாற்றி விடுவானா?

அவன் ஏன் பயந்து ஓடவேண்டும்? அவன் வராவிட்டால் தம் மனசிற்குள் கொழுந்துவிட்டெரியும் தழலில் கருகிக்கருகி, இந்தத் தழலை அணைக்க அவளால்தான் முடியும். ரைஹானத்.

யானைக்கு நாடிபார்த்த அதங்கோட்டு வைத்தியர் சொல்லித் தந்த ஓர் அரும் மருந்து அவள்.

அவளை அடைய சாய்வு நாற்காலியை விற்றாக வேண்டும்.

இஸ்ராயில் ஏமாற்றி விடுவானா?

எதிர்பார்ப்புகள் தகரும் எண்ணத்தில் மன அமைதி இழந்து கட்டிலில் உருண்டு புரண்டு கொண்டிருக்கையில் ஜன்னல் கதவில், இரண்டாம் சாமத்தின் முடிவில் தட்டுதல் கேட்டது.

"ஆரு?"

"வந்தாச்சு."

இஸ்ராயிலின் தணிந்த குரல்.

❖

28

பவுரீன்பிள்ளை உப்பா மௌத்தாகும்போது அவருக்குத் தொண்ணூறு வயது. திடீர் மரணமாகயிருந்தது அவருடையது. நோயால் ஒரு மணித்துளிகூட பாயில் படுத்திருக்கவில்லை. சாய்வு நாற்காலியில் சாய்ந்துப் படுத்துக்கொண்டிருந்தார்.

ஒரு திருமண வீட்டிற்குப் போய்விட்டு வந்து ஏறியபோது களைப்பாகயிருந்தது அவருக்கு. தலையில் வைத்திருந்தத் தொப்பியை எடுக்கவில்லை. தொப்பியைச் சுற்றிக் கட்டியிருந்த உறுமாலை அவிழ்க்கவில்லை. கால் முட்டு வரைக் கவிந்து கிடந்திருந்த நிலக்கோட்டைக் கழற்றவில்லை. வேட்டி அவிழ்ந்து போகாமலிருக்கவும் நீள கத்தியைச் சொருகிவைக்கவும் இடுப்பில் கட்டியிருந்த கறுப்புக் கச்சையை அவிழ்க்கவில்லை. கத்தியையும் உருவி வைக்கவில்லை. கையில் கொண்டு நடக்கும் பிரம்பைச் சாய்வு நாற்காலிக் கையில் வைத்தார். ஊன்றி நடக்கும் பனந்தடியை நாற்காலியோடு சாய்த்து வைத்தார்.

புத்தம் வீட்டின் முகட்டை அறிவுக்கு எட்டாத ஒரு திடீர் உந்துதலால் அண்ணாந்து பார்த்தார். முகடு துளைத்து அது வழியாக வானத்திலிருந்து யாரோ இறங்கி பதுங்கி வருவதைக் கூர்ந்து நோக்கினார். வந்தவர், துளைத்த துவாரம் வழியாகப் புத்தம் வீட்டிற்குள் தனது கழுகுக் கண்களால் ஒரு துழாவு துழாவிக் கொண்டு புத்தம் வீட்டிற்கு மேல் வானவெளியில் வட்டமிட்டுக்கொண்டிருப்பதைப் பவுரீன் பிள்ளைக் கண்டார்.

அவருக்குப் புரிந்துவிட்டது.

தம்மை ராஞ்சி கொண்டு செல்ல பருந்து வட்டமிட்டுக் கொண்டிருக்கிறது.

உடன் மகனைக் கூப்பிட்டார்.

"அபுல்ஹசன்!" தொண்ணூறு தாண்டிவிட்டிருந்தாலும் அக்குரல் முழக்கத்தில் புத்தம் வீடு அதிர்ந்தது. மூத்த மகன்

பணிவடக்கத்துடன் வாப்பா முன் நின்றார். வாப்பாவைப் போன்ற அதே தோற்றம். அரைப்பனையளவிற்கு உயரம். நாலாள் கட்டிப்பிடித்தாலும் பிடிப்பில் ஒதுங்காத பருமன். நூறுபேர்களுடன் தனியாக நின்று, அவர்களை ஒரே மூச்சில் அடித்து வீழ்த்தும் சங்குறைப்பு. தொடு வர்மம் கற்றிருந்ததால் அபுல்ஹசன் எல்லோருக்கும் ஒரு பயக்கனவு. பயந்து யாருமே அவர் எதிரில் வருவதில்லை. யார்மீதாவது மனக்கசப்பு வந்துவிட்டால், அவரை அடிப்பதுமில்லை, உதைப்பதுமில்லை. தொலைவில் நின்றுகொண்டு எதிரியின் உடலில் உள்ள வர்ம முடிச்சுகளுக்கு நேராக விரலைச் சுட்டி அசைத்தாலே போதும். எதிரி அந்த இடத்திலேயே சுருண்டு விழுவான். கோபம் தணிந்த பின் சென்று நினைவிழுந்து சுருண்டு கிடக்கும் எதிரியுடைய உள்ளங்காலில் கால்மடக்கி ஓங்கி ஓரடி. எழும்பிப் போடா மயிரே! எதிரி குதிரைக் குட்டிபோல் எழும்பி நடப்பான். அப்பேர்ப்பட்டவர் அபுல்ஹசன்.

“டேய், நீ இந்தக் கசேரீலெ இருந்து பொன்னுத் தம்புரான் மனமுவந்து தந்த இந்தச் சொத்துக்களுக்கு எந்தச் சேதாரமும் உண்டாவாமெ ஆளணும். திருவாங்கூருக்கு எந்த ஆபத்து வந்தாலும் படதெரட்டி களத்திலெ குதிக்கணும்.”

மகன் வாப்பாவின் முன் பணிவுடன் நின்றுகொண்டிருந் தார். வாப்பா சொல்வதைச் செவியுற்றார்.

“பொன்னுத் திருமேனி திருக்கரத்தாலெ தந்த வாளை எடு.”

அபுல்ஹசன் சந்தன அலமாரியைத் திறந்தார். வெள்ளித் தாம்பாளத்துடன் வாப்பா அன்று கொண்டு வைத்திருந்த படியே இருந்த வாளை அதேபடி எடுத்து வாப்பாவிடம் கொடுத்தார். வாளைத் தொட்டு அதன் கூர்மையை விரலால் சோதித்த நேரம் பவுரீன்பிள்ளையின் முகம் பிரகாசித்தது. முன்பு ஒருபோதும் மகன் கண்டிராத முகப் பிரகாசம்.

“இது ராமன் தம்பிக்கெ உடைவாள். பப்புத் தம்பியும் ராமன் தம்பியும் ராமவர்ம மகாராஜாவுக்கெ மக்களாக்கும் தெரியுமா? அவுங்கெ தாயாரெ கட்டும்போ ராமவர்மா தம்புரான், தம்புராட்டிக்கு ஒரு வாக்குறுதி கொடுத்திருந்தார். அந்தத் தம்புராட்டிமூலம் அவருக்குப் பெறக்குத மக்களுக்கு ராஜாதிகாரம் கொடுப்பேணு. ஆனால் தம்புரான் வாக்குறுதிப் படி நடக்கல்லெ. ராஜாதிகாரம் மருமகனுக்குக் கொடுத்துப் போட்டாரு. அந்த வாக்குறுதிப்படி நடக்காததினாலெ ராஜாதி காரத்துக்கு வேண்டி மக்கமாரு கலக முண்டாக்கினாங்கொ. அவுங்கொ கலகம் செய்தது தப்புனு எனக்குத் தோணல்லெ.

நியாயமான உரிமையை அடையத்தான் போராடினாங்கொ. ஆனா பொன்னுத் திருமேனி என்னை நம்பி அவருக்கெ அங்க ரட்சகனாக்கினதினாலெ திருமேனியைக் கொல்ல வந்த ராமன் தம்பியையும் பப்புத் தம்பியையும் நாந்தான் கொன்னது. கொன்னுட்டு ராமன் தம்பிக்கெ உடைவாளை திருமேனிக்கு முன்னெ காழ்ச்ச வச்சேன். நஸ்ராணிகளான லந்தக்காரை தோப்பிச்சதுக்குத் திருமேனி எக்கு ராமன் தம்பிக்கெ இந்த வாளை தம்மானமா தந்தாரு. நியாயமான ராஜாதிகாரத்துக்காக வீரத்தோடு போராட கொண்டு நடந்த வாளாக்கும்பிலெ இது. இந்த வாளைக் கொண்டு திருவாங்கூர் பிரஜகள் ஆரெயும் வெட்டி இந்த மண்ணிலெ ரத்தம் வடிக்கப் படாது. அந்நியவன் நம்மொ நாட்டை ஆக்கிரமிக்க வந்தா மட்டும்தான் இந்த வாளை உபயோகிக்கணும். கேட்டியா?"

"சரி வாப்பா."

"இன்னா புடி." வாளை மகனிடம் ஒப்படைத்தார்.

"வாக்குறுதி மீறப்படாது. இது எக்கெ ஒசியத்தாக்கும்." ஒசியத் என்று கேட்டபோது அபுல்ஹசனின் கண்கள் கசிந்தன.

கண்களைத் துடைத்துக்கொண்டு அபுல்ஹசன் பார்க்கும் போது சாய்வு நாற்காலியில் சாய்ந்தபடி எவரோ ஒருவருடைய வருகையை எதிர்பார்ப்பது போலிருந்தது வாப்பாவுடைய பார்வை.

"இந்தக் கசேரியில் சாஞ்சு கிடந்து மரிக்கணும். அது தான் எக்கெ ஆசை." இதைத் தொடர்ந்து பவுரீன்பிள்ளை சொன்னதை மகன் கவனமாகக் கேட்டார்.

"நான் கெடக்குத இந்தக் கசேரி எப்படிப் புத்தம் ஊட்டுலெ வந்தது எண்ணு நீ அடிக்கடி எனக்கட்டெ கேப்பாயில்லியா? அப்பமெல்லாம் நா ஒனக்கட்டெ இதைப்பத்தி செல்லவே யில்லை. இப்பம் சொல்லி முடிக்க வேண்டிய நேரம் நெருங்கி வந்துட்டு, கவனமா கேளு மக்கா."

உதயகிரிக்கோட்டைக்குள் டச்சு படைத் தளபதிகளைச் சிறை வைத்திருந்தார் மார்த்தாண்டவர்மா. திருவிதாங்கூர் படைக்கு இராணுவ பயிற்சியளிக்க அந்தத் தளபதிகளின் விருப்பம் கேட்டறிந்துவர பவுரீன்பிள்ளையை உதயகிரிக் கோட்டைக்கு அனுப்பி வைத்தார் மன்னர் பெருமான்.

டச்சு தளபதிகள், திருவிதாங்கூர் படைக்கு இராணுவ பயிற்சி அளிக்கவும் படைக்குத் தலைமையேற்று திருவிதாங் கூருக்குச் சேவைப்புரியவும் பவுரீன்பிள்ளையிடம் ஒப்புதல் கொடுத்தனர்.

“வாயாலெ சொன்னாப் போராது. எக்கெ உச்சியிலெ அடிச்சு வாக்குறுதி தரணும்.”

பவுரீன்பிள்ளை தலையைக் குனிந்து காட்டினார்.

“தென்பத்தனில் நடந்த போரில் வைத்து உங்களுடைய அற்புத வீரம் கண்டு வியந்து போனோம். உங்கள் கையிலிருந்த வாளை விட உங்கள் புத்திக்குக் கூர்மையிருந்தது. உங்களு டைய போர்த் தந்திரம்தான் எங்கள் பீரங்கியைத் தோற்கடித் தது. எங்கள் பீரங்கியால் துளைத்து ஏற முடியாதவாறு உறுதியானது உங்கள் சூர நெஞ்சம். உங்கள் முன் நாங்கள் கோழைகள். உங்கள் தலையில் அடித்து நாங்கள் சத்தியம் செய்ய வேண்டுமா?”

“சரி, அப்படியானா நான் நாளையே திருமனசிடம் முகம் காட்டி உங்கெ வாக்குறுதியை உணர்த்துதேன்.”

பவுரீன்பிள்ளை சிறைக் கூடத்திலிருந்து வெளியே வரும்போது உதயகிரிக்கோட்டையின் பின்பகுதியிலுள்ள பாறைக்கூட்டங்களின் சிகரங்களைப் பாதிரா சந்திரன் தொட்டுக்கொண்டிருந்தது. மரங்கள் நெருங்கி வளர்ந்திருந்த உதயகிரிக் கோட்டைக்கு வெளியே வயல் ஏலாக்களில் பாதிரா நிலவு பட்டுவிரித்திருந்தது. கோட்டை வாசலில் நின்றுகொண்டிருந்த கடையால மரத்தின் மூட்டில் குதிரை கால் உதறிக்கொண்டிருந்தது. குதிரைச் சாணத்தின் வாடை மூக்கைத் துளைத்தது. குதிரைமேல் பவுரீன்பிள்ளையை ஏற்றிவந்த படைவீரன், குதிரையின் சேணம் விரித்து அதன்மீது உறங்கிக்கொண்டிருந்தான். அவனை உணர்த்தவில்லை.

கைப்பிரம்பைச் சுழற்றிக்கொண்டு பவுரீன்பிள்ளை முன்பின் பாராமல் ஒரே நடை, தென்பத்தனை நோக்கி.

ஸ்ரீவர்த்தனபுரத்தைக் கடந்தார். கேரளபுரத்தைத் தாண்டி னார். ஸ்ரீவாழும்கோடு வழி நடந்து அமுதாரிக் குளக்கரைக்கு வந்தபோது உடல் வியர்த்தது. தாகமாக இருந்தது. கிணற்றுத் தண்ணீருக்கு எங்குச் செல்ல?

குளத்திலிறங்கி கடவில் படர்ந்து கிடந்த தாமரை இலை களை ஒதுக்கிக்கொண்டு கையால் தண்ணீரேந்திக் குடித்தார். முகமும் காலும் அலம்பிக் கொண்டு படிகள் ஏறும்போது குளக்கடவின் மேல்படியில் ஓர் இளம் பெண் நிற்பதைக் கண்டார். அவள் கழுத்தில் அணிந்திருந்த வைர அட்டிகை யின் பளபளப்பில் கண் கூசியது.

கசவுத் தட்டத்தால் முலைக்கச்சைக் கட்டியிருந்தாள். வட்டக் கொண்டையில் பூச்சூடி, நெற்றியில் சந்தனக் குறி

போட்டிருந்தாள். மனத்தைக் கழற்றிக் கிறங்க வைக்கும் அதி அழகு. கொட்டினால் இரத்தம் சொட்டும் கதுகதுப்பான மேனி.

பவுரீன்பிள்ளை மலைத்துப் போய்விட்டார்.

நரிகள் கூவித் திரியும் இந்த நட்டப்பாதிராவில் ஆள் நடமாட்டமில்லாத ஒரு குளத்தின் கரையில் தனியாக வந்து நிற்பது மனிதப் பெண்ணா? தேவதையா? பேயா?

அவள் சிரித்தபோது அவளுடைய வெண்பற்களில் பாதிரா பிறை எதிரொளித்தது. அவரால் நம்ப முடியவில்லை. ஒன்றுமே புரியவில்லை.

அவள் யாரைப் பார்த்து, எதற்காகச் சிரிக்கிறாள்?

காமதாகியாக வந்திருப்பவளா?

கூப்பிடுத் தொலைவிலெங்கும் வீடுகள் இருப்பதாகத் தெரியவில்லை. இவள் எங்கிருந்து, எதற்காக வந்திருக்கிறாள்? தம்மை கொலை செய்வதற்கான சூழ்ச்சியின் பகடைக் கட்டையாக இவள் பயன்படுத்தப்பட்டிருப்பாளோ? கலவரக்காரர்கள் தம்மை கொலை செய்ய பல சூழ்ச்சிகளில் ஈடுபட்டிருக்கின்றனர். அவற்றிலிருந்தெல்லாம் தப்பித்துக் கொள்ள தம்முடைய மதிநுட்பம் மட்டுமல்ல துணிவும் உடல் வலிமையும்தான் காரணமாகயிருந்தது. ஒருதடவை தென்பத்தனிலிருந்து ராஜதானிக்குக் குதிரைப் பயணம் சொல்லும் வழியில் தோண்டப்பட்டிருந்த படுகுழியிலிருந்து தப்பித்துக் கொண்டதே பெரும் ஆச்சரியமும், அதிர்ஷடமும். கலவரக்காரர்கள் சூரிய ஒளி உள்ளிறங்காத அடர்ந்தப் பாதையோர தோப்பொன்றில் பதுங்குக் குழிகளில் மறைத்துக் கொண்டிருந்தனர். புது மணலும், அப்புறப்படுத்தாமல் கிடந்திருந்த பச்சை ஓலைகளும் படுகுழியின் அபாயத்தைச் சுட்டியது. உடன் குதிரையின் கடிவாளத்தை இழுத்து திசை திருப்பிவிட்டதால் அதிருஷ்டவசமாக உயிர் பிழைக்க முடிந்தது. பிறகு நடந்த விசாரணையில் பிடிபட்டவர்களின் வாக்குமூலப்படி, நூற்றுக்கும் மேற்பட்டவர்கள் மறைந்திருந்ததாகவும், படுகுழியில் தாம் விழுந்ததும் நாலாபக்கங்களிலும் மறைந்து கொண்டிருப்பவர்கள் ஓடிவந்து சூழ்ந்து, குழியிலிருந்து எழும்பும் முன் தம்மை வெட்டிக் கொன்றுவிட திட்டம் தீட்டியிருந்ததாகவும் தெரியவந்தது.

இவற்றிலிருந்தெல்லாம் தப்பித்துக்கொண்ட தாம் இதுவரையிலும் பெண் சூழ்ச்சியைச் சந்திக்கவில்லை. இப்போது இந்நேரம் அது அரங்கேறப் போகிறதோ? காம சொரூபிணியான இந்த இளம் மங்கையை இங்கு அனுப்பி வைத்து, தம்மை வசீகரம் செய்து இவளுடைய வெறித்தனமான

பிடியில் ஒடுங்கி இவளுடைய நெஞ்சோடு ஒட்டிக் கிடக்கையில் தம்மை கொலை செய்வதற்கான சதி திட்டத்தின் அழகு வடிமாயிருப்பாளோ இவள்? என்னவானாலும் இவளுடைய கண்சிமிட்டல் வீசும் பட்டு வலையில் சிக்கப்போவதில்லை. ஏதோ ஆபத்து இவளுடைய பின்னணியில் பதுங்கிக் கொண்டிருக்கிறது.

மனசைக் கட்டுப்படுத்திக் கொண்டு கச்சையில் சொருவி வைத்திருந்த நீட்டமான கத்தியை உருவிப்பிடித்தவாறு படிகள் ஏறினார்.

அவள் பின்வாங்கிச் சென்றாள். அவர் சென்று கொண்டிருந்த வழியில் அவருக்கு முன்னால் நடந்தாள். அவளைக் கடந்து செல்ல பவுரீன்பிள்ளை நடையை வேகப்படுத்தினார். முடியவில்லை. அவளுடைய நடைவேகம் அவருடைய வேகத்தை விஞ்சியிருந்தது. அவள் நடக்கும்போது அவள் அணிந்திருந்த கால் தண்டை மணிகள் சப்தித்தன. தாளச் சீரான நடையாகயிருந்தது. வட்டமாகக் கட்டியிருந்த கூந்தல் கட்டவிழ்ந்து வீழ்ந்தது. சூடியிருந்த பூச்சரம் தலையிலிருந்து விழவில்லை. குலைந்த கூந்தலில் அவள் மேலும் அழகுடையவளாகக் காட்சியளித்தாள். அவளுடைய உருண்டுத் திரண்டிருந்த பிருஷ்டம் தாளச்சீரில் அசைந்தது. துறவிகளைக் கூட வெறியூட்டவைக்கும் நடை.

யார் இவள்?

தாம் சொல்லும் வழியில் தமக்கு முன் நடந்து விலகும் இந்தச் சாம அழகி யார்?

பவுரீன்பிள்ளை உருவிப்பிடித்திருந்த கத்தியை இறுக்கிப் பிடித்துக் கொண்டார். எப்பவும் எதுவும் நிகழலாம்.

ஏதோ ஆபத்தின் கெட்ட அறிகுறி. எதுவானாலும் எதிர்கொள்வதற்கான மனத்துணிச்சலுடன் கைவீசி வேகமாக நடக்க முயன்றார். அவளைப் பின்னடையச் செய்யமுடியவில்லை.

பவுரீன்பிள்ளையுடைய நடைக்கு விரைவு கூடியபோது அவளுடைய நடை அதைவிடவும் விரைவாகயிருந்தது.

பாதை விளிம்பில் நின்றிருந்த செங்கவருக்கை பலாமரத்தின் அடியில் திடீரென்று நின்றாள். திரும்பியபோது அவள் முகத்தை நிலவொளி தொட்டது.

அதிர்ந்து நின்றுவிட்ட பவுரீன்பிள்ளை கத்தியை ஓங்கியபடி நின்றார்.

“அம்மாவா!” அவள் கூப்பிட்டது மிகவும் அன்பாகவேயிருந்தது.

குரலில் தாழ்மையிருந்தது. அதில் ஒரு வேண்டுகோளிருந்தது.

பவுரீன்பிள்ளை அவள் முகத்திலிருந்து கண்களை விலக்கவில்லை. அவளுடைய குலைந்த தலைமுடி முன்பு கண்டது போல் வட்டக்கொண்டையாக உருமாறியதை வியப்புடன் பார்த்து நின்றார். எந்தக் கைகள் அதை வட்டமாகக் கட்டிக் கொடுத்தது என்பதில் புரியாமை அவருக்கு. துடையோடு சேர்த்து வைத்திருந்த அவளது கைகள் உயரவில்லையே?

"என்னைத் தெரியுதா?" அவள் கேட்டாள்.

பவுரீன்பிள்ளை முன்பு பார்த்திராத முகம்.

அவள் தலையில் சூடியிருந்தது பிச்சிப்பூ. ஆனால் அதன் வாடையை அமுக்கிக்கொண்டு அவள் மேனியிலிருந்து வேறுவிதமான ஒரு சுகந்தம் புறப்பட்டுக் கொண்டிருந்தது. ஒருபோதும் முகர்ந்திராத நறுமணம்.

"தெரியாது. ஆரு நீ?"

"நான் ஒரு படைவீரனுடைய புது மனைவி."

"இந்த இடத்தில் தனிச்சு?"

"அந்தக் கதை சொல்லத்தான் உங்களைப் போகவிடாமல் வழித்தடை செய்து இங்கெ வந்தது. இந்தப் பலாமரத்தின் அடியில் நாம் நிக்கக் கூடிய இதே இடத்தில் தான் என் கணவன் எதிரிகளின் வெட்டுகொண்டு துடிச்சு இறந்து கிடந்தது. அவர் பொன்னுத் திருமேனியின் நம்பிக்கைக்குரிய படை வீரனாகயிருந்தார். உதயகிரிக்கோட்டையில் ஆயுதப் புரையைக் கொள்ளையடிக்க வந்த கலவரக்காரர்களைப் பிடிக்க இவிடம்வரை துரத்தி வந்தார். அவருடன் வந்த மற்ற படைவீரர்களெல்லாம் ஆங்காங்கே பின்வாங்கிவிட்டனர். என் கணவர் தனிமைப்பட்டபோது கொள்ளையர்கள் அவரை வெட்டிக்கொன்று சடலத்தை இதே இடத்தில் போட்டு விட்டார்கள். எங்களுடைய வேளி நடந்து ஒரு மாதம் கூட ஆகவில்லை. மாதவிலக்கு முடிந்து குளித்து பூச்சூடி உடுத்து ஒருங்கி கஸ்தூரித் தைலம் பூசி இன்றுபோல் பிந்தி உதித்த நிலா இரவில் காமதாகத்தோடு என் கணவனை எதிர்நோக்கியிருந்தேன். மறுநாள், நாய்கள் கடித்துக் குதறிப்போட்டிருந்த என் கணவனுடைய சடலத்தை இங்கு வந்து பார்த்தேன். அவருடைய சிதையில் குதிக்க நினைத்தேன். முடியவில்லை. கன்னியாகுமரி திரிவேணி சங்கமத்தில் அவருடைய அஸ்தி கலக்கிய அன்று இரவு, தாமரைப் பூக்கள் நிரம்பிக்கிடந்த இந்தக் குளத்தில் குதித்தேன். இவ்வளவு காலமும் அங்குத்தான் இருந்தேன்."

"உன் தறவாடு ஏது?"

"எரணியல் அச்சுதன் தம்பியின் சேஷகாரி நான்"

"அவர் ராஜ பக்தனாச்சே?"

"ஆமா. அம்மாவனையும் மக்களையும் கலவரக்காரர்கள் வெட்டிக்கொன்றார்கள். தறவாட்டைச் சுட்டு சாம்பாலாக்கினார்கள்."

"அது எனக்குத் தெரியும். நீ இப்போது . . .?"

"இதுவரை அந்தக் குளத்தில் செளிக்குள்ளிருந்தேன். படை வீரனாகிய உங்கள் கை அந்தக் குளத்துத் தாமரை இலைகளை ஒதுக்கியபோது என்னை மூடியிருந்த செளி தானாக விலகியது. உடன் நான் வெளிப்பட்டேன். குளத்தில் நான் குதித்தது, என்னை என் கணவர் பார்க்க ஆசைப்பட்ட இதே வேஷத்தில்."

பவுரீன்பிள்ளை அவளை அடிமுடி நோட்டமிட்டார்.

இரத்தத் திளைப்புள்ள உடல். கொழுத்துருண்ட முலை மொட்டுக்கள் கூரியதாகக் காணப்பட்டன. அவளுடைய மூக்குநுனி சிவந்திருந்தது. உதட்டிலிருந்து ஊறிய ஏதோ திராவகத்தின் ஈரத்தில் உதடும் சிவந்திருந்தது. கருமை விழிகளில் காமதாகம் முற்றியிருந்தன. அவள் உதடுகள் எதற்காகவோ விதும்பிக்கொண்டிருந்தன.

"இந்த இரவுத் தனிமையில், வாளேந்திப் போர் புரிந்த உங்களுடைய திட கரங்களைக் கண்டபோது, பீரங்கித் துளைக்காத உங்களுடைய பரந்த மார்பைக் கண்டபோது, எனக்கு என் கணவனின் நினைவு வந்துவிட்டது. அன்றைய இரவாகவே இந்த இரவு தோன்றியது. என் கணவன் என்னைப் புணர்வதற்காக நான் எதிர்பார்த்திருந்த இரவு. அன்றைய இரவும் இன்று போல் பின் நிலவு உதித்த இரவாக இருந்தது. எனக்குத் தாகிக்கிறது."

அவள் கும்பிட்டு யாசித்து நின்றாள். அப்பவும் பவுரீன் பிள்ளைக்கு அவள் மீது நம்பிக்கை ஏற்படவில்லை.

அந்த யாசகத்தில் ஏதோ சூழ்ச்சி ஒளிந்து கொண்டிருப்பதாக அவர் புரிந்துகொண்டார். மரத்தலைகள் தரையில் விரித்துப்போட்ட இருட்டில் நிழல்கள் அசைகின்றனவா என்று கூர்ந்து பரவினார். எப்போதோ ஒரு நாள் குளத்தில் குதித்து மூழ்கி மூச்சுத்திணறி இறந்துவிட்ட ஒரு பெண்ணின் பிரேதமானால், அதை எப்படிப் புணர முடியும்? காமவெறித்தனம் பிடித்து அலையும் ஒரு பிரேதத்தின் வெறியை ஒரு மனிதனால் எப்படி அடக்க முடியும்? அது தம்முடைய உயிர் இரத்தத்தை ஊற்றிக் கொடுப்பதல்லவா? கடைசித்துளி

இரத்தத்தையும் உறிஞ்சியெடுத்துவிட்டு தம்மை ஒரு கட்டையாகத் தூக்கி வீசிவிட்டுச் செல்ல கலகக்காரர்களால் ஏவிவிடப்பட்ட பேயாக இருக்க மாட்டாளா இவள்?

"என்ன யோசனை? என்னுடைய அழகு உங்கள் காமவெறியைக் கிளறவில்லையா?"

"இல்லெ. நீ எம்மொவெொ பருவம்."

"அதினாலென்ன? இந்த நடுராத்திரி உடுத்து ஒருங்கி காமதாகத்தோடு நிக்கக்கூடிய சுந்தரியான ஒரு இளம் வயதுப் பெண்ணைத் தனிமையில் பார்த்தபோது உங்களுக்குக் காம வெறி உண்டாகவில்லையா? நான் கெஞ்சி கேக்கிறேன்... என் பசியை அடக்கிவிடுங்கள்."

"முடியாது. ஒனக்கு எம்மொவெொ வயசு. நான் ஒரு வீரன். ஒரு பெண்ணுக்கெ அழகிலெ மயங்கி, மனக்கட்டுப் பாடெ தளத்தூது ஒரு வீரனுக்கு அழகல்ல."

"இனி நான் உங்களைக் கட்டாயப்படுத்தவில்லை. நீங்கள் பெண் வலையில் சிக்கிவிடாத ஒரு உண்மைவீரன். அதுனாலெ உங்களிடத்தில் ஒரு ரகசியம் சொல்கிறேன்."

"சொல்லு. நேரம் வெளுக்கும் முன்னெ எக்குத் தென்பத்தனுக்குப் போய்ச்சேரணும். நாளெ இருட்டுக்கு முன்னெ மகாராஜாவெ முகம்காட்டி ஒரு செய்தி உணர்த்தணும்."

முன்பு திருவிதாங்கூரை ஆண்டிருந்த ஒரு மன்னர் எரணியல் அரண்மனைக்குப் போகும்போதும் திரும்பி வரும் போதும் எங்கள் தறவாட்டில் சற்று நேரம் ஓய்வெடுத்துக் கொண்டிருந்த ஒரு சாய்வு நாற்காலி இப்பவும் தறவாட்டில் கிடக்கிறது. சீலாந்திக் காதலில் செய்தது. தறவாட்டைக் தலவரக் காரர்கள் சுட்டுப் பொசுக்கியபோது எல்லாம் எரிந்து சாம்ப லாயின. அந்தச் சாய்வு நாற்காலி மட்டும் எரியவில்லை. அது யார் கண்ணிலும் தென்படாதவாறு காட்டுச்செடிகள் அதை மூடியிருக்கின்றன. ஒரு பாம்பு அதற்குக் காவலிருக்கிறது.

"ஏன் அந்த மரக்கசேரி எரியல்லை?"

தறவாடு பற்றி எரிந்ததற்குப் பின்னணியில் ஒரு பெருங் கதை உண்டு. அச்சுதன் தம்பியின் தாயாரின் பெயர் உம்மிணி அம்மா. அதி அழகானவள். எரணியல் அரண்மனைக்கு மன்னர் எழுந்தருளி வருவதைக் கேள்விப்பட்டு மன்னர் பவனிவரும் பல்லக்கைப் பார்க்கத் திருமணப் பருவமான உம்மிணி அம்மா தறவாட்டின் முன்வாசலான கொட்டியம்பலத்தில் வந்து நின்றாள். அது வழியாக பவனிவந்த மன்னரின் பார்வை உம்மிணி அம்மா மீது பட்டது. பார்த்த மாத்திரத்தில்

மன்னருக்கு அவள்மீது மோகம் ஏற்பட்டது. தலைவாசல் முன் பல்லக்கு இறக்கப்பட்டது. உம்மிணி அம்மாவின் தகப்பனார் வேலாயுதன் பிள்ளை மன்னர் கட்டளைப்படி அழைத்து வரப்பட்டார். மன்னர் தம்முடைய விருப்பத்தை அவரிடம் தெரிவித்தார். திருவாய்க்கு எதிர்வாய் சொல்ல முடியாத இக்கட்டான நிலைமையில் வேலாயுதன் பிள்ளை மவுனமாக நின்றார். மவுனத்தை சம்மதமாகவே மன்னர் எடுத்துக்கொண்டார். அதனால் வேலாயுதன் பிள்ளை பெரும் சங்கடத்திற்காளானார். காரணம், உம்மிணி அம்மாவை ஒரு நம்பூதிரி புடவை கொடுக்க விரும்பி அதற்கான நாளும் ஏற்கனவே நிச்சயிக்கப்பட்டிருந்தது. நிச்சயிக்கப்பட்ட நாளன்று நம்பூதிரி புடவை கொடுக்கத் தயாராக உறவினர்களுடன் தறவாட்டிற்கு வந்தார். பட்டும் உடுத்தி நடுமுற்றத்தில் கால் வைத்த நம்பூதிரி பூமுகத்தில் போடப்பட்டிருந்த சாய்வு நாற்காலியைப் பார்த்தார். சாய்வு நாற்காலியில் மன்னரின் பட்டு அங்கவஸ்திரம் கிடப்பதைக் கண்டு அதிர்ச்சியுற்றார். முற்றத்தில் மன்னரை ஏற்றிவந்த பல்லக்கையும் பார்த்தார்.

உம்மிணி அம்மா கன்னித்தன்மையை இழந்துவிட்டதை நம்பூதிரி புரிந்துகொண்டார். கண்ணீர் வடித்துக்கொண்டு மன்னிப்பு கேட்க வந்த வேலாயுதன் பிள்ளை மீது நம்பூதிரி கோபம் கொண்டு ஜொலித்தார். நடுமுற்றத்தில் நின்று தறவாட்டைப் பார்த்து நம்பூதிரி சாபம் போட்டார்.

"இந்தத் தறவாட்டில் பெண்கள் இளமையில் விதவைகளா கட்டும். இந்தச் சாய்வு நாற்காலியில் உட்கார்ந்து தீய உள்ளத் துடன் கன்னிகளை அடைய விரும்பக்கூடியவனின் தறவாடு சந்ததியற்று நாசமாய் போகட்டும்."

நம்பூதிரி சாபம் போட்டதை தெரிந்த பிறகு மன்னர் எரணியல் அரண்மனைக்கு எழுந்தருளவே இல்லை. மன்னரின் வரவை எதிர்நோக்கி சாய்வு நாற்காலியில் பட்டுவிரித்து எதிர்பார்த்திருந்தாள் உம்மிணி அம்மா. அடுத்த ஆண்டிலேயே மன்னர் தீப்பட்டார். உம்மிணி அம்மா முதுமை அடைந்து இறக்கும்வரை அழுதழுது சாய்வு நாற்காலியைக் கும்பிட்டு விதவையாகவே காலம் கடத்தி வந்தாள். உம்மிணி அம்மா இறந்தபின் அரசர் அமர்ந்த சாய்வு நாற்காலியில் வேறு யாரும் உட்காரக் கூடாது என்பதற்காக தறவாட்டின் மேற்கு மூலை யிலுள்ள சாய்ப்பில் அதை போட்டுவிட்டார்கள்.

"கசேரி எரியாதது ஏனாக்கும்?" பவுரீன்பிள்ளை கேட்டார்.

வேலாயுதன் பிள்ளையின் அம்மாயியுடைய கணவன் சின்ன வயதில் துறவியானார். அவருடைய குரு குடஜாத்ரி

யில் வான பிரஸ்தம் சொல்லும்போது அவர் பயன்படுத்திய சாய்வு நாற்காலியை சீடனிடம் ஒப்படைத்தார்.

"நீ வீட்டையும் மனைவியையும் துறந்து விட்டுத் துறவியாகச் சொல்லும்போது உன் மனைவி கேட்பாள், உங்கள் நினைவிற்காக ஏதாவது தாருங்கள் என்று. அப்போது நெருப்பு அண்டாத இந்த சாய்வு நாற்காலியை அவளுக்கு உன் நினைவாக கொடுத்துவிட்டுப் புறப்படு. அப்படி அவர் எல்லாம் துறந்துவிட்டு ரிஷிகேசத்திற்குச் சொல்லும்போது மனைவிக்கு அவர் நினைவாக கொடுத்துவிட்டுச் சென்றார். "மனத்தூய்மை யுடன் இதில் உட்காரு."

"அப்படியா?" என்றார் பவுரீன்பிள்ளை.

"ஆமா. உங்களுடைய மனசுத்தத்தையும், துணிச்சலையும் நான் தெரிந்து கொண்டேன். அம்மாவன் அந்த சாய்வு நாற்காலியை உங்கள் வீட்டு பூமுகத்தில் போட்டு அம்மாவன் அதில் ஓய்வெடுங்கள்."

பவுரீன்பிள்ளை தயங்கியபடி மீனாட்சியின் கதையைச் சொன்னார். "நா மனசுத்தம் உள்ளவனல்ல தங்கச்சி."

"அம்மாவன் கெட்ட நினைப்போடு செந்தரை அம்ம வீட்டுக்குச் செல்லவில்லை. அங்குசென்றபின் மீனாட்சியுடைய கட்டாயத்திற்கு ஆளாக நேர்ந்தது."

"ஆமா."

"வரும் பவுர்ணமி இரவில் அம்மாவன் சென்று எங்கள் தறவாடு இருந்த இடத்தில் மேற்கு மூலையிலுள்ள சாய்ப்பிற் குள் நெருப்புத் தின்னாத அந்தச் சாய்வு நாற்காலியை உங்கள் தறவாட்டிற்கு எடுத்துச் செல்ல வேண்டும்."

இவ்வாறு கூறிவிட்டு அவள் அமுதாரிக் குளத்திற்கு நேராக நடந்தாள்.

"நில்லு. உன் பேரு?"

"வேலாயுதன் பிள்ளையுடைய அம்மாயியுடைய பெயர் தான் எனக்கும். செம்பகப்பிள்ளை தங்கச்சி."

முதலில் பார்த்ததுபோல் அவள் தாளச் சீராக நடக்க வில்லை. காமவெறியூட்டுபவளாக இல்லை.

அவள் சொன்னபடி அடுத்து வந்த பவுர்ணமி இரவில் இரணியல் அச்சுதன் தம்பியின் தறவாட்டுக்குப் பவுரீன் பிள்ளை சென்றார். நெருப்பு தீண்டாமலிருந்த ஒரு பழைய ஓட்டுச்சாய்ப்பு தெரிந்தது. அதற்குள் காடாக வளர்ந்து

கிடந்த காட்டுச் செடிக்குள் எந்தச் சேதமுமின்றி சாய்வு நாற்காலி கிடப்பதைக் கண்டார்.

பவுரீன்பிள்ளை ஓட்டுச் சாய்ப்பை நெருங்கியபோது துளசி வாசனை பொங்கியது. வழித்தடங்கலாக வளர்ந்து நின்ற முட்செடிகள் இரு பக்கங்களிலும் தானாக வகுந்து விலகி அவருக்கு வழிவிட்டது. முழுத்திங்களின் பாலொளியில் சாய்வு நாற்காலிக் கைகள் மினுமினுப்பாகத் தெரிந்தன. ஒரு பாம்பின் முதுகு பக்கத்தின் மினுமினுப்பாக இருந்தது அது.

மனத்தூய்மையுடைய மனிதரின் வாடையை முகர்ந்ததும் பாம்பு சாய்வு நாற்காலிக் கையிலிருந்து ஊர்ந்து இறங்கி எங்கோ மறைந்ததைப் பவுரீன்பிள்ளைப் பார்த்து நின்றார். சாய்வு நாற்காலியைத் தூக்குவதற்கு அவர் எத்தனிக்கும்போது, நீண்டு வளர்ந்த தாடியும் சடையுமுள்ள காவி உடை அணிந்த ஏதோ மெல்லிய கரங்கள் சாய்வு நாற்காலியைத் தூக்கின.

காவி உடை அணிந்தவர் சாய்வு நாற்காலியுடன் முன்னால் நடக்கையில் எங்கிருந்தோ இரைந்து எட்டிய ஒரு துண்டு கருமேகம் முழு சந்திரனை மறைத்தது. அங்கு நிலவிய மங்கிய நிலாவொளியில் காவி உடைதாரியின் பின்னால் பவுரீன் பிள்ளை நடந்தார். முன்னால் நடந்து கொண்டிருந்த அவர், முகத்தைப் பவுரீன்பிள்ளையின் பக்கம் திருப்பவே இல்லை. சந்தனம், திருநீறு ஆகியவற்றின் மணம் அவர் நடக்கும் வழியெங்கும் பரவியிருந்தது.

பூர்ண சந்திரனை மூடிய துண்டு கருமேகம் விலகிய வினாடிக்குள், தென்பத்தனில் புத்தம் வீட்டு வாசலை பவுரீன் பிள்ளை எட்டி விட்ட வியப்பிலாழ்ந்த நொடியில் காவி உடைதாரி மாயமாய் மறைந்துவிட்டார்.

சாய்வு நாற்காலியைச் சுமந்து வந்தவர் யார்? வேலாயுதம் பிள்ளையின் அம்மாயியுடையை கணவராகயிருந்த சன்னி யாசியா?

“அவர் ஆருணு இன்னும் எக்குத் தெரியல்லை. இதுதான் இந்தக் கசேரிக்கெ கதெ. ஒரு சன்னியாசி உட்கார்ந்ததும், ஒரு ராஜாவு உட்கார்ந்ததும், ஒரு நம்பூதிரி உட்கார ஆசப்பட்டது மாக்கும் இந்தக் கசேரி. மனசுத்தியோடத்தான் இதிலெ இருந்து தறவாட்டே ஆளணும். இதுக்கெ பரிசுத்தியெ தலமுறை தலமுறையாகக் காப்பாத்தணும் மக்கா. இது எக்கெ ரண்டாமத்தெ ஓசியத்.”

இரண்டாவது மரணவாக்குமூலத்தைக் கேட்டபோது அபுல் ஹசன், பெய்த கண்களை ஒத்திக் கொண்டு சாய்வு நாற்காலியைப் பார்த்தார்.

வாப்பாவின் தலை சாய்வு நாற்காலியில் குழைந்து கிடந்தது.

அன்று இரவு இரண்டாம் சாமத்தின் முடிவில் இஸ்ராயிலின் பின்னால் வந்தவர்கள் சாய்வு நாற்காலியைச் சவ்தா மன்ஸிலிலிருந்து அப்புறப்படுத்திய பிறகு இஸ்ராயில் கொடுத்த ரூபாய்நோட்டுகளை எண்ணும்போது வாப்பா சொன்ன இக்கதையை முஸ்தபாக்கண்ணு நினைத்துப்பார்த் தார். மரியத்தின் திருமணம் முடிந்த மறுவாரம் அவளுடைய வாப்பா, பொரித்தக் கோழியும் பத்திரியும் கொண்டு மகளைப் பார்க்க வந்த சமயம் வாப்பா சாய்வு நாற்காலியில் சாய்ந்துப் படுத்துக் கொண்டிருந்தார். மரியத்தின் வாப்பா, வாப்பாவின் அருகில் உட்கார்ந்து கொண்டு சாய்வு நாற்காலியை அற்புத மாக உற்றுப் பார்த்ததை வாப்பா கவனித்தார். வாப்பா பொரித்தக் கோழி கடித்து திங்கெ திங்கெ மரியத்தின் வாப்பா விடம் சாய்வு நாற்காலி புத்தம் வீட்டில் வந்த கதையைச் சொன்னதை அன்று மறவணை அறையில் மெத்தைமேல் உட்கார்ந்து முஸ்தபாக்கண்ணு காது கொடுத்துக் கேட்டுக் கொண்டிருந்தார்.

அந்தக் கதையின் திடீர் நினைவில் நம்பூதிரி போட்ட சாபம் தன்னைப் பாதித்துவிடுமோ என்று அச்சப்பட்டார்.

இல்லை. சாய்வு நாற்காலி விற்ற காசால் அந்நியக் கன்னியை அடைய முயலவில்லை. மரியத்திற்கு ஏலாததால் இஸ்லாமியச் சட்டப்படி வேறு ஒரு பெண்ணை நியாயமான முறையில் மனைவியாக்குவதற்கான முயற்சிதானே என்று அர்த்தம் கற்பித்தார். இந்தத் திருமணத்தில் தனக்கு வாரிசுகள் கிடைக்கும். நல்ல சுறுசுறுப்பான பசங்கள். அவர்கள் இந்தத் தறவாட்டின் பெருமையை நிலை நாட்டுவார்கள். அவர்களில் மூத்தவன் தறவாட்டுக் காரணவனாகப் பதவி ஏற்பான்.

பதவி ஏற்க வெள்ளிப் பிடியுள்ள வாள்?

உட்கார்ந்திருப்பதற்குப் பாரம்பரியமிக்க சாய்வு நாற்காலி?

இழந்தவற்றின் நினைப்பை மறக்க தலையில் ஓங்கி அறைந்துக் கொண்டார். எதுக்கு இப்படி இழந்தவற்றின் நினைப்புகள் வந்து குறுக்கிடுகின்றன. சிலவேளை அந்தச் சாய்வு நாற்காலியை எனக்குப் பிறக்கப்போறவன் திருப்பிக் கொண்டுவரலாம். தான் விற்றுவிட்ட அனைத்து பொருட் களையும் அவன் திருப்பிக் கொண்டு வரக்கூடும். அவற்றை எல்லாம் திருப்பி மீட்டுவருவதற்குத் தகுதிவாய்ந்த ஒரு பின் சந்ததிப் பரம்பரையை உருவாக்குவதற்கான எத்தனித்தலின்

தோப்பில் முஹம்மது மீரான்

துவக்கப் படிதான் ரைஹானத்தைத் திருமணம் செய்ய எடுத்துக் கொண்ட முடிவு.

ஆக்கலும் அழித்தலும் காலச் சுழற்சியின் இயல்பான செயலாக்கமல்லாமல் வேறென்ன?

முஸ்தபாக்கண்ணு ரூபாய் நோட்டுக்களைப் பலதடவை திருப்பித் திருப்பி துப்பல் தொட்டு எண்ணி பல கணக்குகளும் கூட்டிக் கழித்துப் பார்த்தார். திருமணத்திற்குத் தேவையான பொருட்களின் உத்தேச விலைகளை மனசில் எழுதிக் கூட்டினார். சில பற்றாக்குறைகள். அதை எப்படிச் சரிகட்டுவது?

அவருடைய தலைக்குள் புகைந்த அனல் வெக்கையில் காலை புலர்ந்தது.

இரவு சொல்லிச் சென்றபடி, புலர்ந்து உச்சி நேரமான பின்னும் இஸ்ராயில் சவ்தா மன்ஸிலுக்கு வரவே இல்லை.

யாரோ துப்பு தெரிந்து சொல்லி அனுப்பியதுபோல் ஒருவருக்குப்பின் ஒருவராக அப்புதம் வந்தாள், பலமுறை தலைமுடி மழித்துத் தாடி ஒதுக்கித் தந்த ஒசா அத்துசலாம் வந்தான், துணி சலவை செய்து தந்த வண்ணான் நாகமணி நீண்டநாள் கடனைக் கேட்டுவாங்க வந்தான், கடைசியாகப் பலசரக்குக் கடைகாரன் பீர்சாவும்.

வந்தவர்களிடமெல்லாம் இஸ்ராயிலை அனுப்பி வைக்கச் சொன்னார். ஆனால் இஸ்ராயில் ஏனோ வரவே இல்லை.

முஸ்தபாக்கண்ணுக்கு இஸ்ராயில் வராததினால் ஒரே அங்கலாய்ப்பு. இன்னும் பல கடன்களிருக்கின்றன. எல்லாரும் வந்து சாய்வு நாற்காலி விற்ற காசை ஒரே பிடியாக அப்பிச்சொல்லும் முன் நிக்காஹ் நடத்திவிட்டால் கையை மலத்திவிடலாம் "வித்து தாரேன்." காசு நாளடைவில் தேய்ந்துகொண்டே வருகிறது. அதற்குமுன் எத்தனையோ ஆட்களை அனுப்பிக் கூப்பிட்டு வரச் சொன்னபோதும் இஸ்ராயில் வராதது ஏன் என்று அவருக்குப் புரியவில்லை. மீதமுள்ள சொற்ப காசைக்கொண்டு ஒரு கோடி உடையாவது வாங்கி மாப்பிளை புறப்பட்டுப் போகலாமே?

எல்லாவற்றிற்கும் இஸ்ராயில் வந்தால்தானே?

மரியம் இண்ணோ நாளையோ? அவள் மௌத்தாகும் முன் இருக்கும் காசைக்கொண்டு நிக்காஹ் செய்துவிட வேண்டும். திடீரென்று பாவி மௌத்தாப்போனால் இழுத்துப் பூத்த கையிலுள்ள இருப்புத் திட்டம் கொஞ்சமும் இருக்காது. பிறகு, தன்னுடைய நிக்காஹ் சமாசாரம் குழப்பமாகவே

முடியும். ரைஹானத்தை நிக்காஹ் செய்து அவளை ருசிக்க, இனி விற்பனை செய்ய இங்கு வேறு என்ன வாய்க்கரிசி இருக்கிறது?

"பவுரீன்பிள்ளை உப்பா கெடந்து மரிச்ச கசேரியைக் கூட வித்து நக்கிப் போட்டியே மாபாவி."

ஆசியா மூச்சுக்கு முன்னூறு வட்டம் உடம்பறையில் கிடந்துத் திட்டி வாரினாள். வாழ்க்கை வெறுமையாகிவிட்டதை நினைத்து அடிக்கடி மூக்குச் சீந்தி ஒப்பாரி வைத்தாள்.

ஆசியா ஏசுவதெல்லாம் மரியத்தின் காதில் விழுந்தது. அந்நேரங்களில் மரியம் முனகிக்கொண்டேயிருந்தாள். தன் கணவனை ஆசியா மைனி ஏசுவதையும், அதைத் தாங்கி கொள்ளவும் மரியத்தால் முடியாத கோப முனகல். ஆசியா திட்டி வாருவதை முஸ்தபாக்கண்ணும் கேட்காமலில்லை. கம்மென்று வாயை மூடி, கேட்காததுபோல் இருந்து வந்தது ஏனென்று தெரியவில்லை.

சாய்வு நாற்காலி தறவாட்டைவிட்டு வெளியேறிய நாள் முதற்கொண்டு ஆசியாவுக்கு உறக்கமே இல்லை. எச்சரிக்கையுடன் உடம்பறை மீது படுத்துக்கொண்டாள். சிலவேளை உறங்கிகொண்டிருக்கையில் தன்னையும் சேர்த்து உடம்பறையைத் தூக்கி விற்றுவிடுவாரோ என்ற சந்தேகமும் அச்சமும். எதற்கும் தயங்காத கல்மனம் படைத்த மிருகப் படைப்பு. ஆசியா உடம்பறையில் கிடந்தபடி எப்பவும் திட்டி வாரவும் தறவாட்டை விட்டு வெளியேற்றப்பட்ட, பொருட்களைப் பற்றி புலம்பிக் கொண்டுமிருந்தாள். ஒவ்வொரு நாளையும் பைத்தியம் பிடித்தாற்போல் புலம்பிக் கொண்டே விடியவைத்தாள். சந்தன அலமாரி, சப்ரமஞ்சம், வெள்ளி ஜரிகை, வெள்ளிப் பிடியுள்ள வாள், வெள்ளித்தாம்பாளம், தேக்கு மரத்தில் செய்த ஜன்னல் பலகைகள், கதவுகள், செம்புக் கீல்கள், உருளிகள், வார்ப்புகள், பூப்போட்ட கொளும்பு பீங்கான்கள் இப்படி எத்தனை எத்தனை விலைமதிப்புமிக்க பொருட்கள். தனிக்குடித்தனம் போன தன்னுடைய மகளுக்கு எடுத்துக் கொடுக்க இவற்றில் ஒன்று கூட மிச்சமில்லையே என்ற நிராசையும் கோபமும் ஆசியாவைப் பைத்தியமாக்கியன.

வாழ்க்கையில் நிறைவேறாமல் எஞ்சியிருக்கின்ற ஒரே ஒரு மாமிசப் பசியைத் தீர்த்துக்கொள்வதற்காகச் சாய்வு நாற்காலியை விற்றுவிட்டதும், அது மூலம் கைக்கு வந்த காசு நாளடைவில் தேய்ந்துகொண்டிருப்பதும், எப்பவும் வந்து போகும் இஸ்ராயில், சாய்வு நாற்காலியை விற்றது முதல் வராமலிருப்பதும் இப்படியான எல்லாக் கவலைகளும் ஒரு

மலையாக உருவமெடுத்து மல்லாந்துக் கிடந்து கொண்டிருந்த முஸ்தபாக்கண்ணின் நெஞ்சை அழுத்தி அமுக்கியதில் எஞ்சிக் கிடந்த சிமெண்டு தரையும் நொறுங்கியது. நெஞ்செலும்புகள் தூள்தூளாகி சதைகள் அரைப்பட்டு கல் செக்கிலிருந்து எண்ணை வடிவதுபோல் அவருடைய சுடு இரத்தம் வடிந்து தரை செங்குளமாகிய உணர்வு அவருக்கு.

பழையதுபோல் நெஞ்சிற்குள் நீற்றல் அனுபவப்பட்டது. உட்காரவும் நிற்கவும் படுக்கவும் முடியாத அளவிற்கு நெஞ்சிற் குள் ஒரே அழர்ச்சி.

உயிரைப் பறிக்கும் இந்த நெஞ்சழர்ச்சியை போக்க ஒற்றை மூலிகைதான் இந்தத் துனியாவில் உண்டு.

ரைஹானத்.

அதங்கோட்டு வைத்தியர் நாடி பார்த்துச் சுட்டிய ஒற்றை மூலிகை.

“நீ வராண்டாண்டா. நா போவேன்.”

முஸ்தபாக்கண்ணு தானாக ஒரு முடிவுக்கு வந்துவிட்டார்.

இஸ்ராயில் மீது அவருக்குக் கடுமையான கோபம் தோன்றியது.

அவனைக் கண்ட கணத்தில் பிய்த்தெறியும் வெறி.

முஸ்தபாக்கண்ணின் இதயத்திற்குள் காடு புகைந்து கொண்டிருந்தது. ஆசியாவுடைய மூச்சுவிடாதத் திட்டுதலில் அவருடைய இதயமும் தோலும் காயப்பட்டன. கொப்புளங் கள் உண்டாயின.

இறுதி மூச்சை எட்டிப்பிடித்து வெளியேற்றுவதற்காக மரியம் துரிதமாக மூச்சை இழுத்துவிட்டுக் கொண்டிருந்தாள். அவளுடைய உடம்பில் உயிர் எஞ்சியிருக்கிறதா என்று மெல்ல எட்டிப்பார்த்தார். அவள் தலை மேலும்கீழுமாக அசைந்து கொண்டிருந்தது. நெஞ்சு உயர்ந்து தாழ்ந்துகொண்டிருந்தது. நல்ல நேரம், சாகவில்லை. “இன்றைய ஓர் இரவு மட்டும் அவள் உயிரை பிடிக்காமல் அல்லா நீ என்னைக் காப்பாற்ற மாட்டாயா?” கையேந்தினார்.

தெளிவாகாயத்தின் சரிவில் அரபிக்கடல் விளிம்பை நோக்கி இறங்கிக்கொண்டிருந்த சாயும் அந்தி, மஞ்சள் கதிர் வாட்களை இருட்டுறைக்குள் திணித்த நேரம் முஸ்தபாக் கண்ணு தானாக எடுத்துகொண்ட தீர்மானத்தைச் செயல் படுத்தத் துணிந்துவிட்டார். சிலவேளை தன்னுடைய வேண்டு தலையும் புறக்கணித்துவிட்டு அல்லா அவள் உயிரை இன்று

இரவே நுள்ளி எடுத்துவிட்டாலோ? அதற்கு முன், போய் ரைஹானத்தின் உம்மாவிடம் சங்கதியைச் சொல்வோம். இண்ணு ராத்திரியே முடிச்சுப் போடுவோம்.

கடந்த வாரம் நாகமணி சலவை செய்து கொடுத்த நீலக்கரையுள்ள நான்கு முழ நாடன் வேட்டியை உடுத்திக் கொண்டார். வாயில் பனியனின் மீது முழுக்கைச் சட்டையைப் போட்டார். முன்பு, புது மாப்பிள்ளையாகப் புறப்பட்டுச் சொல்லும்போது அணிந்திருந்த பாச்சைக் குடியிருப்புக் குல்லாவை தலையில் கவிழ்த்தி அதைச்சுற்றி பவுரீன்பிள்ளை உப்பாவின் பட்டு உறுமாலைக் கட்டி காதுபக்கம் தும்பு தொங்கவிட்டார். சந்தன அலமாரியிலிருந்து வெளியேற்றப் பட்டு, துருவேறிய ஆணியில் தொங்கவிட்டிருந்த நீலநிற பழங்கோட்டையும் அணிந்துகொண்டார். வெளிறி, மொறண்டு, சொட்டிப்போயிருந்த ஆதிகால ஷுவுக்குள் காலைத் திணித்தார். பவுரீன்பிள்ளை உப்பா வீரச்சின்னமாகக் கொண்டுதிரிந்த பிரம்பை ஒரு கம்பீரமான தோற்றத்திற்காகக் கையில் எடுத்துச் சுழற்றினார்.

கண்ணாடிக்கு முன் வந்து நின்றபோது அவர் ஓர் அரசிளம் குமரனாக அவருக்குத் தோற்றமளித்தார்.

போதும். இதே அணிந்தொருங்கலுக்கு நிகரான மாப்பிள்ளை அணிகலன்கள் வேறு என்ன இருக்கின்றன? இதே உடையில் தன்னைக் கண்டாலே காலடியில் மயங்கி விழுவாள். அரசிளம் குமரனுடைய இந்தத் தோற்றத்தில் தன்னைப் பார்த்தாலே போதும் அவளுடைய கன்னி நரம்புகளில் நெய்யெறும்புகள் ஊர்ந்து கீச்சம் காட்டும்.

பழைய கோட்டின் மீது ஒடித்திரிந்த இரட்டைவால் மூட்டைகளை விரலால் சுண்டி தட்டிக் கீழேப்போட்டு, இரும்புபோல் மொறுமொறுத்துப் போயிருந்த ஷுவால் நெரித்துக் கொன்றார்.

ஒரு தறவாட்டுக் காரணவருடைய எல்லாக் குணங்களும் ஒருமித்திணங்கிய, யாரையும் எளிதில் கவர்ந்து விடும் ராஜ கம்பீரமானத் தோற்றம், அவர் அவருக்கு.

பழைய கோட்டுப்பைக்குள் கைக்குட்டை ஒன்றை மடக்கி வைத்தார்.

சுவரைப் பார்த்தபோது சுவர்க் கடிகாரத்தின் விரல் நரம்புகள் ஒடிந்துவிட்டிருந்தன. சந்தன அலமாரி விற்ற நாள் முதல் இப்படியான தினசரி கடமைகளில் கவனம் செலுத்த முடியாத மனநிலை. எதிலும் ஊன்றி நிற்காத சஞ்சலமடைந்த குரங்கு.

சவ்தா மன்ஸிலின் சுற்றுப்புறங்களை புதன்கிழமை இருள் சூழ்ந்துகொண்டிருந்தது.

செய்தகம்மதுபிள்ளை மச்சான் இன்னும் வீடணயவில்லை.

“உப்பா கெடந்து மரிச்ச கசேரியை வித்து நக்கிப் போட்டியே மாபாவி. நீ வெளங்கமாட்டா, தெருவும் திண்ணையுமா போவா.”

ஆசியா திட்டி வாரிக்கொண்டிருந்தாள்.

அதற்குத் தாளமிட்டது போல் பெரும் கருவண்டு ஒன்று சவ்தா மன்ஸிலுக்குள் முனகி வட்டமிட்டுக்கொண்டிருந்தது.

கையிலிருந்த சொஞ்சாடி ரூபாயை பழங்கோட்டின் இடதுபுற ஜேப்பில் திணித்தார். மறவணையில் வைத்து கட்டியான பசும்பால் வாங்கி குடித்தார் நரம்புகளை பலப்படுத்த.

சவ்தா மன்ஸில் வாசற்படியை விட்டு, வெளியே சொரி மணலில் காலை வைத்த பிறகுதான் ரைஹானத்தின் வீட்டிற்குச் சொல்லும் பாதை தெரியாமல் குழம்பி நின்றார். ஒரு பிடிப்பும் கிட்டாமலிருந்தும் இருட்டைத் துரந்து உருவாக்கிய சுரங்கம் வழி சவ்தா மன்ஸிலை விட்டு வீறுடன் விலகிச் சென்றார். அவளுடைய வீட்டிற்குச் சொல்லும் வழியில் தான் சாய்வு நாற்காலி வாங்கியவனுடைய வீடு இருக்கிற தென்று இஸ்ராயில் சொன்னது நினைவில் விழுந்தது.

சாய்வு நாற்காலி வாங்கியவனுடைய பெயர்? யாரிடம் கேட்டுத் தெரிவது? எதிரில் யாருமே தென்படவில்லை. யாராவது பார்த்துக் கேட்டுவிட்டால் போகும் இடத்தை எப்படிச் சொல்வது?

அவளுடைய வீட்டை எப்படிக் கண்டுபிடிப்பது? நடந்தார். நடந்து பழக்கமில்லாததால் கால்கள் அலுத்தன.

ரைஹானத்திற்குக் குடியிருக்க சொந்த வீடு இல்லை என்பது முன்பு ஒருமுறை அவளுடைய தாயார் குலுக்கி ராவியத் சொன்னதாக நினைவு. யாரோ ஒருவருடைய தோப்பில் இனாமாக, சிறு ஓலைக்குடிசை கட்டி அதில் தங்கி வருகிறாள் போலிருக்கிறது. யாருடைய தோப்பு? அது எங்கே இருக்கிறது? அன்று இதெல்லாம் கேட்டுத் தெரிந்திருக்க வேண்டிய சங்கதிகள். கேட்டுத் தெரிந்து கொள்ளாதது தவறாகிப் போய்விட்டது.

எந்தத் திசையை நோக்கி நடக்க வேண்டுமென்ற புரியாமையால் திணறி நின்றார்.

“மோலாளி!”

இருட்டைப் பொத்துக்கொண்டு வந்த குரல். ஏதென்று அடையாளம் தெரிய முடியவில்லை.

"ஆரப்பா?"

"நாந்தான்; இஸ்ராயில். இந்த ராத்திரி எங்கே எறங்கி போறியோ?"

"நீதான் என்னைச் சதிச்சு போட்டியே."

"நான் சதிக்கயில்லெ மோலாளி. சவ்தா மன்ஸில்லெ இனி காலு குத்துனா எக்கெ காலெ ஒடிச்சு போடுவேணு நஸீமா புள்ளக்கெ மாப்ளெ ரண்டு சட்டம்பிமாரெ கூட்டிட்டு வந்து என்னை பேடி காட்டீட்டு போயிருக்கு. அதுனாலெ பேடிச்சு நான் அங்கெ வரயில்லெ மோலாளி."

"அப்படியா? அந்த வடுவ எத்துவாளி, உன்னெப் பயப் படுத்திப் போட்டானா?"

"ஓ, நிங்கொ இந்த இருட்டிலெ எங்கே எறங்கிப் போறியோ?"

"ரைய்யானத்துக்கெ ஊட்டுக்கு. அவளுக்கெ உம்மாட்டெ கேக்கப்போறேன். அவளுக்கெ ஊடு எங்கடா? காட்டித் தா."

"காட்டித்தாரேன்."

நடக்கும்போது இஸ்ராயில் கேட்டான்.

"அவொ சின்னப் பெண்ணு இல்லியா?"

"அதுக்கென்னடா?"

"அவொ சம்மதிக்கல்லெண்ணா, அவளுக்கொ உம்மா, குலுக்கி ராவியத் மாப்ள இல்லாதவொதானே? ரண்டாம் தரமாட்டு ..."

"சீ, போடா. அவொ கெழடு இல்லியா? பண்டு நான் அவளைப் பாத்தாச்சு."

"ஓ, அது சரி. இப்பம் புள்ளயெ. இது பாவமில்லியா மோலாளி?"

"காமத்துக்குக் கண்ணும் மூக்கும் உண்டாடா?"

நடக்கையில், சற்றுத் தொலைவில் தெரிந்த மின் விளக் கொளியில் மூழ்கிக் கொண்டிருந்த நாகரிகமான புது வீட்டின் மீது அவருடைய பார்வை சரம் பாய்ச்சியது.

"அது ஆருக்கெ ஊடு?"

"நம்மொ கசேரி வாண்டின துபாய்க்காரனுக்கெ ஊடு."

"அந்த வழியாத்தான் போவணுமோ?"

"அந்த வழியாகத்தான் போவணும்." இருவரும் நடந்தனர்.

புது வீட்டின் முகப்பில் போடப்பட்டிருந்த அதே சாய்வு நாற்காலியில் கறுத்திருண்டு, தண்டியான, சட்டை அணியாத முதியவர் ஒருவர் சாய்ந்து கிடந்து கொண்டிருப்பதை உன்னிப் பாகப் பார்த்தார்.

"ஆருடா அது?"

"காளி."

"எந்தக் காளி?"

"பண்டு நம்மெ ஊட்டுலெ மாட்டுத் தொழுவத்துலெ சாணி வாரீட்டுக் கெடந்தானில்லியா, அந்தக் காளி."

நடுங்கிவிட்டார் முஸ்தபாக்கண்ணு. "அவனா?"

முஸ்தபாக்கண்ணிற்குத் தலைசுற்றுவதாகத் தோன்றியது.

"என்னெ புடிச்சுக்கோ."

இஸ்ராயிலுடைய கையை அவரே எட்டிப் பிடித்தார். இன்னொரு கையால் தெங்கைப் பிடித்துக்கொண்டார்.

சவ்தா மன்ஸிலின் பின்வளாகத்திலுள்ள மாட்டுத் தொழுவத்தில் சாணி அள்ளி, தொழுவத்தைக் கழுவிச் சுத்தம் செய்துவிட்டு கொல்லைப்புற பின்வாசலில் பழைய கஞ்சிக் காகக் கையில் சிரட்டை ஏந்தி நின்றுக் கொண்டிருந்த காளியா? கால்முட்டுக்கும் தொப்புளுக்கும் இடையேயுள்ள பகுதியை மறைத்துக்கொண்டிருந்த ஆயிரம் கிழிசல்களும் அதைப்போல் தையல்களுமுள்ள அழுக்கடைந்த கந்தல் உடுத்தி வரும் காளியா? புண்களும், புண்கள் காய்ந்துவிட்ட தோலைத் தூக்கிக் காட்டும் விலா எலும்புகளும் தோலுக்கு மேல் கயிறு போல் காணப்படும் நரம்புகளும் உடைய காளியா? ஒரு தடவை புளித்த கள் குடித்துவிட்டு இலக்கில்லா மல் சவ்தா மன்ஸிலுக்கு முன் சொல்லும் இராஜபாதையில் நடந்ததற்கு அல்லாபிச்சை சட்டம்பியை ஏவி நாய் அடி அடிக்கச்செய்து, ஓட ஓட விரட்டி அடிக்க வைத்த காளியா? அந்த அடியான அடியெல்லாம் வாங்கிக்கொண்டு எங்கோ ஓடித் தலைமறைவான காளியா? மார்த்தாண்டவர்மா வெள்ளி தாம்பாளத்தில் வைத்து பட்டும் வாளும் கொடுத்த பவுரீன்பிள்ளை உப்பா சாய்ந்து படுத்திருக்கவும் உயிர் துறக்கவும் செய்த சாய்வு நாற்காலியில் இப்போது சாய்ந்து கிடப்பது அந்தப் பறயன் காளியா?

அந்தக் காட்சியை பார்த்துத் தாங்க இயலாததால் கண்களைப் பொத்திக் கொண்டார்.

“இடேய் பல பேருக்குப் பெறந்த பயலே, போயும் போயும் உப்பாக்கெ தலை அடையாளம் அழியாத இந்தக் கசேரியெ இவனுக்காடா வித்துப்போட்டா?”

“ஆருக்கு வித்தா என்ன? இண்ணு ராத்திரி அவனுக்கெ காய்க்கெ தைரியத்திலெதானே பெண்ணு கட்ட எறங்கி வந்தியோ?”

“இருந்தாலும் இவனுக்கு வித்திரிக்கப்படாது.”

“அப்படிச் சொல்லதெங்கொ. இப்பம் காலம் அவுங்கெ கையிலெயாக்கும். ஒரு காலத்திலெ நம்மொ கையிலெ. இப்பம் அவுங்க கையிலெ. காலம் இப்படிச் சைக்கிளு வீலுபோலெ சுத்திட்டே வருது. நம்மொ ஆண்ட பூமியா இது? ஒரு காலத்திலெ புலயனும் பறையனும் ஆண்ட பூமி தானே இது? அவுங் களுக்கு வாக்கப்பட்ட மண்ணுதானே இது?”

வயோதிகர் சாய்வு நாற்காலியில் நிமிர்ந்து உட்கார்ந்து கால்மேல் கால் போட்டுக்கொண்டு முட்டை அழுத்தித் தடவினார்.

“பாத்தாயாடா, பாத்தாயாடா அங்கெ. சவ்தா மன்ஸில் காரணவர் இஞ்செ நிண்ணுக்கிட்டு இருக்கேன். அவன் காலுக்கு மேலெ கால்போட்டு இரிக்கியான். என்ன திமிரு பாத்தியாடா? எக்கெ தலை சுத்துது.”

“ஏன் ஒங்களுக்குத் தலை சுத்தணும்? ஒரு காலத்திலெ இந்தப் பூமியும் இந்தக் கசேரியும் அவனுவளுக்கிட்டெயிருந்து நம்மொ வாள் பலம் கொண்டு புடிச்சுப் பறிச்சதுதானே?”

“என்னெ இறுக்கெப் புடிச்சுக்கொ. இப்பம் விழுவேன்.”

இஸ்ராயில் அவர் கையை இறுக்கிப் பிடித்துக் கொண்டான்.

“நீங்கொ அதெ பாக்காமெ நடயுங்கொ.”

“நடக்க முடியல்லடா. மனசெல்லாம் நீறுது. அவனுக்கெ ஊடு தலைகீழா கறங்குதுடா.”

“ஒரு காலத்திலெ நம்மொ வீடுகளும் இதுபோலெ அவனு வளுக்கெ கண்ணுமுன்னெ தலைகீழா கறங்கியிருக்காதா? நீங்கொ அதெப் பாக்காதெ நடயுங்கொ.”

இஸ்ராயில் முஸ்தபாக்கண்ணின் கண்களைப் பொத்திய படி மெல்ல அவரைப் பிடித்து நடக்க வைத்து அங்கிருந்து கடத்திக் கொண்டு வந்தான். ஒரு செத்தைக் குடிசை முற்றத் தில் அவரைக் கொண்டு நிப்பாட்டி விட்டு அவருடைய கண்களைப் பொத்தியிருந்த கையை விலக்கினான்.

“இதுதான் ரைய்யானத்துக்கெ ஊடு.”

மெதுவாக அவர் காதில் சொன்னான். கேட்டவுடன் அவருடைய தலை கிறங்கல் நின்றுவிட்டது. மன நீற்றல் தணிந்துவிட்டது. காளியின் சித்திரம் மறைந்துவிட்டது.

ஒருவகையான உற்சாகத்தைத் திரும்பப் பெற்றார். அவருடைய வீட்டு முற்றத்திலுள்ள மண்ணிற்கு ஒரு சுகமிருப்பதாகத் தோன்றியது. அந்தச் சுகத்தை கால் பெருவிரல் உறிஞ்சியெடுத்தது. அது தலை உச்சியை எட்டியபோது பூங்காவனமொன்றில் பூ கிள்ளும் அழகுக் கன்னியின் கன்னக் குழியைக் கிள்ளியெடுக்கும் சுகமிருந்தது.

முஸ்தபாக்கண்ணு குல்லாவைச் சரிப்படுத்தினார்.

கைக்குட்டையைக்கொண்டு முகத்தில் வடிந்து கொண்டிருந்த வேர்வையைத் துடைத்தார். காய்ந்துவிட்ட உதட்டை ஈரப்படுத்தினார். அதபு பிரம்பை ஒரு சுழற்று சுழற்றினார்.

"புள்ளேய் . . . ராவியத் தாத்தா!" இஸ்ராயில் செத்தை வாசலைத் தட்டினான்.

கையில் மண்ணெண்ணை விளக்குடன் ரைஹானத்தின் உம்மா முற்றத்திற்கு வந்தாள்.

உடுத்தியொருங்கி ஒரு புதுமாப்பிள்ளையின் தோரணயில் நிற்கும் முஸ்தபாக்கண்ணைக் கண்டபோது பொங்கிய சிரிப்பை அவள் அடக்கிக்கொண்டாள்.

"இஸ்ராயிலுட்டெ சொல்லிவிட்டா நானே வந்திருப்பேனே . . ."

"ராவியத்தைக் கண்டு ஒரு வேளம் பேசணுமெண்ணு தான் வந்தேன்."

"என்ன விசயம்?"

முஸ்தபாக்கண்ணு பேச்சை நீட்டிக்கொண்டு செல்ல விரும்பவில்லை.

மரியம் மூச்சு இழுத்துக்கொண்டு கிடக்கிறாள். எந்த நேரமென்றில்லை. அதற்குமுன் . . .

"ஒனக்கெ மோளுக்கு மாப்ள பாக்குதாட்டு முன்னாலெ மரியத்திட்டெ சொன்னாயா . . .?"

"சொன்னேன். ஒண்ணும் தோதா அமையல்ல மோலாளி. கையிலெ காயும் இல்லை."

"நிக்குச் சம்மதமானா இப்பளே எலப்பயெ விளிச்சு நடத்திப் போடலாம்."

"மாப்ள ஆரு மோலாளி?"

"மோலாளியே தான்."

இஸ்ராயில் வெடுக்கென்று சொன்னதும் முஸ்தபாக் கண்ணு சிகரெட் கறைபடிந்து கறுத்துப்போன பல்லைக் காட்டியதும் ராவியத் ஓர் அக்னிபுத்திரியாய் கனன்றாள். அவளுடைய தீ கங்குமிழும் ஜுவாலைக் கண்களைக் கண்டதும் இஸ்ராயில் நடுங்கி, பம்மி நின்றான்.

அவளுடைய பார்வை அனல் தட்டி முஸ்தபாக்கண்ணின் முகம் வெளிறியது. சவத்தின் முகம் போலிருந்தது.

இப்படி ஒரு நாசாக்னியாய் அவள் படர்ந்துயர்வாள் என்று அவர் எதிர்பார்க்கவில்லை.

"சீ . . . எக்கெ சின்ன புள்ளயெ இந்த நாறக் கெழவனுக்குக் குடுக்கூக்கா வச்சிருக்கேன்."

"நான் கெழவனா? சவ்தா மன்ஸில் காரணவன். பவுரீன் பிள்ளெ உப்பாக்கெ பேரப்பிள்ளை நான் . . ."

"ஓ . . . வலிய கொம்புமுளைச்சக் காரணவன் . . ." ராவியத் தின் புலிப் பற்கள் நெரியும் ஓசை. "தூ . . ."

செத்தை வாசல் வழியாக உள்ளிருந்து முற்றத்தில் காறி உமிழ்ந்து விட்ட துப்பல் முஸ்தபாக்கண்ணின் கால் பெரு விரலருகே வந்து விழுந்து சிதறியது. ஒரு துளி அவருடைய காலிலும் தெறித்தது. அவர் திடுக்கிட்டுப் போனார்.

சவ்தா மன்ஸில் காரணவரின் முகத்திற்கு நேராகவா காறித் துப்புகிறாள்?

"நீங்கொ கேட்டதுக்கு இப்பம் முத்தத்திலெ வந்து விழுந் துதே அது தான் பதில். போங்கொ சோலியை பாத்துட்டு."

ராவியத் உள்ளே நுழைந்து செத்தை வாசலைச் சாத்திக் கட்டினாள்.

தம் வீட்டில் அடுக்களை வேலை செய்து சட்டி நக்கித் தின்னவளா இந்தத் திமிரு காட்டுவது?

உடலில் இரத்தச் சுழற்சி நின்றுவிட்டது போல் தளர்ந்து, பனை மரம்போல் சாயப்போனவரை இஸ்ராயில் தாங்கிக் கொண்டான்.

"என்னெ புடிச்சுக்கோ."

முஸ்தபாக்கண்ணு இஸ்ராயிலுடைய கையில் தளர்ந்து கிடந்தார்.

"எக்கெ மனசு எரியுது. எக்கு வீசித்தாடா . . ."

"வாருங்கோ, ஊட்டுக்குப் போலாம்."

“வேண்டாம். சவ்தா மன்ஸில் எக்கு இப்பம் ஒரு செங்கச் சுள்ளையாக்கும்டா.”

“அப்பொ கடப்புறத்துக்குப் போவோம். நல்ல காத்துக் கிட்டும்.”

முஸ்தபாக்கண்ணின் கால்கள் தரையைத் தொடவில்லை. அவருடைய பலமான பிடிப்பு இஸ்ராயிலின் தோள் மீதிருந்தது. அவரைக் கடற்கரைக்குத் தாங்கிக்கொண்டு வந்ததே பெரும்பாடாகிவிட்டது.

கடல் காற்றில் குளிர்ச்சியிருந்தது.

மணலும் குளுமையாகயிருந்தது.

மணலில் மல்லாந்துகிடந்து, கண்ணடிக்கும் வான் மீன் களைப் பார்த்து கண்களைப் பொத்தினார். அவை அவரை ஏளனம் பண்ணுவதாகத் தோன்றியது அவருக்கு.

“நான் எதிர்பாக்கல்லெடா. இப்படி நடக்குமெண்ணு.”

“நான் எதிர்பாத்தேன் மோலாளி.”

“எக்கு எப்படியெல்லாமோ வருது!”

முஸ்தபாக்கண்ணு மணலில் கிடந்து உருண்டார். அவருடைய நெஞ்சிற்குள் வனம் பற்றி எரிந்தது. கைகால்கள் உடலிலிருந்து வேறுபட்டன. எலும்புகள் கழன்றுத் தெறித்தன. மண்டை ஓடு வெடித்துப் பிளந்தது.

“இஸ்ராயில் எக்கெ தலை இருக்குதா?”

“இருக்கு.”

“எக்கெ கையும் காலும் எங்கடா? வாற வழியிலெ எங்கேயோ களந்து தெறிச்சுப் போச்சு.”

“இல்லெ இருக்கு.”

“எடேய் எக்கு ஒறங்கணும். கொஞ்ச நேரம் இந்த ஒலகத்தெ மறந்து ஒறங்கணும்.”

“ஊட்டுலெ கொண்டு உடட்டா.”

“ஊடு செங்கச்சுள்ளையாப் போச்சுடா.”

“எல்லாம் மறந்து ஒறங்கணுமா?”

“ஒறங்கணும். எக்கெத் தலையை ஆரோ கோடாலி கொண்டு வெட்டிப்பிளக்குதுவோ, வெட்டுவனுக்கெ கையெப் புடி.”

“ஆரும் வெட்டல்லெ.”

“இல்லெ. வெட்டுதான்.”

முஸ்தபாக்கண்ணு நோவு தாங்க முடியாமல் கசாப்பு மாட்டைப்போல் அலறிக்கொண்டிருந்தார்.

இஸ்ராயில் அவருடைய பழங்கோட்டு ஜேப்பில் கையை விட்டான்.

“மோலாளி கெடயுங்கோ. ஒறங்க மருந்து வாண்டிட்டு வாறேன்.”

“ஓடி வாடா. இப்பம் ஆரோ எக்கெ கையையும் காலையும் வெட்டுதானுவோ. வேதனத் தாங்க முடியல்லடா. ஓடிப்போ?”

துறைக் குடிசைகளுக்கிடையில் மூழ்கிய இஸ்ராயில் ஒரு குப்பியில் உறங்குவதற்கான மருந்துடன் வெளிப்பட்டான்.

“கொஞ்சம் குடியுங்கோ மோலாளி.”

முஸ்தபாக்கண்ணை கை தாங்கி உட்கார வைத்து மருந்தை மடமடவென்று குடிக்கவைத்தான்.

“எக்கெ நெஞ்சு எரியுது.”

இஸ்ராயில் நெஞ்சைத் தடவிக்கொடுத்தான்.

“இப்பம் ஒறக்கம் வரும்.”

“எடேய் மருந்து கொள்ளாம். கொஞ்சம் கூட வாண்டித் தா தம்பி.”

“குடிச்சது போதும்.”

“போதுமா?”

“போதும்.”

முஸ்தபாக்கண்ணின் கண்கள் மெல்ல அயர்ந்தன. கடற்கரைக் குருத்து மணலின் இன்பகரமான குளிர்ச்சியில் கையையும் காலையும் பரப்பிக்கிடந்தார். உருண்டு புரண்டதில் குல்லா தலையிலிருந்துத் தெறித்தது பழங்கோட்டின் பித்தான்கள் அறுந்து போயின. மொறண்ட ஷூ காலிலிருந்து உருவி விழுந்தது. கையில் இறுக்கிப் பிடித்திருந்த அதபு பிரம்பு அனாதையாக விலகிக் கிடந்தது. திரைக்கைகள் அதைச் சுழற்றி எடுக்க முயன்று கொண்டிருந்தது.

எல்லாம் மறந்த நித்திரையில் அன்றுவரை பார்த்திராத ஓர் எழிலுலகிற்கு, ஹூறுலீன் பெண்கள் தோளில் சுமந்து வந்த கனக மஞ்சத்தில் ஏறி ஆகாய மண்டலம் வழியாகப் பயணமானார். அந்தப் பயணத்தின்போது அவர் மனசில் தாணித்திருந்த கன்னிகளின் நிர்வாண அழகை வழியோர நீச்சல் குளத்தில் பார்த்து ரசித்துக்கொண்டிருந்தார்.

ஏதும் தெரியாமல் ஏதும் செவியுறாமல் மணலில் அப்படியே கவிழ்ந்து கிடக்கையில் அவருடைய முகம் ஒரு பக்கமாகத் திரும்பியிருந்தது. கைகால்கள் சொரிமணலுக்குள் புதைந்திருந்தன. மூக்கிலும் காதிலும் கண்ணிலும் கழுத்திலும் மணல் அப்பியிருந்தது. மணலால் போர்த்திக் கிடந்தார். ஒரு மணல் கூனையாகவே காணப்பட்டார் சவ்தா மன்ஸில் காரணவர்.

மூச்சுமட்டும் வந்து கொண்டிருக்கும் ஒரு சடலம்போல் அசைவற்றுக் கிடந்து கொண்டிருந்த சவ்தா மன்ஸில் காரணவரான முஸ்தபாக்கண்ணை, கீழ்த்திசையிலிருந்து கடற்கரை மணலில் விழுந்து ஒளி மின்னிய செவ்வெயிலில் மீனவர்கள் அடையாளம் கண்டு நடுங்கி, காலத்தைச் சுழல வைக்கும் மைய அச்சின் அபாரத் தன்மையை வியந்து போற்றினார்கள். அந்த வியப்பில் நெஞ்சில் சிலுவை அடையாளம் இட்டனர்.

மைதீன்பிச்சைச் சட்டம்பிக்கு வெள்ளிப்பிடியுள்ள வாளை விற்ற முஸ்தபாக்கண்ணை மணலிலிருந்து மீனவர்கள் பெயர்த்தெடுத்து கைத்தாங்கலாக, பவுரீன்பிள்ளை உப்பாவிற்கு மார்த்தாண்டவர்மா திருமனசு வெட்டிக்கொடுத்த இராஜ பாதை வழியாக சவ்தா மன்ஸிலுக்குக் கூட்டிச் சொல்லும் போது அவருடைய குழைந்த பாதங்கள் தரையில் இழைந்து கோடுகள் கிழித்துக்கொண்டிருந்தன.

அவை, எதிர்வரும் காலம் செவியுற கிழிக்கப்பட்ட இரண்டரை நூற்றாண்டு கால வரலாற்றுக் குறிப்புக்களின் ஒலிக்கோடுகள்!

❖

நாவலில் இடம்பெற்றிருக்கும் வழக்குச் சொற்கள்

அங்கரட்சகன்	–	மெய்க்காப்பாளன்
அங்ஙகத்தை	–	நாயர்
அச்சிமார்	–	வைப்பாட்டி
அசர்	–	மாலை நேரத் தொழுகைக்கான நேரம், மாலை நேரத் தொழுகை
அசறுப்பூ	–	நாலுமணிப்பூ
அடுப்பளி ஒளுவி	–	அடுப்படி ஒழுகி
அத்தம்	–	கடைசி
அத்தர	–	அவ்வளவு
அத்தாளம்	–	இரவு உணவு
அதபு	–	ஒழுக்கம்
அதபுமாலை	–	ஒழுக்கம் புகட்டும் ஒரு கவிதை நூல்
அதிர்வேலி	–	எல்லை
அதைத்த	–	வீங்கிய
அந்தாக்குலை	–	அப்புறம்
அம்பலம்	–	கோயில் பிரகாரம்
அம்புடு	–	அவ்வளவு
அம்மாயி	–	மாமியார்
அம்மாவன்	–	தாய்மாமா
அம்மை	–	வைசூரி
அலுக்கத்து	–	பிறைவடிவக் காது ஆபரணம்
அவுலியா	–	இறைநேசர்
அனந்திரவன்	–	மருமகன்
அஸ்மா	–	மந்திரம்
ஆங்கியம்	–	சைகை
ஆசந்திரதாரம்	–	சூரயசந்திரர் உள்ளவரை
ஆத்தியம்	–	முதல்
ஆயத்து	–	வசனம்
ஆருவாமொழி	–	ஆரல்வாய்மொழி
ஆலிம்	–	பண்டிதன்

இசா	–	இரவு
இத்தி	–	கொஞ்சம்
இபுலீசு	–	நம்பிக்கைக்கு மாறானவன் (சாத்தான்)
இலாஹி	–	இறைவன்
இறக்குவாரி	–	சாய்வுத்தளம்
இன்ஸான்	–	மனிதன்
இஸ்மு	–	மந்திரச்சொல்
ஈக்காம்பெட்டி	–	ஓலைப்பெட்டி
ஈடு	–	முறை
உடம்பறை	–	மரக்கட்டில்
உடாட்டான்	–	விடமாட்டான்
உப்புக்குற்றி	–	குதிகால்
உம்மும்மா	–	அம்மாவின் அம்மா
உறுமால்	–	தலைப்பாகை
உஸ்தாது	–	ஆசிரியர்
ஏப்பன்	–	மடையன்
ஒக்கில்	–	இடுப்பில்
ஒசா, ஒஸா	–	நாவிதர்
ஒசாத்தி, ஒஸாத்தி	–	நாவிதப்பெண்
ஒசியத்	–	மரணவாக்குமூலம்
ஒடுக்கத்த	–	கடைசி
ஒயந்து	–	மேலே
ஒருக்கி	–	தயார்நிலை
ஒலி	–	இறைநேசர்
ஒளூ	–	கை கால் சுத்தம்
ஓமன	–	அழகு
ஓர்மை	–	நினைவு
கஃபத்துல்லா	–	மக்காவிலுள்ள பள்ளிவாசல்
கஃபன்	–	சடலத்தைச் சுற்றும் துணி
கக்குமடி	–	மடித்துக்கட்டிய வேட்டி
கச்சமுறி	–	பெண்கள் அணியும் சாயக் கச்சை
கசண்டி	–	வழுக்கை

கசவு தட்டம்	–	ஜரிகை முக்காடு
கட்டுக்குப்பாயம்	–	கையால் பின்னப்பட்ட பெண்களுக்கான சட்டை
கண்ணும்மா	–	பாட்டி
கபர்	–	அடக்கம் செய்யும் குழி
கபுறு	–	சமாதி (கபர்)
கய்யால	–	மண்சுவர்
கரச்சல்	–	அழுகை
கரமொழிவு	–	தீர்வையில்லா
கல்பனை	–	உத்தரவு
கல்பு	–	இதயம்
கலிமா	–	மூலமந்திரம்
கலிமாவிரல்	–	சுட்டுவிரல்
கவணி	–	மேலாடை
கவீணி	–	மேலாடை
களீக்கள	–	களியக்காவிளை
கறாம்	–	தீயவழி
கறுத்தவாவு	–	அமாவாசை
கஷாயம்	–	மருந்து
காஃபிர்	–	முஸ்லிமல்லாத
காக்கா	–	அண்ணன்
காணும்	–	இருக்கும்
காய்	–	காசு
காயிதா	–	அரபு ஆரம்பப்பாடம்
காயிலான்	–	காயல்பட்டினம்
காறு	–	பஸ்
கிண்ணாரம்	–	கொஞ்சல்
கியாமம்	–	உலக முடிவு
கிஸ்ஸா	–	கதை
கீலம்	–	கீறி
குஃபு	–	பொருத்தம்
குச்சங்காளி	–	தேங்காய்ப்பிஞ்சு
குசால்	–	திருப்தி
குடவண்டி	–	தொப்பை

குதரத்	–	அற்புதம், ஆச்சரியம்
குப்பாயம்	–	சட்டை
குப்பாயம் போடுதல்	–	பெண்கள் மதம் மாறுதல்
கும்பி	–	வயிறு
குமிஞ்சான்	–	சாம்பிராணி
குறுக்கு	–	முதுகு
குறைச்சல்	–	வெட்கம்
கெங்கேமம்	–	படாடோபம்
கெங்கேமன்	–	பிரமாதம்
கேத்தல்	–	கெண்டி
கைக்கும்பிள்	–	கைகளை இணைத்து
கைமடக்கு	–	ஊதியம்
கைவடி	–	கம்பு
கைவெள்ளை	–	உள்ளங்கை
கைறு	–	நல்லது
கொத்துவா	–	ஜூம்ஆ
கொதும்பு	–	தென்னம்பாளை
கொப்பு	–	கிளை
கொப்புறா	–	காயவைத்த தேங்காய்
கொம்பானை	–	ஆண் யானை
கொஸறா	–	வேடிக்கை வசை
சக்கரம்	–	பணம்
சக்கைப்பூஞ்சி	–	பலாப்பழத்தோல்
சங்கடம்	–	மனவருத்தம்
சங்கு	–	குரல்வளை
சங்குறைப்பு	–	தைரியம்
சட்டம்பி	–	வம்புக்காரன்
சபூர்	–	அமைதி, பொறுமை
சம்சயம்	–	சந்தேகம்
சவுட்டி	–	மிதித்து
சாக்கரிசி	–	வெள்ளை அரிசி
சாந்திக்காரன்	–	பூசாரி
சாபுகள்	–	சாகிபுகள், பக்கீர்கள்
சாரம்	–	கைலி

சாலாமாலா	–	அரைகுறையாக
சாலிஹ்	–	இறை பக்தியுள்ள
சிபத்	–	சிறப்பு
சில்லீடு	–	சிறு தேங்காய் பறிக்கும் காலம்
சிலா வரிசை	–	சிலம்பு அடவு
சின்னமக்கா	–	காயல்பட்டணம்
சீதம்	–	நீர் உபாதை
சீலாந்திக்காதல்	–	வைரம் பாய்ந்த பூவரசு மரம்
சுப்ரா	–	உணவுப்பாய்
சுப்ஹு	–	அதிகாலைத் தொழுகை, வைகறை
சுருமா	–	மை
சுறவு	–	முறம்
சுறுமா	–	கண் மை
செத்தை	–	வேலி
செம்மு	–	சொத்துரிமை
செமை	–	இருமல்
செல்லம்	–	தட்டு
செளி	–	சேறு
செறுக்கன்	–	சிறுவன்
சேசகாரி, சேஷகாரி	–	மருமகள்
சொர்ணம்	–	தங்கம்
சொஸ்ததை	–	அமைதி
தகனம்	–	ஜீரணம்
தகிப்பு	–	ஜீரணம்
தட்டு, மச்சு	–	மாடி
தம்மானம்	–	சன்மானம்
தம்மு	–	மூச்சு
தலஸ்தானம்	–	தலைநகர்
தவ்பா	–	மன்னிப்பு
தறவாடு	–	குடும்பம்
தறுவா	–	நிலைமை
தஸ்பீஹ்	–	குறிப்பிட்ட எண்ணிக்கையில் மணிகள் கோர்த்த மாலை, ஜெபமாலை

தஹஜ்ஜத் – நடு இரவுத் தொழுகை
தாத்தா – அக்கா
தாப்ளா – தாழ்ப்பாள்
தாமசம் – வசித்தல்
தாள – கீழே
திக்ர் – ஜெபம்
திக்று – ஜபம்
தில்மீது – மாணவர்
தீப்பட்ட – இறந்த
துஆ – பிரார்த்தனை, வேண்டுதல்
துசி – சுத்தம்
துனியா – உலகம்
தெங்கம்புரயிடம், தெங்கின் பொரேடம் – தென்னந்தோப்பு
தேச்சியம் – கோபம்
தொங்கல் – கடைசி
தொடல் – சங்கிலி
தொம்பற, லெவிண்டி – வசைச்சொல்
தொளி – சேறு
தொறய – கடற்கரையில் மீனவர்கள் குடியிருப்புப் பகுதி
தோவட்டம் – இரண்டு ரூபாய் (சங்கேதமொழி)
தௌபா – மன்னிப்பு
நகரா – டமாரம்
நரிச்சீது – ஒரு சிறு பிராணி
நல்லப்பம் – முதலில்
நன்னி – நன்றி
நஜிஸ் – அசுத்தம்
நிக்காஹ் – திருமணம்
நீக்கம்பு – காலரா
நீர்க்கோலி – தண்ணீர் பாம்பு
நுதுபா – விந்து
நுனைத்து – ருசித்து

நேட்டம்	– லாபம்
நேமிசம்	– வேண்டுதல்
படிக்கம்	– எச்சில் உமிழும் பாத்திரம்
படிப்புரை	– உட்புறவாசல் அறை
படுவல்	– பணம்
பண்டு	– பழைய காலம்
பத்திரி	– பச்சரிசி மாவில் பொரித்த சீடை
பர்த்தா	– கணவன்
பரக்கத்	– ஐஸ்வரியம், பலன்
பரக்கத் நிஃமத்	– ஐசுவரியங்கள்
பரணம்	– ஆட்சி
பலாய்முசிபத்	– துர்ஆவி, தொந்தரவு
பஹரு	– கடல்
பாச்சான்	– கரப்பான்பூச்சி
பாட்டம்	– குத்தகை
பாடில்லெ	– முடியவில்லை
பாத்திஹா	– பிரார்த்தனை
பாதிரா	– நடுஇரவு
பாறுகாலி	– வசைச்சொல்
பிடாவ	– பிடாகை
பீநாறி	– நித்திய கல்யாணி
பீரை	– சக்கை
புட்டான்	– பட்டாம்பூச்சி
புடவை கொடுத்தல்	– திருமணம்
புரயிடம்	– தோப்பு, நிலம்
புலுக்கு	– வயதுக்கு வருதல்
பூசறமாவு	– முகப்பவுடர்
பூத்த	– புதைக்க
பூமுகம்	– முன்னறை
பேடி	– பயம்
பேமாரி	– பெருமழை
பைத்து	– பாடல்
பொதனாச்சி	– புதன்கிழமை

பொழிமுகம் – கூடுதுறை
பொறுதி – வாழ்க்கை
பொன்னரைஞானம் – தங்க ஒட்டியாணம்
மஅனா – பொருள்
மக்கத்தாயம் – மகன் வழி வாரிசுரிமை
மக்ரிபு – அந்திநேரத் தொழுகை
மகமூறு – நல்லபடி
மட்டுப்பா – மொட்டை மாடி
மதி – போதும்
மதுரம் – இனிமை
மதுஹ ு – புகழ்
மய்யத்து – பிணம்
மருமக்கத்தாயம் – மருமகன் வழி வாரிசுரிமை
மலக்கு – வானவர்
மலினம் – மாசு
மவுத் – மரணம்
மறவணை – மணவறை
மனாபியத் – கனவு
மஜ்லிஸ் – ஓதுமிடம், சபை
மின்னல்ஹகீப் – பணம்
மிஸ்கின் – ஏழை, யாசகன்
முசாபா – தேசாந்திரி
முதல்கூடி – நாட்டாண்மை
முராது – பஜனையின்போது ஏற்படும் சீற்றம்
முரீது – சீடர்
முஸிபத் – கேடு
மூணாம் வேதம் – கிறிஸ்தவம்
மூளி – வெறும்
மைலாஞ்சி – மருதாணி
மைனி – அண்ணி
மொச்சை – நாற்றம்
மௌத் – மரணம்
மௌலவி, தங்கள் – மதப்பண்டிதர்

மௌலுது – நபி புகழ்பாடுதல்
யாசீன் – குரானின் ஒரு பகுதி
ரகுமானே – ஆண்டவனே
ரசூல், ரசூலுல்லா – முகம்மது நபி
ரப்பு – ஆண்டவன், இறைவன்
ரபீஉல் அவ்வல் – அரபு வருட 3ஆம் மாதம்
ரபீஉல் ஆகிர் – அரபு வருட 4ஆம் மாதம்
ரஹ்மத் – அருள்
ரஜபு – அரபு வருட 7ஆம் மாதம்
ராத்திபு – பஜனை
ரூஹானியத் – ஆவி
ரூஹு – ஆன்மா, உயிர்
லஅனத் – சாபம்
லந்தக்காரர்கள் – டச்சுக்காரர்கள்
லந்தர் – டச்சுக்காரர்
லாலன்தில்லா
லாவாறிகில்லா – வெறுப்பை உமிழும் வசைகள்
லுஹர் – மதிய நேரத்தொழுகை, மதியம்
லைத்தர் – ரெஜிஸ்ட்ரார்
வஅளு – சொற்பொழிவு
வட்டம் – தடவை
வர்த்தமானம் – பேசுதல்
வலிய – பெரிய
வலும், மடிச்சீலை – இடுப்பில் தொங்கும் காசுப்பை
வஹ்தாப்பாடு – உறுதி, வாக்குறுதி
வாங்கிட்டு – பாங்கு அழைத்து
வாசி – பிடிவாதம்
வாடை – கருகும் நாற்றம்
வாப்பும்மா – வாப்பாவின் அம்மா
வாயில்பாடி – காட்டன் பனியன்
வாரி – இறவானம் (சரைச்சாய்வு)
வாலாமடைச்சுழி – அதிர்ஷ்டமில்லாத

விலாயத்	– அற்புதம் சிருஷ்டிக்கும்
வில்ளல்	– விரிசல்
வெலவி	– விலகி
வெள்ளக்குடிகள்	– சீர்வரிசைப் பண்டம்
வேசாடை	– கோபம்
வேப்பாணம்	– யாழ்ப்பாணம்
வேளம்	– பேச்சு, சொற்கள்
வேளி	– திருமணம்
ஜாயிசு, ஜாயிஸ்	– பொருத்தம்
ஜின்	– அமானுஷ்ய சக்தி, அமானுஷ்யர்
ஜோகம்	– யோகம்
ஷஹீத்	– வீரமரணம்
ஸமான்	– காலம்
ஸீனத்	– அழகு
ஹதீஸ்	– சொற்பொழிவு
ஹமாறு	– கழுதை
ஹமுக்கு	– வகைச்சொல்
ஹயா	– வெட்கம்
ஹயாத்	– உயிர்
ஹராம்	– விலக்கப்பட்டது
ஹறவா	– நாசமாப்போன
ஹறாம்பிறப்பு	– முறைகேடான பிறப்பு
ஹாஜத்	– ஆசை, விருப்பம்
ஹீரூலீன்	– சொர்க்கலோகத் தேவதைகள்
ஹீறி	– தேவதை
ஹீநுலீன்	– சொர்க்கலோகத் தேவதைகள்
ஹைலு	– மாதவிடாய்

❖